முள்ளும் மலரும்

உமாசந்திரன்

வானவில் புத்தகாலயம்

முள்ளும் மலரும்

உமாசந்திரன்

உங்கள் ரசனை மேம்பட
வானவில் புத்தகாலயம்
10/2 (8/2) (முதல் தளம்) போலீஸ் குவார்ட்டர்ஸ் சாலை
(தியாகராயநகர் பேருந்து நிலையத்திற்கும்
காவல் நிலையத்திற்கும் இடைப்பட்ட சாலை)
தியாகராயநகர், சென்னை – 600 017
தொலைபேசி : 29860070, 24342771
கைபேசி : 7200050073

Publisher
Karthikeyan Pugalendi

Layout
Shrusti Graphics
Chennai - 17

Title:
Mullum Malarum
Author:
Umachandran
Address:
Vanavil Puthakalayam
10/2(8/2) Police Quarters Road (First Floor)
(Between Thiyagaraya Nagar Bus Stop & Police Station)
Thiyagaraya Nagar, Chennai - 17
Phone: 24342771, 29860070
Cell: **72**000 **5**00**73**
Vanavil Puthakalayam
6 th sense_karthi
e-mail : vanavilputhakalayam@gmail.com
Website: www.sixthsensepublications.com

Edition:
First : **January, 2024**

Pages : 368
Price : ₹ 499

No part of this book may be reproduced or transmitted in any form without permission in writing from the author or publisher

நீங்கள் Smart Phone உபயோகிப்பவராக இருந்தால் QR Code Reader Application மூலம் இதை Scan செய்தால் நேரடியாக எமது இணையதளத்திற்குச் சென்று மேலும் எங்கள் வெளியீடுகள் பற்றிய விவரங்களைப் பெறலாம்.

ISBN : 978-93-93699-76-3

தலைப்பு : **முள்ளும் மலரும்**
நூலாசிரியர் : உமாசந்திரன்

பக்கங்கள் : 368
விலை : ரூ.499

முதல் பதிப்பு : ஜனவரி, 2024
வானவில் புத்தகாலயம்
10/2 (8/2) போலீஸ் குவார்ட்டர்ஸ் சாலை (முதல் தளம்)
(தியாகராயநகர் பேருந்து நிலையத்திற்கும் காவல் நிலையத்திற்கும் இடைப்பட்ட சாலை)
தியாகராயநகர், சென்னை – 600 017
தொலைபேசி : 29860070, 24342771
கைபேசி: **72**000 **5**00**73**
மின்னஞ்சல்: vanavilputhakalayam@gmail.com

இந்தப் புத்தகத்திலுள்ள எந்த ஒரு பகுதியையும் பதிப்பாளர் மற்றும் எழுத்தாளர் அனுமதியை எழுத்து மூலம் பெறாமல் பதிப்பிக்கவோ, நாடகமாக்கவோ, திரைப்படமாக்கவோ கூடாது

இதயத்திலிருந்து...

"**இ**லட்சியம்" என்ற சொல் ஆழமான கருத்தையும் உயர்ந்த சிந்தனையையும் வெளிப்படுத்தும் உன்னதமான பொருளைக் கொண்டது. ஒரு இலட்சியத்தை இலக்காகக் கொண்டவன் அதனை அடைவதற்கு எத்தனை இடர்ப்பாடுகள் வந்தாலும் அதனை எதிர்க்கொண்டு ஒருமித்த முயற்சியோடு அதனை அடையும்வரை அயராது பாடுபடுவான். இலட்சியத்தைக் கோட்பாடாகக் கொண்டும், தர்மத்திலிருந்து வழுவாது உழைப்பவரை 'கர்மயோகி' என்று பகவத் கீதை வர்ணிக்கின்றது.

இலட்சியத்தை இலக்காகக் கொண்டு படைக்கப்படுவதுதான் இலக்கியம். மனிதனின் ஆசாபாசங்கள். இயல்புகள், வாழ்க்கைப் போராட்டங்கள், யதார்த்தங்கள் இவைகளைப் பிரதிபலிக்கும் படைப்புகள் அனைத்தும் காலத்தை வென்று நிற்பதில்லை. அவற்றில் சில படைப்புகள்தான் மக்களது மனதில் நீங்காது இடம் பெற்று நிலைத்து நிற்கின்றன.

கடந்த நூற்றாண்டின் சிறந்த சிந்தனையாளர் ஜித்து கிருஷ்ணமூர்த்தி அவர்கள் தூய அன்பு, வாய்மை, ஆத்ம சுதந்திரம் இதற்கு அழிவே யில்லை என்று கூறுவார். எக்காலத்திலும் இந்த அன்பு மக்களைக் கவரும் சக்தி வாய்ந்தது. இரு உள்ளங்களை இணைக்கும் காதல், அண்ணன் தங்கையிடம் செலுத்தும் பாசம், தாய், தந்தையரிடம் பக்தி கலந்த அன்பு, நண்பர்களுக்கிடையே நிலவும் நட்பு என்று அன்பின் பரிமாணங்கள் மனிதகுலத்தை இணைக்கின்றன.

இத்தகைய தூய அன்பினை அடிப்படையாகக் கொண்டு வடிவமைக்கப்பட்ட உன்னதமான படைப்பு முள்ளும் மலரும். கதாநாயகன் காளி முரடன்தான். அதிகம் படிக்காவிட்டாலும் தான் செய்யும் பணியில் தனக்குப் பூரண ஆளுமை உண்டு என்ற திமிர், அதன் வெளிப்பாடாக முன் கோபம். ஆயினும் இறுக்கமான நெஞ்சத்தின் ஆழத்தில் தங்கைக்காக ஊற்றெடுக்கும் பாசம், அவள் வாழ்க்கையே தனது இலட்சியம் என்ற கடமையுணர்வு என்று காளியண்ணன் ஒரு வித்தியாசமான கதாபாத்திரம்.

இயற்கை வளம் நிறைந்த நீலகிரி மலைப்பிரதேசத்தை மையமாக வைத்துப் புனையப்பட்டமையால் ரம்மியமான சூழலைப் பற்றிய வர்ணனை

நம்மை இயற்கையோடு ஒன்றிடச் செய்யும். மலை வாழ் மக்களின் பழக்க வழக்கங்கள், அவர்களது வெகுளித்தனமான அன்பு, புதிய வளர்ச்சிப் பணிகள், திட்டங்களால் அவர்களுடைய இயல்பு வாழ்வுக்கு ஏற்படக்கூடிய பாதிப்பு இவை அனைத்தும் விரிவாகச் சித்தரிக்கப்பட்டுள்ளன.

1965ல் கல்கி வார இதழின் வெள்ளி விழா ஆண்டு நிறைவினை முன்னிட்டு அறிவிக்கப்பட்ட நாவல் போட்டியில் முதல் பரிசான ரூ.10,000த்தை வென்ற பெருமை இந்த நாவலுக்கு உண்டு. திரு.ராஜாஜி அவர்கள் திருக்கரங்களால் எமது தந்தையார் பரிசினைப் பெற்றது எங்களது வாழ்க்கையில் முக்கியமான நிகழ்ச்சி.

இந்த நாவல் ஒரு திரைப்படமாக வெளிவந்தால் நிச்சயமாக வெற்றி பெறும் என்று எனது தந்தை திடமாக நம்பினார். அவரது நம்பிக்கை வீண் போகவில்லை. இயக்குநர் திரு. மகேந்திரன் அவர்கள் 'முள்ளும் மலரும்' என்ற திரைக்காவியத்தை உருவாக்கினார். திரு.ரஜினிகாந்த் அவர்கள் காளியண்ணன் கதாபாத்திரத்தின் ஒவ்வொரு அம்சத்தையும் அவ்வளவு சிறப்பாகப் பிரதிபலித்திருக்கிறார். அவர் நடிக்கவில்லை காளியண்ணனாகவே மாறிவிட்டார் என்றால் மிகை யில்லை. முள்ளும் மலரும் தனது கலைப்பயணத்தில் ஒரு முக்கியமான திருப்புமுனை என்று அவரே கூறியது எங்கள் எல்லோரையும் பெருமிதம் அடைய வைத்தது.

அண்ணாசாலை எல்.ஐ.சி. கட்டிடத்தின் அருகில் இருந்த அலங்கார் தியேட்டரில் அரங்கம் நிறைந்த காட்சிகளாக நடைபெற்று இப்படம் வெற்றி பெற்றது. ரசிகர்களோடு படத்தைப் பார்த்து அவர்களது வரவேற்பை நேரில் உணர்ந்தது எங்களுக்கு மறக்க முடியாத அனுபவம். பிற தென்னிந்திய மொழிகளிலும், இந்தியிலும் இப்படம் வெளியானது ஒரு தனிச் சிறப்பு.

எமது தந்தையின் இயற்பெயர் பூர்ணம் ராமச்சந்திரன். புனைப்பெயராக தனது தாயின் பெயரை இணைத்து 'உமாசந்திரன்' என்று வைத்துக் கொண்டார். இவர் சிறு வயதிலிருந்தே எழுத்தார்வத்தால் உந்தப்பட்டு இலக்கியப் பணியைத் தொடர்ந்தார். படிக்கும் காலத்தில் குடும்பச் சூழல் காரணமாக இவர் பட்ட இன்னல்கள் பல. அக்காலத்தில் நிகழ்ந்த சுதந்திரப் போராட்டங்களால் ஈர்க்கப்பட்டு காந்தியடிகளின் அறைகூவலுக்கு இணங்க தமிழ்நாட்டில் பல இடங்களில் பிரச்சாரங்கள் மேற்கொண்டார். தமிழ் மொழியின் மீதுள்ள அபரிமிதமான பற்றினாலும், ஆங்கிலம், இந்தி, சமஸ்கிருதம் போன்ற மொழிகளில் தேர்ச்சி பெற்றிருந்ததாலும் அவருக்கு எளிதாக இந்திய வானொலியில் பணி கிடைத்தது. தில்லி, திருச்சி, சென்னை நிலையங்களில் பணிபுரிந்து ஐந்தாண்டு திட்டங்களைப் பற்றி நிகழ்ச்சிகள் தயாரிக்கும் பொறுப்பில் திறம்படப் பணியாற்றி ஓய்வு பெற்றார். அரசு திட்டங்கள் பற்றிய அவரது 'நவநிதி' என்ற நிகழ்ச்சி மக்களிடையே

பிரபலமடைந்தது. நாடு எவ்வளவு முன்னேற்றம் அடைந்தாலும் சாதாரண பொதுஜனம் அன்றாடம் சந்திக்க வேண்டிய இன்னல்களை விவரிக்கும் விதமாக புகையும் பொறியும் என்ற தலைப்பில் 1975 ஆம் ஆண்டில் ஒலிபரப்பப்பட்ட வானொலித் தொடர் நேயர்களின் வரவேற்பைப் பெற்றது.

திரு.உமாசந்திரன் அவர்கள் பல நாவல்களும், சிறுகதைகளும் படைத்துள்ளார். அவை தமிழ் வார இதழ்களில் வெளிவந்துள்ளன. அன்புச்சுழல், திரும்ப வழியில்லை. வேர்ப்பலா, பண்பின் சிகரம் போன்றவை அவரது பிரபலமான நாவல்களாகும். 'முழு நிலா' என்ற அவரது நாவல் ஆனந்த விகடனில் தொடராகப் பிரசுரமானது. வார இதழ் வெளிவரும் வியாழக்கிழமை நாளன்று கல்லூரிக்குச் செல்வதே பெருமையாக இருக்கும். 'சரிதா' என்ற இந்தி வார இதழிலும் அவரது கதைகள் மொழி பெயர்க்கப்பட்டுப் பிரசுரமானது.

'கணவனே கண் கண்ட தெய்வம்', 'தாயுள்ளம்' போன்ற பல பிரசித்தி பெற்ற படங்களைத் தயாரித்த, நாராயணன் கம்பெனி மற்றும் ஜூபிடர் பிலிம்ஸ் திரு. சோமு, 'மொகல் ஏ ஆஸாம்' தயாரித்த திரு. ஆசிஃப் போன்றவர்களிடம் திரைப்படப்பணி புரிந்துள்ளார். 'மொகல் ஏ ஆஸாம்' தமிழில் 'அக்பர்' என்று வெளிவந்தது. அதற்கு முழுமையாக வசனம் எழுதினார். எம்ஜிஆர்., சிவாஜி நடித்த படங்களில் பணிபுரிந்திருக்கிறார்.

மூத்த மகள் பூர்ணிமா, கணவர் ரமேஷ். குழந்தைகள் ரோஹிணி, அபர்ணா. இளைய மகள் ஸ்டெல்லா மேரிக் கல்லூரிப் பேராசிரியை பாரதி, கணவர் ரமணன். குழந்தைகள் சுனேத்திரா, சதீஷ், இளைய மகன் அமெரிக்காவில் கம்ப்யூட்டர் பேராசிரியராக இருக்கும் டாக்டர். உமாகிஷோர், மனைவி வசந்தி, குழந்தைகள் ஹேமந்த், ஷாலினி. எனது மனைவி நிர்மலா. மகன்கள் நிகிலேஷ், நித்தியேஷ் என்று ஒவ்வொரு குடும்பத்தினரிடமும் நேரம் ஒதுக்கி தனது அன்பையும் அறிவையும் பகிர்ந்து கொண்டு மகிழ்வித்தார்.

சிறந்த கோட்பாடுகளையும், வாய்மையை அடிப்படையாகக் கொண்டு வாழ்க்கையை அமைத்துக் கொண்டார். ஒரு பெரிய குடும்பத்தை நிர்வகிக்க அவர் எதிர்க்கொண்ட பிரச்சனைகள் பற்பல. எந்நிலையிலும் தனது கோட்பாடுகளின்று வழுவாது வாழ்வில் வெற்றி கண்டார். தன்மானத் தந்தையாகவும், அன்புக் கணவனாகவும், கடமை வீரராகவும், எங்கள் எல்லோருக்கும் முன் உதாரணமாகவும் திகழ்ந்தவர். முழுமையான வாழ்க்கை வாழ்ந்து, இவ்வுலகில் தனது பணி முடிவடைந்தது என்று ஏப்ரல் 11ம் நாள் 1994ம் வருடம் அமைதியாக இயற்கை எய்தினார். எங்களை மானசீகமாக இன்றும் வழிநடத்திக் கொண்டிருக்கிறார்.

பெண்ணின் பக்க பலம்தான் ஒரு ஆணின் வெற்றிக்கு அடிப்படை. எங்களது அன்னையாரின் திண்மையான வழிநடத்தல் குடும்பத்திற்கு

உறுதுணையாக அமைந்தது, எமது தந்தை இலக்கியப் பணியில் முழுமையாக ஈடுபட வழி செய்தது. அவரது படைப்புகள் அச்சுக்குச் செல்வதற்கு முன்பே படித்துவிட்டு, முதல் வாசகராக மட்டுமல்லாது, அவரது தீவிர ரசிகையாகவும், தனது மனதிற்குப் பட்டதைக் கூறுவார். அவரும் ஏற்றுக்கொள்வார். திட்டமான வருவாயில் நிறைவாக நிர்வகிக்கும் திறமை படைத்த எமது தாயார் கமலாவிடமிருந்து பொருளாதார நிபுணர்கள் பாடம் படிக்கலாம்! இவ்வுலகில் இல்லையென்றாலும் தாய் தந்தை எம்முடன் உறைவதை உணராத நாளில்லை.

நாடக உலகில் பிதாமகர் என்று அழைக்கப்படும் திரு. பூர்ணம் விசுவநாதன் எனது தந்தையின் உடன் பிறந்த சகோதரர் ஆவார். பல படங்களில் நடித்து தனக்கே உரிய பாணியை உருவாக்கியவர்.

1947 ஆம் ஆண்டு ஆகஸ்ட் 15ம் நாளில் இந்தியா சுதந்திரம் அடைந்த செய்தியை முதன் முதலில் தமிழில் வானொலியில் அறிவித்த பெருமை இவருக்குண்டு. மற்ற சகோதரர்கள் பூர்ணம் சோமசுந்தரம் பன்மொழி அறிஞர். பூர்ணம் பாலகிருஷ்ணன் இந்திய தூதரகங்களில், வெளிநாடுகளில் பணிபுரிந்தவர். ராஜாஜி அவர்களின் வியாசர் விருந்து நூலை இந்தியில் மொழிபெயர்த்து அகில இந்திய அளவில் 1949ல் பரிசு பெற்றார். ரஷ்யாவில் குடியேறி ருஷ்ய மொழி பயின்று தமிழ் இலக்கியங்களை முக்கியமாக பாரதியார், பாவேந்தர் கவிதைகளை ருஷ்ய மொழியில் மொழி பெயர்த்தார்,

'முள்ளும் மலரும்' முதலில் வானதி பதிப்பகம், திரு திருநாவுக்கரசு அவர்களால், 1967 ஆம் ஆண்டு வெளியிடப்பட்டது. எங்களது தந்தையாரின் பல புத்தகங்களை வெளியிட்ட திரு. திருநாவுக்கரசு அவர்களுக்கு எங்களது நன்றி என்றும் உரித்தாகும்.

தற்போது வானவில் புத்தகாலயத்தின் மூலம் இந்தப் பதிப்பு வெளிவருவதில் மட்டற்ற மகிழ்ச்சி அடைகிறேன். இந்நூல் வெளிவரப் பணியாற்றிய அனைவருக்கும் எனது இதயமார்ந்த நன்றியும் வாழ்த்துக்களும்.

ஆர்.நடராஜ், இ.கா.ப.,
முன்னாள் மயிலாப்பூர் சட்டமன்ற உறுப்பினர்,
சென்னை

முன்னுரை

இந்த நவீனத்தைக் கையேட்டிலேயே படித்துப் பார்க்கும்படியான வாய்ப்பு எனக்கு ஏற்பட்டது.

'கல்கி' வெள்ளி விழாப் போட்டிக்கு வந்த பல நாவல்களையும் முதலில் ஆராய்ந்து பார்த்த துணையாசிரியர்கள், நீதிபதிகளின் ஆய்வுக்கு என்று சில கதைகளைத் தேர்ந்தெடுத்துத் தந்தார்கள். அந்த மிகச் சில கதைகளில் 'முள்ளும் மலரும்' ஒன்று. அவற்றுள்ளும் நடுவர்கள் அனைவரும் எத்தகைய மாறுபாடும் வேறுபாடும் இல்லாமல், ஒருமனதாக ஒப்பி இந்தக் கதையையே முதலாவது பரிசுக்கு உரியதென்று தேர்ந்தெடுத்தோம். இந்தக் கதையின் சிறப்புக்குச் சான்றாக இதையும் குறிப்பிடலாம் என்று கருதினேன்.

இந்த நாளில் எங்கே பார்த்தாலும் மறுமலர்ச்சி என்று பேசுகிறார்கள். புரட்சி என்பது வேறு, புரட்டு வேறு! புரட்டுத்தனம் செய்வது இலக்கியப் புரட்சி ஆகாது. நாவல் என்றால் அதில் சில உறுப்பினராவது 'தறுதலை'களாக இருந்தால்தான் அது முன்னேற்றமான எழுத்து என்கிறார்கள்! பிறந்த மேனியோடு அல்லது அரைகுறையாக வளைய வந்தால்தான் அந்தக் கதை புரட்சியான கதை என்று சில இலக்கியச் சண்டியர்கள் கூப்பாடு போடுகிறார்கள்!

உண்மையான, இயல்பான எழிலும் கவர்ச்சியும் உள்ள ஒரு பெண்ணுக்குச் சல்லாத் துணிகள் அவசியமில்லை! அழகு குறையக் குறையத்தான் ஆடையும் குறைகிறது! ஆடை குறையக் குறைய மேனி மினுக்கு அதிகமாகிறது. புரட்சியாக எதையாவது செய்து, அல்லது செய்யாமல் பார்ப்பவர்களுடைய கண்ணைக் குத்தி இழுக்க வேண்டியிருக்கிறது! இந்த மினுக்கும், தளுக்கும், குலுக்கும் அறியாத இவற்றுக்கு அவசியம் இராத, பழைய இலக்கிய மரபைச் சேர்ந்தவர் உமாசந்திரன். தமிழோடு, வடமொழியும், இந்தியும் நன்கு கற்றுப் புலமை பெற்றவர். பத்திரிகை உலகோடு ஒலிபரப்புத் துறையிலும், திரைப்படத்துறையிலும் தரமான தொண்டுகள் செய்து பழகியவர். அவருக்கு மத்தாப்புப் போடத் தெரியாது. பட்டாசு வேலைகளை அறியார். ஆனாலும் அவருடைய படைப்புகள் முற்றிலும் புதுமை நிரம்பியவை.

'வள்ளி' என்றால் அவள் நம்பிராஜனுடைய மகளில்லை; இந்த நாவலின் நாயகி அவள்! மங்கம்மா என்னும் 'மங்கா' மதுரையை அரசாண்ட மகாராணியில்லை; இந்தக் கதைக் காட்டிலே பூத்த வனமல்லிகை! இப்படியேதான் இந்தக் கதையின் ஒவ்வோர் உறுப்பினரும்.

கண் கூசும்படியான நிகழ்ச்சிகளைச் சித்தரிப்பதும் காது கூசும்படியான சொற்களை எழுதுவதுமே, புதுமை புரட்சி என்ற சித்தாந்தத்தைப் பரப்பி வருவோர்க்கு இந்த நவீனம் ஒரு படிப்பினை. மரபுகளைக் கடவாமல், பண்பாட்டின் இலக்கண வரம்புகளுக்குள் நின்றுகொண்டே நல்ல புதுமையை ஆக்க முடியும் என்பதை மெய்ப்பித்துப் பத்தாயிரம் வெண் பொற் காசுகளைப் பெற்றிருக்கிறார் உமாசந்திரன்.

அவருடைய 'முள்ளும் மலரும்' என்பதிலுள்ள முள், மனத்தைக் குத்தாத ஒரு முள். அந்த மலர், நறுமணம் தருகிற மலர், கையில் இருக்கிறது. நுகருங்கள். வணக்கம்.

– மீ.ப. சோமசுந்தரம்.

என்னுரை

“முள்ளும் மலரும்” கல்கி வெள்ளிவிழா பரிசுத் திட்டத்தில் முதல் பரிசு பெற்ற நாவல் என்பது எல்லோரும் அறிந்ததே. அதைத் தவிர வேறு சில முதற் சிறப்புகள் தாமாகவே இதற்குக் கிடைத்திருக்கின்றன என்பதையும் நேயர்களுக்கு நினைவுபடுத்த விரும்புகிறேன். நாவல் என்றும், நவீனம் என்றும், இப்போது கொஞ்ச காலமாகப் புதினம் என்றும் அழைக்கப்படும் இலக்கியத் துறையில் தமிழும் சிறந்த முறையில் வளர்ச்சியடைய வேண்டும் என்ற ஆர்வத்துடன் எழுத்தாளரை ஊக்கப்படுத்துவதற்காக, இத்துறையில் இதற்கு முன்பும் பரிசுத் திட்டங்கள் நடைபெற்று எத்தனையோ சிறந்த படைப்புகள் வெளிவரக் காரணமாக இருந்திருக்கின்றன. ஆனால் முதல் பரிசுக்கென்று அறிவிக்கப்பட்ட பெரிய தொகையை முழுமையாகப் பெற்ற முதல் நாவல் ‘முள்ளும் மலரும்’ என்பதே இதன் தனிச்சிறப்பு. தமிழில் மட்டுமல்ல; வேறு எந்த பாரத மொழியிலும் பத்திரிகைகள் நடத்திய பரிசுத் திட்டங்களில் இதுவரை எந்த ஒரு நாவலும் பத்தாயிரம் ரூபாய்த் தொகையை ஒரே மொத்தமாகப் பரிசு பெற்றதில்லை. தற்பெருமைக்காக அல்ல; ‘கல்கி’ நிறுவனத்தாரின், முக்கியமாகக் ‘கல்கி’ அதிபர் திரு. சதாசிவம் அவர்களின், தாராளப் பண்புக்கு நன்றி செலுத்தும் வகை யிலேயே இதை இங்கு குறிப்பிடுகிறேன். முதல் பரிசுக்கு உரியதாக இதை ஒருமனதாகத் தேர்ந்தெடுத்த நடுவர் குழுவின் பரந்த இலக்கிய நோக்குக்கும் நான் கடமைப்பட்டிருக்கிறேன்.

‘கல்கி’ வெள்ளி விழா வைபவத்தில் குழுமியிருந்த அறிஞர் பெருமக்கள் அனைவர் முன்னிலையிலும் நமது மதிப்புக்குரிய ராஜாஜி அவர்கள், தமது அருட்கரங்களை என் சிரம் மீது பதித்து வழங்கிய ஆசியைப் பெறற்கரிய பெரும் செல்வமாக நான் என் மனத்தில் என்றென்றும் போற்றிக் கொண்டிருப்பேன்.

1976 ஆகஸ்ட் மாதம் ‘கல்கி’ வெள்ளி விழா இதழில் தொடங்கி எட்டு மாதங்கள் தொடர்ச்சியாக வெளிவந்த இந்தத் தொடர்கதை நாவலாக முதற்பதிப்பாக அருணா பப்ளிகேஷன்ஸ் வாயிலாக வெளியானது. என் பேரன்புக்கும் பெருமதிப்புக்கும் உரிய வானதி திரு.திருநாவுக்கரசு அவர்கள், மனமுவந்து இந்த நாவலின் மறுபதிப்பை வெளிக்கொணர ஏற்பாடு செய்தார்கள்.

திரு.மீ. ப. சோமசுந்தரம் அவர்கள், எழுத்தாளர் உலகில் மற்றவர் உயர்வைத் தமது உயர்வாகக் கருதும் பரந்த இயல்புக்கும், பாரபட்சமற்ற பாராட்டுதலை மனமார வழங்கும் உயர்ந்த பண்புக்கும் எடுத்துக் காட்டாகத் திகழ்பவர். அத்தகைய அரிய நண்பர் என்னிடம் தனிப்பட்ட உள்ளன்புடன் வழங்கியிருக்கும் அருமையான முன்னுரை இதற்கு அணிகலனாக விளங்குகிறது. அந்த அன்புக்கு எப்படி நன்றி கூறுவது?

கல்கி வெள்ளிவிழா பரிசுத் திட்டத்தில் அளித்த ஊக்கத்தின் விளைவு 'முள்ளும் மலரும்'. அந்த நன்றியுடன் இந்த நாவலைக் கல்கி நிறுவனத்துக்கு சமர்ப்பணம் செய்வதில் பெருமை கொள்கிறேன்.

மேலும் மேலும் இத்துறையில் உழைப்பதற்கு வாசக நேயர்களின் அன்பும், ஆதரவும் எனக்கு இன்றுபோல் என்றும் துணையாயிருந்து வரும் என்பதில் எனக்குச் சந்தேகமே கிடையாது.

— **உமாசந்திரன்**

முள்ளும் மலரும் நாவல் திரைப்படமானது எப்படி?

'முள்ளும் மலரும்' நாவலை நான் படித்தபோது, கதா புருஷன் 'காளி' வேலை செய்யும் வின்ச் ஆபரேட்டர் (winch operator) உத்தியோகமும், அவனுடைய வித்தியாசமான சுய கௌரவமும் என்னைக் கவர்ந்தன. நாவலில் காளியைப் புலி ஒன்று தாக்கி அவனது ஒரு கை போய் விடும். அந்த அத்தியாயத்தோடு நாவலை மூடி வைத்துவிட்டேன்.

பிறகு காளி, அவன் தங்கை வள்ளி, இருவரின் குழந்தைப் பருவம் என்று ஒவ்வொன்றாகப் புதிது புதிதாய்ச் சேர்த்துக் கொண்டே போய் திரைக்கதையின் கடைசிக்காட்சி வரை என் விருப்பத்திற்கு ஏற்ற மாதிரி திரைக்கதை எழுதி முடித்துவிட்டேன்.

இவ்வளவுக்கும் அப்போது நான் இயக்குநராகும் எண்ணத்திலேயே இல்லை. அந்த ஆசையும் கிடையாது. ஆனால், அப்போது வெற்றிகரமான சினிமா கதை வசனகர்த்தாவாக இருந்தேன். என் வெற்றிப் படங்களின் பட்டியல் நீண்டு கொண்டே போனாலும், நான் வேண்டா வெறுப்பாகத்தான் சினிமா உலகில் நடமாடிக் கொண்டிருந்தேன். காரணம்? படிக்கிற காலத்தில் தமிழ் சினிமாவில் நான் கண்டு வெறுத்த குறைகளையே இப்பொழுது நானும் செய்து

ஜெயித்துக் கொண்டிருக்கிறேன் என்ற குற்ற உணர்வு என்னை சவுக்கால் அடித்துக்கொண்டேயிருந்தது.

படிக்கிற பருவத்தில் மட்டுமா? நான் பத்திரிகைக்காரனாய் இருந்தபோது 'துக்ளக்' பத்திரிகையில் சினிமா விமர்சனம் எழுதி வந்த நான் தமிழ்ப் படங்களை எப்படி எல்லாம் விமர்சித்திருக்கிறேன்? நானா இப்போது அதே தவறுகளைச் செய்கிறேன்? சரி, இந்த மன உளைச்சலில் இருந்து எப்படி விடுபடுவது? ஒரு திட்டம் உருவானது. மறுபடியும் மறுபடியும் என்னைக் கதை வசனம் எழுதச் சொல்லி வற்புறுத்திய படத்தயாரிப்பாளர்களிடம் திடீரென இப்படிச் சொன்னேன்: "என்னிடம் கதையே இல்லை, ஏதாவது நாவல்கள் வாங்கி வாருங்கள். எனக்குப் பிடித்த நாவலுக்கு நான் திரைக்கதை வசனம் எழுதித் தருகிறேன். இதுதான் என் முடிவு."

அவர்களும் சம்மதித்தார்கள். அப்படி என்னிடம் வந்து சேர்ந்த நாவல்களில் ஒன்றுதான் முள்ளும் மலரும். ஏதோ எனது பர்சனல் டயரியில் என் அந்தரங்க உணர்வை எழுதி வைத்துக்கொள்ளும் விதமாகத்தான் அதற்குத் திரைக்கதை எழுதினேன். எனக்கு நன்றாகத் தெரியும். அந்தத் திரைக்கதையை எந்தத் தயாரிப்பாளர் கேட்டாலும் நிச்சயம் ஒத்துக் கொள்ளமாட்டார் என்பது. ஏனெனில், தமிழ் சினிமாவின் வழக்கமான மெலோட்ராமா, அதிக வசனம், ஓவர் ஆக்டிங், டூயட். மாமூல் க்ளைமாக்ஸ் எதுவும் எனது முள்ளும் மலரும் திரைக்கதையில் கிடையாது. வேறுமாதிரிச் சொன்னால் அதுவரை நான் கதை வசனம் எழுதி வெற்றி கண்ட படங்களின் ஃபார்முலா சுத்தமாக இதில் கிடையாது.

நான் எதிர்பார்த்த மாதிரிதான் நடந்தது. அந்தத் திரைக்கதையைக் கேட்டதும் ஒரு தயாரிப்பாளர் உதட்டைப் பிதுக்கி விட்டார். உடனே அதற்கு மாற்றாக, மேடை நாடகமாய் வெற்றிகரமாய்ப் போய்க் கொண்டிருந்த என் ரிஷிமூலம் கதையை வாங்கிப் படம் எடுத்து வெற்றி கண்டார் அந்தத் தயாரிப்பாளர். எனக்கு வெறுத்துப் போனது. இனியும் இந்தச் சினிமா உலகம் நமக்குத் தேவையா, மறுபடியும் பத்திரிகைத் துறைக்கே போய்விடலாமா என நான் நினைக்கத் தொடங்கிய சமயம், ஒருநாள் ஆனந்தி பிலிம்ஸ் வேணு செட்டியார் என்னைத் தேடி வீட்டிற்கு வந்தார். அவர் எனது குடும்ப நண்பர். அவர்தான், ஒரு சமயம் என்னை அழைத்துப் போய் 'முக்தா பிலிம்ஸ்' அதிபர் இயக்குநர் திரு. முக்தா சீனிவாசனிடம் கதை சொல்ல வைத்தவர். அந்தக் கதைதான் நடிகர் திலகம் நடித்த நிறைகுடம் படம்.

அன்று என்னைப் பார்க்க வந்த அவர், "நான் ஒரு படம் தயாரிக்கலாம்னு இருக்கேன். நீ டைரக்ட் பண்றியா?" என்றார் திடீரென. அவர் அப்படிக்

கேட்டதும் நான் மகிழ்ச்சியில் துள்ளிக் குதிக்கவில்லை. “காபி சாப்பிட வர்றியா?” என்று கேட்கும் நண்பரிடம் “சாப்பிடலாமே” என்று மந்தமாகத் தலையாட்டி சம்மதிக்கிற தோரணையில் அவரிடம் நான் “பண்ணலாமே..” என்றேன் அமைதியாய். “கதை சொல்லு” என்றார். ‘முள்ளும் மலரும்’ திரைக்கதை எழுதி வைத்திருந்தது என் நினைவுக்கு வந்தது. இருந்தாலும், நாம் எழுதி வைத்திருக்கும் புதுவிதமான திரைக்கதை வடிவத்தை கமர்ஷியல் புரொட்யூசரான இவர் எப்படி ரசிக்கப் போகிறார்?” என்று நினைத்து மனதிற்குள் சிரித்தபடி, அவர் மேல் எனக்கு இருந்த அபிமானம் காரணமாய், அவரைத் திருப்திப்படுத்த, ஏதோ ஒரு வரியாய் கதை சொல்லி வைப்போம் என்று தீர்மானித்து, “நான் சொல்லப் போவது ஒரு அண்ணன் தங்கச்சி கதை” என்று நான் சொல்லத் தொடங்கியதும் தான் தாமதம், வேணு செட்டியார் மகிழ்ச்சியில் குழந்தையாய்த் துள்ளிக் கூத்தாடியபடி, “அது போதும். அது போதும்... இதுக்கு மேலே நீ ஒண்ணும் கதை சொல்ல வேணாம். இதுதான் கதை. முடிஞ்சு போச்சு..” என்றார்.

எனக்கு எதுவும் புரியவில்லை முதலில். பிறகு புரிந்தது. ‘அண்ணன் தங்கை பற்றிக் கதை’ என்று நான் சொன்னவுடனே அவர் மனதில் என்ன தோன்றியிருக்க வேண்டும்? இதுதான்: “பாசமலர் ஃபார்முலா ஆச்சே.. மகேந்திரனோ திரைக்கதை வசனம் எழுதுவதில் கில்லாடி. வெளுத்துக் கட்டிவிடுவான். படம் சூப்பர் ஹிட்டாகி விடும்” அவருக்குத் தெரியுமா?

பாசமலரில் அண்ணன் தங்கை பாசத்தைச் சொன்ன விதத்திலிருந்து முற்றிலும் மாறுபட்ட எதிர் திசையில் முள்ளும் மலரும் திரைக் கதை இருக்குமென்று? ஆனால், வேணு செட்டியாரோ பரபரவென்று வேலைகளைத் தொடங்கிவிட்டார். சினிமா என்பது, விஷுவல் மீடியம் என்ற உண்மையை நிலைநிறுத்தி, நாடகத்தனம் இல்லாமல் வித்தியாசமான கோணத்தில் படத்தை இயக்க முடிவெடுத்திருந்த நான், தயாரிப்பாளரிடம் அந்த உண்மையைச் சொல்லாமல் அவரை ஏமாற்றுகிறோம் என்று நினைக்கவில்லை.

போகப் போகத் தெரிந்து கொள்வார். நடிகர்கள் தேர்வு, இதர டெக்னீஷியன்கள் தேர்வு, லொக்கேஷனை முடிவு செய்வது உட்பட எல்லாமே எனது திரைக் கதையின் தேவைக்கேற்ப அமைய வேண்டும்; எனது ரசனைக்கேற்றபடி அமைய வேண்டும். அதற்குத் தயாரிப்பாளர் சம்மதிக்க வேண்டும். இதில் அவர் தனது சொந்த விருப்புகளை என் மீது திணித்தால் “நான் டைரக்ட் பண்ணத் தயாராயில்லை” என்று சொல்லிவிட்டு விலகிவிடலாம் என்று நினைத்திருந்தேன். தனிப்பட்ட முறையில் என்னை மிகவும் நேசித்தவர் வேணு செட்டியார். குழந்தை மனம் கொண்டவர்; திடீரெனக் கோபமும் வரும், அடுத்த வினாடியே “என்னை மன்னிசிருப்பா” என்றும் சொல்லக் கூடியவர்.

அண்ணன் காரெக்டருக்கு யாரைப் போடலாம்? என்றார் உற்சாகமாக. "ரஜினிகாந்த்" என்றேன். அவர் முகம் கறுத்துவிட்டது.

"என்ன விளையாடுறியா? வில்லனா நடிக்கிற ஆளு: நல்ல கருப்பு வேறே.. வேணவே வேணாம்... வேறே யாரையாச்சும் சொல்லு."

"இதுலே எந்த மாற்றமும் இல்லே.. இந்த அண்ணன் காளி காரெக்டருக்கு அவர்தான் நூறு சதவிகிதம் பொருத்தமாக இருப்பார். வேறு எந்த நடிகரையும் என்னால் அந்தக் காரெக்டருக்கு நினைத்துக் கூடப் பார்க்க வழி இல்லை..." நான் உறுதியாகப் பதில் அளித்தேன்.

"இந்தாப் பாரு.. உனக்கு ரஜினிகாந்த் நெருக்கமான ப்ரெண்ட்ங்கறதுக்காக இப்படி அடம் பிடிக்கிறியா?" செட்டியார் அப்படிக் கேட்டதில் தப்பில்லை. எங்கள் இருவரின் நட்பு எல்லோரும் அறிந்த ஒன்றுதான். ஆனால் எங்கள் நட்பு காரணமாகவா 'முள்ளும் மலரும்' படக் கதையின் முக்கியக் கதாபாத்திரமான அந்த அண்ணன் 'காளி'யாய் நண்பர் ரஜினிதான் நடித்தாக வேண்டும் என்று உறுதியாய் நின்றேன்? இல்லை. எல்லோராலும் ரசிக்கும்படியான தனித்தன்மையுடன் அவர் நெகடிவ் கேரக்டர்களில் படங்களில் நடித்துக் கொண்டிருந்தாலும் அவருக்குள்ளிருந்த அற்புதமான குணச்சித்திர நடிகனுக்குரிய ஆற்றலை நான் தெரிந்து வைத்திருந்தேன். அவர் எனது நண்பராய் இல்லாதிருந்தாலும் கூட அவரைத்தான் அந்தக் 'காளி' பாத்திரத்தில் நடிக்க வைத்திருப்பேன் என்பதே உண்மை.

தயாரிப்பாளர் செட்டியார் யார் அண்ணன் காரெக்டரில் நடிப்பது? என்று கேட்டதும் ஒரு நொடியும் தாமதியாமல் 'ரஜினிதான்' என்று நான் சொன்னதும் செட்டியார் எழுப்பிய பலத்த எதிர்ப்புகளுக்கும் நான் தீர்மானமான மனதோடு "அவர்தான்... அவரே தான்" என்று பிடிவாதமாய் நின்றேன். முதலில் ஒரு டைரக்டருக்கு வேண்டியது முழுமையான சுதந்திரம். அதையே மறுக்கிற நீங்கள் என்னை டைரக்டராக்க நினைத்திருக்க வேண்டாமே... இந்த மாதிரியான டைரக்டர் ஸ்தானம் எனக்கு வேண்டவே வேண்டாம்.." என்று என் முடிவைத் தெளிவாகச் சொன்னேன். செட்டியார் இறுதியாக சம்மதித்தார்.

இருவரும் சென்று நண்பர் ரஜினியைப் பார்த்தோம். நான் முதன் முதலாக படம் இயக்கப் போகிறேன் என்று அறிந்து மனம் மகிழ்ந்த ரஜினி, அவர் தான் படத்தின் 'ஹீரோ' என்று சொன்னதும், "எப்படி... எப்படி... அந்தக் காரெக்டர் எப்படி?" என்று பரபரவென ஆர்வமாகிவிட்டார். செட்டியாரை வீட்டுக்கு அனுப்பிவிட்டுத் தான் அவரிடம் முள்ளும் மலரும் திரைக்கதையை முழுமையாகச் சொன்னேன். அவருக்குள் அப்பொழுதே அந்தக் 'காளி' பிரவேசித்து விட்டான். பிறகு நான் மனதில் உருவகப்படுத்தி

யிருந்தபடியே இதர கதாபாத்திரங்களுக்கான ஷோபா, படாபட் ஜெயலட்சுமி, சரத்பாபு எல்லோரும் கிடைத்தார்கள். அதுவும் எதிர்பாராத சந்தர்ப்பங்களில் அவர்கள் எனக்குக் கிடைத்த விதம் வியப்புக்குரியது.

கர்நாடக மாநிலத்தில் மட்டும் கிட்டத்தட்ட இரண்டாயிரம் கிலோ மீட்டர் சுற்றி அலைந்து 'சிருங்கேரி' என்ற லொக்கேஷனைத் தீர்மானித்தோம். ஆனால், சிருங்கேரி போவதற்கு முன், பெங்களூரில் வைத்து இப்பொழுது வேணு செட்டியார் என்னிடம் சலித்துக் கொண்டார். "என்னை இந்தப் பாடுபடுத்துறியே... இப்ப சிருங்கேரி போகணும்ங்குறே. எங்கிட்டே பணம் இல்லே... எனக்குக் கட்டுப்பாடி ஆகாதுப்பா.. வா, மெட்ராஸுக்குப் போகலாம்" என்றார். அந்த நெருக்கடியான நேரத்தில் எனது அருமை நண்பர் திரு. பெங்களூர் பழனியப்பன் அவர்கள், தயாரிப்பாளரிடம், 'வேண்டிய பணம் நான் தர்றேன். சிருங்கேரி போயிட்டு வாங்க.. அண்ணன் மகேந்திரன் முதன் முதலில் டைரக்ட் பண்றார். அவர் விருப்பப்படி படம் எடுக்கட்டும். தடை போடாதீங்க' என்று சொல்லி சிரித்த முகத்தோடு வேண்டிய அளவு பணத்தை எடுத்து செட்டியாரிடம் தந்தார். இப்படித்தான் 'சிருங்கேரி' கிடைத்தது.

இதற்கிடையில் என்னுடன் பயணம் செய்த ஒரு மூத்த ஒளிப்பதிவாளர் எந்த சுவாரஸ்யமும், எடுக்கப் போகும் படத்தைப் பற்றிய ஆர்வமும் இல்லாமல் நடந்து கொண்டது என்னை வருத்தியது. லொக்கேஷனைப் பார்க்க காரை விட்டு இறங்கவே மாட்டார். என்னுடைய ரசனைக்கு இவர் ஒத்துவரமாட்டார் என்று தெரிந்து போனது.

சென்னை வந்ததும் அருமை நண்பர் கமல்ஹாசனைப் போய்ப் பார்த்து நடந்ததை எல்லாம் விவரித்தேன். காரணம்? அவருக்கு எனது நல்ல சினிமா வேட்கை குறித்து ஆழமாகவே தெரியும்.

உடனே கமல் சொன்னார், "உங்க டேஸ்ட்டுக்கு ஏத்த மாதிரி ஒரு காமிரா மேன் இருக்கார், அவர் பெயர் பாலுமகேந்திரா. நீங்கள் இருவரும் சந்திக்க நான் ஏற்பாடு செய்கிறேன்" என்றார். அதன்படியே செய்தார். நானும் பாலுமகேந்திராவும் சந்தித்தபோது எங்கள் இருவரின் ரசனையும் ஒரே கோணத்தில் பயணிப்பதை உணர்ந்தேன். அவர்தான் ஒளிப்பதிவாளர் என்று முடிவானது. இந்தப் படத்திற்குப் பின்னணி இசையின் பலம் மிக மிக முக்கியம். அதுவரை தனது பாடல்களுக்காக மட்டுமே பிரபலமாகி யிருந்த இளையராஜாவை ஏற்கெனவே எனக்குத் தெரியும். 'முள்ளும் மலரும்' படத்திற்கான வலுவான பின்னணி இசையை அவரால் தர முடியும் என்று நம்பினேன்.

சில சமயங்களில் இப்படி ஒரு நம்பிக்கை நமக்குள் ஏற்படுவது இயற்கையின் அற்புதம்தான். சிருங்கேரியில் படப்பிடிப்பு தொடங்கி,

ஊட்டி, குந்தா, சென்னை உட்பட பல கட்டங்களாகப் படப்பிடிப்பு நடந்து முடிந்தது. எப்பொழுதும் எனக்கொரு பழக்கம். அப்பொழுதும் இப்படித்தான். நான் போகிற வழியில் என் கண்ணையும் கவனத்தையும் ஈர்க்கிற மாதிரி எந்தக் காட்சியையாவது கண்டால் நான் இயக்கத் தொடங்கியிருக்கும் 'முள்ளும் மலரும்' கதைக்குப் பொருத்தமாகச் சேர்த்துக் கொள்வேன்.

பாண்டிச்சேரியைக் கடந்து போன ஒரு நாள். தெருவில் 'உறியடிப்பதைப்' பார்த்துவிட்டுத்தான் 'முள்ளும் மலரும்' படத்தில் ரஜினி உறியடிப்பதை இரண்டு சந்தர்ப்பங்களில் வித்தியாசமாக அமைக்க முடிந்தது. சிருங்கேரி கோயில் அருகே ஓடும் ஆற்றிலுள்ள மீன்கள் மிகப் பெரியவை. நாங்கள் போடும் பொரியைத் தின்ன, படிக்கட்டுகளில் தவழ்ந்து வரும். அதைக் கொண்டுதான் ரஜினியின் மனைவியாக நடித்த படாபட் ஜெயலட்சுமி ஒரு மீன் பைத்தியம் என்று முடிவானது. அதோடு அவள் சாப்பாட்டுப் பிரியை என்ற குணாதிசயமும் தீர்மானிக்கப்பட்டது. பிறகு அதற்கேற்ற பாடல், காட்சிகள் ஆகியவை அமைந்தன.

படத்தின் இறுதிக்கட்டம் உச்சக் கட்டம் அண்ணனை விட்டுப் பிரிந்து தன்னை மணக்கப் போகும் இன்ஜினீயரோடு உள்ள கூட்டத்தோடு செல்லும் தங்கை வள்ளி. அண்ணன் காளியிடமே மீண்டும் ஓடி வருவாள். கட்டிப்பிடித்து அழுவாள். "எனக்கு நீதான் முக்கியம்" என்பதைத் தனது அழுகையாலே உணர்த்துவாள்.

அண்ணன் காளிக்கு (ரஜினிகாந்த்) பெருமை பிடிபடாது. தங்கையை அழைத்துக்கொண்டு மணமகன் சரத்பாபுவிடம் வருவார். தன் தங்கை, உலகத்தில் அண்ணனே தனக்கு எல்லாம் என நிரூபித்துவிட்ட மகிழ்ச்சியைக் கூறுவார். "இப்ப என் தங்கச்சிய உங்களுக்கு மனைவியாக்க நான் சம்மதிக்கிறேன். ஆனா இப்பவும் உங்களை எனக்குப் பிடிக்கலே சார்.." என்பார். அதுதான் காளியின் விசேஷ குணாதிசயம். வழக்கமான தமிழ் சினிமாக்களில் 'காளி' போன்ற காரெக்டர் கடைசியில் இன்ஜினீயரிடம் சமரசமாய்ப் போய்விடுவது போலக் காட்டி விடுவார்கள். இங்கேயோ தங்கையை மணக்கப் போகிறவனைப் பார்த்துக் கடைசியில் கூட "இப்பவும் உங்களை எனக்குப் பிடிக்கலே சார்" என்கிறான்.

இந்தக் காட்சி படமாக்கும் போது திடீரென சரத்பாபு காணாமல் போய் விட்டார். கடைசியில் அவரை மேட்டுப்பாளையம் ரயில் நிலையத்திலிருந்து இழுத்து வந்தார் தயாரிப்பாளர். காரணம் தெரிந்தால் சிரிப்பீர்கள். 'அது எப்படி, இப்பக் கூட என்னெப் புடிக்கலேன்னு இந்த ஆள் சொல்லலாம்?' என்று என்னிடம் சரத்பாபு கோபப்பட்ட போது நான் சிரித்துக் கொண்டே சொன்னேன்: "சரத், கதைப்படி, காட்சிப்படி காளிங்குற காரெக்டர்தான் இன்ஜினீயரை வெறுக்கிறான், இப்படியே கடைசி வரைக்கும். ஆனா,

காளியா நடிக்கிற ரஜினிகாந்த் இன்ஜினீயரா நடிக்கிற சரத்பாபுவை வெறுக்கல்லே. நீங்கள் இல்லாமல் கூட காளி அப்படிப் பேசுவதை என்னால் எடுக்க முடியும். உங்களுக்கு விளக்கம் சொல்லவே இப்போது நீங்கள் அழைத்து வரப்பட்டிருக்கிறீர்கள்." பிறகுதான் அவருக்கு "சினிமா வேறு, வாழ்க்கை வேறு" என்று புரிந்தது போலும். ஆனால் சரத்பாபு தனிப்பட்ட முறையில் ஒரு அற்புதமான மனிதர். அவரை 'ஜென்டில்மேன்' என்றுதான் குறிப்பிடுவேன். முள்ளும் மலரும் அவருக்கு ஆரம்பகட்டம். குழந்தை போல நடந்து கொண்டார். அவ்வளவே.

நாவலைத் திரைப்படமாக்கும்போது, அதுவும் பழக்கப்பட்ட பாதை யிலிருந்து விலகி நாம் புதிய வழியில் பயணிக்கும் போது எத்தனை எதிர்பாராத சங்கடங்களைத் தோற்றுவிக்கிறது என்பதை உணர்த்தவே இதை எழுதுகிறேன். 'முள்ளும் மலரும்' படப்பிடிப்பு நடக்கும் இடத்திற்கே வேணு செட்டியார் வர மாட்டார். என் மேல் அவருக்கு அவ்வளவு நம்பிக்கை... இன்னும் இரண்டு நாட்களில் ரீரிக்கார்டிங். அந்தத் தருணத்தில் என்னிடம் சொல்லாமல் செட்டியார், தனது வினியோகஸ்தர்களுடன் தியேட்டரில் 'முள்ளும் மலரும்' டபுள் பாஸிட்டிவ் பார்த்துக் கொண்டிருக்கிறார் என்று அறிந்து, தியேட்டருக்கு ஓடினேன். அதற்குள் படம் பார்த்து முடிந்து வெளியே வந்த செட்டியார் என்னைக் கண்டதும், "அடப்பாவி.. என் தலையிலே மண்ணை அள்ளிப் போட்டுட்டியே... படத்துலே வசனமே இல்லே. அங்கே ஒண்ணு. இங்கே ஒண்ணு வருது. படமா எடுத்திருக்கே" என்று என்னை ஆவேசமாய்த் திட்டித் தீர்த்துவிட்டுப் போய்விட்டார். நான் சிறிதும் கோபப்படவில்லை. அவர் வழக்கமான கமர்ஷியல் புரொடியூசர்... உணர்ச்சிகரமான அண்ணன் தங்கை சம்பந்தப்பட்ட காட்சிகளில் கூட ஓரிரு வார்த்தைகள். இப்படித்தான் 'முள்ளும் மலரும்' படத்தில் உண்டு. செட்டியார் எதிர்பார்த்ததோ வழக்கமான தமிழ் சினிமா நாடகப் பாணியில். ஏன் நானே சினிமாவிற்கு எழுதிக் கொண்டிருந்தது வழக்கமான வசனத்தைத்தான். இப்பொழுது தான் எழுதி இயக்கியுள்ள படத்தில் அந்த அம்சமே பூஜ்யமாக இருந்தால் அவருக்கு வராதா கோபம்? ஆனால் படத்தின் மௌனமான முக்கிய காட்சிகளில் கூட பாத்திரங்களின் முக பாவங்கள் காட்டும் மன உணர்வுகளை, காட்சிகளின் உணர்ச்சிகரமான அழுத்தத்தைப் பின்னணி இசைதான் படம் பார்ப்பவர்களுக்கு உணர்த்த முடியும் என்பது எனக்கு மட்டுமே தெரியும்.

இளையராஜா முதன் முறையாகத் தனது பின்னணி இசையின் ஆழமான ஞானத்தை வெளிப்படுத்தியது 'முள்ளும் மலரும்' படத்தில் தான்.

படம் வெளியானது. முதல் மூன்று வாரங்கள் படம் பார்த்தவர்கள் மௌனமாகவே கலைந்து சென்றார்கள். செட்டியாரோ "படம் அவ்வளவுதான்... நம்ம கதை முடிஞ்சு போச்சு" என்றார். நானும், நண்பர்

ரஜினியும் பதைக்கிறோம்.... "இந்தப் பரீட்சார்ந்த திரைக்கதை மக்களிடம் ஜெயிக்க வேண்டுமே" என்ற ஏக்கம் எனக்கு. "தனது குணச்சித்திர நடிப்பிற்கு இந்தப் படம் திருப்பு முனையாக அமைய வேண்டுமே" என்ற நியாயமான ஆதங்கம் ரஜினிக்கு. "படத்திற்கு இன்னும் நன்றாய் பப்ளிசிட்டி பண்ணுங்கள்" என்று அவரிடம் மன்றாடுகிறோம். செட்டியார் சொன்னார்: "ஓடாத படத்திற்கும் பப்ளிசிட்டி தேவை இல்லை.. ஓடுகிற படத்திற்கும் பப்ளிசிட்டி தேவையில்லை. அது தெரியுமா, உங்களுக்கு?" - உண்மை தானே? அப்புறம்தான் அந்த அதிசயம் நிகழ்ந்தது. நான்காவது வாரத்திலிருந்து தியேட்டரில் திரண்டது கூட்டம். ஆரவாரம்... கைதட்டல்... பிளாக்கில் டிக்கெட்டு... பாராட்டு மழை... நூறாவது நாள் வரை ஓயவில்லை.

படத்தின் வெற்றியைக் கண்ட வேணு செட்டியார் நான்காவது வாரமே என் வீட்டிற்கு வந்தார். "மகேந்திரா... உன்கிட்டே.... நான் கோபப்பட்டதுக்கு எல்லாம் என்னெ மன்னிச்சிருப்பா... இந்தா பிளாங்க் செக்... எவ்வளவு வேணுன்னாலும் ஃபில் அப் பண்ணிக்க" என்று செக்கை நீட்டினார். நான் அன்போடும நன்றியோடும் மறுத்துச் சொன்னேன். "இப்படி ஒரு வித்தியாசமான படம் இயக்கும் வாய்ப்பைத் தந்ததே பல்லாயிரம் கோடிகளுக்குச் சமம். இந்த செக்கை நீங்களே வைத்துக் கொள்ளுங்கள்."

'முள்ளும் மலரும்' படத்தை பத்திரிகைகள் அனைத்தும் முழு மனதோடு பாராட்டின "முதல் முறையாக சினிமா என்பது ஒரு விஷுவல் மீடியம் என்று நிரூபித்த முதல் தமிழ்ப்படம்" என்று.

100-வது நாள் விழா எல்லாம் கொண்டாடிய பின்னர் ஒரு நாள் நான் பாதி மட்டுமே படித்திருந்த 'முள்ளும் மலரும்' நாவலை (காளியை ஒரு புலி தாக்கிய இடத்திலிருந்து) எடுத்து படிக்காத பகுதியைத் தொடர்ந்து படித்து முடித்தேன். அவ்வளவுதான், நான் திகைத்துவிட்டேன். அந்த நாவலின் பிற்பகுதி நம்ப முடியாத திருப்பங்களைக் கொண்டதாய் இருந்தது. நாவல் படிப்பவர்களின் சுவாரஸ்யத்திற்காக நாவலாசிரியர் அந்தக் கதையின் போக்கை எப்படி எப்படியோ இழுத்துச் சென்று கடைசியில் காளி அவன் மனைவி மங்கா இருவரின் கோரமான சாவில் நாவலை முடித்திருந்தார். இது நாவலாசிரியரின் தவறல்ல... அவரால் அது படிப்பதற்காக எழுதப்பட்டது.

ஏற்க முடியாத நாவலின் பிற்பகுதியை நான் முன்னதாகவே படித்திருந்தாலும்கூட அந்த நாவலில் வந்த காளியின் மாறுபட்ட குணாதி சியம், அவர் பார்க்கும் வின்ச் ஆப்ரேட்டர் உத்தியோகம் இரண்டை மட்டுமே வைத்துக்கொண்டு இப்பொழுது 'முள்ளும் மலரும்' திரைப்படத்தில் வரும் திரைக்கதையைத்தான் உருவாக்கியிருப்பேன். உங்களில் யாராவது

ஆசைப்பட்டால் 'முள்ளும் மலரும்' நாவலை வாங்கிப் படித்துவிட்டு, பிறகு 'முள்ளும் மலரும்' திரைப்படத்தைப் பாருங்கள். ஒரு நாவலைத் திரைப்படமாக்க ஒரு இயக்குநர் எத்தகைய சிரமத்தை எடுத்துக் கொள்ள வேண்டும் என்பது புரியும்.

ஒரு இயக்குநர் ஒரு நாவலைப் படித்தால் அது 300 பக்கமோ, 500 பக்கமோ இருக்கலாம். ஆனால் முதல் 50 பக்கங்களிலேயே சில சமயம் அந்த நாவலில் அவருக்குப் பிடித்த (எலிமென்ட்) முக்கிய அம்சமோ, ஒரு கதாபாத்திரமோ கிடைத்துவிடும். அது போதும் திரைக்கதைக்கு அல்லது முழு நாவலையும் படித்தபிறகும் கூட கத்தரிக்க வேண்டியதைக் கத்தரித்து சேர்க்க வேண்டியதைச் சேர்த்து திரைக்கதையை உருவாக்கும் கடமை இயக்குநருடையது. இதற்காக அந்த நாவலாசிரியரோ அந்த நாவலைப் படித்தவர்களோ கதை உரிமையை வாங்கும்போதே சினிமா ஊடகத்திற்கு ஏற்ற வகையில் நிறை மாற்றங்கள் தேவைப்படும் என்று சொல்லிவிட வேண்டும். நாவலைப் படமாக்குவது குறித்து கீழ்க்கண்ட முரட்டுத் தனமான உதாரணம் ஒன்று மட்டும் சொல்கிறேன்.

"ஒரு நல்ல வாகான, சிற்ப வேலைப்பாடுக்கேற்ற பாறை ஒரு சிற்பிக்குக் கிடைக்கிறது. பிறகு அவர் அந்தப் பாறையைக் கொண்டு அழகிய ஒரு சிலையாக வடிப்பதற்காக அந்தப் பாறையின் தேவையற்ற பகுதிகளைக் களைந்துவிட்டு, தனது கற்பனையால், கை வண்ணத்தால், அந்தப் பாறையை உருமாற்றி எல்லோரும் பாராட்டும் அழகிய சிலையாக எப்படி வடிவமைக்கிறார்!"

அப்படித்தான், ஒரு நாவலைத் திரைக்கதையாக மாற்றும் கலையும்.

– இயக்குநர் மகேந்திரன்

ரஜினியும் காளியும்

‘முள்ளும் மலரும்’ என்றவுடன் இயக்குநர் மகேந்திரனும் ரஜினிகாந்த், ‘ஊர்வசி’ ஷோபா, படாபட் ஜெயலட்சுமி, ஒளிப்பதிவாளர் பாலுமகேந்திரா போன்றவர்களும் நம் கண்முன் வந்து நிற்பதைத் தவிர்க்கவே முடியாது. ‘கெட்ட பய சார் இந்தக் காளி’ படத்தில் ரஜினி பேசும் இந்த வசனம் இப்போதும் நம் காதுகளில் ரீங்காரமிட்டுக் கொண்டிருக்கிறதுதானே? அத்துடன் இளையராஜாவின் பின்னணி இசை நம் மனதை இதமாக வருடி நம்மை வேறொரு உலகத்திற்குக் கொண்டுசென்றதும் உண்மை..

அந்தத் திரைப்படத்தின் வெற்றியில் உமாச்சந்திரன் அவர்களின் ‘முள்ளும் மலரும்’ மூலக் கதையின் பங்களிப்பை யாராலும் மறுக்க முடியாது. இப்போது இதைப் படிக்கும்போதுகூட பல இடங்களில் நம் கண்களிலிருந்து கண்ணீர் துளிர்ப்பதையும் மனம் கனப்பதையும் தவிர்க்க முடியாது. எந்த ஒரு இடத்திலும் இயல்பு வாழ்க்கைக்கு மாறான சம்பவங்கள் திணிக்கப்படாதது இந்த நாவலின் பெரும் வெற்றிக்குக் காரணம் என்று சொல்லலாம். அது புத்தகமாக இப்போது உங்கள் கரங்களில் தவழ்கிறது.

ரஜினிகாந்தின் திரையுலக வாழ்க்கையில் பெரும் திருப்புமுனையாக அமைந்தது இந்தப் படம். அவருடைய திரையுலக குரு இயக்குநர் சிகரம் கே. பாலச்சந்தர் ஒரு நேர்காணலின்போது, ‘நீ நடித்ததிலேயே உனக்கு மிகவும் பிடித்தமான படம் எது?’ என்று கேட்கிறார். சற்றும் தாமதியாமல், ‘முள்ளும் மலரும்’ என்கிறார் ரஜினி. தன் குருநாதர் கே.பி.யின் எந்த ஒரு படத்துக்கும் அவர் முதலிடம் கொடுக்கவில்லை என்பதை இங்கே நாம் கவனிக்க வேண்டும். அவரிடமிருந்த நடிப்பாற்றலை வெளிக்கொணர்ந்த படங்களில் இதற்கு முதலிடம் என்பதுடன் வணிக ரீதியாகவும் பெரிய வெற்றியைப் பெற்ற படம் என்பதால் அது அவரது மனதுக்கு மிகவும் நெருக்கமாக இருந்ததில் வியப்பில்லை.

தனது தந்தையார் திரு. உமாசந்திரன்(பூர்ணம் ராமச்சந்திரன்) அவர்கள் எழுதிய இந்தப் புத்தகத்தின் இந்தப் பதிப்பை வானவில் புத்தகாலயத்தின் மூலம் வெளியிட அனுமதியளித்த முன்னாள் மயிலாப்பூர் சட்டமன்ற உறுப்பினரும் தமிழகக் காவல்துறையின் தலைவராக இருந்து ஓய்வு பெற்றவருமான திரு. ஆர். நட்ராஜ், இ.ஆ.ப., அவர்களுக்கும் இதில் எங்களுக்கு உதவிய ஆட்சித் தமிழ் ஐ.ஏ.எஸ்., அகடமியின் நிறுவனர் திரு. வீரபாகு அவர்களுக்கும் எங்கள் இதய நன்றியைத் தெரிவித்துக் கொள்கிறோம்!

கார்த்திகேயன் புகழேந்தி
வானவில் புத்தகாலயம்

1

வள்ளியின் மனத்தில் மகிழ்ச்சி பொங்கித் ததும்பிக் கொண்டிருந்தது. எங்கு திரும்பினாலும் அவளை வரவேற்கக் காத்திருக்கும் வண்ண மலர்கள் காலை இளம் தென்றலில் களிநகை புரிந்து கொண்டிருந்தன. இவ்வளவு மலர்கள் நிறைந்த இடம் இப்படியொன்று இருப்பதை அவள் இத்தனை நாளும் கவனிக்காதது ஆச்சரியம்தான்.

அதே வழியாக அவள் எத்தனை தடவை அருவிக் கரைக்குச் சென்றிருக்கிறாள். ஆனால் ஒரு நாளாவது அந்த மலர்கள் அவள் கண்ணில் பட்டதில்லையே? பாதையோரமாயிருந்த பாறைக்குப் பின்னால் அவை மறைந்து போயிருந்ததனாலா? இன்றுதான் பாறைக்கு மேலிருந்து எட்டிப் பார்த்துக் கொண்டிருந்த ஒரு மலர்க் கொத்து அவள் கவனத்தைக் கவர்ந்தது. அதை எட்டிப் பறிப்பதற்காகத்தான் அவள் அந்தப் பாறையைச் சுற்றி மறுபக்கம் சென்றாள். என்ன ஆச்சரியம்! தங்கரளியும் பாரிஜாதமும், மந்தாரையும், பாதிரியும் இன்னும் எத்தனையோ வகை வகையான மலர்க் கூட்டங்களும் அந்தப் பள்ளமான பகுதியில் நிறைந்து மணம் பரப்பிக் கொண்டிருந்தன. அப்படி ஒரு கண்கொள்ளாத காட்சி அங்கே அவளுக்காகக் காத்திருக்குமென்று அவள் எப்படி எதிர்பார்த்திருக்க முடியும்?

முள்ளும் மலரும்

அந்த மலைப்பகுதியில் மலர்ச் செடிகளுக்கும், கொடிகளுக்கும் பஞ்சமில்லைதான். ஆனால் அவ்வளவும் காட்டு மலர்கள். கண்ணைப் பறிக்கும் அந்த மலர்களில் நறுமணமே இருக்காது. அல்லது நாற்றம் மூக்கைத் துளைப்பதாக இருக்கும். ஒவ்வொரு வெள்ளிக்கிழமையும் வள்ளி, கன்னிமலை கௌரியம்மன் கோயிலுக்குப் போகும்போது அம்மனுக்குச் சாத்துவதற்காக மாலை கட்டி எடுத்துப் போவாளே, அதற்கு வேண்டிய அரளி மலர்களையும், கொன்றை மலர்களையும் அந்தக் காட்டுப் பிரதேசத்தில் தேடித் தேடிப் பறித்து வருவதற்குள் போதும் போதுமென்று ஆகிவிடாதா? இங்கு சேர்ந்தாற்போல் அம்மனுக்குப் பிடித்தமான இவ்வளவு மலர்கள் நிறைந்திருப்பதைக் கண்டதும் அவள் குதூகலத்துக்கு எல்லையே இல்லை. துள்ளும் உவகையுடன் பாறைகளில் தாவித் தாவி கைக்கெட்டிய மலர்களையெல்லாம் பறித்து மடியில் நிரப்பிக் கொண்டிருந்தாள் வள்ளி.

இவ்வளவு மலர்களையும் அவள் என்ன செய்யப் போகிறாள்? அவளுக்கே தெரியாது. மாலையாகக் கட்டினால் கன்னிமலை கௌரியம்மனுக்குச் சாத்தலாம். ஆனால் இன்று வெள்ளிக்கிழமை கூட இல்லையே, இல்லாவிட்டால் என்ன? மற்ற நாட்களில் மாலை சாத்தக் கூடாதென்று உண்டா? அதுவும் இவ்வளவு அழகு கொஞ்சும் மலர்கள் கிடைக்கும்போது ஒவ்வொரு நாளும் மாலை கட்டியெடுத்துக் கொண்டு கன்னிமலை கௌரியம்மன் கோயிலுக்குப் போய் வரவேண்டுமென்று தோன்றுகிறதே!

வள்ளிக்குச் சிரிப்பு வந்தது. ஒவ்வொரு நாளும் கன்னி மலைக்குப் போய் வருவதாவது... அவள் அத்தை அதற்குச் சம்மதிக்க வேண்டாமா? வெள்ளிக்கிழமையன்று அங்கு போய் வருவதற்கே அத்தையின் சம்மதத்தைப் பெறுவதற்குப் பட்டாதபாடு பட வேண்டியிருந்தது. அது கூட எப்படி? ஒவ்வொரு வாரமும் அருவிக்கரை மங்காவைத் துணைக்கு அழைத்துப் போக வேண்டுமென்று அத்தை கண்டிப்பாகச் சொல்லிவிட்டாளே! எந்த வெள்ளிக்கிழமையாவது மங்கா வரமுடியாதபடி அசௌகரியம் நேர்ந்து விட்டால் அன்று வள்ளி வீட்டிலிருந்தபடியேதான் கௌரியம்மனைப் பிரார்த்தித்துக் கொள்ள வேண்டுமென்று கூறிவிடவில்லையா? ஆனால் அருவிக்கரை மங்காவிடம் வஞ்சனையே கிடையாது. வள்ளி, அவளை எப்போது எங்கு கூப்பிட்டாலும் உடனே வந்துவிடுவாள். அதுவும் கன்னிமலைக்கு வள்ளியுடன் போவதென்றால் அவளுடைய உற்சாகத்திற்கு

உமாசந்திரன்

அளவே இருக்காது. அதற்குக் காரணமும் இருந்தது. கன்னிமலைக்கு வள்ளி மற்றவர்களைப் போல் சுற்றி வளைத்துக் கொண்டு செல்ல வேண்டிய அவசியமில்லையல்லவா? செங்குத்தான மலைச்சரிவில் இறங்குவதற்கு உபயோகமாகும் விஞ்ச் ட்ராலியை ஓட்டும் வேலை வள்ளியின் அண்ணனது பொறுப்பில் தானே இருந்தது! கீழே பவர்ஹவுஸுக்குச் செல்லும் அந்தச் சரிவின் நடுவழியில் இறங்கிக் கொண்டால் அங்கிருந்து கன்னிமலை கூப்பிடு தூரத்தில்தான் இருந்தது. ட்ராலியில் அந்த வழியாகச் செல்லும் சலுகையை வள்ளிக்கு அளித்திருந்தான் காளியண்ணன். வள்ளியுடன் அந்த விஞ்ச் ட்ராலியில் அந்தச் செங்குத்தான சரிவில் இறங்கிச் செல்லும்போது மங்கா குழந்தைக் களிப்புடன் கைகளைக் கொட்டி ஆர்ப்பரிப்பாள். சில சமயம் தலை சுற்றிக் கீழே விழுந்து விடுவது போன்ற பயம் அவளுக்குத் தோன்றிவிடும். அப்போதெல்லாம் வள்ளியை இறுகக் கட்டிக்கொண்டு விடுவாள்.

மங்காவின் அந்தக் குழந்தைச் சுபாவத்தை நினைத்து மனத்துக்குள்ளேயே சிரித்துக் கொண்டாள் வள்ளி. அதே சமயம் மங்காவின் முரட்டுக் குணங்களும் பிடிவாதமும் அவள் நினைவுக்கு வந்தன. அவள் ஆத்தாள் அவளை எப்படியெல்லாம் நிர்த்தாட்சண்யமாக அடித்து விடுவாள்! ஆனால் மங்காவின் உடம்பில் ஏதாவது உறைத்தால்தானே? அவ்வளவையும் துடைத்துப் போட்டுவிட்டு ஆனந்தமாகச் சுற்றிக் கொண்டிருப்பாள்.

"சோத்துக்குக் கேடா, இப்படி வளர்ந்திருக்கியே. நீயும் என்கூட வந்து வேலை செய்தா கூட நாலு காசு கெடைக்குமா இல்லையா? அந்தத் துப்பு உனக்கு ஏன் தோண மாட்டேங்குது?" என்று கரித்துக் கொட்டுவாள் மங்காவின் தாயார்.

"வேலையெல்லாம் செய்ய என் ஒடம்பு வணங்காதம்மா" என்று சிரிப்பாள் மங்கா.

"வேளை தவறாமே சோறு கொட்டிக்கறதுக்கு மட்டும் உடம்பு வணங்குதோ?"

"எனக்குச் சோறு போடாமே வேறே யாருக்குப் போடப் போறே?"

"எதுத்தா பேசறே?" என்று பல்லைக் கடித்தவாறு கையிலிருந்த விறகுக் கட்டையை அவள் மேல் வீசியெறிவாள் வெள்ளாத்தாள். அந்தக் கட்டை தன்மேல் படாமல் ஒதுங்கிக் கொண்டு இடி இடி யென்று சிரிப்பாள் மங்கா.

முள்ளும் மலரும்

ஒரு வருஷத்துக்கு முன்னால்தான் மங்காவுடன் அந்த மலைப் பகுதிக்கு வேலை தேடி வந்திருந்தாள் வெள்ளாத்தாள். அந்த நாள் வள்ளிக்கு நன்றாக ஞாபகமிருந்தது. அன்று அஞ்சலையத்தை விறகொடித்து வருவதற்காக வெளியே சென்றிருந்தாள். காளியண்ணனுக்கு அன்று டூட்டி இல்லாததால் மதகுக் கரைக்கு மீன் பிடிக்கச் சென்றிருந்தான். வள்ளி மட்டும் வீட்டில் தனியே இருந்தாள். துணி துவைக்கும் வேலையை அன்று வைத்துக் கொண்டிருந்தாள். வீட்டுக்குப் பின்னாலேயே ஓடிக் கொண்டிருந்த வீரன் வாய்க்காலில் துணி துவைப்பதை ஒரு விளையாட்டாகவே கருதி வந்தாள் வள்ளி. வாய்க்காலில் துணிகளைத் துவைத்து வேலியில் காயப்போட்டுவிட்டு வள்ளி, வேலிக்கு வெளியே மேய்ந்து கொண்டிருந்த வெள்ளாட்டை பின்னங்கால்களைப் பிடித்துக் கரகரவென்று இழுத்து வந்தாள். சற்றுத் தள்ளி ஒன்றுக்கொன்று மண்டையை மோதி விளையாடிக் கொண்டிருந்த குட்டிகள் இரண்டும் தாயை நோக்கித் துள்ளித் துள்ளிப் பாய்ந்து வந்தன. தாயின் மடியை அவை முட்டி முட்டிப் பால் சுரக்கச் செய்யும் வரை காத்திருந்த வள்ளி அவற்றை அப்பால் தள்ளிவிட்டுத் தன் கையிலிருந்த செம்பில் விளிம்பு வரை பாலைக் கறந்து உள்ளே எடுத்துச் சென்றாள். தன் கடமை தீர்ந்தது என்று நினைத்தது போல் தாய் ஆடு மேயச் சென்றதும், குட்டிகளும் துள்ளிக் குதித்துக் கொண்டு அதன் பின்னே சென்றுவிட்டன.

பாலை அடுப்படியில் வைத்துவிட்டு வள்ளி வெளியே வந்தபோது தான் மங்காவும் அவள் தாயாரும் சோர்ந்த நடையுடன் அந்த வழியே வருவதைப் பார்த்தாள். சோறு கண்டு பல நாட்கள் ஆகியிருக்கும் போலிருந்தது அவர்கள் தோற்றம். மேலெல்லாம் தூசியும், தும்பும் படிந்து பசியால் துவண்டு விழுந்து விடுபவர்கள் போல் தள்ளாடித் தள்ளாடி வந்து கொண்டிருந்த அவர்களையே பார்த்தவாறு வள்ளி நிலைப்படியருகே நின்றுவிட்டாள். எந்த விதத்தில் அவர்களுக்கு உதவி செய்யலாம் என்று சிந்திக்கத் தொடங்கியது அவள் மனம். அதேசமயம் மங்காவும் அவள் நிற்பதைப் பார்த்துவிட்டாள். தாயின் தோளைப் பிடித்து உலுக்கி அவள் ஏதோ கூறியதும் தாயாரும் அவள் பக்கம் திரும்பிப் பார்த்தாள். இருவரும் தள்ளாடித் தள்ளாடி நடந்து வந்து வேலியைப் பிடித்துக் கொண்டு சாய்ந்தவாறு நின்றனர். மங்கா, வள்ளியைப் பார்த்துச் சிரித்தாள். அந்தச் சிரிப்பு வள்ளியைக் கவர்ந்திழுத்தது.

"இந்தப் பக்கத்துக்குப் புதிசா நீங்க?" என்று கேட்டுக் கொண்டே அருகில் சென்றாள்.

"எதுவும் கேக்காதே கண்ணு. இம்மாஞ்சோறு இருந்தாக் குடு. கஞ்சித் தண்ணி இருந்தாக் கூடப் போதும். நிக்கக்கூடத் திராணி யில்லே உடம்பிலே" என்றாள் தாயார்.

"உள்ளே வாங்க" என்று இருவரையும் உள்ளே அழைத்துச் சென்றாள் வள்ளி.

அன்று காளியண்ணனுக்கு 'டூட்டி' இல்லாதது நல்லதாய்ப் போயிற்று. இருந்திருந்தால், பானையில் மிஞ்சியிருந்த பழைய சோற்றை யெல்லாம் அவன் சாப்பிட்டுவிட்டுப் போயிருப்பான். மீன் பிடித்து முடிந்ததும் வீட்டுக்கு வரும்போது அசுரப் பசியோடுதான் வருவான் என்று வள்ளிக்குத் தெரியும். ஆனால் அப்போது ஏதாவது சமாதானம் சொல்லிக் கொள்ளலாம், அல்லது அதற்குள் உலையேற்றி ஆழாக்குச் சோறு பொங்கி வைத்துவிடலாம் என்ற நம்பிக்கையுடன் பானைப் பழையதைப் பிழிந்து இரண்டு மண் வட்டில்களில் போட்டாள்.

வெள்ளாத்தாள், தாழ்வாரத்திலேயே துவண்டு படுத்து விட்டாள். ஆனால் மங்கா சற்றும் பேதமில்லாமல் உள்ளேயே அடுப்பறைக்கு வந்து சுற்றுமுற்றும் பார்த்தாள். அடுப்படியில் வள்ளி செம்பில் கறந்து வைத்திருந்த பால் அவள் கண்களில் பட்டுவிட்டது.

"அடடே.. பாலா" என்று ஆவலுடன் கூறியவள் மறுகணமே செம்புப்பாலையெடுத்து ஒரே மூச்சில் குடித்துவிட்டுக் காலிச் செம்பைக் கீழே உருட்டிவிட்டாள். அந்தச் சத்தம் கேட்டுத் திரும்பிப் பார்த்தாள் வள்ளி. மங்கா பாலின் ருசியை வாயிலிருந்து அகற்றி விட முயற்சி செய்பவள் போல் வாயைக் கோணிக் கோணி உதட்டையும் நாக்கையும் சேர்த்துக் கூட்டி விழுங்கியவாறு முகத்தை ஆயிரம் கோரணி செய்து கொண்டிருந்தாள்.

"ஆட்டுப் பால் போலருக்கு. தூ!" என்றாள் வள்ளியைப் பார்த்து.

வள்ளி சிரித்தாள். "அத்தைக்காகக் கறந்து வச்சிருந்த பாலாச்சே அது. ஆட்டுப்பால்தான் அத்தை உடம்புக்கு ஒத்துக்கும்" என்றாள்.

"என் ஒடம்புக்கு எருமைப்பால்தான். போன வருசம் வரைக்கும் மூணு எருமை இருந்திச்சு எங்க வீட்டிலே. ஒண்ணு பின்னாலே ஒண்ணா மூணும் செத்துப் போச்சு. அப்புறம் அங்கே பொழைக்க வழி ஏது? அதனாலேதான் பொறப்பட்டு வந்திட்டோம்."

"ஏ, மங்கா! வாயை மூடிக்கிட்டிருக்க மாட்டே" என்று கத்தினாள் வெள்ளாத்தாள் தாழ்வாரத்திலிருந்து.

"உள்ளதைத்தானே சொல்றேன் ஆத்தா... மலை மேலே என்னென்னமோ வேலை நடக்குது. அங்கே போயி ஏதாச்சும் வேலை செய்து பொழைச்சுக்கிடலாம்னு சொல்லிட்டுத்தானே ஊர்லேந்து பொறப்பட்டே நீ."

""சரி, சரி! வாயை மூடு" என்றாள் தாயார் மறுபடியும்.

"இந்த ஆத்தா எப்பவும் இப்படித்தான். தனக்குப் பேச வாயில்லாட்டி என் வாயை மூட வந்திடுவா" என்று சிரித்தாள் மங்கா.

"வட்டில்லே சோறு போட்டு வச்சிருக்கேன். அம்மாவையும் கூப்பிடு சாப்பிட" என்றாள் வள்ளி. "ஆத்தோவ்! சோறு!" என்று கத்தினாள் மங்கா.

"சீ.. ஏன் கத்தறே காணாததைக் கண்ட மாதிரி?" என்று எரிந்து விழுந்தவாறு உள்ளே நகர்ந்து வந்தாள் வெள்ளாத்தாள். மங்கா கேலியாகச் சிரித்தாள் அவளைப் பார்த்து.

"ஏன் ஆத்தா, நாலு நாளா சோத்தைக் கண்ணாலே கண்டிருப்பியா? நீயே சொல்லு?" என்றாள்.

"அதுக்காக இப்படித்தான் கத்தணுமா?" என்று முணுமுணுத்தாள் தாயார்.

"அக்கா. இதென்ன வெறும் சோத்தை வெச்சிருக்கே? கடிச்சிக் கிடறதுக்கு" என்றாள் மங்கா.

மங்காவின் மண்டையில் ஓர் இடி இடித்தாள் வெள்ளாத்தாள்.

"கடிச்சிக்கிடறதுக்கு வேறே கேக்குதோ? மூச்சுக் காட்டாமே போட்டதைச் சாப்பிடு" என்று பல்லைக் கடித்தாள்.

வள்ளிக்குக் கஷ்டமாயிருந்தது. மரவையிலிருந்து உப்பும், மிளகாயும் எடுத்து வந்து வட்டிலில் போட்டாள். "கறி, ஊறுகாய், தொவையல், எதுவும் கிடையாதா?" என்று சிணுங்கியவாறே மிளகாயை உப்பில் தோய்த்துக் கடித்த மங்கா, "ஆஹ்ஹ .. இதுகூட நல்லாத்தான் இருக்கு" என்று உறைப்பை ரசித்துக்கொண்டே சோற்றை அள்ளி அள்ளிப் போட்டுக் கொண்டாள். மறுகணம் "தண்ணி! தண்ணி!" என்று கத்தியவாறு தவிக்க ஆரம்பித்தாள்.

"பெரிய ரோதனை உன்னாலே" என்று மறுபடியும் அவள் மண்டையில் இடித்தாள் அவள் தாயார்.

உமாசந்திரன்

ஆனால் மங்கா அதை லட்சியம் செய்தால்தானே? வள்ளி கொண்டு வைத்த தண்ணீரை ஒரே மூச்சில் குடித்துவிட்டுப் பாத்திரத்தை 'ணங்' என்று கீழே வைத்தாள்.

"ஏன் அப்படி வைக்கறே? மண்குவளையாயிருந்தா இந்நேரம் தூள் தூளாயிருக்காதா?" என்றாள் தாயார்.

"அதுதான் மண்குவளை இல்லையே. நீ ஏன் அலட்டிக்கறே?" என்று கூறிய மங்கா, வட்டில் சோற்றைக் காலி செய்வதில் முனைந்தாள்.

அப்போது, "வள்ளி யாரு வந்திருக்காங்க?" என்று கேட்டுக் கொண்டே உள்ளே வந்தான் காளியண்ணன்.

வாயில் சோற்றை அள்ளிப் போட்டுக் கொண்டிருந்த மங்கா அவனை நிமிர்ந்து பார்த்தாள். காளி அவள் பக்கம் திரும்பாமல் மீன்கள் நிறைந்த ஓலைக் கூடையை ஒரு பக்கம் வைத்துவிட்டுத் தூண்டில் குச்சியைச் சுவரில் மாட்டினான்.

"ஆத்தோவ்... மீனு!" என்று கத்தினாள் மங்கா. அதோடு நிற்கவில்லை அவள். ஓலைக் கூடைக்குள் கையை விட்டு ஒரு கெண்டை மீனை எடுத்து அப்படியே கடித்துச் சுவைக்க ஆரம்பித்து விட்டாள்.

"ஆஹ்ஹ்... ரொம்ப ஜோராயிருக்கே... மொளகா, உப்பு, மீனு மூணும் சேர்ந்து மீன்கறி மாதிரியே இருக்கு" என்று ரசித்தபடியே இன்னும் இரண்டு மூன்று மீன்களைக் கையில் அள்ளி எடுத்தாள். சட்டென்று திரும்பி அவளை முறைத்துப் பார்த்தான் காளி. "இந்தக் காட்டுமிராண்டியை எங்கே புடிச்சே?" என்றான் எரிச்சலுடன்.

"காட்டுமிராண்டி ஒண்ணுமில்லே. எல்லாம் நாட்டுமிராண்டி தான்" என்றாள் மங்கா முறைப்புடன். "காட்டுமிராண்டிதான் பச்சை மீனைத் தின்னும்."

"என்னைப் போல பசியிருந்தா அப்பத் தெரியும்."

அவள் முதுகில் ஓங்கிக் குத்தினாள் வெள்ளாத்தாள். "பசின்னு இன்னொரு தரம் சொன்னே, வெட்டிப்புடுவேன் வெட்டி" என்று கத்தினாள்.

"ஆமாம், வெட்டுவே. நீ வெட்டறவரைக்கும் சும்மா நிக்க நான் என்ன மரமா?"

முள்ளும் மலரும்

"மரத்துக்காவது கொஞ்சத்துக்குக் கொஞ்சம் அறிவு இருக்கும். முன்னே பின்னே பழக்கமில்லாத எடத்திலே எப்படி நடந்துக்கிற துங்கிற துப்புக்கூட இல்லையே ஒனக்கு" என்றாள் தாயார்.

"இப்ப நான் நடந்துக்கிட்டதிலே என்ன தப்பு? ஏன் அக்கா, நீயே சொல்லு" என்று வள்ளியின் கையைப் பிடித்து இழுத்தாள் மங்கா. காளியண்ணன் வள்ளியைப் பார்த்து முறைத்தான். "வள்ளி, கண்டவங்க சகவாசமெல்லாம் நமக்குத் தேவை இல்லை. காலாகாலத்திலே சோத்தைத் தின்னுட்டுப் போகச் சொல்லு" என்று கடுமையான குரலில் கூறிவிட்டு வாய்க்காலில் குளித்து வருவதாகச் சொல்லி சென்றுவிட்டான்.

மலர் பறித்தவாறே அன்றைய நிகழ்ச்சிகளை எண்ணிப் பார்த்துக் கொண்டிருந்த வள்ளி, காளியண்ணனின் அந்தக் கடுமையை நினைத்துச் சிரித்தவாறு மடி கொண்ட மட்டும் மலர் பறித்துக் கொண்ட திருப்தியுடன் ஒரு பாறையில் வந்து உட்கார்ந்து கொண்டாள்.

2

அவ்வளவு கடுமையாக அன்று கூறினானே ஒழிய வெள்ளாத்தாளுக்கு வேலை வாங்கிக் கொடுத்து அருவிக் கரையில் அவர்களுக்காக குடிசையும் போட்டுக் கொடுத்தவன் காளிதானே என்று நினைத்துக் கொண்டபோது வள்ளிக்குச் சிரிப்பு வந்தது. இப்போது கூட வெள்ளாத்தாள் அதை மறக்கவில்லை. வள்ளி எப்போது அவர்கள் குடிசைக்குப் போனாலும் சொல்லுவாள்.

"என்னமோ வள்ளி, இந்த மலைக்கு வந்ததிலேருந்து நாங்க திங்கற சோறு நீங்க போட்டதுதான். மொத மொதல்லே நீ உன் கையாலே சோறு போட்டே, அப்புறம் நான் வேலையிலே சேந்து நாலு காசு சம்பாதிக்கிற வரையிலே உங்க அத்தை சோறு போட்டுக் காப்பாத்தினா. வேலையிலே சேந்தது மட்டும் எப்படி? உங்கண்ணன் சொல்லி யிருக்கலேன்னா என்னை ஒரு ஆளா மதிச்சு யாரு வேலையிலே சேத்துப்பாங்க?" என்று நன்றியுடன் பேசுவாள் வெள்ளாத்தாள்.

ஒருசமயம் வெள்ளாத்தாள், காளியண்ணனைப் பற்றிப் புகழ்ந்து பேசிக் கொண்டிருந்தபோது மங்கா அருகில் இருந்தாள். வள்ளியைத் தோளில்

இடித்து முகத்தைச் சுளித்துக் கொண்டே கூறினாள், "வள்ளி, எங்கம்மா என்ன வேணும்னாலும் சொல்லிக்கட்டும். ஆனா எனக்கு உங்கண்ணனைக் கட்டோட பிடிக்கலே. சுத்த முரடு."

"ஆமாம்... நீ இருக்கற லட்சணத்துக்கு மத்தவங்களைப் போய்ச் சொல்றது வேறே வச்சிருக்கா.." என்றாள் தாயார்.

"ஆமாம். நீ பேசுவே. என்னைக் கண்டா அதுக்கு வர ஆத்திரம் எனக்கில்லே தெரியும்..."

"நீ வேலை வெட்டி ஒண்ணும் செய்யாமே சோறு தின்னுட்டுத் திரியறதைப் பாத்தா யாருக்குத்தான் ஆத்திரம் வராது?" என்று சீறினாள் வெள்ளாத்தாள்.

''உனக்கு ஆத்திரம் வரட்டும். வேண்டாங்கலே. ஆனா இவங்கண்ணன் யாரு, நான் யாரு? அதுக்கு என்ன ஆத்திரம் என் மேலே? எப்ப எதிரே வரட்டும், மொறைப்புத்தான். கண்டுக் கிட்டாப்பிலேயே காட்டிக்கிடறது கிடையாது. எனக்கென்ன வந்தது? நானும் மொகத்தைத் திருப்பிக் கிட்டுத்தான் போறது" என்று கூறிய மங்கா, உரிமையுடன் வள்ளியின் தோளில் சாய்ந்து கொண்டாள்.

"எங்க வள்ளியக்கான்னா எனக்கு உசிரு. அதுக்கு அந்த மாதிரி அண்ணன் எப்படித்தான் வந்து வாய்ச்சுதோ" என்று செல்லமாகக் கூறியவாறு அவள் கன்னத்தை வருடினாள்.

காளியண்ணனின் முரட்டுச் சுபாவம் வள்ளிக்குத் தெரியாததல்ல. சமயங்களிலே அஞ்சலை அத்தையையே தூக்கியெறிந்தாற்போல் பேசி விடுவானே! அவன் ஒரு சத்தம் போட்டால் எதிர்த்துப் பேச யாருக்குமே வாய் இருக்காது. தோற்றத்திலும் அதற்கேற்றாற் போல்தான் இருந்தான் காளியண்ணன். சற்றுக் குட்டையா யிருந்தாலும் இரும்புக் குண்டு போலிருக்கும் அவன் சரீரம். பளபளவென்று மெருகேறிய கறுப்பு, கரளை கரளையாகக் கைகால்கள். செம்மறியாட்டு ரோமம் போல் சுருட்டை சுருட்டை யான தலைமயிர், வாரவேண்டிய அவசியமே இல்லாமல் அவன் தலைமேல் அனாயாசமாகக் கவிந்து கிடக்கும். அவன் தலையை ஆட்டினால் அவ்வளவு சுருள்களும் குதித்தெழுவன போல் எழுந்து அடங்கும். இரண்டொரு சுருள்கள் முன் நெற்றியில் வந்து விழுந்திருப்பது அவனுடைய முரட்டுத்தனத்துக்கு முன்னறிவிப்பாகத்

உமாசந்திரன்

தோன்றும். கண்களும் அப்படித்தான். பெரிய பெரிய முரட்டுக் கண்கள். அவ்வளவு செவ்வரிகள் அந்தக் கண்களில் எப்படித்தான் வந்து படர்ந்தனவோ! போதை வெறியால் படர்ந்த செவ்வரிகள் அவை என்பதைப் பார்த்தாலே சொல்லிவிடலாம். சந்தர்ப்பம் கிடைத்த போதெல்லாம் காளியண்ணன் குடிக்கத் தவறுவதில்லை யென்று வள்ளிக்குத் தெரியும். அஞ்சலையத்தைக்கும் தெரியும். அந்த வட்டாரத்திலேயே எல்லோருக்கும் தெரிந்த ரகசியம்தானே அது! அடிக்கடி காளியண்ணன் இருளர் குடியிருப்புகள் நிறைந்த முள்ளி மலையை நாடிச் செல்வது எதற்காக?

காளியண்ணனின் இந்தச் சுதந்திர மனப்போக்கை நினைத்து வள்ளி ஒருவிதப் பெருமையுடன் தனக்குள்ளேயே சிரித்துக் கொண்டாள். இன்று என்னவோ அவளுக்கு எதிலுமே மனது செல்லவில்லை. இதமான வெயிலும், மெல்லிய தென்றலும், அவள் பறித்த மலர்களின் மணமும் சேர்ந்து இனம் புரியாததோர் இன்ப போதையை அவள் மனத்தில் நிரப்பி விட்டிருந்தன. எந்த வேலையும் செய்யாமல் அந்த இன்ப போதையிலேயே கிறங்கிக் கிடக்கவே அவள் விரும்பினாள். அவளுக்குச் சிரிப்பு வந்தது. அவள் புறப்பட்டு வந்த வேலை என்ன, இத்தனை நேரம் செய்த வேலை என்ன? மூலைக்கடைக்குப் போய் மசாலா சாமான் வாங்கி வரச் சொல்லியல்லவா அஞ்சலையத்தை அவளை அனுப்பினாள்! இவள் இங்கு மலர் பறித்துக்கொண்டு உட்கார்ந்திருந்தால் என்ன அர்த்தம்?

கடைச் சாமான்கள் வாங்கிவரும் வேலையெல்லாம் சாதாரணமாக அஞ்சலையத்தைதான் கவனித்துக் கொள்வாள். மாதம் முழுதுக்கும் தேவையான சாமான்களைச் சிரமத்தைப் பார்க்காமல் பத்து மைல் தூரம் கீழே இறங்கிச் சென்று வேலன் கடை, ராவுத்தர் கடை யிலிருந்து மொத்தமாக வாங்கிக் கொண்டு வந்து வீட்டில் சேர்த்து விடுவது அவள் வழக்கம். முட்டுக்குத் தப்புக்கு ஏதாவது சாமான் தேவைப்படும்போது தான் மூலைக்கடையில் வாங்கி வரச் சொல்லி வள்ளியை அனுப்புவாள்.

அந்த மூலைக்கடைக்குப் போவதென்றாலே வள்ளிக்கு அவ்வளவாகப் பிடிக்காது. அருவிக்கரைக்குச் செல்லும் பாதை திரும்பும் இடத்தில் ஓர் ஓடைப்பாலத்தை ஒட்டினாற் போலிருந்தது அந்தக் கடை. கிருதா மீசை முனியாண்டிதான் இரண்டு வருஷமாக அந்தக் கடையை நடத்தி வந்தான். ஆரம்பத்தில் ஒரு சிற்றாளாக அந்தப் பிரதேசத்துக்கு வந்து சேர்ந்தவன் முனியாண்டி. பலசரக்குச்

சாமான்களுக்கும் மற்ற சாமான்களுக்கும் அங்கு இருந்த தேவையை அறிந்ததும், சிற்றாள் வேலையை விட்டுவிட்டு ஒரு கடையையே ஆரம்பித்துவிட்டான். அவன் கிருதா மீசை வைத்துக் கொண்டதே கடையை ஆரம்பித்த பிறகுதான்.

முனியாண்டியின் கடையில் இதுதான் கிடைக்கும். இது கிடைக்காது என்பதில்லை. எல்லாச் சாமான்களிலும் கொஞ்சம் கொஞ்சம் அங்கே சேகரம் செய்து வைத்திருந்தான். எல்லாம் யானை விலை, குதிரை விலைதான். அவ்வளவு விலை கொடுத்து வாங்குவதற்கும் ஆள்கள் இல்லாமலில்லை. எட்டு மைல் தூரம் வேலன் கடை, ராவுத்தர் கடைக்கு நடந்து போய் வாங்கி வருவதற்கு எல்லாருக்கும் பொறுமை ஏது?

முனியாண்டிக்குக் கிருதா மீசையும், பிடரிக் கிராப்பும்தான் பிரமாதமாயிருக்குமே ஒழிய ஆசாமி ஒல்லிக்குச்சியாய் ஒடிந்து விழுவது போல் தான் இருப்பான். ஓயாமல் பீடியைக் குடித்துக் குடித்து இணை பிரியாத இருமலை வேறு இழுத்துவிட்டுக் கொண்டிருந்தான். இருமலோடு இருமலாக பீடியையும் புகைத்துக் கொண்டிருப்பான். அவன் கடையில் இரண்டொரு நிமிஷம் நின்று ஏதாவது சாமான் வாங்கி வருவதற்குள் வள்ளிக்கு எரிச்சல் எரிச்சலாக வரும். போதாக்குறைக்கு அந்தக் கடையை அடுத்த ஓடைப் பாலத்தின் ஓட்டுச்சுவரில் எப்போது பார்த்தாலும் இரண்டொரு காலிகள் உட்கார்ந்து ஏதாவது அரட்டையடித்துக் கொண்டிருப்பார்கள். காளியண்ணனுக்குப் பயந்து யாரும் வள்ளி யிடம் வாலையாட்ட மாட்டார்கள்தான். இருந்தாலும் வள்ளிக்கு அந்தக் கடைப்பக்கம் போவதற்கு ஒரு அருவருப்பு. ஆனால் அத்தை சொல்லைத் தட்ட முடியாதே!

முந்திய தினம் காளியண்ணனுக்கு டூட்டி இல்லாததால் நிறைய மீன் பிடித்து வந்திருந்தான். காலையில் வேலைக்குப் புறப்பட்டுப் போகும்போது அன்று தனக்குக் காரசாரமாக மீன் குழம்பும், பொரியலும் செய்து அனுப்ப வேண்டுமென்று அஞ்சலையத்தையிடம் சொல்லிவிட்டுப் போயிருந்தான். அந்த மாதிரி சமையலில் அஞ்சலையத்தைக்கு இணையேது? ஆனால் காளியண்ணன் கேட்ட அளவு காரசாரமாக சமையல் செய்யப் போதுமான மசாலாச் சாமான் வீட்டில் இல்லை. மூலைக் கடைக்குப் போய் அவற்றை வாங்கி வரும்படி வள்ளியிடம் சொல்லியிருந்தாள். அதற்காகத்தான் அவ்வளவு சீக்கிரமாக வீட்டை

விட்டுப் புறப்பட்டிருந்தாள் வள்ளி. நடுவே அவள் கண்களில் பட்ட மலர்க்கொத்து அவள் கவனத்தை வேறு திசையில் திருப்பிவிட்டது.

பாதையோரமாயிருந்த பாறையில் உட்கார்ந்திருந்தாள் வள்ளி. அங்கிருந்து அவள் கண்களுக்குப் புலனான காட்சி அவளது உள்ளத்தின் உவகையைப் பன்மடங்கு அதிகப்படுத்துவதாக இருந்தது. அவளுக்கு வலப்புறத்தில் மூன்று திசைகளிலும் மரங்களடர்ந்த மலைகளும், குன்றுகளும் கணக்கில்லாமல் பரந்து கிடந்தன. இடப்புறம் பள்ளத்தாக்குப் பகுதியை நோக்கி வேலன் கடவுப் பக்கமாகச் செல்லும் பாதை தலையும் வாலுமில்லாத பெரிய மலைப் பாம்பு போல் இருபுறமும் அடர்ந்த மரங்களுக்கிடையே வளைந்து வளைந்து சென்றது. அந்தப் பாதை பள்ளத்தாக்கை நோக்கி இறங்கும் திருப்பத்தில்தான் சற்று ஒதுங்கினாற் போல் வீரன் வாய்க்காலையடுத்து அவர்கள் வீடு அமைந்திருந்தது. எதிரே ஒரு குன்று மறைத்துக் கொண்டிருந்ததால் வீடு வள்ளியின் கண்களுக்குப் புலனாகவில்லை. ஆனால் வலப்புறத்தில் வீரன் வாய்க்கால், நீர்த் தேக்கத்தில் சென்று கலக்கும் இடத்தை அவளால் பார்க்க முடிந்தது.

நீர்த்தேக்கத்துக்கு வலது புறத்தில்தான் செங்குத்தான மலைச் சரிவுக்கு நேர்கீழே பவர் ஹவுஸ் வேலைகள் நடந்து கொண்டிருந்தன. பவர்ஹவுஸை வள்ளி இங்கிருந்து பார்க்க முடியாவிட்டாலும் அந்தச் செங்குத்தான சரிவு வழியே பவர்ஹவுஸுக்கு நீரைக் கொண்டு செல்லும் நான்கு பிரம்மாண்டமான குழாய்கள் வெயிலின் ஒளிபட்டு மின்னிக் கொண்டிருந்ததைக் காண முடிந்தது. அந்த இடத்தில் தான் காளியண்ணன் வேலை செய்யும் விஞ்ச் ஷெட் இருந்தது. அதோ, குழாய்களை அடுத்தாற்போல் அந்தச் சரிவில் அமைந்த தண்டவாளங்களில் விஞ்ச் ட்ராலி கீழ் நோக்கி இறங்க ஆரம்பித்து விட்டதே! விஞ்ச் ஷெட்டில் இருந்து கொண்டு காளியண்ணன், ட்ராலியோடு பொருத்தப்பட்டிருந்த உருக்குக் கயிற்றை மெதுவாக விடுவித்துக் கொண்டிருக்கிறான் என்பதை ட்ராலி மெதுவாக ஊர்ந்து செல்வதிலிருந்தே புரிந்து கொள்ள முடிகிறது! பெரிய உருளையில் ஏறக்குறைய ஒரு மைல் நீளமுள்ள அந்த உருக்குக் கயிறு சுற்றப்பட்டிருக்கும். கைப்பருமனுள்ள அந்தக் கயிற்றின் பலத்தை ஆதாரமாகக் கொண்டுதான் அந்த ட்ராலி அந்தச் செங்குத்தான சரிவில் இறங்கவும் ஏறவும் முடிகிறது.

காளியண்ணனுக்குப் பகலுணவு எடுத்துச் செல்லும் போதெல்லாம் வள்ளி அந்த உருக்குக் கயிற்று உருளைகளையும் அவற்றை இறுக்கிப் பிடித்திருந்த பல்சக்கரங்களையும் பார்த்துப் பிரமித்துப் போவாள்.

“இந்தப் பல்சக்கரங்கள் இல்லாம இருந்தா என்ன ஆகும், அண்ணே!” என்று கேட்டாள் ஒரு சமயம். அப்போது மங்காவும் அவளுடன் இருந்தாள்.

“என்ன ஆகுமா? இந்த உருளைகளுக்குப் பிடிப்பு ஏது அப்புறம்? இதிலே சுத்தியிருக்கிற உருக்குக் கயிறு பொலபொலன்னு அவுத்துக்கும். அப்புறம் அதிலே கட்டியிருக்கிற ட்ராலி வண்டி என்ன கதி ஆகும்னு சொல்லணுமா?”

“ஐயையோ! நெனைக்கவே பயமாயிருக்கே!”

“ஆரம்பத்திலே ஒரு தரம் இங்கே அந்த மாதிரி நடந்திருக்காம். தெரியுமில்லே! பல்சக்கரத்திலே ஏதோ பழுது ஏற்பட்டு ரெண்டும் கழண்டுக்கிடுச்சாம். அவ்வளவுதான்! ஏழெட்டு ஆள்களை ஏத்திக்கிட்டு சரிவிலே மெதுவா நகர்ந்துக்கிட்டிருந்த ட்ராலி வண்டி திடீர்னு தறிகெட்டு ஓடிப் பாறைகளிலே மோதித் தூள் தூளாயிடுச்சாம்!” என்றான் காளியண்ணன்.

பயம் தாங்காமல் மங்கா வள்ளியைக் கட்டிக் கொண்டாள். “அக்கா, இனிமே ஒவ்வொரு வெள்ளிக்கிழமையும் கன்னிமலைக்குச் சாலை வழியாவே போயிடலாமே” என்றாள்.

“ஏய்.. எப்பவோ நடந்ததைச் சொன்னா இப்ப நீ ஏன் பயந்து சாவறே? இந்தப் பல் சக்கரத்துக்கு நான் என்ன பேர் வச்சிருக்கேன் தெரியுமா? உடும்புச் சக்கரம். பிடிச்சா ஓரே பிடித்தான். நாமாத் தளர்த்தினாலொழியத் தளராது!” என்றான் காளியண்ணன்.

சரிவில் அந்த ட்ராலி வண்டி நகர்ந்து சென்று கொண்டிருப்பதைப் பார்த்து இப்போது வள்ளிக்கு அந்தப் பேச்செல்லாம் ஞாபகத்துக்கு வந்தது. பவர்ஹவுஸுக்கு வேலை செய்யச் செல்லும் தொழிலாளிகள் ஐந்து பேர் ஆறு பேராக அந்த ட்ராலியில் தான் சென்று கொண்டிருக்கிறார்கள். அவ்வளவு பேருடைய உயிரும் காளியண்ணனுடைய கையில்தான் இருக்கிறது என்று நினைத்தபோது வள்ளிக்குப் பெருமையாகக் கூட இருந்தது.

மங்காவின் தாயாருக்குச் சில நாட்களில் மலைமேலேயே வேலை இருக்கும். சில நாட்களில் கீழே பவர் ஹவுஸில் வேலை இருக்கும். இப்போது நாலைந்து நாட்களாக அவள் பவர் ஹவுஸ் பகுதிக்குத் தான் போய் வந்து கொண்டிருப்பதாக மங்கா கூறியிருந்தாள். சரிவில் ஊர்ந்து செல்லும் அந்த ட்ராலியில் வெள்ளாத்தாளும் இருக்க மாட்டாளென்று யார் சொல்ல முடியும்?

உமாசந்திரன்

வெயில் ஏறிக்கொண்டிருந்தது. அஞ்சலையத்தை மீனையெல்லாம் ஆய்ந்துவிட்டு அவளுக்காகக் காத்திருந்தாலும் காத்திருப்பாள். உச்சிப் பொழுதுக்குள்ளாவது ஆக்கி முடித்தால்தான் காளியண்ணனுடைய பசி நேரத்துக்குச் சாப்பாடு எடுத்துச் செல்ல சரியாயிருக்கும். மூலைக் கடைக்குப் போய் வாங்க வேண்டியதை வாங்கிக்கொண்டு நேரமிருந்தால் அருவிக்கரைக்குப் போய்க் குளித்து விட்டே வீட்டுக்குப் போகலாமென்று எண்ணியவாறு அங்கிருந்து எழுந்தாள் வள்ளி.

3

வள்ளி பார்த்தபோது மலைச்சரிவில் சென்று கொண்டிருந்த ட்ராலியில் மங்காவின் தாயார் வெள்ளாத்தாள் போகவில்லை. அந்த ட்ராலி கீழே இறங்க ஆரம்பித்துக் கொஞ்ச தூரம் சென்ற பிறகு தான் அவள் அவசர அவசரமாகக் காளியண்ணனின் உடும்புக் கொட்டகையை நோக்கி ஓடி வந்தாள்.

“இப்ப ஓடிவந்து என்ன பிரயோசனம்? ட்ராலி கீழேயிருந்து மேலே திரும்பி வர வரையிலே காத்திருக்க வேண்டியதுதான்!” என்றான் காளி.

“அடக்கடவுளே.. இன்னும் ஒரு மணி நேரம் காத்திருக்கணுமே” என்று அங்கலாய்த்தாள் வெள்ளத்தாள்.

“அதுக்கென்ன செய்யறது! முன்னாலே வந்தவங்க முன்னாலே போக வேண்டியதுதான். பின்னாலே வந்தவங்க பின்னாலே போக வேண்டியதுதான்” என்றான் காளி.

“சரித்தான்! இன்னிக்கும் அந்த மேஸ்திரி என்னைத் திட்டத் தான் போறான்!” என்று பெருமூச்சுடன் கூறிக் கொண்டே ஒரு பக்கமாக மரத்தடியில் உட்கார்ந்தாள் வெள்ளாத்தாள்.

உமாசந்திரன்

ட்ராலி தண்டவாளத்தின் வழியே பள்ளத்தாக்கில் இறங்கிச் சென்று கொண்டிருந்தது. உருளைகளில் சுற்றியிருந்த உருக்குக் கயிறு மெதுவாக விடுபட்டுக் கொண்டிருந்தது. உருளைகளைக் கட்டுப்படுத்திக் கயிற்றை இழுத்துப் பிடித்து விடுவிப்பதற்கு உதவியாக அமைந்திருந்த பல் சக்கரங்களையே கவனமாய்ப் பார்த்துக் கொண்டிருந்தான் காளியண்ணன். அவற்றில் சிறிது பழுது ஏற்பட்டாலும் ட்ராலி, அதல பாதாளத்துக்குப் போய்விடுமே! பல் சக்கரங்களுக்கு உடும்புச் சக்கரங்களென்றும் அந்த விஞ்ச் ஷெட்டுக்கு உடும்புக் கொட்டகையென்றும் அவன் வைத்த பெயர்கள் எல்லோருக்கும் பழக்கமாய்ப் போய்விட்டன. அந்தப் பெயர்களைச் சொல்லித்தான் அந்தச் சக்கரங்களையும் 'விஞ்ச் ஷெட்'டையும் எல்லோரும் குறிப்பிடுவது வழக்கமாகிவிட்டது.

"ஏ மங்கா.. நீ இங்கே எங்கே வந்தே?" என்று வெள்ளாத்தாள் கேட்பது காதில் விழுந்ததும் காளியண்ணன் அந்தச் சரிவில் திரும்பிப் பார்த்தான்.

சுட்ட சோளக் கொண்டையைக் கடித்தவாறு மங்கா, தாயாரின் அருகில் வந்து நின்றதைக் கண்டதும் சட்டென்று முகத்தைத் திருப்பிக் கொண்டு மீண்டும் பல் சக்கரங்களில் பார்வையைப் பதிய வைத்தான். "நீ இன்னும் பவர் ஹவுஸுக்கு எறங்கிப் போகாமே இங்கேயேவா குந்திக்கிட்டிருக்கே?"

"நான் போகாதது இருக்கட்டும், நீ எதுக்கு இங்கே வந்தேன்னுதான் கேக்கறேன்!" என்றாள் தாயார். "வீட்டிலே குந்திக்கிட்டு என்ன செய்யணுமாம்?"

"என்ன செய்யறதுன்னு தெரியாமே இப்படிச் சுத்திக்கிட்டுத் திரிஞ்சாலும் திரிவே. ஆனா உபயோகமா உடம்பு வணங்கிப் பாடுபட மாட்டே அப்படித்தானே?"

"ஏன் ஆத்தா, நம்ம ரெண்டு பேர் வவுத்துக்கும் சேத்துத்தான் நீ பாடுபடறயே, நான் வேறெ எதுக்குப் பாடுபடணும்?" என்று சிரித்தாள் மங்கா.

"இப்ப இப்படிச் சொல்லுவே, தலையைக் காலை வலிச்சு நான் படுக்கையிலே படுத்தா அப்பத் தெரியும்" என்று வெறுத்தாற் போல் கூறினாள் வெள்ளத்தாள்.

"என்ன நினைச்சுக்கிட்டிருக்கே ஆத்தா! மங்கா மனசு வச்சா பத்துப் பேரைக் காப்பாத்த முடியும், தெரியுமா?"

முள்ளும் மலரும்

"சரி சரி. எதுத்து வாயாடி என் எரிச்சலைக் கௌப்பாதே" என்று கூறிய தாயார் சட்டென்று அங்கிருந்து எழுந்து சென்றாள்.

விஞ்ச் விசையின் 'உய்ய்' என்ற சத்தத்தையும் மீறி அவர்கள் பேசிக் கொண்டிருந்த வார்த்தைகள் காளியண்ணனின் காதுகளில் ஒலித்துக் கொண்டுதான் இருந்தன. ஆனால் அவன் அந்தப் பக்கம் திரும்பாமலேயே எல்லாவற்றையும் கேட்டுக் கொண்டிருந்தான். திரும்பினால் மறுகணமே மங்கா அவனைப் பார்த்துச் சிரிப்பாள் அல்லது அவனருகே ஓடிவந்து அவனுடைய கோபத்தைக் கிளப்பும் விதத்தில் ஏதாவது பேசுவாளென்று அவனுக்குத் தெரியும். வேண்டுமென்றே அவள் அவனை 'வள்ளியண்ணே' என்று அழைத்து அவன் ஆத்திரத்தைக் கிளப்புவாள். வள்ளியின் அண்ணன் என்பதற்காக அப்படித்தான் அழைக்க வேண்டுமா என்ன? அந்த அழைப்பே அவனுக்குக் கோபத்தை மூட்டுவதாயிருக்கும். அதைத் தவிர்க்கவே அவன் விரும்பினான். ஆகவே வெள்ளாத்தாள் எழுந்து செல்லும் வரை அவன் அந்தத் திசையில் திரும்பவில்லை. அதன்பிறகு அவன் திரும்பிப் பார்த்தபோது சோளக் கொண்டையைக் கடித்துக் கொண்டே மங்கா பாறைகளில் துள்ளிக் குதித்தவாறு நீர்த் தேக்கத்தின் மதகுக் கரைப் பக்கமாகச் சென்று கொண்டிருந்தாள்.

ட்ராலி பவர்ஹவுஸ் நிலையை எட்டி விட்டதை அறிவிக்கும் மணி அடித்தது. விசையை நிறுத்திவிட்டு ஒரு பீடியைப் பற்ற வைத்துக் கொண்டு ஷெட்டுக்கு வெளியே அத்திமர மேட்டின் மேல் வந்து உட்கார்ந்து கொண்டான் காளியண்ணன். அவன் பீடி குடித்து முடிப்பதற்கும் ட்ராலி மேலே வரத் தயாராகி விட்டதை அறிவிக்கும் மணியடிப்பதற்கும் சரியாயிருக்கும். ட்ராலி மேலே வந்த பிறகும் அப்படித்தான். பவர் ஹவுஸ் பகுதியிலிருந்து ட்ராலியில் வந்த ஆட்கள் இறங்கி, பவர் ஹவுஸ் பகுதிக்குச் செல்ல வேண்டிய வேறு ஆட்கள் ஏறிக் கொள்வதற்குள் காளியண்ணன் ஒரு பீடியைக் குடித்து முடித்து விடுவான். தேவையோ தேவையில்லையோ, அவன் பீடி குடிப்பதற்கும் ட்ராலி மேலும் கீழும் செல்வதற்கும் ஏதோ நெருங்கிய தொடர்பு இருப்பது போலவே பார்ப்பவர்களுக்குத் தோன்றும்.

உடும்புக் கொட்டகையில் எல்லாச் சமயங்களிலும் தொடர்ந்தாற் போல் வேலை இருக்காது. காலையில் தொழிலாளிகள் பவர் ஹவுஸ்க்குச் செல்வதற்கும் மாலையில் அவர்கள் திரும்பி வருவதற்கும்தான் ஐந்தாறு தடவை ட்ராலி மேலும் கீழும் போய் வர வேண்டியிருக்கும். மற்ற சமயங்களில் பெரும்பாலும் ட்ராலிக்கு

ஓய்வுதான். எப்போதாவது உதவி என்ஜினியரோ, சூபர்வைசரோ பவர்ஹவுஸுக்கு அவசரமாகத் தேவைப்படும் சாமான்கள் எதையாவது எடுத்துச் செல்வதற்கு ட்ராலி தேவைப்படும். அல்லது பெரிய எஞ்சினீயர் திடீரென்று நினைத்துக் கொண்டு பவர்ஹவுஸ் வேலையை மேற்பார்த்து வருவதற்காகப் புறப்படுவார். ஆனால் அந்த மாதிரி சவாரிகள் நாள் முழுதும் பார்த்தாலும் இரண்டு மூன்றுக்கு மேல் தேறாது.

இன்று காளியண்ணனுக்கு வழக்கத்தைவிட அதிகம் ஓய்வு. வெள்ளாத்தாளும் வேறு சில தொழிலாளிகளும் புறப்பட்டுச் சென்ற பிறகு ஒரே ஒரு தடவைதான். தொழிலாளர்களுக்காக ட்ராலி தேவைப்பட்டது. அதன் பிறகு அது கேட்பாரில்லாமல் தொழுவத்துப் பசுவைப் போல் உடும்புக் கொட்டகையில் நின்று கொண்டிருந்தது. காளியண்ணனுக்கு அதைப் பார்த்து எரிச்சல் எரிச்சலாக வந்தது. எவ்வளவு நேரம்தான் இப்படியே வெட்டியாக உட்கார்ந்திருப்பது? ஓய்வு நேரத்தைப் பயன்படுத்திக் கொண்டு சாப்பாட்டுக்கு வீட்டுக்குப் போய் வரலாமென்றால் அதற்கும் முடியாது. நடுவில் யாராவது அதிகாரிகள் வந்து தொலைத்தால் என்ன செய்வது? வள்ளி சாப்பாடு எடுத்து வரும்வரை இப்படியே உட்கார்ந்திருக்க வேண்டியதுதான்.

ஒவ்வொரு நாளும் தனக்கு வள்ளி சாப்பாடு எடுத்து வரும்படியாக வைத்துக் கொள்வதில்லை காளியண்ணன். பெரும்பாலான நாட்களில் காலையில் வேலைக்கு வரும்போதே கையோடு ஏதாவது கட்டியெடுத்துக் கொண்டு வந்து விடுவான். சுடுசோறு என்று அவன் சாப்பிட விரும்புவது இரவு நேரத்தில்தான். வேலை முடிந்து வீடு திரும்பும் நேரத்தில் அஞ்சலையத்தை அவனுக்காக வெந்நீர் போட்டு வைத்திருப்பாள். அலுப்புத் தீர அந்த வெந்நீரில் குளித்ததும் அசுரப் பசியொன்று அவனுக்கு ஏற்படுமே. அந்த வேளையில் அஞ்சலையத்தையின் கைமணத்தோடு கொதிக்கக் கொதிக்கக் கலத்தில் வந்து விழும் சாப்பாட்டுக்கு முன்னால் எந்த விருந்துச் சாப்பாடாவது நிற்க முடியுமா என்ன?

வாராவாரம் ஓய்வு நாளில் மக்குக் கரையிலிருந்து பிடித்து வரும் மீன்களை மறுநாள் இரவுச் சாப்பாட்டில் சுடுசோற்றோடு சேர்த்து ரசிப்பதைத்தான் அவன் பெரிதும் விரும்புவான். ஆனால் இன்று மாலை நேரத்துக்காக அவன் போட்டிருந்த திட்டம் வேறாயிருந்தது. அன்றிரவு முள்ளிமலையில் இருளர்கள் கூத்து நடத்தப் போகிறார்களென்று காலையில்தான் அவனுக்குத் தகவல்

முள்ளும் மலரும்

கிடைத்தது. மாலையில் 'டூட்டி' முடிந்ததும் புறப்பட்டால் இருட்டு முற்றுவதற்குள் முள்ளிமலைக்குப் போய்ச் சேர்ந்துவிடலாம். கூத்து முடியும் வரை அங்கிருந்து விட்டு அதிகாலையில் இருட்டோடு புறப்பட்டால் மறுநாள் 'டூட்டி' நேரத்துக்குச் சரியாகத் திரும்பி வந்துவிட முடியும். இந்தத் திட்டத்துடன்தான் அவன் பகல் சாப்பாட்டுக்கே மீன் ஆக்கி வள்ளியிடம் கொடுத்தனுப்பும்படி அஞ்சலையத்தையிடம் சொல்லிவிட்டு வந்திருந்தான்.

காளியண்ணனின் கைக்கடிகாரத்தில் மணி பதினொன்றுதான் ஆகியிருந்தது. வள்ளி சாப்பாடு எடுத்து வருவதற்கு இன்னும் இரண்டு மணி நேரமாவது பிடிக்கும். அதுவரை அவனால் எப்படி வெட்டியாய் உட்கார்ந்திருக்க முடியும்? இந்த மாதிரி சந்தர்ப்பங்களுக்காகவே அவன் ஷெட்டிலேயே மண்வெட்டியைத் தயாராய் வைத்திருந்தான். அவ்வப்போது அவன் அந்த மண்வெட்டிக்கு வேலை கொடுத்து வந்ததனால்தான் ஷெட்டைச் சுற்றிலும் அழகான தோட்டம் ஒன்று உருவாகியிருந்தது. இல்லாவிட்டால் காட்டுச் செடிகள்தானே அங்கு புதராக மண்டிக் கிடந்திருக்கும்.

கைக்கடிகாரத்தைக் கழட்டி ஷெட்டின் கைப்பிடிச் சுவரில் வைத்துவிட்டு அவன் மண்வெட்டியை எடுத்துக் கொண்டு தோட்டத்தின் ஒரு பகுதியைக் கொத்த ஆரம்பித்தான். வேறொரு பகுதியில் அவன் போட்டிருந்த தக்காளி, முட்டைக்கோசு, காரட் போன்ற செடிகள் அப்போதுதான் தலைதூக்க ஆரம்பித்திருந்தன. குரோட்டன்ஸ் செடிகளுக்குப் பஞ்சமில்லை. இப்போது கொத்திக் கொண்டிருக்கும் பகுதி நன்றாகக் காய்ந்த பிறகு உரம் போட்டுப் பாத்தி பிடித்து ஏதாவது சீமைப் புஷ்பச் செடிகளைப் போட்டால் நன்றாக வருமென்று நினைத்துக் கொண்டான் காளியண்ணன்.

உடும்புக் கொட்டகையில் மணி ஒலிப்பது கேட்டது. கீழே பவர் ஹவுஸ் பகுதியிலிருந்து யாரோ மேலே வருவதற்காக ட்ராலி தேவைப்படுகிறதென்பதை அந்த மணி உணர்த்தியது. தோட்ட வேலையை அப்படியே போட்டுவிட்டு காளி, கொட்டகையை நோக்கி ஓடினான். உடும்புச் சக்கரங்கள் ஒழுங்காயிருக்கின்றனவா என்று பார்த்துவிட்டு அவன் விசையை அழுத்தியதும் உருளைகளிலிருந்து உருக்குக் கயிறு விடுபட்டு ட்ராலி மெதுவாகக் கீழே இறங்க ஆரம்பித்தது.

சரிவுப் பகுதியில் இப்போது மேகங்கள் நிரம்பியிருந்தன. ட்ராலி கொஞ்ச தூரம் சென்றதுமே மேகப் பொதிகளுக்குள் புதைந்து கண்களுக்குத் தெரியாமல் மறைந்துவிட்டது. அந்த

உமாசந்திரன்

மலைப்பகுதியின் விசேஷமே அதுதானே! மேகக் கூட்டம் எப்போது அங்கு வந்து அடைக்கலம் புகுமென்று சொல்ல முடியாது. வானம் பளிச்சென்றிருக்கும்போது கூட அந்த மலை முகடுகளில் மேகக் குழந்தைகள் தவழ்ந்து விளையாடிக் கொண்டிருக்கும்.

ட்ராலி கீழே போய்ச் சேர்ந்துவிட்டதைக் குறிக்கும் மணியடிக்கும் வரை விஞ்ச் விசையருகிலேயே கவனமாக நின்றான் காளியண்ணன். மணியடித்த பிறகும் அவன் விசையை நிறுத்திவிட்டு அங்கேயே நின்றான். கீழே இருப்பவர்கள் புறப்படத் தயாராயிருந்தால் அவர்கள் ட்ராலியில் ஏறிக் கொண்டதுமே மணி அடிப்பார்கள். உடனே ட்ராலி மேலே வருவதற்காக விசையை அழுத்தி முடுக்கிவிட அவன் தயாராயிருக்க வேண்டுமல்லவா? ஆனால் ஐந்து நிமிஷமா யிற்று, பத்து நிமிஷமாயிற்று. மணி அடிப்பதாயில்லை. ட்ராலியில் ஏதாவது கனமான சாமான்கள் ஏற்றப்படுகின்றனவோ என்னவோ? அல்லது ட்ராலியில் வரவேண்டியவர் யாருக்காவது பவர் ஹவுஸில் அவசர வேலை குறுக்கிட்டு அதனால் தாமதமாகிறதோ என்னவோ!

மேலும் சில நிமிஷங்கள் அங்கேயே நின்றான் காளி. அப்போதும் மணியடிக்காதிருக்கவே அங்கேயே நின்று கொண்டிருப்பது வீண் என்று அவனுக்குத் தோன்றிற்று. இயல்பாகவே அவன் கால்கள் அத்திமர மேட்டை நோக்கி நடந்தன. அத்திமர மேட்டில் உட்கார்ந்து வழக்கப்படி ஒரு பீடியை எடுத்துப் பற்ற வைத்துக் கொண்ட காளி, புகையை இழுத்து விட்டுக் கொண்டே தோட்டத்துப் பக்கம் திரும்பினான். இதென்ன ... மங்காவா மண்வெட்டியை ஓங்கிப் போட்டுத் தோட்டத்தைக் கொத்திக் கொண்டிருக்கிறாள்?

"ஏ, மங்கா?" கோபம் கொப்பளித்தது காளியின் குரலில்.

ஓங்கிய மண்வெட்டியுடன் நிமிர்ந்த மங்கா அதே நிலையில் திரும்பிக் காளியைப் பார்த்தாள்.

"என்ன?"

"மம்முட்டியைக் கீழே வைச்சிட்டு வா வெளியே."

"ஏன்?"

"நீ ஒண்ணும் கொத்த வேண்டாம்."

"கொத்தினா என்னவாம்?"

"எனக்குப் புடிக்காது."

"எனக்குப் புடிச்சிருக்கு."

முள்ளும் மலரும்

"இது யார் தோட்டம் தெரியுமில்லே?"

"தெரியாம என்ன? சர்க்கார் தோட்டம்."

"நான் சர்க்கார் ஆளு, தெரியுமில்லே."

"அடியாத்தே சர்க்காருக்கு வேறே ஆளு அம்பிடலே போலேருக்கு" என்று சிரித்தாள் மங்கா.

"மங்கா, மம்முட்டியைப் போட்டுட்டு நீ வெளியே வரலே, நான் ரொம்பப் பொல்லாதவனாயிடுவேன்."

"அட! இனிமேத்தான் ஆகப் போறியா?" என்றாள் மங்கா கிண்டலாக.

காளியின் ஆத்திரம் எல்லை மீறியது. "வீணுக்காச்சும் வம்பு குடுக்கவா வந்திருக்கே? உன்னை என்ன செய்யறேன் பாரு" என்று உருமிக்கொண்டே வேலியைத் தாண்டி அவளை நோக்கிப் பாய்ந்தான்.

கலகலவென்று சிரித்த மங்கா மண்வெட்டியை வீசியெறிந்து விட்டுக் கறிகாய்ப் பாத்திகளையெல்லாம் மிதித்துச் சாடியவாறே தோட்டத்தின் மறுபக்கமாக ஓடிக் கொட்டகைக்குள் புகுந்து முன்புறமாக வெளியே வந்து நின்றாள்.

மிதிபட்ட கறிகாய்ப் பாத்திகளைப் பார்த்துக் காளியின் கோபம் எல்லை மீறியது. மங்கா போட்டுவிட்டுப் போன மண் வெட்டியைக் கையில் எடுத்து அவளை நோக்கி ஆத்திரத்துடன் வீசியெறிந்தான். ஆனால் அது தன் மேல் படாமல் துள்ளிச் சமாளித்துக் கொண்டு கடகடவென்று சிரித்தாள் மங்கா.

"வள்ளியண்ணே, உனக்கு ஏன் அவ்வளவு கோவம் வருது? ஏதாச்சும் செய்யக் கூடாததைச் செய்திட்டேனா? தோட்டத்தைக் கொத்திக் குடுத்தா உனக்கு வேலை மிச்சம்தானே?"

"வேலையை மிச்சப்படுத்தற லட்சணமா இது! நல்லா வந்துக்கிட்டிருந்த செடியையெல்லாம் மிதிச்சு மண்ணாக்கிட்டியே.."

"நான் வேணும்னா மிதிச்சேன்? நீதானே என்னை விரட்டினே!" என்று சிரித்தாள் மங்கா.

"இதபாரு. எனக்கு இப்பப் பசி நேரம். கையிலே பிடிபட்டே, கோவத்திலே கண்மண் தெரியாமே ஏதாவது செஞ்சு தொலைச்சிடுவேன், ஜாக்கிரதை..."

உமாசந்திரன்

"அடியாத்தே, பயமாத்தான் இருக்கு" என்றாள் மங்கா, பயந்தவள் போல் கண்களை உருட்டி..

"மரியாதையா ஓடிப்போயிடு இங்கிருந்து" என்று கத்தினான் காளி.

"ஓடிப்போயிடறேன் வள்ளியண்ணே. ஆனா கைக்கெடி யாரத்தைக் காணும்னு மட்டும் என்னைத் துரத்திக்கிட்டு ஓடிவரக் கூடாது" என்று கூறியவாறு அங்கிருந்து நகர்வது போல் போக்குக் காட்டினாள் மங்கா.

"என்னது, கைக்கெடியாரமா?"

"ஆமாம், சுவர் மேலே கழட்டி வச்சிருந்தியே! என் கைக்குக் கூட நல்லாத்தான் இருக்கு..."

"அவ்வளவு திமிரா உனக்கு? உன்னை என்ன செய்யறேன் பாரு" என்று பல்லைக் கடித்தவாறு அவளை நோக்கிப் பாய்ந்தான் காளி.

மங்கா சிரித்துக் கொண்டே ஓடினாள். காளி அவளைத் துரத்திக் கொண்டு ஓடினான். மரங்களடர்ந்த மேடுகளிலும், பாறைகள் நிறைந்த பள்ளங்களிலும் மங்கா மானைப் போல் அனாயாசமாக ஓடிக் கொண்டிருந்தாள். காளிக்கு மூச்சு வாங்கியது. இருந்தாலும் அவள் கையிலிருந்து கைக் கடிகாரத்தைப் பிடுங்கி விட வேண்டும் என்ற ஒரே வெறி அவனை அவளுக்குப் பின்னே துரத்திக் கொண்டிருந்தது.

4

அண்ணனுக்குச் சாப்பாடு எடுத்துக் கொண்டு வள்ளி உடும்புக் கொட்டகைக்கு வந்த போது கொட்டகையில் மணியடித்துக் கொண்டிருந்தது.

"அண்ணே அண்ணே" சுற்றும் முற்றும் எங்கிலும் காளியண்ணனைக் காணவில்லை. "காளியண்ணே!" என்று உரக்கக் குரல் கொடுத்தாள் வள்ளி. எதிர்ப்புறத்துக் குன்றுகளிலிருந்து எதிரொலி வந்ததே ஒழிய காளியண்ணனின் பதில் குரல் வரவில்லை. "காளியண்ணே !" கொட்டகையில் மீண்டும் மணி ஒலித்துக் கொண்டேயிருந்தது.

ட்ராலிச் சரிவில் மேகமூட்டம் வலுத்துத் கறுத்திருந்தது. பத்தடிக்குக் கீழே எதுவுமே தெரியவில்லை கரிய மேகத் துணுக்குகள் கொட்டகையிலும் ஊடுருவிச் சென்று கொண்டிருந்தன. வெளியே பிசுபிசுவென்று மழை பெய்ய ஆரம்பித்திருந்தது. பவர்ஹவுஸ் பகுதியில் இன்னும் நல்ல மழை பெய்து கொண்டிருக்கும். அங்கிருந்துதான் யாரோ மேலே வருவதற்காக மணியை அடித்துக் கொண்டிருக்கிறார்கள் என்று புரிந்து கொண்ட வள்ளி இன்னும் தவியாய்த் தவித்தாள்.

இந்த அண்ணன் சரியான சமயத்திற்கு எங்கே போய் விட்டான்! இந்த மாதிரி என்றுமே

நேர்ந்ததில்லையே! காளியண்ணனைப் பற்றி வேறு விதத்தில் யார் என்ன குற்றம் சொன்னாலும் 'டூட்டி' விஷயத்தில் யாரும் அவனைப் பற்றி குற்றம் சொல்ல முடியாதே, இன்று என்ன வந்தது?

மணி மறுபடியும் தொடர்ந்து ஒலித்தது. வள்ளிக்கு என்ன செய்வதென்றே புரியவில்லை. கீழே இருப்பவர்களுக்கு என்ன அவசரமோ! தேவையான நேரத்தில் காளி டூட்டியைக் கவனிக்காமல் ஷெட்டைப் போட்டபடி போட்டுவிட்டு எங்கோ சென்று விட்டான் என்று அதிகாரிகளுக்குத் தெரிந்தால் அவன் சீட்டையே கிழித்து விடுவார்களே! ட்ராலியைக் கீழே இறக்கிய பின்புதான் அண்ணன் அங்கிருந்து சென்றிருக்க வேண்டுமென்பதை உருளைச் சக்கரங்களைப் பார்த்துப் புரிந்து கொண்டாள் வள்ளி. அவற்றில் சுற்றப்பட்டிருந்த உருக்குக் கயிற்றில் பெரும்பகுதி விடுபட்டிருந்ததல்லவா? ஆனால் பிறகு திடீரென்று அண்ணனை அங்கிருந்து இழுத்துச் செல்லும்படியாக அப்படி என்ன நேர்ந்திருக்கும்?

எப்படியாவது அண்ணன் வந்துவிட மாட்டானா என்ற தவிப்புடன் சுற்றுமுற்றும் பார்த்தாள் வள்ளி. அவன் வருவதற்கான அறிகுறி எதையும் காணோம். மழை வலுத்துக் கொண்டிருந்தது. இனியும் காலம் கடத்த முடியாது. ஒரே ஒரு வழிதான் தோன்றியது வள்ளிக்கு. விஞ்ச் விசையை அழுத்தி டராலி மேலே வருவதற்கு உதவி செய்தாலென்ன?

ட்ராலியைக் கீழே விடுவதற்கும், மேலே இழுத்து வருவதற்கும் காளியண்ணன் என்னென்ன செய்கிறான் என்பதை வள்ளி கவனித்திருக்கிறாள். பல் சக்கரங்களும், உருளைகளும் சரியாப் பொருந்தியிராவிட்டால் விசையருகேயுள்ள சிவப்பு விளக்கு எரியும். அப்படிச் சிவப்பு விளக்கு எரியாவிட்டால் யந்திரத்தில் பழுது இல்லையென்று அர்த்தம் என்று காளியண்ணன் ஒருமுறை அவளுக்கு விளக்கிச் சொன்னதும் அவளுக்கு நினைவிருந்தது. சிவப்பு விளக்கு எரியாததிலிருந்து யந்திரம் நல்ல நிலையில்தான் இருக்கிறது என்பதை உறுதி செய்து கொண்ட வள்ளி முரட்டுத் துணிச்சலுடன் ட்ராலி மேலே வருவதற்கான விசையை அழுத்தி விட்டாள்.

உருளைகள் சுழல ஆரம்பித்தன. உருக்குக் கயிறு மேல் நோக்கி மெள்ள மெள்ள நகர்ந்து வந்து உருளைகளில் சுற்றிக் கொள்ள ஆரம்பித்தது. யந்திரம் சரியாகத்தான் வேலை செய்கிறது என்று அறிந்து வள்ளி பூரிப்படைந்தாள். செய்ததென்னவோ துணிந்து

செய்தாயிற்று. இனி, ட்ராலி பத்திரமாக மேலே வந்து சேர வேண்டுமென்று பிரார்த்திப்பதைத் தவிர வேறு வழியில்லை. கன்னிமலை கௌரியம்மனை நினைத்துக் கொண்டாள் வள்ளி. "கௌரித்தாயே, நீதான் காப்பாத்தணும்!" என்று மனதுக்குள்ளே வேண்டிக் கொண்டாள்.

உருளைகள் மெதுவாகச் சுழன்று கொண்டிருந்தன. ஒவ்வோர் அடியாக மேல் நோக்கி வந்து உருளைகளில் சுற்றிக் கொண்டிருந்த உருக்குக் கயிறு ட்ராலி நிதானமாக மேலேறி வந்து கொண்டிருக்கிறது என்பதை உணர்த்தியது. இதே நிதானத்தில் அது நிலையை வந்து அடைய இன்னும் கால் மணி நேரமாவது ஆகும். அதற்குள் காளியண்ணன் வந்துவிட்டால் ஒரு தொல்லையுமில்லை. கடமை நேரத்தில் வேலையைக் கவனிக்காமல் எங்கோ போய்விட்டான் என்று அவனை யாரும் குறை சொல்வதற்கு இடமிருக்காது.

ஆனால், நேரம் ஆகிக் கொண்டிருந்ததேயொழிய காளியண்ணன் வரும் வழியாயில்லை. உருளைகளில் உருக்குக் கயிற்றின் சுருள்கள் ஏறிக் கொண்டே இருந்தன. வெளியே மழை பெய்வது நின்றிருந்தது. சரிவில் அடர்ந்து குவிந்திருந்த மேகக் கூட்டங்கள் திடீரென்று வேறு எங்கோ செல்ல வேண்டிய கடமையை நினைத்துக் கொண்டவை போல் அங்குமிங்குமாகப் பிரிந்து செல்ல ஆரம்பித்தன. அதுவரை கண்களுக்குப் புலனாகாதிருந்த ட்ராலித் தண்டவாளம் இப்போது மழைத் தண்ணீரில் பளபளத்த்வாறு பளிச்சென்று தெரிந்தது. தண்டவாளங்களின் நடுவே கன்னங்கரிய உருக்குக் கயிறு உயிரைப் பிடித்திழுத்துக் கொண்டிருக்கும் விதியின் பாசம் போல் எங்கோ மலையின் மேலூர்ந்து வந்து கொண்டிருந்த ட்ராலியை இழுத்துப் பிடித்துக் கொண்டு நின்றது. 'கௌரித்தாயே, அண்ணன் சீக்கிரமே வந்திடணுமே..' என்று பரபரப்புடன் பிரார்த்தித்தாள் வள்ளி.

திடீரென்று ஏதோ மாயம் நிகழ்ந்தது போன்ற திகைப்பு அவள் மனத்தில். எதிரே சரிவு நெடுகிலும் சிதறிக் கிடந்த மேகத் துணுக்குகள் ஒரே கணத்தில் துடைத்து விட்டார் போல் மறைந்துவிடவே உச்சி வெயிலின் ஒளியில் அந்தப் பிரதேசம் முழுவதும் பளிச்சென்று துலங்கியது. கூப்பிடு தூரத்திலேயே ட்ராலி மேல் நோக்கி ஊர்ந்து வந்து கொண்டிருப்பதை இப்போது வள்ளி நன்றாகப் பார்த்து விட்டாள். உடம்போடு நடுங்கியது அவளுக்கு. ட்ராலியில் வருவது யாரோ தெரியவில்லையே. தெய்வமே! இந்தக் கடைசி நிமிஷத்திலாவது காளியண்ணன் வந்துவிடக் கூடாதா?

ட்ராலியில் அமர்ந்திருந்தது யாரென்று புரியாவிட்டாலும் ஒரே ஒரு மனிதர்தான் வந்து கொண்டிருந்தார் என்பதைக் காண

முடிந்தது. அவரது உடையும் தோற்றமும் அவர் ஓர் அதிகாரிதான் என்பதை எடுத்துக் காட்டின. ஆயிற்று, இன்னும் இரண்டு மூன்று நிமிஷங்களுக்குள் அவர் மேலே வந்துவிடப் போகிறார். காளியண்ணனைப் பற்றிக் கேட்டால் வள்ளியால் என்ன பதில் சொல்ல முடியும். 'கௌரித் தாயே, இப்படி ஒரு சோதனைக்கு என்னை ஆளாக்கி விட்டாயே!' என்று நினைத்தபோது வள்ளிக்கு அழுகையே வந்துவிடும் போலிருந்தது. ட்ராலியில் வருபவர் தன்னைப் பார்க்க முடியாத விதத்தில் மறைந்து நின்று கொண்ட வள்ளி ஒரு சிறிய இடைவெளி வழியே அவரை அடையாளம் கண்டுகொள்ள முயன்றாள். அப்போதுதான் அவர் மழைக்குப் பாதுகாப்பாகத் தலையில் அணிந்திருந்த குல்லாயைக் கழட்டினார். அவரது முகம் வள்ளிக்குத் தெளிவாகத் தெரிந்தது. ஆனால் இதென்ன! முன்பின் பார்த்திராத முகமாயிருக்கிறதே! ஒரு வாரத்திற்கு முன்புதான் புதிதாக ஓர் எஞ்சினியர் அந்தப் பகுதிக்கு வந்திருப்பதாகக் காளியண்ணன் கூறிக்கொண்டிருந்தது வள்ளியின் மனத்தில் சட்டென்று பளிச்சிட்டது. ஒருவேளை இவர் அவரா யிருப்பாரோ?

அவரைப் பற்றிக் காளியண்ணன் அலட்சியமாகக் கூறிய சில வார்த்தைகள் இப்போது வள்ளியின் நினைவுக்கு வந்தன.

"வேலையிலே சேந்த புதிசில்லே? அதுதான் பிரமாதமா அமுத்தல் பண்ணிக்கிறாரு. ஆனா அந்த அகராதித்தனமெல்லாம் இந்தக் காளியண்ணன்கிட்டே சாயாது. நம்ம டூட்டி உண்டு நாம் உண்டு. அவரு பெரிய படிப்பு படிச்சவர்ன்னா அவரோடே, நம்மகிட்டே மட்டும் வம்பு குடுக்க வந்தாரு, அப்பத் தெரிஞ்சுக்குவாரு நாம யாருன்னு." ட்ராலியில் அமர்ந்திருந்த மனிதரை மறுபடியும் கூர்ந்து கவனித்தாள் வள்ளி. ஒருவேளை காளியண்ணன் கூறியது உண்மையாயிருக்குமோ?

ட்ராலி நிலையை எட்டி விட்டதென்பதை உணர்த்துவதற்காகத் தண்டவாளத்தை அடுத்து அமைக்கப்பட்டிருந்த தந்திக் கம்பியை ஒரு கழியால் தொட்டார் அந்த மனிதர். உடனே ஷெட்டில் மணியடித்தது. வள்ளி விசையை அழுத்தி யந்திரத்தை நிறுத்தியதும் ட்ராலி நிலைக்கு வந்து நின்றது.

வள்ளிக்கு இப்போது அங்கே நிற்கக் கூட பயமாயிருந்தது. அந்த மனிதர் ட்ராலியைவிட்டு இறங்கிப் பாதுகாப்பாக அணிந்திருந்த மழைக்கோட்டைக் கழட்டி உதறிக் கையில் எடுத்துக் கொண்டவாறு நேரே ஷெட்டை நோக்கித்தான் வரப் போகிறார். ஷெட்டுக்கு

முள்ளும் மலரும்

வந்ததும் அவர் கேட்கப் போகும் முதல் கேள்வி காளியண்ணனைப் பற்றியதாகத்தான் இருக்கும். காளியண்ணனுக்குப் பதிலாக அவள் அந்த இடத்தில் இருந்து ஒவ்வொன்றும் செய்திருக்கிறாள் என்று அவர் அறிந்தால் எவ்வளவு கோபித்துக் கொள்வாரோ! சரியான சமயத்தில் காளியண்ணன் அங்கில்லாமல் போனதற்கு அவள் என்ன சமாதானம் சொல்லப் போகிறாள்? என்ன சமாதானம் சொன்னாலும் அது பொய்யாகத்தானே இருக்கும்! அப்படிப் பொய்ச் சமாதானம் சொல்லும் நிலை ஏற்படுவதைவிட நின்ற இடத்திலேயே அவர் கண்ணுக்குத் தெரியாமல் மாயமாக மறைந்துவிட முடியாதா என்று தவித்தாள் வள்ளி.

"ஏ வள்ளி! தோட்டத்துக்கு ஓடு!" காதருகே கரகரத்த குரலைக் கேட்டதும் வள்ளி சட்டென்று திரும்பிப் பார்த்தாள். காளியண்ணன் நின்று கொண்டிருந்தான்!

வியப்பும் மகிழ்ச்சியும் மேலிட, "அண்ணே" என்று கத்திவிடப் போனாள் வள்ளி.

சட்டென்று அவள் வாயைப் பொத்தி அவளைப் பின்னுக்கு இழுத்தான் காளி. "அப்புறம் பேசிக்கிடலாம். இப்ப நீ இங்கே நிக்காதே" என்று அவசர அவசரமாகக் கூறியவாறு அவளைத் தோட்டத்துப் பக்கமாகத் தள்ளிவிட்டான்.

வள்ளி தோட்டத்துக் கதவுக்குப் பின்னே மறைந்து கொள்வதற்கும் அந்த மனிதர் ஷெட்டை நெருங்குவதற்கும் சரியாயிருந்தது. காளியண்ணனே அவரை எதிர்கொள்பவன் போல் ஷெட்டுக்கு வெளியே சென்று அவருக்கு வணக்கம் தெரிவித்தான்.

"வணக்கம் சார்."

"ஓ நீதான் ட்யூட்டியில் இருந்தாயா?" என்று கேட்டார் அவர்.

"கீழே இருந்து ரொம்ப நேரமா மணியடித்துக் கொண்டிருந்தேனே, உனக்குக் கேட்கவில்லையா?"

"ரொம்ப நேரமா அடிச்சுக்கிட்டிருந்தீங்களா? பாவம்! ஆனா நான் என்ன செய்ய முடியும் சார்? மெஷின் ரிப்பேராயிருந்துச்சு. உடும்புச் சக்கரம் ஒண்ணுக்கொண்ணு சரியாப் பொருந்தலே. அதைச் சரிப்படுத்தாம ட்ராலியை மேலே தூக்கினா என்ன கதியாகும்?"

"அப்படியா? சக்கரம் சரியில்லாமலா இருந்தது? அதை நீயே எப்படிச் சரி செய்ய முடிந்தது?" என்று வியந்தவாறே அந்த இளைஞர் ஷெட்டுக்குள்ளே சென்று பல் சக்கரங்களைப் பார்த்தார்.

"இதில் பழுது இருந்ததாகவே தெரியவில்லையே?" என்றார் வியப்புடன்.

"அவ்வளவு சாமர்த்தியமா அதைச் சரி செய்திருக்கேன் சார், சும்மா இல்லே. நாலு வருசமா அனுபவப்பட்டிருக்கிறவன் இல்லே? அக்கு வேறே ஆணி வேறயா பிரிச்சுப் போட்டாலும் கவலை யில்லை எனக்கு. ஒரு மணி நேரத்திலே மறுபடியும் உருப்படியாக்கி ஓட்டத் தெரியும் சார்" காளியண்ணன் இன்னும் ஏதேதோ அடுக்கிக் கொண்டே போயிருப்பான். ஆனால் அந்த மனிதர் சட்டென்று இடைமறித்தார்.

"ஏன் பொய் சொல்கிறாய்?" என்றார் அமைதியாக.

"என்ன சார்?"

"நீ சொல்வது அப்பட்டமான பொய்." காளியண்ணனின் கண்கள் பயங்கரமாய்ச் சிவந்தன.

"நிறுத்துங்க சார்! நீங்க ஆபீசர்னா என்ன வேணுமானா பேசிடறதா?"

அந்த இளைஞர் அமைதியாகச் சிரித்தார். "இதிலே கோபப்படுவதற்கு ஒண்ணுமில்லே காளி. நான் மணியடித்த சமயத்தில் நீ இந்த இடத்திலேயே இல்லை என்பதுதான் உண்மை ."

"ஓகோ! ட்ராலி உங்களைத் தூக்கிக்கிட்டுத் தன்னைப் போலே மேலே வந்திடுச்சாக்கும்."

"அப்படி நான் சொன்னேனா? ஆனால் ட்ராலியை மேலே வரப்பண்ணினது நீ இல்லை என்பது மட்டும் நிச்சயம்."

"நான் இல்லாமே, கொறளியா ஓட்டிச்சு?"

அமைதியாக அந்த மனிதர் அவனுக்கு வந்திருந்த சாப்பாட்டை சுட்டிக்காட்டினார்.

"இந்தச் சாப்பாடு உனக்காகத்தானே வந்திருக்கு? இதை எடுத்து வந்தது யாரு?"

"யாராயிருந்தா உங்களுக்கென்ன?"

"உனக்குச் சாப்பாடு எடுத்து வருவது உன் தங்கைதான் என்று எனக்குத் தெரியும்."

"அதனாலே என்ன?"

"உன் தங்கை இங்கே வரும்போது நீ இங்கே இல்லை. மணியடிப்பதைக் கேட்டு அந்தப் பெண்ணுக்கு ஒரே திகைப்பாய்ப்

போயிருக்கிறது. உன் மேலே புகார் வராமல் காப்பாற்றுவதற்காகத் துணிந்து விசையைப் போட்டு ட்ராலியை மேலே வரப்பண்ணி யிருக்கிறாள்."

கதவுக்குப் பின்னே மறைந்திருந்த வள்ளிக்கு ஒரே வியப்பு. "எவ்வளவு கணக்கா, நேரிலே பார்த்த மாதிரி ஒண்ணொண்ணையும் சொல்றாரு! பெரிய சாமர்த்தியக்காரர்தான்" என்று நினைத்துக் கொண்டாள்.

காளியண்ணனுக்கோ ஒரே ஆத்திரம்.

"என்னமோ எல்லாத்தையும் கண்டறிஞ்ச மாதிரி பேசறீங்களே! அபாண்டமா குத்தம் சொன்னா அடுக்காது சார். எது சொன்னாலும் தகுந்த ருசுவோட சொல்லணும்" என்று கத்தினான்.

"ருசு தேவையா? உன்கிட்டே கண்ணாடி இருந்தால் உன் முகத்தை நீயே பார்த்துக்கொள். ட்யூட்டியிலே இருந்தவன் முகத்தில் இவ்வளவு கீறலும் காயமும் எங்கிருந்து வந்தது? முள்செடியிலே மாட்டிக் கிழித்த மாதிரி சட்டை கூடத் தாறுமாறாகக் கிழிந்திருக்கு. யார் கூடவோ சண்டை போட்டுத் துரத்திக் கொண்டு போயிருக்கிறாய். சண்டை மும்முரத்திலே ட்யூட்டியை மறந்திருக்கிறாய். உனக்குக் கெட்ட பேர் வரக்கூடாது என்று தான் உன் தங்கை நிலைமையைச் சமாளித்திருக்கிறாள்."

"அப்படியே வச்சுப்போம். அதுக்காக என்ன செய்யப் போறீங்க இப்போ. என் மேலே ரிப்போர்ட் எழுதப் போறீங்களா? தாராளமா எழுதிக்குங்க. உங்க ரிப்போர்ட் எங்கே செல்லுபடியாகுதுன்னு நானும் பாத்திடறேன்."

"காளி, உன்னோட வீறாப்பைப் பரிசோதிக்க நான் தயாரா யில்லை. ஒருத்தரைப் பற்றி ரிப்போர்ட் எழுத எனக்குப் பிடிக்காது. ஆனா உன் தங்கைகிட்டே மட்டும் ஒரு வார்த்தை சொல்லி வை. இன்னிக்குச் செய்த மாதிரி இனிமேல் என்னிக்கும் செய்ய வேண்டாம். ஏதாவது ஒன்று கிடக்க ஒன்று ஆகியிருந்தால் நான் இங்கேயா நின்று பேசிக் கொண்டிருப்பேன்? ட்ராலியோட அதலபாதாளத்துப் பாறையிலே மோதி சில்லுச் சில்லா சிதறிப் போயிருக்க மாட்டேனா?"

கதவுக்கு அப்பாலிருந்து இந்த வார்த்தைகளைக் கேட்டுக் கொண்டிருந்த வள்ளி தன்னையும் மீறி "ஐயையோ" என்று கத்தி விட்டாள்.

“உன் தங்கை கூட இங்கேதான் இருக்கு போலேருக்கு” என்று கூறிக் கொண்டே கதவின் மறுபக்கம் சென்று பார்த்தார் அந்த இளைஞர். நடுங்கும் உள்ளத்துடன் வள்ளி தலையைக் குனிந்து நின்று கொண்டிருந்தாள்.

“ஓ, நீ தான் காளியண்ணனோட தங்கையா?” காளியண்ணன் இடைமறித்தான்.

“சார், நீங்க பேசறதை எங்கிட்டே பேசிக்குங்க. என் தங்கச்சி கிட்டே எதுவும் பேசத் தேவையில்லை” என்றான்.

“ஏன் காளி, வேறே என்ன பேசப் போறேன்? என் உயிரைப் பத்திரமா மேலே கொண்டு வந்து சேர்த்ததற்கு ரெண்டு நன்றி வார்த்தையாவது உன் தங்கையிடம் சொல்ல வேண்டாமா? இதோ பாரம்மா, இனிமே இந்த விஷப் பரீட்சையெல்லாம் வைத்துக் கொள்ள வேண்டாம். எனக்கு இந்த உலகத்திலே யாரும் கிடையாது. நான் இருந்தாலும் செத்தாலும் யாரும் கவலைப்படப் போவதில்லை. அதனாலேதானோ என்னமோ என் ஆயுசு கெட்டியாயிருக்கு. ஆனா ஆயுசு கெட்டியாயில்லாதவங்க எத்தனை பேர் இருப்பாங்க. அந்த மாதிரி யாராவது வந்திருந்தா என்ன கதியாயிருக்கும், நீயே சொல்லு.”

வள்ளிக்கு என்ன சொல்வதென்றே புரியவில்லை. அந்த மனிதரை நிமிர்ந்து பார்க்கக் கூடத் துணிவில்லாமல் நின்று கொண்டிருந்தாள்.

மறுபடியும் ஷெட்டில் மணியடித்தது.

‘வேலையை கவனி காளி. நான் வருகிறேன்” என்று கூறி அங்கிருந்து நகர்ந்தார் அந்த மனிதர்.

“எல்லாம் உன்னாலேதான்” என்று கூறுவது போல் வள்ளியைப் பார்த்து ஒரு முறைப்பு முறைத்துவிட்டு வேலையைக் கவனிக்கச் சென்றான் காளியண்ணன்.

செய்யத்தகாத குற்றம் செய்துவிட்டவளைப் போல் அந்த இடத்திலேயே அசையாமல் நின்றாள் வள்ளி.

5

பவர்ஹவுஸ் சரிவில் மறுபடியும் மேகமூட்டம் வலுத்திருந்தது. பத்தடி தூரத்துக்குக் கூட ட்ராலித் தண்டவாளம் கண்களுக்குப் புலனாகவில்லை. அந்த மேக மூட்டத்தையே வெறித்து நோக்கியவாறு நின்றிருந்தான் காளி. அவன் மனத்தில் எரிச்சல் குமைந்து கொண்டிருந்தது. மேகமூட்டம் இப்படியே நீடித்தால், இரவு முள்ளி மலைக் கூத்து நடந்தாற் போலத்தான். முன்னறிவிப்பில்லாமல் இப்படி வந்து தொல்லை கொடுக்கும் இந்த மழை மேகங்களை அப்படியே வாரிச் சுருட்டி எங்காவது வீசியெறிந்துவிட முடியாதா என்று ஆத்திரம் வந்தது காளியண்ணனுக்கு.

வள்ளி நின்ற இடத்திலேயே இன்னும் நின்று கொண்டிருந்தாள். உடும்புக் கொட்டகையில் அமைதி நிலவியிருந்தது. விஞ்ச்சின் 'உய்ங்' என்ற ஒரே சீரான சத்தம் கூட அந்த அமைதிக்குச் சுருதியாகவே தோன்றியது வள்ளிக்கு. காளியண்ணனின் கோபம் அவளுக்குத் தெரியும். விஞ்ச் விசையின் சுருதிக்கு மாறுபட்ட மிகச் சிறிய சத்தம் கூட அவன் கோபத்தை பூகம்பமாக வெடிக்கச் செய்யும் என்று அஞ்சியவாறு அவள் அசைவற்று நின்று கொண்டிருந்தாள். ட்ராலி

பவர்ஹவுஸ் தளத்தை அடைந்துவிட்டது என்பதைக் குறிக்கும் மணி ஒலித்தது. விசையை நிறுத்திவிட்டு வழக்கம் போல் அத்திமர மேட்டை நோக்கி நடந்தான் காளியண்ணன். கதவு மறைவிலிருந்து மெதுவாக வெளியே வந்த வள்ளி, அண்ணனுடைய முகத்தோற்றம் எப்படியிருக்கிறது என்று கவனித்தாள். காளியண்ணனின் முகம் இன்னும் கடுகடுவென்றுதான் இருந்தது. பீடியைப் பற்றவைத்துப் புகைக்க ஆரம்பித்திருந்த அவனைப் பார்க்கும் போது எரிமலை புகையைக் கக்குவது போலத்தான் வள்ளியின் கண்களுக்குத் தோன்றியது. அவனை நெருங்கவே அவள் அஞ்சினாள். இருந்தாலும் மனத்தைத் திடப்படுத்திக் கொண்டு ஓசைப்படாமல் நடந்து அவனருகே சென்றாள்.

காளியண்ணன் தலை நிமிர்ந்து அவளை முறைத்துப் பார்த்தான்.

“என்ன ?

“சாப்பிடு அண்ணே.”

“எனக்குச் சாப்பாடு வேண்டாம்.”

“எவ்வளவோ ஆசையோடு கொண்டு வரச் சொன்னியே.”

“எங்கேயாவது கொட்டு போ!”

“நீ இவ்வளவு கோவிக்கும்படியா என்ன நடந்திடுச்சு?”

“இன்னும் என்ன நடக்கணும்? நாலு வருசமா நானும் இந்த வேலை பார்க்கிறேன். என் மேலே யாரும் தப்பு சொல்லும்படி நடந்தது கிடையாது. இப்போ என்னடான்னா நேத்து வந்து வேலையிலே சேர்ந்தவங்க கிட்டேல்லாம் பேச்சுக் கேக்கும்படி ஆயிடுச்சு” என்று கூறிய காளியண்ணன் வெறுப்புடன் முகத்தைத் திருப்பிக் கொண்டான்.

வள்ளிக்கு அழுகை வந்துவிடும் போலிருந்தது.

“எம்மேலே தப்பு இருந்தா ஆத்திரம் தீர என்னைத் திட்டு, அடி. என்ன தண்டனை வேணும்னாலும் குடு. ஆனா பசி நேரத்திலே காயக் காய இருக்காதே அண்ணே. அத்தை உனக்காக அவ்வளவு பாடுபட்டு ஒண்ணொண்ணும் ஆக்கி அனுப்பிச்சிருக்கு.”

அவளுடைய குரலிலிருந்து உருக்கம் காளியண்ணனின் கடுமையைச் சற்றுக் குறைத்தது. கையிலிருந்த பீடியை வேண்டா வெறுப்பாக வீசியெறிந்தான்.

முள்ளும் மலரும்

"என்னைத் தொந்தரவு செய்யாதே வள்ளி. எனக்குப் பசியில்லை" என்று கூறியவாறு எழுந்தான்.

வள்ளி சிரித்து விட்டாள்.

"ஏண்ணே பொய் சொல்றே? இந்த நேரத்திலே உன் பசி எப்படி இருக்கும்னு எனக்கா தெரியாது?" என்றாள் சிரித்துக் கொண்டே.

காளியண்ணனின் உதட்டிலும் சிரிப்பு அரும்பியது. "போ வள்ளி. நீ பொல்லாத பொண்ணு. எதையாவது சொல்லி என் மனசை மாத்திடறே" என்று கூறியவாறே உடும்புக் கொட்டகையை நோக்கி நடந்தான்.

"நடந்ததென்னமோ நடந்து போச்சு. அதுக்காக நீ சாப்பிடாம இருந்தா சரியாப் போயிடுமா?" என்று கூறிய வள்ளி, வெற்றிக் குதூகலத்துடன் அவனுக்கு முன்னே ஓடினாள்.

"எல்லாம் அந்த மங்காவாலே வந்த வினை. இன்னொருதரம் அது என் கையிலே சிக்கட்டும், அந்த எடத்திலேயே கழுத்தை நெரிச்சுப் போட்டுடறேன்" என்று பல்லைக் கடித்தான் காளி.

அப்படி ஏதாவது நடந்திருக்குமென்று வள்ளி ஊகித்தது தான். ஆனால் அதைப் பற்றிய விவரங்களைக் கேட்டு மறுபடியும் அண்ணனின் ஆத்திரத்தைக் கிளப்ப அவள் விரும்பவில்லை. எப்படியாவது அவன் பசி தீரச் சாப்பிட்டால் போதுமென்று இருந்தது அவளுக்கு. இரண்டு வாய்ச் சோறு உள்ளே போனதுமே காளியண்ணன் கலகலவென்று பேச ஆரம்பித்து விட்டான். நடுவே பவர்ஹவுஸ் தளத்திலிருந்து டராலி புறப்படத் தயாராகி விட்டதற்காக மணி ஒலித்தபோது கூட அவன் பொறுமை இழக்கவில்லை. அலட்சியமாக விசையை அழுத்தி யந்திரத்தை இயக்கிவிட்டு மறுபடியும் சாப்பாட்டை ரசித்துச் சாப்பிடுவதில் ஈடுபட்டான்.

காளியண்ணனின் பேச்சு பெரும்பாலும் அந்தப் புதிய மனிதரைப் பற்றியேயிருந்தது. அவரைப் பற்றி அகாரணமான வெறுப்பும், ஆத்திரமும் அவன் மனத்தில் குடி கொண்டிருந்தது என்பதை அவன் பேச்சிலிருந்து உணர்ந்து வள்ளி ஆச்சரியப்பட்டாள். அண்ணனுக்கு அவர் மேல் அப்படியென்ன ஆத்திரம்? அவர் பேசிய பேச்சிலும் தப்பு ஒன்றும் காண முடியவில்லையே. அவர் நினைத்திருந்தால் எவ்வளவோ அதிகாரத்துடன் பேசியிருக்க முடியுமே! ஆனால் அவர் எவ்வளவு பக்குவமாக சாமர்த்தியமாக ஒவ்வொன்றையும் எடுத்துச் சொல்லிவிட்டுப் போனார்.

அவர் கூறிய ஒரு விஷயம் அப்போதிருந்து வள்ளியின் மனத்தில் உறுத்திக் கொண்டே இருந்தது. இந்த உலகத்தில் தனக்கு யாருமே கிடையாது என்று அவர் சொன்னாரே, உண்மையாகத்தான் சொன்னாரா, பரிகாசத்துக்காகச் சொன்னாரா?

ட்ராலி நிலைக்கு வருவதற்கு முன்பே காளியண்ணன், சாப்பாட்டை முடித்துவிட்டுப் பெரிதாக ஏப்பம் விட்டுக் கொண்டே ஓடையில் கையைக் கழுவிக் கொண்டான். வெளியே செறிந்திருந்த மேகத்தின் மூட்டம் கூட இப்போது அவனுக்கு ஆத்திரமூட்டுவதா யில்லை. மழை பெய்தால் நன்றாகப் பெய்யட்டுமே. அதற்காக முள்ளி மலைக்குச் செல்லும் திட்டத்தை அவன் கைவிட்டுவிடப் போகிறானா என்ன? கூத்து நடக்காவிட்டால் போகிறது. அதையொட்டிய மற்றதெல்லாம் நடந்துதானே தீரும். உண்மையில் அவன் முள்ளி மலைக்குப் போக நினைத்தது கூத்தை விட அந்த மற்ற சம்பிரதாயங்களைக் கருதித்தானே.

ட்ராலி நிலையை அடைந்துவிட்டதைக் குறிக்கும் மணி ஒலித்தது. காளியண்ணன் விசையை நிறுத்தினான்.

ட்ராலியில் ஏழெட்டுத் தொழிலாளிகள் வேலை முடித்துத் திரும்பியிருந்தனர். வெள்ளாத்தாளும் அவர்களுடன் டராலி யிலிருந்து இறங்கி வருவதைப் பார்த்து வள்ளிக்கு வியப்பாயிருந்தது.

வெள்ளத்தாளும் வள்ளியைப் பார்த்து விட்டாள்.

“வள்ளி, இங்கே வந்து ஒரு கை பிடி கண்ணு, நடக்கக் கூட முடியலே” என்று குரல் கொடுத்தாள் அவள்.

அவள் நடை தள்ளாடியதைக் கவனித்த வள்ளி சரிவில் ஓடிச் சென்று அவளைத் தாங்கிக் கொண்டாள்.

“வேலை செய்துகிட்டிருக்கும்போதே கிறுகிறுன்னு வந்திடுச்சு. மயங்கி விழப் போயிட்டேன். என் நல்ல காலம் அந்த மேஸ்திரி ஐயா பெரிய மனசு பண்ணி எனக்கு அரை நாள் லீவு குடுத்து, வீட்டுக்குப் போகச் சொல்லிட்டாரு” என்று விவரித்துக் கொண்டே வெள்ளாத்தாள் வள்ளியின் உதவியால் அந்தச் சரிவுப் பாதையில் ஏறி வந்தாள்.

காளியண்ணன் வழக்கம்போல் அத்திமர மேட்டில் உட்கார்ந்து பீடியைப் புகைத்துக் கொண்டிருந்தான்.

முள்ளும் மலரும்

"அண்ணே, மங்காவோட ஆத்தாளுக்கு உடம்பு முடியலியாம். வீட்டிலே கொண்டு விட்டுட்டு நானும் வீட்டுக்குப் போறேன்" என்று அண்ணனிடம் தகவல் தெரிவித்தாள் வள்ளி.

காளியண்ணன் ஒன்றும் பேசவில்லை. வெள்ளாத்தாளைப் பார்த்து உறுமுவது போல் தொண்டையைக் கனைத்துக் கொண்டான்.

"உங்க மங்கா இன்னிக்கு என்கிட்டே எப்படி வம்பு குடுத்தா தெரியுமில்லே?" என்றான் அலட்சியமாகப் பீடிப்புகையை ஊதியவாறு.

"என்ன செய்தா தம்பி?"

"நான் ஏன் சொல்லணும்? விட்டுக்குத்தானே போறே? உன் மகளையே கேளு, போ, போ!" என்று கூறி முகத்தைத் திருப்பிக் கொண்டான் காளியண்ணன்.

"கடவுளே, இப்படி ஒரு பெண்ணோட நான் இன்னும் எத்தனை நாளைக்குத்தான் கஷ்டப்படணுமோ?" என்று அங்கலாய்த்த வெள்ளாத்தாள் வள்ளியுடன் அங்கிருந்து நடந்தாள்.

அருவிக்கரையை அடுத்த ஒரு மேட்டில் வெள்ளாத்தாளின் குடிசை இருந்தது. ஓரடி உயரத்துக்கு மண் சுவரெழுப்பி, மூங்கில் கழிகளையும், காட்டுப் புற்களையும் கொண்டு கூரை வேய்ந்து காளியண்ணன் அந்தக் குடிசையைக் கட்டிக் கொடுத்திருந்தான். தாயும் பெண்ணும் குடித்தனம் நடத்துவதற்கு அது போதுமானதா யிருந்தது.

"இங்கே திரும்பின இடமெல்லாம் இவ்வளவு புல்லும் தழையும் இருக்கிறதுக்கு ஒரு எருமை கட்டிக்கிட்டா எவ்வளவு பாலாறும் நெய்யாறும் ஓடும் தெரியுமா? அவ்வளவும் வீணாய்ப் போகுதேன்னு இருக்கு எனக்கு" என்று வெள்ளாத்தாள் சில சமயம் நப்பாசையுடன் கூறுவது உண்டு. மூன்று எருமையை வைத்துக் கொண்டு வாழ்ந்த வளல்லவா? நடுவில் எவ்வளவுதான் அலைந்தாலும் இப்போது ஓரளவுக்கு நிலையான வாழ்க்கை வசதி ஏற்பட்டவுடன் பழைய நாட்களின் நினைவுகளெல்லாம் தலைதூக்குவது இயற்கைதானே?

"மங்காவும் என் கூட வேலைக்கு வந்தா எவ்வளவு நல்லா இருக்கும். ஒரு வருசம் அவளும் உழைச்சாப் போதும். ஒரு எருமை வாங்கறதுக்கு வேண்டிய பணம் கையிலே சேந்து போகும். நான் சம்பாதிக்கிறது எங்க ரெண்டு பேர் வவுத்துக்கே பத்தாமத்தானே இருக்கு! அதைச் சொன்னா அந்தப் பொண்ணு கேட்டாத்தானே? என்று நினைத்து வெள்ளாத்தாள் அடிக்கடி ஆத்திரமடைவாள்.

வேலை செய்யாமல் சுற்றினால் சுற்றட்டும். வேண்டாத வம்பை யெல்லாம் விலைக்கு வாங்கிக் கொண்டு வந்துவிடுகிறாளே? எல்லாம் கிடக்க, காளியண்ணனிடம் எதற்காக மல்லுக்கு நிற்க வேண்டும்?

“அந்தக் கழுதையை இன்னிக்குத் தகுந்தபடி விசாரிக்கத்தான் போறேன்” என்று மனதுக்குள் கூறிக்கொண்டே வெள்ளாத்தாள் வீட்டை நெருங்கினாள்.

ஆனால் மங்கா வீட்டில் இருந்தால்தானே? வெள்ளாத்தாள் அவளுக்காகப் பானையில் மூடி வைத்திருந்த பழைய சோறு இன்னும் அப்படியே இருந்தது. காலையில் வெளியே சுற்றப் போனவள் திரும்பி வீட்டுப் பக்கம் எட்டிப் பார்க்கவேயில்லை என்று தெரிந்தது.

“பார்த்தியா வள்ளி, வயசுப் பொண்ணு இப்படிக் கட்டுமெட்டு இல்லாமே கண்ட எடத்திலே சுத்திக்கிட்டுத் திரிஞ்சா பாக்கறவங்க கரிச்சுக் கொட்டமாட்டாங்களா? நான் ஒண்டிக்காரி என்ன செய்ய முடியும்? வேலை செய்யப் போவேனா, இந்தக் கழுதையைக் கட்டி மேச்சுக்கிட்டிருப்பேனா? நீயாவது அவளுக்குப் புத்தி சொல்லக் கூடாதா வள்ளி?'' என்று ஆயாசத்துடன் கூறிக் கொண்டே வீட்டுக்குள் நுழைந்த வெள்ளாத்தாள், தலைசுற்றல் தாங்காமல் ஒரு மூலையில் படுத்துவிட்டாள்.

“நீங்க படுத்திருங்க ஆத்தா. நான் போய் மங்கா எங்கே இருந்தாலும் தேடிக் கூட்டியாரேன்” என்று கூறிய வள்ளி அங்கிருந்து சென்றாள்.

ஆனால் வள்ளி அதிக தூரம் போக வேண்டியிருக்கவில்லை. அருவிக்கரைத் திருப்பத்திலிருந்து சிறிது தூரம் சென்றதும் மூங்கிற் புதருக்கு அப்பால் அருவியின் மேம்பாறைக் கசத்தருகே மங்கா உட்கார்ந்து தலையைக் கோதிக் கொண்டிருப்பது தெரிந்தது.

“மங்கா!” என்று குரல் கொடுத்தாள் வள்ளி.

திரும்பிப் பார்த்ததுமே மங்காவின் முகம் குப்பென்று மலர்ந்தது. காய வைத்திருந்த சேலையின் மறுதலைப்பை அள்ளியெடுத்துச் சரியாக மேலே சுற்றிக் கொண்டு அவசர அவசரமாக எழுந்தாள்.

“அங்கேயே நில்லு அக்கா. நான் முள்ளுத் தெச்சிக்கிட்டது போதும். நீயும் தெச்சுக்க வேண்டாம்” என்று கூறியவாறு அவள் பாறைகளில் தாவித் தாவிச் சமதரைக்கு வந்ததும் ஒரு காலை நொண்டியவாறே வள்ளியருகே வந்தாள்.

“கால்லே எப்படி முள் தெச்சுது?” என்று கேட்டாள் வள்ளி.

"கண் மண் தெரியாம முள்ளை மிதிச்சுக்கிட்டு ஓடினா முள்ளு தெக்காமே விடுமா? ஆனா அந்த முள்ளு மட்டும் தெக்காமே இருந்திச்சுன்னா, உங்க காளியண்ணன் என்னை புடிச்சே இருக்க முடியாது. தெரியுமில்லே?" என்று கூறியவாறே காலைப் பிடித்து விட்டுக் கொண்டாள் மங்கா.

"ஆமாம். என்ன தகராறு உங்களுக்குள்ளே?"

"தகராறுன்னு யாரு சொன்னது? நான் தான் வீணுக்காச்சும் வம்பு குடுத்தேன், உங்கண்ணன் கோவத்தைக் கிளப்பறதுக்காக! அது கோவப்படறதைப் பார்த்தா எனக்குச் சிரிப்பு சிரிப்பா வருது வள்ளியக்கா. அது கைக் கெடியாரத்தை நான் எடுத்திட்டேன்னு எப்படித் துரத்திக்கிட்டு வந்திச்சு தெரியுமில்லே? கால்லே முள்ளு தெச்சு நான் கீழே உக்காந்தேன் பாரு. சடார்னு பாஞ்சு என் கையைப் பிடிச்சுது. நான் தான் தோத்துப் போயிட்டேனே, கைக்கெடியாரத்தை பிடுங்கிக் கிட்டு ஓட வேண்டியதுதானே? கையைப் பிடிச்ச பிடி விடாமே அப்படியே உக்காந்திருக்கு பேயறைஞ்ச மாதிரி. என் கை என்னமா ரத்தம் கட்டிப் போச்சு தெரியுமில்லே?" என்று இடது கை மணிக்கட்டைப் பிசைந்து விட்டுக் கொண்ட மங்கா, "எனக்கு வலி பொறுக்கல்லே. யோவ் கையை விடய்யா, வலி பொறுக்க முடியலே" அப்படின்னு கத்திக் கையை உதறிக்கிட்டு எழுந்திட்டேன்" இவ்வாறு கூறிய மங்கா, வள்ளி நின்ற நிலையைப் பார்த்துவிட்டு, என்ன அக்கா, திடீர்னு என்னமோ யோசனை செய்ய ஆரம்பிச்சிட்டியே?" என்று அவள் தோளைப் பிடித்து உலுக்கினாள்.

சட்டென்று தன்னைச் சமாளித்துக் கொண்டே வள்ளி, "ஒண்ணுமில்லே மங்கா, மேலே சொல்லு. அப்புறம் என்ன நடந்திச்சு?" என்று கேட்டாள்.

"அப்புறம் என்ன? உங்கண்ணனுக்கு மறுபடியும் மொறைப்பு வந்திடுச்சு. 'கடியாரத்தைக் குடுக்கறயா இல்லையா?' அப்படின்னு கத்திச்சு. உன் கடியாரம் யாருக்கய்யா வேணும்? நீயே வச்சுக்க அப்படின்னு நானும் பதிலுக்குக் கத்தி கடியாரத்தைக் கழட்டிக் குடுத்திட்டு மேம்பாறைக் கசத்தைப் பார்க்க நடந்திட்டேன்."

"ஏன் மங்கா? கசத்திலே எறங்கிக் குளிச்சியா என்ன?"

"நீ ஒண்ணு, நீச்சல் அடிக்கத் தெரியாமே கசத்திலே இறங்கிட முடியுமா? மேம்பாறையிலே உக்காந்து கசத்துத் தண்ணியைப் பார்த்துக் கிட்டிருந்தாலே போதுமே! கண்ணாடி மாதிரித் தண்ணி,

அடிமணல் கூட பளிச்சின்னு தெரியும். எறங்கினா இடுப்பளவு தண்ணிதான் இருக்கறாப்பல தோணும். ஆனா நாலு ஆள் ஆழமாச்சே அது!"

"தெரியுமில்லே?"

"தெரியாமே என்ன? ஆனா நான் மேம்பாறையிலே போய் உக்கார்றது எதுக்குன்னு நினைச்சே? கசத்திலே வெளையாடிக்கிட்டிருக்கிற மீன் கூட்டத்தைப் பார்க்கத்தான்! என்ன மீனு.. என்ன மீனு! அத்தனையும் வெள்ளி! துள்ளறதும், பாயறதும் ஒண்ணை ஒண்ணு தொரத்தறதும், என்ன வேடிக்கை, என்ன வெளையாட்டு! நாள் முழுதும் பார்த்துக்கிட்டிருந்தாலும் பசி கூடத் தெரியாது."

"அதனாலேதான் ஆத்தா வச்சிட்டுப் போனதைக் கூடச் சாப்பிட வீட்டுக்குப் போகாமே இங்கே உக்காந்திருக்கியா?"

"ஆமாம். எப்ப சாப்பிட்டா என்ன? ஆத்தாவுக்குத் தெரியவா போகுது?"

"ஆத்தாதான் உன்னைத் தேடிக் கூட்டியாரச் சொல்லி என்னை அனுப்பிச்சுது மங்கா, உடம்பு முடியாமே வீட்டிலே வந்து படுத்திருக்கு."

"ஆமாம்... ஆத்தா எப்பவுமே இப்படித்தான். வேலை வேலைன்னு உடம்பை வதைச்சுக்கிட்டா உடம்பு எப்படி நல்லா இருக்கும்?" என்று சிணுங்கினாள் மங்கா.

வள்ளி சிரித்தாள்.

"வேலை செய்யாட்டி பொழைப்பு எப்படி நடக்கும்?"

"ஏன்! அம்மா வேலைக்குப் போகமாட்டேன்னு சத்தியம் செய்து குடுக்கட்டும், அடுத்த நாளே நான் வேலைக்குப் போறேனா இல்லையா பாரு" என்று வீறாப்புப் பேசினாள் மங்கா.

"ஐயோ, ஐயோ! மங்காவே மங்கா!" என்று சிரித்தாள் வள்ளி.

"எங்க வள்ளியக்காவே அக்கா! நீ சிரிச்சாத்தான் எவ்வளவு நல்லா இருக்கு! கடிச்சுத் தின்னுடலாமான்னு தோணுது" என்று அவளைக் கட்டிக்கொண்டு முத்தம் கொடுத்தாள் மங்கா.

வீட்டில் வெள்ளாத்தாள் சோர்ந்து படுத்திருக்கவில்லை. கிறுகிறுப்பு தீர்ந்ததுமே எழுந்து மகளுடன் போர் தொடுக்கத்தான் தயாராகக் காத்திருந்தாள். மங்காவைக் கண்டதுமே சிறுத்தை போல் சீறிப் பாய்ந்தாள்.

''எங்கே போய்த் தொலைஞ்சே? சோறு திங்கக்கூடப் துப்பில்லே?''

“பசிக்கல்லே ஆத்தா. கடையிலே முறுக்கு வாங்கி சாப்பிட்டுட் டேன்” என்றாள் அலட்சியமாக.

“ஏது துட்டு.”

“துட்டு ஏது? கணக்குத்தான்!”

“கணக்கா? அந்த முனியாண்டி கடையிலே கணக்கு வெச்சுக்க வேண்டாம்னு எத்தனை தடவை சொல்லியிருக்கேன் உனக்கு!” என்று ஆத்திரத்துடன் கூறிய வெள்ளாத்தாள் மங்காவின் கூந்தலைப் பிடித்திழுத்தாள்.

“ஊர் வம்பை விலைக்கு வாங்கிக்கிட்டுத் திரியறது போதாதுன்னு இப்படி வேறே மானத்தை வாங்கறயா? உன்னை அடக்குவாரில் லேன்னா நெனைச்சே?” என்று கத்திக் கொண்டே தன் கையிலிருந்த விறகுக் கட்டையால் கண் மண் தெரியாமல் அவளை மொத்து மொத்தென்று மொத்தினாள்.

“ஆத்தா, விட்டுடு விட்டுடு” என்று குறுக்கிட்டாள் வள்ளி.

“நீ போயிடு வள்ளி. இப்டி ஒரு மகள் இருக்கிறதை விட செத்துத் தொலையறது மேல். என் கையாலே இன்னிக்கு இவளைக் கொன்னு போட்டுடறேன்” என்று மேலும் மொத்திக் கொண்டே யிருந்தாள் வெள்ளாத்தாள்.

“நல்லா அடி, கொன்னு போட்டுடு. அப்படியாவது உன் ஆத்திரம் தீரட்டும்” என்று அழாமல் கூறியவாறு அவ்வளவு அடியையும் உடம்பில் தாங்கிக் கொண்டிருந்தாள் மங்கா.

கை ஓய்ந்ததும் வெள்ளாத்தாள் விறகுக் கட்டையை வீசியெறிந்துவிட்டு அப்படியே பாயில் துவண்டு உட்கார்ந்து, இரு கைகளாலும் முகத்தை மூடிக் கொண்டாள். அவளது ஆத்திரமெல்லாம் இப்போது அழுகையாக மாறியிருந்தது.

“ஹ்ம்!” என்று அலட்சியமாக முகத்தை ஒரு வெட்டு வெட்டிய மங்கா, உடம்பில் பட்ட அடிகளை உதறியெறிபவள் போல் கைகளால் உதறிவிட்டுப் பானையிலிருந்த சோற்றை மண் வட்டிலில் எடுத்துப் போட்டுக்கொண்டு சாப்பிட உட்கார்ந்தாள்.

சிரிப்பதா, அழுவதா என்று தெரியாமல் ஒரு பெருமூச்சுடன் அங்கிருந்து நகர்ந்தாள் வள்ளி.

6

சுருளியாற்றிலிருந்து வீரன் வாய்க்கால் பிரியும் இடத்தில் ஒரு மேட்டுப் பாங்கான இடத்தில் தன்னந்தனியே அமைந்திருந்தது அந்தச் சிறிய ஓட்டுக் கூரை வீடு. இருபுறமும் உயர்ந்து நிற்கும் பச்சைப் பசேலென்று மலைகளுக்கிடையே குறுகலானதொரு பள்ளத்தில் குத்துக்குத்தான பாறைகளினூடே சுழித்தோடிக் கொண்டிருந்தது சுருளியாறு. அந்த ஆற்றின் போக்கைத் தடுத்து வீரன் வாய்க்காலில் திருப்பி விடுவதற்காகப் பாறைகளோடு சேர்ந்தாற்போல் கட்டப்பட்டிருந்த ஒரு தாழ்வான சுவரும் அதையடுத்து வீரன் வாய்க்கால் அணையும் இருந்தன. வீரன் வாய்க்காலில் தேவைக்குத் தகுந்தாற்போல் தண்ணீரை விடுவதற்கு உதவியாக ஒரு கதவு அணையில் பொருத்தப்பட்டிருந்தது. கை பலத்தாலேயே அந்தக் கதவை மேலும் கீழும் ஏற்றி இறக்குவதற்கு வசதியாக அணைக்கட்டுக்கு மேலே ஒரு பக்கமாக அமைக்கப்பட்டிருந்த ராட்டின இயந்திரம் பயன்பட்டது. மழைக்காலத்தில் சுருளியாறு வெள்ளச்சுழிப்புடன் சீறி வருமே, அப்போதெல்லாம் அந்த வெள்ளம் வீரன் வாய்க்காலையும் நீர்த் தேக்கத்தையும் பாதித்துச் சேதம் விளைவிக்காமல் தடுப்பதற்காகக் கதவை

நன்றாகத் தூக்கி வெள்ளத் தண்ணீரை ஆற்றுப்படுகையில் திருப்பி விடுவார்கள். மற்ற சாதாரண நாட்களில் அணைக்கதவு அடைத்தே இருக்கும்.

ஆரம்பகாலத்தில் அந்த அணைக்கட்டுக்கான கட்டுமான வேலைகளும், மற்ற வேலைகளும் நடந்து கொண்டிருந்தபோது ஒரு எஞ்சினீயர் அங்கேயே தங்கி எல்லாவற்றையும் கவனித்துக் கொள்ள வேண்டியதாயிருந்தது. அவருடைய தேவைக்காகத்தான் மேட்டுப் பகுதியில் அந்தச் சிறிய ஓட்டுக்கூரை வீடு கட்டப்பட்டது. அணைக்கட்டு வேலைகள் பூர்த்தியான பிறகும் அந்த வீடு மாற்றி மாற்றி ஏதாது ஒரு எஞ்சினீயருடைய வாசஸ்தலமாகப் பயன்பட்டு வந்தது.

சாதாரணமாக, அங்கு வந்து தங்கும் எஞ்சினீயர் எவரும் இரண்டு மூன்று மாதத்துக்கு மேல் அந்த வீட்டில் தங்குவதில்லை.

சுற்று வட்டாரத்தில் எங்குமே வீடு இல்லாத அந்த இடத்தில் தன்னந்தனியே இருப்பதற்கு எஞ்சினீயர் தயாராக இருந்தாலும் அவருடைய குடும்பத்தினர் தயாராயிருக்க வேண்டுமல்லவா? ஆகவே அந்த வீடு வருஷத்தில் ஆறு மாதங்களுக்கு மேல் பூட்டித்தான் கிடக்கும்.

அங்கு காவலுக்காக நியமிக்கப்பட்டிருந்த கூர்க்காக் கிழவன் போலாநாத் மட்டும் அந்த வீட்டையடுத்தாற் போல் ஒரு சிறு குடிசையமைத்துக் கொண்டு நிரந்தரமாக அங்கே குடியிருந்தான்.

சாதாரணக் காவல் வேலையைத் தவிர சுருளியாற்றின் வெள்ளப் பெருக்குக்குத் தகுந்தாற்போல் அணைக் கதவை ஏற்றியிறக்கும் பொறுப்பும் இப்போது போலாவிடமே விடப்பட்டிருந்தது.

எதிலுமே விருப்பு வெறுப்பு இல்லாத பிராணி போலா. அவனுடைய அபிலாஷைகளின் சாம்ராஜ்யமே அவனுடைய சிறிய ஹுக்காவில்தான் அடங்கியிருந்தது. விறுவிறுப்பு இல்லாத வேலை. பசி நேரத்துக்கு ஏதாவது சாப்பிட்டுவிட்டு, கையில் ஹுக்காவுடன் வெயிலில் வந்து உட்கார்ந்தால் வெயிலுக்குத் தகுந்தாற்போல் நகர்ந்து நகர்ந்து உட்காருவதைத் தவிர வேறு சலனம் தேவையில்லை. சுருளியாற்றின் கலகலப்பைக் கேட்டுக் கொண்டே ஹுக்காவைப் புகைத்தவாறு மணிக்கணக்காக உட்கார்ந்திருப்பான். எந்தத் தவயோகியோ விட்ட குறை தொட்ட குறைக்காக போலாவாக வந்து பிறந்திருக்கிறாரோ என்று தோன்றும்.

போலாவின் மனத்தில் ஏதாவது குறையொன்று உண்டென்றால் அது அந்த வீட்டைப் பற்றித்தான். தொடர்ச்சியாக யாருமே அந்த வீட்டில் குடியில்லாதது அவனுக்குப் பெரிய குறையாகத்தான் இருந்தது. அந்தக் குறையும் இப்போது தீர்ந்துவிட்டது. புதிதாக வந்திருக்கும் எஞ்சினீயர் அந்த வீடு அமைந்திருந்த சூழ்நிலையைக் கண்டு பரவசமாகிப் பேசவில்லையா?

“தெய்வத்தைத் தேடி வேறு எங்கே போக வேண்டும்? ஒரு மனிதன் நிரந்தரமாக இங்கேயே தங்கியிருந்தால் நிச்சயமாக தெய்வத்துடன் ஐக்கியமாகி விடுவான் என்பதில் என்ன சந்தேகம்?”

அந்த மாதிரி பரவசப் பேச்சை போலா அங்கு வந்து தங்கிய வேறு யாரிடமிருந்தும் கேட்டது கிடையாது. ஏதோ நடுக்காட்டில் கொண்டுவிட்டது போலத்தான் பட்டுக்கொள்வார்கள். வந்த நாளிலிருந்தே வேறிடத்துக்கு முயற்சி செய்து ஓரிரண்டு மாதங்களுக்குள் போயும் விடுவார்கள். இந்த ஸாபாவது அப்படியெல்லாம் இல்லாமல் நீண்ட நாட்கள் இங்கே தங்கியிருப்பார் என்ற நம்பிக்கையும், நிம்மதியும் சில நாட்களாக போலாவுக்கு ஏற்பட்டிருந்தன.

“ஏ, கூர்க்கா!”

இதமான மாலை வெயிலை நுகர்ந்தவாறு அரைக் கண் மூடி ஹுக்காவின் ரசனையில் ஆழ்ந்திருந்த போலா, முரட்டுக் குரலில் இந்த அழைப்பைக் கேட்டதும் புத்துணர்வு பெற்றுத் திரும்பினான். காளியண்ணன் நின்று கொண்டிருந்தான்.

“அரே காளி, என்ன தம்பி?”

“ஐயா இல்லே?”

“இன்னும் டூட்டிலேர்ந்து திரும்பலே. நீ உக்காரு” என்று எதிரே யிருந்த புல்மேட்டைக் காட்டினான் போலா.

அவனுக்குத் தமிழ்ப் பேச்சு சரளமாக வரும். எங்காவது வார்த்தை தட்டும் இடத்தில் இந்தி வார்த்தையைப் போட்டுச் சமாளித்துக் கொள்வான். ஆனால் அவனுக்குப் புரியாத உச்சரிப்பு குற்றியல் உகரம்தான். “உக்காரு” என்று சொல்லும்போது கடைசியிலுள்ள ருவைப் பாதியாக உச்சரிப்பதை அவன் ஒப்புக் கொள்வதில்லை. மாறாக நீட்டியே உச்சரிப்பான்.

"ஏது? ஐயாவை எதுக்கூ பார்க்கணும்?"

"உனக்குத் தெரியாதா? ஐயாதானே எனக்கூ எசமான்!" என்று போலாவின் பேச்சைக் கிண்டல் செய்தவாறு புல்மேட்டின் மேல் உட்கார்ந்தான் காளியண்ணன்.

"பீடி வேணுமா?"

"இருக்கூ" என்று நொடித்தவாறு காளியண்ணன் சட்டைப் பையிலிருந்து பீடியை எடுத்துப் பற்றவைத்துக் கொண்டான்.

"உன் தங்கச்சி எப்படி இருக்கூ..."

"நல்லா இருக்கூ..."

போலா பொக்கை வாயைத் திறந்து சிரித்து விட்டான். சிரிக்க ஆரம்பித்ததுமே இருமல் பிடித்துக் கொண்டது. இருமல் சற்று அடங்கியதும் சிரித்துக்கொண்டே கூறினான். "நீ அப்பவும் முரடு, இப்பவும் முரடு."

"எப்பவும் முரடு" என்று முடித்தான் காளியண்ணன்.

முதன் முதலில் காளியண்ணன் அந்த அணைக்கட்டுப் பகுதியில் தான் வேலைக்கமர்ந்தான். ஆரம்பத்தில் அடங்கிய பிள்ளை போல் தோன்றிய காளி, அவன் கண்ணெதிரேயே எப்படி அவ்வளவு முரடனாக மாறினான் என்பது போலாவுக்கு இன்னும் புரியாத புதிராவே இருந்தது.

மோட்டார் சைக்கிளின் படபடவென்ற ஒலி கேட்டது.

ஹுக்காவை ஒரு புறமாக வைத்த போலா, "ஐயா வந்திட்டாங்கோ" என்று கூறிக்கொண்டே கூனல் முதுகை நிமிர்த்திக் கொண்டு எழுந்தான். காளியண்ணனும் பீடியைக் கீழே எறிந்து காலால் தேய்த்துவிட்டு எழுந்து நின்றான்.

அந்த வீட்டுக்குக் குடி வந்து நிலைப்பட்டதுமே சென்னையில் தன் நண்பன் வீரமணியிடம் விட்டு வைத்திருந்த மோட்டார் சைக்கிளைத் தனது உபயோகத்துக்காகத் தருவித்துக் கொண்டிருந்தான் குமரன். முந்திய தலைமுறையைச் சேர்ந்த கனமான மோட்டார் சைக்கிள். மின்சார இலாகா அமைத்திருந்த மலைப்பாறையில் செல்வதற்கு அது மிகவும் சௌகரியமாக இருந்தது. வீட்டிலிருந்து காரியாலயம்

மூன்று மைல் தொலைவிலிருந்தது. தேவையானால் காரியாலயத்து ஜீப்பையே வரவழைத்து அதில் போய்க் கொள்ள முடியும். ஆனால் குமரன் அதை விரும்பவில்லை. இருபுறமும் காட்டு மரங்களும் செடி கொடிகளும் செறிந்து வளர்ந்து ஏற்றமும் இறக்கமுமான அந்த மலைப்பாதையிலே சுதந்திரப் பறவையாகத் தனது மோட்டார் சைக்கிளில் சுற்றுவதையே அவன் விரும்பினான்.

சம்பா நீர்த் தேக்கத்துக்குச் செல்லும் மோட்டார் பாதையிலிருந்து அந்தத் தனி வீட்டுக்குத் திரும்பும் கிளைப்பாதை பள்ளமான பகுதியில் சிறிது தூரம் இறங்கிய பிறகு சட்டென்று மேல் நோக்கி ஏறித் திரும்புவதாயிருந்தது. மோட்டார் சைக்கிள் கேட்டைத் தாண்டி உள்ளே வந்த போதுதான் போலாவுடன் காளியுண்ணன் நிற்பதைக் குமரன் பார்த்தான்.

"வணக்கம் சார்."

"என்ன காளி? ஏது இவ்வளவு தூரம்?" என்று கேட்டான் குமரன், மோட்டார் சைக்கிளிலிருந்து இறங்கியவாறு.

"நீங்க இப்படிச் செய்வீங்கன்னு நான் எதிர்பார்க்கவே இல்லை சார்."

"என் கடமையைச் செய்யாமல் இருக்க முடியுமா? நீயே சொல்லு."

"அன்னிக்கு நீங்க என்ன சொன்னீங்க, எதைப் பத்தியுமே ரிப்போர்ட் செய்யறது உங்களுக்குப் பிடிக்காதுன்னு சொல்லலையா?"

"உண்மைதான். இப்போது நான் உன்னைப் பற்றி மேலதிகாரிகளுக்கா ரிப்போர்ட் பண்ணியிருக்கிறேன்? இனிமேல் இந்த மாதிரி தவறுதல் நடக்கக் கூடாது என்று தனிப்பட்ட முறையிலே உனக்குத்தானே எச்சரிக்கைக் கடிதம் அனுப்பியிருந்தேன்."

"அது போதாதா சார்? ஆபீஸ் மூலமா வந்த எச்சரிக்கை எப்படியும் என் சர்வீஸைப் பாதிக்கத்தானே செய்யும்?"

"பாதிப்பதும் பாதிக்காததும் நீ மேல் கொண்டு நடந்து கொள்வதைப் பொறுத்து இருக்கிறது" என்றான் குமரன் சாந்தமாக.

"ஓஹோ..." என்று உறுமினான் காளியண்ணன் முகத்தைக் கடுமையாக வைத்துக்கொண்டு.

அவன் முகத்தோற்றத்தைக் கவனிக்காதவன் போல் குமரன் கூறினான், “இதையெல்லாம் மனசிலே போட்டுக் கொள்ளாதே காளி. இனிமேலாவது ஒழுங்காக உன் வேலையைக் கவனி, போ” என்று கூறி விட்டு அங்கே நிற்காமல் வீட்டை நோக்கி நடக்க ஆரம்பித்தான். அவனைத் தொடர்ந்து நடந்தவாறே காளியண்ணன் கூறினான், “சார், ஆரம்ப காலத்திலிருந்து இங்கேயே என் வேர்வையைச் சிந்தி உழைச்சுவர்ற ஆளு நான். இதுவரைக்கும் யாரும் என் வேலையிலே குறை சொன்னதில்லை. நேத்து வந்தவங்க நீங்க. உங்ககிட்டேருந்து நான் எச்சரிக்கைக் கடுதாசியை வாங்கிக் கட்டிக்கும்படி ஆயிடுச்சு.”

“அதற்கென்ன செய்வது காளி? நான் வந்ததும் வராததுமாகத்தானே இந்தத் தவறுதல் நடந்திருக்கு. நான் நேத்து வந்தவனாக இருக்கலாம். ஆனால் உன் குற்றத்தைக் கண்டிக்கும் அதிகாரமும் பொறுப்பும் எனக்கு உண்டு, இல்லையா?”

“சார், இந்தக் காளியை நீங்க புரிஞ்சுக்கிடலே.”

“அதற்கு அவசியமுமில்லை. தவிரவும் ஆபீஸ் விவகாரத்தை வீட்டு வரைக்கும் கொண்டுவந்து மல்லுக்கு நிற்பது எனக்குக் கொஞ்சமும் பிடிக்காது.”

“சார், நீங்க அதிகார மமதையிலே என்னை எப்படி வேணும்னாலும் அவமானப்படுத்தலாம்னு நினைச்சுக்கிட்டிருக்கீங்க. ஆனா, இந்தக் காளி தன்மானமுள்ளவன் சார்.”

“அதை நீ உன் வேலையிலே காட்டணும்.”

“காட்டத்தான் போறேன். நீங்களும் பார்க்கத்தான் போறீங்க” என்று அழுத்தலாகக் கூறிவிட்டு காளி அவனுக்கு வணக்கம் கூடத் தெரிவிக்காமல் வேகமாக அங்கிருந்து நடந்தான்.

தாழ்வாரத்தில் போடப்பட்டிருந்த நாற்காலியில் அமர்ந்து எதிரே பள்ளத்தாக்கில் ஓடிக் கொண்டிருந்த சுருளியாற்றையும் அதன் இருபுறமும் நெடிதுயர்ந்து நின்றிருந்த நீல மலைகளையும் ரசிக்க ஆரம்பித்தான் குமரன்.

“இந்த காளிகிட்டே நீங்க உஷாராயிருக்கணும் ஸாப்” என்றான் போலா.

"இது காட்டுப் பிரதேசம் போலா, உஷாராக இருந்து தான் ஆகணும்" என்றான் குமரன்.

போலா அப்படியே நின்று கொண்டிருந்தான். சற்றுப் பொறுத்துக் கேட்டான்:

"சாயா போட்டுக்கொண்டு வரட்டுமா ஸாப்."

"வேண்டாம் போலாநாத். நீ உட்கார்ந்து கொள்" என்றான் குமரன்.

போலா கூனிக் குறுகி ஒரு பக்கமாக உட்கார்ந்து கொண்டான். இந்த ஸாப் எல்லாவிதத்திலும் தனி மனிதர்தான். இதுவரை எத்தனையோ பேர் அங்கு வந்து தங்கியிருக்கிறார்களே, யாராவது அவனுடைய பெயரைத் தெரிந்து கொள்ள வேண்டுமென்று ஆவல் காட்டியிருக்கிறார்களா? எல்லோருக்கும் அவன் கூர்க்காக் கிழவன்தான். தான் கூர்க்காவே இல்லை என்பதையாவது விளக்கிச் சொல்ல யாராவது அவனுக்குச் சந்தர்ப்பம் கொடுத்தால்தானே? ஆனால் இந்த ஸாப், அங்கு வந்ததும் வராததுமாக அவனுடைய பெயரைக் கேட்டுத் தெரிந்து கொண்டு எப்போதும் பெயரைச் சொல்லியே அவனைக் கூப்பிட்டு வந்தது அவனுக்கு மிகவும் பெருமையாயிருந்தது.

''போலா, உன்னைப் பற்றி நீ ஒன்றுமே சொல்லிக் கொள்ளவில்லையே!"

"சொல்லிக்கிறதுக்கு என்ன இருக்கு ஸாப்! உலகத்திலே நான் அகேலா ஆத்மி. அறுபது வயசு ஆகப் போகுது. ஆண்டவன் இன்னும் எத்தனை வருஷம் இங்கே போட்டிருக்குதோ. இப்படியே தள்ளிட்டுப் போயிடணும்."

"உலகத்திலே உனக்கு யாரும் கிடையாதுன்னா சொல்றே?"

"பீஹார் பூகம்பத்திலே எங்க குடும்பமே நசிச்சுப் போச்சு, நான் ஒருத்தன் தான் மிஞ்சினேன். தற்கொலை செய்துக்க இஷ்டமில்லே. மிலிடரியிலே சேந்தேன். மலேயா, பர்மா, கொஹிமா எங்கெங்கெல்லாமோ என்னை அனுப்பினாங்கோ. நல்ல ஜவான்கள்ளாம் என் கண்ணெதிரேயே செத்து விழுறதைப் பார்த்தேன். ஆனா எனக்குச் சாவு வரலே" என்று கூறிவந்த போலா சட்டென்று தன் கண்களைத் துடைத்து விட்டுக் கொண்டான்.

“வருத்தப்படாதே போலா. என்னைப் பாரு, உன்னைப் போலவே தான் நானும். சொந்தமென்று சொல்லிக் கொள்ள எனக்கும் இந்த உலகத்திலே யாரும் கிடையாது” என்றான் குமரன்.

“என்ன ஸாப் தமாஷ் பண்றீங்க.”

“இல்லே போலா, உண்மையிலேயே நான் வாழ்வில் தனிக்கட்டைதான். நான் பிறக்கும்போதே தாயை விழுங்கிக் கொண்டுதான் பிறந்தேன். மனமுடைந்த தகப்பனார், பர்மாவிலிருந்த சொத்து சுகங்களை யுத்தத்தில் பறிகொடுத்து ஒரே குழந்தையான என்னை எடுத்துக்கொண்டு தாய்நாடு திரும்பினார். பழைய பந்துக்களைத் தேடிக் கண்டுபிடித்து என்னை அவர்களிடம் ஒப்படைக்க நினைத்தாரோ என்னவோ! ஆனால் தாய்நாட்டில் கால்வைத்த மறுமாதமே அவர் காலம் முடிந்துவிட்டது.”

“அப்படியா ஸாப்? என்ன கஷ்டம்?”

“தாய், தந்தை இருவர் முகத்தையும் பார்த்தறியாத அனாதையாகத்தான் இந்த உலகில் நான் என் வாழ்க்கையைத் துவக்கினேன். அப்பா கையோடு கொண்டு வந்திருந்த ரொக்கத் தொகை பாங்கியில் எனக்காக வளர்ந்து கொண்டிருந்தது. அதை முதலாக்கி என்னிடம் ஒப்படைக்கும் பொறுப்பை ஏற்றுக் கொண்டிருந்த வக்கீல் எனக்குத் தெய்வம் போல் உதவினார். என்னை ஓர் ஆசிரமத்தில் சேர்த்துவிட்டு என் படிப்புக்கெல்லாம் ஏற்பாடு செய்தார். ஆனால் என் துரதிர்ஷ்டம் என் தெய்வத்தையும் என்னிடமிருந்து பறித்துவிட்டது. தந்தையின் ஸ்தானத்தில் அவரை வைத்து வணங்க நினைத்த என் ஆசையில் மண் விழுந்தது. நான் கல்லூரிப் படிப்பை முடித்து வெளியே வருவதற்குள்ளேயே அந்த உத்தமரும் என்னைத் தனி மரமாக நிறுத்திவிட்டுப் போய்விட்டார்.”

“கேக்கவே துக்கமாயிருக்கு ஸாப்.”

“ஆனால் என்னைப் பார்த்தால் இப்படியெல்லாம் துன்பம் அனுபவித்தவன் என்று தெரிகிறதா? எல்லாவற்றையும் துடைத்துப் போட்டுவிட்டு எவ்வளவு கவலையில்லாமல் சுற்றிக் கொண்டிருக் கிறேன்!”

“படிச்சவங்களுக்கும் படிக்காதவங்களுக்கும் அதுதான் வித்தியாசம்” என்றான் போலா ஒரு பெருமூச்சுடன்.

சூரியன் மலைவாயில் விழுந்துவிட்டது. அந்தச் சிவப்பு எங்கும் படர ஆரம்பித்திருந்தது. மலைமுகடுகளில் மரங்கள் தீப்பற்றி எரிவன போல் தோன்றின. சுற்றியிருந்த காட்டு மரங்களில் சில் வண்டுகளின் ஒரே நிதானமான ரீங்காரம் ஒலிக்கத் தொடங்கிவிட்டது.

சட்டென்று போலா ஏதோ நினைத்துக் கொண்டவன் போல் எழுந்தான்.

"ஸாப் மறந்தே போயிட்டேன். ஒரு கடுதாசி உங்களுக்கு வந்திருக்கு."

"கடுதாசியா, இங்கே எப்படி?" என்றான் குமரன் வியப்புடன்.

"தப்பா பெரிய ஆபீஸ் அட்ரஸ் போட்டிருக்காங்கோ. பெரிய ஆபீஸ் ஜீப், இந்த் ராஸ்தா போகும்போது கொண்டுவந்து குடுத் தாங்கோ?" என்று விவரித்தவாறு அந்தக் கடிதத்தை எடுத்து வருவதற் காகத் தன் குடிசையை நோக்கி விரைந்த போலா, காட்டரளிப் புதர் மறைவில் யாரோ நிற்பதைப் பார்த்துவிட்டுத் திகைத்து நின்றான்.

"யாரது?"

"நான்தான் தாத்தா" என்று கூறியவாறு புதர் மறைவிலிருந்து வெளிப்பட்ட வள்ளி, அவனெதிரே வந்து நின்றதும் போலாவுக்கு ஒரே வியப்பாய்ப் போயிற்று.

"வள்ளி, நீ எங்கே வந்தே?"

"ஐயாவைப் பாக்கணும்னு அண்ணன் ரொம்பக் கோவமா வந்திச்சு, என்ன ஆகுமோன்னு பயந்து நானும் பின்னாலேயே வந்தேன். அண்ணன் அதே கோவத்தோட திரும்பிப் போறதைப் பாத்தேன். இங்கே தப்புத் தண்டாவா ஒண்ணும் நடக்கலையே?" என்று பதற்றத்துடன் கேட்டாள் வள்ளி.

"ஒண்ணும் நடக்கலை வள்ளி. பாயவந்த புலிக்கு உறுமல் கூடச் சரியாகக் கௌம்பலே."

"எனக்குப் பயமாயிருக்குது தாத்தா."

"பயப்படாதே வள்ளி. ஐயா தங்கமான ஆளு. யாரும் அதுங்கிட்டே தப்பா நடந்துக்க முடியாது."

முள்ளும் மலரும்

"ஆமாம் தாத்தா. ஐயா உன்கிட்டே பேசிக்கிட்டிருந்ததெல்லாம் என் காதிலே விழுந்திச்சு. பாவம், அந்த ஐயாவைப் பத்தி யாருதான் அப்படி நினைக்க முடியும்?" என்றாள் வள்ளி பெருமூச்சுடன்,

"சரி, சரி, இருட்டுக்கு முன்னே நீ வீட்டுக்குப் போ. ஒண்ணுக்கும் கவலைப்படாதே" என்று அவளை முதுகில் தட்டிக் கொடுத்துவிட்டு போலா, கடிதத்தை எடுத்து வருவதற்காகக் குடிசைக்குள் சென்றான்.

வள்ளி அங்கிருந்து செல்வதற்காகத் திரும்பினாள்.

அதற்குள் ஐயாவே எழுந்து வருவாரென்று அவள் எப்படி எதிர்பார்க்க முடியும்?

போலாவிடமிருந்து கடிதத்தைப் பெற வேண்டுமென்ற பரபரப்புடன் குமரன் அங்கு வந்தபோது வள்ளியைப் பார்த்து விட்டான்.

"இதென்ன, நீ எங்கே வந்தே."

"சார், அண்ணன் தப்புத்தண்டாவா ஏதாவது பேசியிருந்தாலும் மன்னிச்சுக்குங்க. வெளிப் பார்வைக்குத்தான் முரடாகத் தெரியும். ஆனா அது மனசிலே ஒண்ணும் கிடையாது."

"அண்ணனுக்குத் தங்கை சிபாரிசா? பேஷ்! ஆபீஸ் வேலை இப்படியெல்லாம் நடந்தால் உருப்பட்டாரப் போலதான்."

"தப்பு எம்மேலதான் சார். அண்ணன் மேல கெடையாது. அதனாலதான் என் மனசு கேக்கலே, ஓடிவந்தேன்."

"அது என்னிக்கோ நடந்த விஷயம். இனிமேலாவது உங்கண்ணனை ஒழுங்கா வேலையைக் கவனிக்கச் சொல்லு. இன்னொண்ணும் சொல்லி வைக்கிறேன். நீ விவரம் தெரியாத பொண்ணு. இப்படியெல்லாம் துணிச்சலா தன்னந்தனியே வரக் கூடாது."

"ஆபத்துக்குப் பாவமில்லேன்னு..."

"இங்கே யாருக்கும் ஆபத்து இல்லே. காலாகாலத்திலே நீ வீடு போய்ச் சேராமல் இருந்தாத்தான் ஆபத்து."

"நான் வரேன் சார்..." என்று அவனைக் கையெடுத்துக் கும்பிட்டு விட்டு வள்ளி அங்கிருந்து சென்றாள்.

உமாசந்திரன்

போலா கொண்டுவந்து கொடுத்த கடிதத்தைக் கையில் வாங்கியதுமே குமரனின் முகம் மலர்ந்தது. நண்பன் வீரமணியின் கையெழுத்து!

தனக்கு உலகில் யாருமே கிடையாது என்று சற்றுமுன் சொன்னது எவ்வளவு மடத்தனம்! உயிருக்குயிரான வீரமணி இருக்கும்போது அவனைத் தனி மரம் என்று யார் சொல்ல முடியும்? ஆற அமர உட்கார்ந்து கடிதத்தைப் படிக்க வேண்டுமென்று துடிப்புடன் வராந்தாவை நோக்கி விரைந்தான்.

7

அன்று வெள்ளிக்கிழமை அதிகாலையிலேயே மங்கா வள்ளியைத் தேடி வந்துவிட்டாள். இப்போதெல்லாம் கன்னிமலை கௌரியம்மன் கோயிலுக்குப் போவதற்கு வள்ளியை விடத் துடியாக முன் வந்து நிற்பது மங்காவின் வழக்கமாகிவிட்டது. அது அவளுக்குப் புதுமை நிறைந்த வேடிக்கையாகவும் விளையாட்டாகவும் இருந்தது.

உள்ளே வருவதற்காக வெளிக்கதவைக் கட்டி யிருந்த கயிற்றை அவிழ்க்க அவள் முயற்சி செய்து கொண்டிருந்த நேரத்தில் அப்போது தான் வேலைக்குக் கிளம்பிக் கொண்டிருந்த காளியண்ணன் அங்கு வந்து நின்றான். கயிற்றின் முடிச்சு கைவிரல்களுக்கு அசைந்து கொடுக்காதிருக்கவே மங்கா கதவோடு கதவாகக் குனிந்து கயிற்றைப் பல்லால் கடித்து அவிழ்க்க முயற்சி செய்து கொண்டிருப்பதைப் பார்த்து அவனுக்கு எரிச்சலாய் வந்தது.

"ஏ மங்கா! என்ன வேலை இது?" என்றான் அதட்டலாக.

தலை நிமிர்ந்த மங்கா எதிரே காளியண்ணன் நிற்பதைப் பார்த்ததும் தலையைச் சிலிர்ப்பி விட்டுக் கொண்டு முறைப்பாக முகத்தை வைத்துக் கொண்டாள்.

“இந்த வேலிக்குக் கதவு மட்டும் போதாதா, கயித்தை வேறே கட்டி வெக்காட்டி என்னவாம்?”

“தொறந்த வீட்டைப் பார்த்தா நாய்கூட தாராளமா நுழைஞ் சிடும் தெரியுமில்லே?”

“நாய்தான் உங்க வீட்டைத் தேடி வரும் போலிருக்கு!”

“சாதாரணமா வரவங்க கயித்தைக் கடிக்க மாட்டாங்க” என்று குத்தலாகக் கூறிக்கொண்டே காளியண்ணன் கதவை அனாயாசமாகத் திறந்து கொண்டு வெளியே சென்றான்.

இரண்டு கைகளையும் இடுப்பில் ஊன்றிக் கொண்டு விறைப்பாக நின்ற மங்கா, அவன் சென்ற திசையையே முறைத்துப் பார்த்தாள்.

“ஹூம்... ஆளைப்பாரு!” என்று மோவாயைத் தோளில் இடித்து அழகு காட்டிவிட்டு விடுவிடென்று வீட்டுக்குள் சென்றாள்.

“வள்ளி... வள்ளி...”

அடுப்படியில் வேலையாயிருந்த அஞ்சலையத்தைதான் பதிலுக்குக் குரல் கொடுத்தாள்.

“வா மங்கா, வள்ளி வாய்க்கால்லே முழுகப் போயிருக்கு. நீ முழுகிட்டே வந்திட்டயா?”

“முழுகறதா... அதுக்குள்ளேயுமா! போகும்போது அருவிக் கரை யிலேயே முழுகிட்டுப் போயிடலாம்னு நெனைச்சேன். போனாப் போகுது. வள்ளியக்கா என்ன செய்யுதோ அதுதான் எனக்கும். நானும் வாய்க்காலுக்குப் போய் முழுகிட்டு வந்திரட்டுமா அத்தை?”

“டீ கொஞ்சம் மிச்சமிருக்கு, சாப்பிட்டுட்டுப் போயேன்” என்று அலுமினியக் குவளையை அவள் பக்கம் நகர்த்தினாள் அத்தை.

“நானா வேண்டாம்னு சொல்லப் போறேன்?” என்று கூறிய மங்கா ஒரே மூச்சில் அந்த டீயைக் குடித்துவிட்டுக் குவளையைக் கீழே உருட்டிவிட்டாள். பின்பு தோட்டத்தில் குதித்தோடிச் சென்று வாய்க்கால் தண்ணீரில் தொப்பென்று விழுந்தாள்.

முள்ளும் மலரும்

“மங்கா, மெள்ள! வாய்க்கால்லே நிறையத் தண்ணி விடறாங்க இன்னிக்கு. காலை இழுத்திடப் போகுது. ஜாக்கிரதை” என்று எச்சரித்தாள் வள்ளி.

“காலை இழுத்தா என்ன நஷ்டம்? வாய்க்கால்லே உருண்டுக் கிட்டே போயி ஏரிக்கரையை எட்டிடலாமே.. அந்த நடை மிச்சம் தானே! அப்படியே நேரே ட்ராலியிலே ஏறி உக்காந்து ஜம்னு கன்னிமலைக்குப் போயிடலாம்!” என்று சிரித்தாள் மங்கா.

“முழுகறதுதான் முழுக்கறே, தலைக்கு எண்ணெய் வச்சுக்கிட்டு முழுகறதுதானே!” என்றாள் வள்ளி, கண்களை மூடிக் கொண்டு தலைக்குச் சீயக்காயைத் தேய்த்தவாறு.

“ஊஹூம்... தலைக்கு எண்ணெய் வெச்சு முழுகற பழக்கமே எங்கிட்டே கிடையாது. எண்ணெய் போகறதுக்கு சீயக்கா தேச்சா அது என் கண்ணு ரெண்டிலேயும் விழுந்து தொலைக்கும். கண்ணெரிச்சலோட கன்னிமலைக்குப் போறதிலே என்ன குஷி இருக்கு?” என்று கூறிய மங்கா, வள்ளி கண்ணைத் திறக்க முடியாமல் தவிப்பதைப் பார்த்துச் சிரித்தவாறே அவள் மேல் தண்ணீரை வாரி இரைத்தாள்.

“பொறு மங்கா, நல்லா தேய்க்கறதுக்கு முன்னே தண்ணியெ ஊத்தினா எண்ணெய் விடாது” என்று கத்தினாள் வள்ளி.

இருவரும் குளித்துவிட்டு வருவதற்குள் அஞ்சலையத்தை இருவருக்கும் சூடாகச் சுக்குத் தண்ணி போட்டு வைத்திருந்தாள். விவரம் தெரியாமல் அதை ஒரே மூச்சில் குடிக்க நினைத்த மங்கா ஒரு மிடறு உள்ளே போனதுமே காரம் தாங்காமல் துள்ளித் துள்ளிக் குதிக்க ஆரம்பித்துவிட்டாள்.

“ஐயோ.. டீன்னு நெனைச்சேனே... சுக்குத் தண்ணின்னு தெரியவே தெரியாதே!” என்று வாயைத் துடைத்துத் துடைத்துவிட்டுக் கொண்டு நிலை கொள்ளாமல் தவித்தாள்..

“போனாப் போகுது. கொஞ்சம் பாலைக் குடி. சரியாப் போகும்” என்று குவளையில் பாலை ஊற்றிக் கொண்டு வந்தாள் அத்தை.

“வேண்டாம் வேண்டாம். அது ஆட்டுப்பாலாயிருக்கும்” என்று முகத்தைக் கோணிக் கொண்டாள் மங்கா.

உமாசந்திரன்

"இல்லேன்னா கொஞ்சம் மோராவது சாப்பிடு."

"மோரா!... ஐயையோ... மோர் இருக்கற பக்கம் போனாலே எனக்குத் தணுப்புப் பிடிச்சுக்குமே" என்று மீண்டும் தன் தவிப்பைத் தொடர்ந்தாள் மங்கா.

வள்ளி எங்கிருந்தோ தேன் பாட்டிலைத் தேடிப்பிடித்துக் கொஞ்சம் தேனை அவள் நாக்கில் தடவும் வரை மங்காவின் தவிப்பும் அடங்கவில்லை, கூச்சலும் அடங்கவில்லை.

வெள்ளிக்கிழமையன்று வள்ளி, காலையில் பலகாரமோ சாப்பாடோ எதுவும் சாப்பிடுவதில்லை. எவ்வளவு நேரமானாலும் சரி, கன்னிமலை கௌரியம்மனுக்குப் படையல் படைத்துவிட்டுத் திரும்பி வந்த பிறகுதான் சாப்பிடுவாள். கன்னிமலைக்குப் போய் வருவதில் இந்த ஒரு விஷயம்தான் மங்காவுக்குப் பெரிய இடைஞ் சலாயிருந்தது.

"அப்பப்பா... காயக்காய அம்மாந்தூரம் போய் வரதுக்குள்ளே எப்படிக் கண்ணை இருட்டிக்கிட்டு வந்திடுது தெரியுமா?" என்றாள் வள்ளியிடம்.

"நான்தான் விரதம் வச்சுக்கிட்டிருக்கேன். அதுக்காக நீ ஏன் சாப்பிடாம இருக்கணும்?" என்றாள் வள்ளி.

"ஆமாம் மங்கா. காளித்தம்பிக்காக இன்னிக்குத் தோசை சுட்டேன். வேண்டிய தோசை கிடக்கு. சாப்பிட்டுட்டுப் போயேன்" என்று ஆசை காட்டினாள் அஞ்சலையத்தை.

அந்த நப்பாசைக்கு எங்கே இடம் கொடுத்து விடுவோமோ என்று அஞ்சியவள் போல் மங்கா இரண்டு காதுகளையும் பொத்திக் கொண்டாள்.

"எங்க வள்ளியக்கா காயக்காய இருக்கும்போது நான் வயிறு ரொம்பச் சாப்பிட்டிடுவேனா? அந்தப் பாவம் மட்டும் ஒருநாளும் செய்ய மாட்டேன்!" என்றாள் கண்களை உருட்டி உருட்டி விழித்தவாறு. வள்ளி சிரித்துக் கொண்டே அவளைக் கட்டிக் கொண்டாள்..

இருவரும் வழக்கம் போல் காளியண்ணனின் உடும்புக் கொட்டகைக்குப் போய் அங்கிருந்து ட்ராலியில் கன்னிமலைக்குச் செல்வதென்ற திட்டத்துடன் வீட்டை விட்டுப் புறப்பட்டனர். வழியில் வள்ளி தான் புதிதாகக் கண்டுபிடித்த மலர்த்

தோட்டத்திலிருந்து மனம் கொண்ட மட்டும் மலர்களைப் பறித்து மடியில் கட்டிக் கொண்டாள்.

“அவ்வளவு பூவையும், பெரிய மாலையாகக் கட்டி கௌரியம் மனுக்குச் சாத்தப் போறேன்” என்றாள் மங்காவிடம்.

“இவ்வளவு நல்ல பூப்பூக்கற எடம் இங்கே இருந்தும் இத்தனை நாளும் நமக்குத் தெரியாமப் போச்சே!” என்றாள். மங்கா, அந்த மலர்களை வியந்தவாறு.

“எனக்கும் அதுதான் ஆச்சரியமாயிருந்திச்சு. அன்னிக்கும் அத்தைகிட்டே விசாரிச்சேன். அஞ்சாறு வருஷத்துக்கு முன்னாலே இந்தப் பக்கத்திலே ஒரு சாமியார் இருந்தாராம். அவர்தான் இந்தப் பூந்தோட்டத்தை இங்கே உண்டாக்கியிருக்கணும்னு அத்தை சொல்லிச்சு.”

“சாமியார் எந்த தெய்வத்தைப் பூசை செய்யறதுக்காக இதெல்லாம் வச்சாரோ! அந்தப் பூவெல்லாம் இப்ப கௌரியம்மன் பூசைக்காக நீ பறிச்சுக்கிட்டுப் போறே.”

“கௌரியம்மன் வேறே, மத்த தெய்வம் வேறயா? எல்லாம் ஒண்ணுதானே? இன்னும் பார்க்கப் போனா சாமியார் இந்த பூசை செய்ததும் கௌரியம்மனைத்தானோ என்னமோ? யாரு கண்டது?”

பேசிக்கொண்டே இருவரும் உடும்புக் கொட்டகை அருகே வந்தபோது காளியண்ணன் அத்திமர மேட்டில் உட்கார்ந்து சாவகாசமாகப் பீடி குடித்துக் கொண்டிருந்தான்.

“எங்கே வந்தீங்க ரெண்டு பேரும்?”

“இன்னிக்கு வெள்ளிக்கிழமையாச்சே அண்ணே... மறந்திட்டியா?”

“கன்னிமலைக்குத்தானே போகணும்? காலை வீசிப் போட்டு நடந்து போங்க.”

“ஐயையோ, நடந்தா?”

“வேலையாப் போறவங்களைத்தான் ட்ராலியிலே ஏத்தலாமாம். மத்தவங்களை ஏத்தறதுக்குப் புது ஐயா உத்தரவு தேவையாம்.”

“அப்படி அந்த ஐயா உத்தரவு போட்டிருக்காரா என்ன?” என்று கேட்டாள் வள்ளி.

“ஆமாம். கண்ட கண்டவங்களையெல்லாம் நான் ட்ராலியிலே ஏத்திடறேனாம்.”

“பொல்லாதவராயிருப்பார் போலிருக்கே அந்தப் புது ஐயா!” என்றாள் மங்கா.

“எல்லாம் நீ வெதைச்ச வெனைதான். அன்னிக்கு ஆட்டம் காட்டினே பாரு. அதுக்கப்புறம்தான் ஒண்ணு மாத்தியொண்ணு என் தலைக்கு வந்துக்கிட்டிருக்கு” என்றான் காளியண்ணன் வெறுப்புடன்.

“அதெல்லாம் என் தலைமேலே ஏன் வெக்கறே? நீ ஒழுங்கு தவறி நடந்திருப்பே... ஒழுங்கை நிலைநாட்டறதுக்காக அவங்க உத்தரவு போட்டிருப்பாங்க. சர்க்கார் உத்தியோகம்னா சும்மாவா?” என்றாள் மங்கா.

ஆத்திர மிகுதியில் பல்லைக் கடித்தான் காளியண்ணன்.

“வள்ளி, கன்னிமலைக்குப் போறதாயிருந்தா காலா காலத்திலே போயிடு. இந்த மங்கா இங்கே நின்னு தாறுமாறாப் பேசிக்கிட்டிருந்தா எனக்குக் கோவம் தாங்காது” என்றான்.

“உள்ளதைச் சொன்னா உடம்பெரியுது. வேறென்ன?” என்றாள் மங்கா, ஏளனப் புன்னகையுடன் எங்கோ பார்த்தவாறு.

“இப்பவே நேரமாயிருச்சு மங்கா. நடந்து போய்த் திரும்பறதுக்குள்ளே உச்சிப் பொழுது தாண்டிப் போயிடும். சீக்கிரம் புறப்படு” என்று துரிதப்படுத்தினாள் வள்ளி.

“இப்பவே கால் ரெண்டும் கெஞ்சுது” என்று கூறிய மங்கா சட்டென்று சமாளித்துக் கொண்டு, “ஆமாம், என்ன பிரமாதம்... இந்தக் குறுக்கு வழியே நமக்கு வேண்டாம். நேர்வழியாகப் போயி நேர்வழியாத் திரும்பி வருவோம். அதுதான் தமாசாயிருக்கும்” என்று குதூகலக்குரலில் கூறியவாறு துள்ளிக் குதித்துக் கொண்டே வள்ளியைத் தொடர்ந்து அங்கிருந்து நடந்தாள்.

“பைத்தியம், பைத்தியம்” என்று தலையில் அடித்துக் கொண்டான் காளியண்ணன். அதேசமயம் அவன் கண்கள், மங்கா சென்ற திசையையே பார்த்துக் கொண்டிருந்தன. அவள் கண்ணுக்கு மறையும் வரை பார்த்துக் கொண்டேயிருந்தன.

அருவிக் கரையையடுத்த ஒரு திட்டிலிருந்து மலைச்சரிவு வழியே ஓர் ஒற்றையடிப் பாதை வேலன் கடவு வரை செல்வதற்கு உதவும் குறுக்குப் பாதையாக அமைந்திருந்தது. அஞ்சலையத்தை ராவுத்தர் கடையிலிருந்து சாமான்கள் வாங்கி வர அந்தப் பாதை

முள்ளும் மலரும்

வழியாகத்தான் செல்வது வழக்கம் என்று வள்ளிக்குத் தெரியும். வேலன் கடவு வரை அந்தப் பாதை வழியே போவதில் நாலு கல் தூரத்தை மிச்சப்படுத்த முடியும். வேலன் கடவு போய்ச் சேர்ந்து விட்டால் அங்கிருந்து கன்னிமலை அதிக தூரத்தில் இல்லை. மோட்டார்ப் பாதை வழியே அரைக்கல் நடந்தால் அதற்கப்புறம் கன்னி மலைப்பிரதேசம்தான்.

மலைச்சரிவில் அந்தக் குறுகலான ஒற்றையடிப்பாதை வழியே பேசிக் கொண்டே நடக்க ஆரம்பித்தனர் வள்ளியும் மங்காவும்.

"உங்கண்ணன் புது ஐயான்னு சொல்லிச்சே, அந்த ஐயா ரொம்பக் கண்டிப்புக்காரர் போலிருக்கு" என்றாள் மங்கா.

"பெரிய உத்தியோகத்திலே இருக்கிறவங்க கண்டிப்பாயில்லாட்டி முடியுமா?" என்றாள் வள்ளி.

"என்ன இருந்தாலும் வள்ளியக்கா, அந்த ட்ராலி வண்டியிலே இறங்கிப் போறது எவ்வளவு தமாசா இருந்திச்சு! அதிலே மண் விழுந்திருச்சே இப்போ" என்று அலுத்துக் கொண்டாள் மங்கா.

சட்டென்று புதிதாக ஏதோ கண்டுபிடித்தவள் போல் கூறினாள். "இல்லே வள்ளியக்கா, அந்த ஐயா ஒண்ணுமே சொல்லியிருக்க மாட்டாரு. எல்லாம் உங்கண்ணன் கட்டி விடற கதை. நம்மை ட்ராலியிலே ஏத்தியனுப்பறதுலே அதுக்கு இஷ்டமில்லே, அவ்வளவு தான் சமாசாரம்."

வள்ளி சிரித்தாள். "இத்தனை நாளும் இஷ்டமில்லாமத்தான் ஏத்தியனுப்பிச்சுட்டிருந்திச்சா?"

"இத்தனை நாளைக் கதை வேறே. உங்கண்ணனுக்கு எம்மேலே பொல்லாத கோவம். அதுதான் சமாசாரம் தெரிஞ்சுக்க" என்றாள் மங்கா தீர்மானமாக.

"மங்கா... மங்கா... உன்னைப் போலே வெகுளிப் பெண்ணை எங்கேயுமே பாக்க முடியாது" என்று சிரித்தாள் வள்ளி.

வழியில் பாறைகளுக்கிடையே சிலுசிலுவென்று ஓடிக் கொண்டிருந்தது பளிங்கு போன்ற மலைத் தண்ணீர்.

"அக்கா தாகமாயிருக்கு, கொஞ்சம் தண்ணி குடிச்சுக்கிடறேன்" என்று அந்த ஓடையில் இறங்கித் தண்ணீரை இரு கைகளிலும் அள்ளி அள்ளிப் பருகினாள் மங்கா.

உமாசந்திரன்

"அப்பா, இப்பத்தான் கொஞ்சத்துக்குக் கொஞ்சம் பசி அடங்கினாப்பலே இருக்கு" என்று திருப்தியுடன் கூறிக்கொண்டே பாறைகளில் தாவிக் குதித்து வள்ளியிடம் வந்து நின்றாள்.

"மங்கா, எனக்கு ஒரு யோசனை தோணுது" என்றாள் வள்ளி.

"என்ன?"

"அந்த ஐயாவையே நேரிலே கேட்டா என்ன?"

"அவரை என்ன கேட்கப் போறே?"

"அடுத்த வெள்ளிக்காவது நாம் ரெண்டு பேரும் ட்ராலியிலே கன்னிமலைக்குப் போறதைப் பத்தித்தான்."

"சரிதான், உனக்கும் காலு ரெண்டும் கெஞ்ச ஆரம்பிச்சிடுச்சா?" என்று சிரித்தாள் மங்கா.

"நான் எப்படியாவது சமாளிச்சுக்குவேன். உன்னோட தவிப்பைப் பார்த்தாத்தான் எனக்குக் கஷ்டமாயிருக்கு" என்றாள் வள்ளி.

"பலே அக்கா நீ! சமயத்துக்குத் தகுந்தாப்பலே பேசித் தப்பிச்சுக்கிட்றயே" என்று அவள் தோளில் இடித்த மங்கா சற்றுப் பொறுத்துக் கூறினாள் "அதிருக்கட்டும் அக்கா, அந்த ஐயா யாரு.. நீ யாரு.. நேரிலேயே கேக்கப் போறேங்கறியே.. என்ன துணிச்சல் உனக்கு."

"நல்ல காரியத்துக்குத்தானே கேக்கப் போறோம்.. கௌரியம்மனை நினைச்சுக்கிட்டா துணிச்சல் தன்னப் போல் வந்துடாது?" என்றாள் வள்ளி.

ஒற்றையடிப் பாதை இப்போது ஏறக்குறைய சமதரையான ஒரு பகுதியில் ஓர் அடர்ந்த தேக்கந் தோப்பு வழியே செல்ல ஆரம்பித்தது. ஏறிவரும் வெயிலுக்கு இதமாக அந்தத் தோப்பில் மட்டும் மெல்லிய மஞ்சுத் திரைபடர்ந்திருந்தது. மஞ்சுத் திரைக்கு மேலே மரக்கிளைகளில் அமர்ந்திருந்த மலை மைனாக்களும் சகுந்தலைப் பறவைகளும் கதிரவன் அளித்த போதையில் கானமிசைத்துக் கொண்டிருந்தன.

ஒவ்வொரு வெள்ளிக்கிழமையும் கௌரியம்மன் கோயிலுக்குப் போய்க் கொண்டிருப்பவள் வள்ளி. ஆனால் இன்று ஏனோ அவள் மனத்தில் அசாதாரணமான பரவசம் நிரம்பியிருந்தது. புனித வேட்கை பொங்கித் ததும்பிக் கொண்டிருந்த அவள் மனத்தில், அமைதி நிறைந்த அழகு அவளது நடையிலே மிளிர்ந்தது.

முள்ளும் மலரும்

என்ன தோன்றியதோ மங்காவுக்கு. பக்கவாட்டில் விழிகளைத் திருப்பி வள்ளியின் நடையழகை ரசித்தவாறே நடந்து கொண்டிருந்தாள்.

தொங்கத் தொங்க முடிந்து விட்டிருந்த கூந்தலில் செம்பருத்தி மலரொன்றை அனாயாசமாகச் சொருகியிருந்தாள் வள்ளி. பிறை போன்ற அவள் நெற்றியில் மஞ்சள் மினுமினுப்புக்கு நடுவே பளிச்சென்று துலங்கிய குங்குமத் திலகமும் துல்லியமான விபூதிக் கீற்றும் சௌமியமான அவள் முகத்திற்குத் தெய்வீகச் சோபையை அளித்திருந்தன.

சட்டென்று நின்றுவிட்டாள் மங்கா.

"என்ன மங்கா?"

"ஐயோ அக்கா, ஏன் தான் இப்படி அழகாயிருக்கியோ" என்று கூறியவாறு இருகைகளையும் அவள் முகத்தைச் சுற்றி வட்டமிட்டு விரல்களை நெற்றிப் பொட்டில் வைத்து நெரித்துக் கொண்டாள் மங்கா.

வள்ளி சிரித்தாள்.

"ஆமாம்! நீ பெரிய மனுஷி, திருஷ்டி கழிக்க வந்திட்டியாக்கும் எனக்கு" என்று சிரித்தவாறே மேலே நடந்தாள்.

"ஏங்க்கா... ரொம்ப நாளா ஒண்ணு கேக்கணும்னு இருந்தேன். வாரா வாரம் கௌரியம்மன் கோயிலுக்குப் போறயே எதுக்கு?"

"கௌரியம்மனுக்குப் படையல் படைச்சுக் கும்பிடத்தான், வேறெதுக்கு?"

"அதுதான் எதுக்குன்னு கேட்டேன்."

"கௌரியம்மனோட அருள் இருந்தாத்தானே நமக்கு நல்லது."

"அதைக் கேக்கலே அக்கா, கௌரியம்மனைக் கும்பிடும்போது நீ என்ன நினைச்சுக்கிட்டு கும்பிடுவேன்னுதான் கேக்கறேன்."

"எதிரே கௌரியம்மன் இருக்கும்போது வேறே என்ன நினைவு தோணும்?"

"உண்மையாச் சொல்லு, ஏதாவது வேணும்னு நீ நினைச்சுக் கிடறதே கிடையாதா?"

"என் வயசுப் பொண்ணு என்ன நினைச்சுக் கும்பிடுவாளோ அதையேதான் நானும் நினைச்சுக்குவேன்."

உமாசந்திரன்

"ஏன் நானும் உன் வயசுப் பொண்ணுதானே! நான் நினைக்கறதும் நீ நினைக்கறதும் ஒண்ணாயிட முடியுமா?"

வள்ளி சிரித்தாள்.

"நீ என்ன நினைச்சுக் கும்பிடறே? அதைத்தான் சொல்லேன்."

"எங்க வள்ளியக்காவுக்கு எப்போதும் நல்லதே நடக்கணும். அவநினைக்கிறதெல்லாம் நிறைவேறணும். அவளோட தங்கமான குணத்துக்கேத்த தங்கமான மாப்பிள்ளை அவளுக்குக் கிடைக்கணும்."

"போதும் போதும். நீயா வெகுளி? பொல்லாத பொண்ணு" என்று அவள் முதுகில் செல்லமாக அடித்தாள் வள்ளி.

தேக்கந்தோப்பின் மறுகோடியிலிருந்த வேலன் கடவை நோக்கி மீண்டும் சரிவாக இறங்கிச் சென்றது ஒற்றையடிப் பாதை. அந்த உயரத்திலிருந்து வேலன் கடவு கூப்பிடு தூரத்தில் இருப்பது போல் தோன்றியது. நடக்க ஆரம்பித்தால் வேலன் கடவை அடைவதற்கு அரை மணி நேரமாவது ஆகுமென்று வள்ளிக்குத் தெரியும். ஆனால் மங்காவின் மனத்தில் நிராசையை நிரப்ப அவள் விரும்பவில்லை.

"அக்கா, அதோ தெரியுதே, வேலன் கடவுதானே? இனிமே கவலையில்லை, ஒரே மூச்சிலே கன்னிமலையை எட்டிப் பிடிச்சிட லாம்" என்று மங்கா உற்சாகத்துடன் கூறியபோது, அவள் பதிலேதும் பேசாமல் நடந்தாள்.

அன்று வேலன் கடவில் வருடாந்திரச் சந்தை நடந்து கொண்டிருந்தது. சுற்று வட்டாரத்திலுள்ள சிறிய குடியிருப்புகளி லிருந்தெல்லாம் ஜனங்கள் அன்று அங்கே வந்து கூடியிருந்தார்கள். சாதாரணமாகத் தூங்கி வழிந்து கொண்டிருக்கும் வேலன் கடவு அன்று அளவுக்கு மிஞ்சிய ஜன நடமாட்டத்தால் கலகலப்பு நிறைந்திருந்தது. அந்த ஜனக் கூட்டத்தைப் பார்த்து மங்காவுக்கு உற்சாகம் தாங்கவில்லை.

"ஐயோ வள்ளியக்கா.. இன்னிக்கு இங்கேயே இருந்திடணும் போலேருக்கே... கோவிலுக்குக் கட்டாயம் போய்த்தான் ஆகணுமா?" என்று கேட்டுவிட்டாள்.

"கோயிலுக்கு வந்திருக்கியா, வேடிக்கை பார்க்க வந்திருக்கியா? நட சீக்கிரம்" என்று வள்ளி ஒரு குழந்தையை அதட்டுவது போல் அவளை அதட்டியதும், மறு பேச்சில்லாமல் அவளுடன் நடந்தாள்.

முள்ளும் மலரும்

மோட்டார்ப் பாதை வழியே நடந்து கன்னிமலைத் திருப்பத்தை அவ்விருவரும் வந்தடைய அதிக நேரம் பிடிக்கவில்லை. அங்கிருந்து மீண்டும் ஒரு நடைபாதை மலைக்கு மேலே சுற்றிச் சுழன்று சென்றது. அதற்கு முடிவேயிருக்காதோ என்று யாத்திரிகர் மலைக்கும் சமயத்தில் திடீரென்று சற்றும் எதிர்பாராத விதமாக ஆலமரங்கள் சூழ்ந்த சமதரையுள்ள மேட்டுப் பகுதியும் அதன் நடுவே சின்னஞ் சிறிய கௌரியம்மன் கோயிலும், குளமும் காட்சியளிக்கும். அங்கு வருவோரைத் தன்னையறியாமலேயே "கௌரித்தாயே, கௌரித்தாயே" என்று கன்னத்தில் போட்டுக் கொண்டு நெடுஞ் சாண் கிடையாக விழுந்து நமஸ்கரிக்கத் தூண்டுவதாயிருக்கும் அந்தக் காட்சி.

கௌரியம்மன் கோயில் பூசாரி காத்துக்காத்து அலுத்துப் போய் குளக்கரை மண்டபத் தூணில் சாய்ந்தாற் போல் உட்கார்ந்து கிறங்கிக் கொண்டிருந்தார்.

"ஐயா, ஐயா" என்று வள்ளி அவரருகே சென்று குரல் கொடுத்ததும் அவர் திடுக்கிட்டுக் கண்விழித்துப் பார்த்தார்.

"வந்திட்டயா வள்ளி? நேரமாயிடுச்சே, இன்னிக்கு வரமாட்ட யோன்னு நெனைச்சேன்" என்று கூறியவாறு எழுந்தார்.

"எவ்வளவு நேரமானாலும் இங்கே வராமே இருப்பேனா? இன்னிக்கு நடந்து வரும்படி ஆயிடுச்சு" என்றாள் வள்ளி.

"அப்படிச் சொல்லு. நல்ல வேளை, கோயிலைப் பூட்டிக்கிட்டு வீட்டுக்குப் போறதுக்கிருந்தேன். நடுவிலே உறக்கம் வந்து காப்பாத்திச்சு" என்று கூறிய பூசாரி குளத்திலிறங்கிக் கைகால்களைக் கழுவிக் கண்களைத் துடைத்துக் கொண்டு கோயிலுக்குள்ளே சென்றார்.

குளக்கரை மண்டபத்திலேயே, நடுவில் படையல் போடுவதற்கான மண் அடுப்பு இருந்தது. அதற்கு வேண்டிய மண்பானை, அரிசி, பருப்பு முதலான சாமான்களையும் வழக்கம் போல் ஒரு பையில் போட்டுக் கொண்டு வந்திருந்தாள் வள்ளி. வழிநெடுக மங்கா சுள்ளி களை ஒடித்துச் சேகரம் செய்து கொண்டு வந்திருந்தாள். அடுப்பை மூட்டி உலையேற்றி வைத்துவிட்டு வள்ளி மலர்களை மாலையாகக் கட்ட உட்கார்ந்தாள்.

மாலை கட்டி முடிவதற்கும், பாத்திரத்தில் படையல் சோறு பதமாகி நிறைவதற்கும் சரியாயிருந்தது. சொல்லி வைத்தாற்போல்

உமாசந்திரன்

பூசாரியும் வந்து நின்றார், படையல் சோற்றை அம்மனுக்குப் படைக்க எடுத்துச் செல்வதற்கு.

"பூசாரி ஐயா, இந்த மாலையை அம்மனுக்குச் சாத்திடுங்க?" என்றாள் வள்ளி.

"பேஷ், பேஷ். உன் மனசு போலவே உன் கழுத்திலேயும் மாலை வந்து விழணும்" என்று வாழ்த்தியவாறு பூசாரி மாலையை எடுத்துக் கொண்டு அம்மன் சன்னதிக்குச் சென்றார். வள்ளியும் மங்காவும் அவரைத் தொடர்ந்து சென்றனர்.

கௌரியம்மன் விக்ரகம் சிறியதுதான். ஆனால் அழகும் அருளுமே உருவாகக் காட்சியளித்தது. எந்தச் சிற்பி அவ்வளவு தன்மயமாகி அதைச் சமைத்திருந்தாரோ! பூசாரி மாலையைச் சாத்தியதும் பன்மடங்கு எழிலுடன் பிரகாசித்தாள் கௌரியம்மன். வள்ளியின் பரவசம் எல்லை மீறியது. உணர்ச்சிப் பெருக்கால் அவள் கண்களில் நீர் மல்கியது. என்னென்னவோ எண்ணங்கள் அவள் மனத்தில் பொங்கி நின்றன!

தீபச் சுட ரொளியில் அவள் கண்களில் பளபளத்த கண்ணீரைக் கண்டு மங்காவுக்கும் அழுகை வந்துவிடும் போலிருந்தது. கஷ்டப் பட்டு அடக்கிக் கொண்டாள்.

வள்ளிக்குப் பிரார்த்தனை எதுவும் தெரியாது. எட்டாவது வரை படித்திருந்தாளேயொழியத் துதிப்பாடல் எதுவும் அவளுக்குப் பாடமாகவில்லை. மௌனமான பிரார்த்தனைக்கே அவள் பழக்கப் பட்டிருந்தாள். "கௌரித் தாயே", "கௌரித் தாயே" என்ற ஜபம் மட்டும் தான் அவள் நெஞ்சில் அப்போது நிறைந்திருந்தது.

பூசாரி கௌரியம்மனுக்குத் தீபாராதனை செய்து இருவருக்கும் குங்குமப் பிரசாதம் வழங்கினார். பிரசாதத்தை இட்டுக் கொண்டபின் இருவரும் சன்னதியில் விழுந்து கும்பிட்டுவிட்டு வெளியே வந்தபோது அவர்களெதிரே கோயிலை நோக்கி மூவர் வந்து கொண்டிருந்தனர். இருவர் ஆடவர், ஒரு பெண். அந்த இருவரில் ஒருவர், புதிய எஞ்சினீயர் குமரன் என்பதைக் கண்டதும் வள்ளி கோயில் வாசற்படியிலேயே தயங்கி நின்றாள். குமரனும் அவளை அந்நிலையில் பார்த்து வியப்புத் ததும்பும் விழிகளுடன் அருகே வந்து சற்றுத் தயங்கினான்.

"வணக்கம் சார்" என்றாள் வள்ளி, இயல்பான மரியாதையுடன்.

முள்ளும் மலரும்

"வள்ளி, நீ நடந்துவரக் காரணமாயிருந்ததுக்கு என்னை மன்னிச்சுடு. போகும்போது நடந்து போக வேண்டாம். நாங்க தரிசனம் செய்து கொண்டுவரும் வரை பொறுத்திருந்து ட்ராலி யிலேயே உச்சிக் கடவுக்குப் போயிடலாம்" என்றான் குமரன்.

அவன் குரலில் இருந்த கனிவு வள்ளிக்குத் தேனாயிருந்தது. "சரி சார்" என்று கூறிய அவள் இனம்புரியாத பூரிப்புடன் குளக்கரை மண்டபத்தை நோக்கி நடந்தாள்.

8

“**வ**ள்ளியக்கா உன்கூடப் பேசினாரே, அவர்தான் அந்தப் புது ஐயாவா?” என்று வள்ளியின் தோள்களை உலுக்கிக் கேட்டாள் மங்கா, குளக்கரை மண்டபத்தை அடைந்ததும்.

“ஆமாம் மங்கா.”

“அவரு கூட வந்தது?

“யாருன்னு புரியலே, அந்த ஐயாவுக்குத் தெரிஞ்சவங்களாயிருக்கலாம்.”

“அந்தப் பொண்ணு எப்படியிருந்தா பார்த்தேயில்லே? பணக்கார வீட்டுப் பொண்ணுன்னு நல்லாத் தெரியுது.”

“அப்படித்தான் தோணுது.”

“அதெப்படியோ பணத்தோட மினுமினுப்பு ஒடம்பிலே வந்திடுதே. ஆனா ஒண்ணு வள்ளியக்கா, என்னதான் மினுமினுப்பு இருக்கட்டும், வைரமா வாரி மேலே போட்டுக்கிட்டிருக்கட்டும். உன் எதிரே நிக்க முடியுமா அந்தப் பொண்ணாலே?”

“சீ சீ, தப்பு மங்கா, அவங்க யாரோ, நாம யாரோ! எதுக்கு அந்த மாதிரியெல்லாம் பேசணும்?”

“எனக்குப் புடிக்கலே, அவ்வளவுதான். மனசிலே தோணினதைப் பட்டுப்பட்டுன்னு பேசிடணும். அப்பத்தான் எனக்கு நிம்மதி” என்றாள் மங்கா.

“நல்ல நிம்மதி” என்று சிரித்தாள் வள்ளி.

“அதுசரி, அந்த ஐயா உன்கூட அவ்வளவு நல்லா பேசினாரே, முன்னாலேயே உன்னைத் தெரியுமா?”

“அண்ணனுக்குச் சோறு கொண்டு போனபோது ஒருதரம் பாத்திருக்கிறாரு. அப்புறம் ஒருதரம் அண்ணன் அவரைப் பார்க்க அணைக்கட்டு வீட்டுக்குப் போயிருந்தபோது..”

“அண்ணன், அண்ணன்! எப்பப் பார்த்தாலும் உனக்கு உங்கண்ணன் நினைவுதான். எனக்கு உங்கண்ணனைக் கொஞ்சம் கூடப் பிடிக்கலே, தெரிஞ்சுக்க” என்று பொறுமையிழந்து குறுக்கிட்டாள் மங்கா.

“அதுக்காக நான் எங்கண்ணனை விட்டுக் குடுத்திட முடியுமா?” என்று சிரித்தாள் வள்ளி.

“நம்ம காலை ஒடிக்கணும்னுதானே அந்த ஐயா மேலே பழி வச்சுது உங்கண்ணன். இப்ப அதே ஐயா நம்மை டராலியிலே ஏத்திக்கிட்டு மேலே போகப் போறாரு. உங்கண்ணன் எங்கே கொண்டுபோய் மூஞ்சியை வச்சிக்குதுன்னு நானும் பாத்திடறேன்” என்று மங்கா கூறியபோது வள்ளியின் மனத்தில் அச்சம் தோன்றியது.

அந்த ஐயாவுடனும் மற்றவருடனும் உச்சிக் கடவுக்கு ட்ராலியில் சென்றால் அண்ணனுக்குக் கோபம் வந்துவிடுமே! அண்ணன் கோபம் அசுரக் கோபமாயிற்றே!

“மங்கா, ட்ராலி எதுக்கு? வந்த வழியாகவே திரும்பிப் போயிடுவோமே” என்றாள்.

“அதெல்லாம் முடியாது, ட்ராலியிலேதான் போகணும். இல்லாட்டி நான் இங்கேயிருந்து நகரவே மாட்டேன்” என்று அடம் பிடித்தாள் மங்கா.

வள்ளி வற்புறுத்திக் கூறியிருந்தால் ஒருவேளை, மங்கா கிளம்பியிருந்தாலும் இருப்பாள். ஆனால் அதற்குள் குமரனும் மற்றவர்களும் தரிசனத்தை முடித்துக்கொண்டு கோயிலிலிருந்து திரும்பி வந்துவிட்டனர்.

“என்ன, நீங்க ரெண்டு பேரும் புறப்படத் தயார்தானா?” என்று கேட்டவாறே அருகில் வந்தான் குமரன்.

உமாசந்திரன்

"நாங்க நடந்தே போயிடறோமே" என்றாள் வள்ளி தயங்கியவாறு.

"ட்ராலி உங்களுக்காகவா மேலே போகப் போகுது? எங்க கூட நீங்களும் வரப் போறீங்க?"

"இருந்தாலும் ட்ராலி சின்னதுதானே. எங்களாலே உங்களுக்கு ஏன் தொந்தரவு?" என்றாள் வள்ளி..

குமரனுடன் வந்திருந்த பெண் இப்போது குறுக்கிட்டாள்.

"குமரண்ணா, இந்தப் பெண் சொல்வது சரிதானே. நாம மூணு பேர் மட்டுமென்றால் தாராளமாகப் போக முடியும். இவர்களுக்கும் சேர்த்து ட்ராலியில் இடம் வேண்டாமா?" என்றாள்.

அதைக்கேட்ட மங்காவுக்குக் கோபம் பொத்துக் கொண்டு வந்தது. "ஏம்மா, ட்ராலியிலே மூணு பேருக்குத்தான் இடமிருக்கா? சமயத்திலே பத்துப் பதினைஞ்சு பேர்கூட அந்த ட்ராலியிலே ஏறிக் கிட்டுப் போறதை நான் பார்த்திருக்கேன், தெரியுமில்லே?" என்று கூறினாள் ஆத்திரத்துடன்...

வெடுக்கென்று பேசிய மங்காவை வியப்புடன் பார்த்தான் குமரன்.

நிலைமையைச் சமாளிக்க நினைத்த வள்ளி, மங்காவைப் பார்த்துக் கூறினாள்: "மங்கா, வெட்டித் தகராறு எதுக்கு? நாமதான் நடந்து போகத் தயாராயிருக்கோமே."

"வேண்டாம், ட்ராலியிலே பத்துப் பதினைந்து பேர் போவதற்குச் சாத்தியமில்லாவிட்டாலும் ஐந்து பேர் தாராளமாப் போக முடியும். நெருக்கடியே இருக்காது" என்றான் குமரன்.

"ஆமாம் கனகா, இவர்கள் வருவதால் நமக்கு என்ன இடைஞ்சல்?" என்றான் குமரனுடன் வந்திருந்த நண்பன் வீரமணி.

"என்னவோ அண்ணா, எனக்குத் தோணினதைச் சொன்னேன். அப்புறம் உங்க இஷ்டம்" என்று முகத்தைக் கடுமையாக வைத்துக் கொண்டு கூறினாள் கனகா.

கௌரியம்மன் கோயிலிலிருந்து ட்ராலிப் பாதை அதிக தூரத்தில் இல்லை. ஏற்றமும் இறக்கமுமான வழியென்றாலும் அரைக்கல்லுக்கு மேல் இருக்காது. அந்த வழியில் நடப்பதென்றாலே வள்ளிக்கு ஒரே உற்சாகம். வழியெல்லாம் குட்டை குட்டையான புன்னை மரங்களும் புங்க மரங்களும் பச்சைப் பசேலென்று அடர்ந்திருக்கும். ஜன நடமாட்டமே இல்லாத குளிர்ச்சியான காட்டுப்பாதை

என்ன கிளிகள், என்ன கிளிகள்! ஆயிரமாயிரம் கிளிகள் அந்த மரங்களில் உட்கார்ந்து மழலை மொழி பேசிக் கொண்டிருக்கும். பச்சைக்கிளிகள் மட்டுமல்ல, பஞ்சவர்ணக் கிளிகளைக் கூட வள்ளி அந்தக் கிளிக் கூட்டத்தில் பார்த்திருக்கிறாள். அவ்வளவு கிளிகளுக்கும் அந்த மரங்களின் மீது என்னதான் பாசமோ!

"என்ன வீரமணி, இவ்வளவு கிளிகளை நீ சேர்ந்தாற்போல் எங்கேயாவது பார்த்திருக்க முடியுமா?" என்றான் குமரன் தன் நண்பனைப் பார்த்து.

"அற்புதம், அற்புதம்" என்றான் வீரமணி.

"இதுங்க போடற கூச்சல்தான் சகிக்க முடியலே. வழியெல்லாம் இதுங்களோட எச்சம் வேறே. நடப்பதே கஷ்டமாயிருக்கு" எனத் தன் அருவருப்பை வெளியிட்டாள் கனகா.

"கனகா, இது காட்டுப் பிரதேசம் அம்மா, நாசூக்கும் நாகரிகமும் இங்கே கட்டி வராது" என்றான் குமரன்.

"நல்லா சூடு குடுத்தாரு" என்று வள்ளியைத் தோளில் இடித்து அவள் காதில் கூறினாள் மங்கா.

"ஏதோ காட்டுக் கோயிலைப் பார்ப்பதற்காக இவ்வளவு தூரம் ஏன்தான் வந்தோம்னு இருக்கு. பங்களாவிலேயே உட்கார்ந்திருந்தா நிம்மதியாப் பொழுதும் போயிருக்கும்" என்றாள் கனகா.

"கனகா, வீட்டிலேயே உட்கார்ந்திருப்பதற்கா இவ்வளவு தூரம் புறப்பட்டு வந்திருக்கோம்? நாலு எடமும் சுற்றிப் பார்த்தாத்தானே நல்லாயிருக்கும்" என்றான் வீரமணி.

"சுற்றிப் பார்ப்பதற்கு என்ன வச்சிருக்கு இங்கே? திரும்பின பக்கமெல்லாம் காடு, மலை, காடு, மலை, மூணு நாளா இதே கண்றாவியைப் பாத்துப் பாத்து அலுத்துப் போச்சு."

குமரன் சிரித்தான், "வீரமணி, பட்டணத்தை விட்டுப் புறப்படுவதற்கு முன்னமேயே உன் தங்கைக்கு இந்தப் பிரதேசத்தைப் பற்றியெல்லாம் நீ சரியாக விவரித்துச் சொல்லவில்லை போலிருக்கு" என்றான்.

"எல்லாம் சொன்னேன், சொன்னேன், தானும் என்னுடன் வர வேண்டுமென்று ஒரே பிடிவாதமாயிருந்தவள் அவள்தானே! பச்சோந்தி மனது. வேறென்ன?"

"ஊட்டி மாதிரி கலகலப்பா தமாஷாயிருக்கும்னு நினைச்சேன். இங்கே ஒண்ணுமே இல்லையே. வெறும் காடு, சந்திக்கற ஜனங்களும் வெறும் காட்டு ஜனங்கள்" என்றாள் கனகா.

உமாசந்திரன்

"கனகா, போதும் போதும். இதற்கு மேல் பேச்சை வளர்க்க வேண்டாம். உனக்குப் பிடிக்காவிட்டால் நீ வீட்டிலேயே இரு. வெளியே என்னுடன் சுற்றித்தான் ஆக வேண்டுமென்று யாரும் உன்னை வற்புறுத்தவில்லை" என்றான் வீரமணி.

"வீடு மட்டும் என்ன வாழுதாம்" திரும்பத் திரும்ப அந்த ஆத்தையும், மலையையும் தவிர வேறு ஒன்றும் பார்க்க முடியாது. இன்னும் எத்தனை நாளைக்குத்தான் இங்கேயே கட்டிப் போட்டாற் போல் உட்கார்ந்திருக்கணுமோ!" என்று அலுத்துக்கொண்டாள் கனகா.

கோயிலுக்குப் போய்வர உத்தேசமாக இவ்வளவு நேரமாகும் என்ற குறிப்புடன் அதற்குத் தகுந்தாற்போல் ட்ராலியை இறக்கி வைக்கும்படி காளியண்ணனிடம் கூறியிருந்தான் குமரன். எல்லோரும் ட்ராலிப் பாதையையடைந்தபோது, ட்ராலி அங்கே தயாராகக் காத்திருந்தது.

ட்ராலியில் உட்கார்வதற்கு எதிரெதிராக, இரண்டு பலகை பெஞ்சுகள்தான் அமைக்கப்பட்டிருந்தன. ஒரு பெஞ்சில் வள்ளியையும், மங்காவையும் உட்காரச் சொல்லி எதிர்ப் பெஞ்சில் கனகா, வீரமணி இருவருடன் தானும் உட்கார்ந்து கொண்டான் குமரன். பின்பு விஞ்ச் ஷெட்டுக்கு அறிவிப்பதற்காகத் தண்டவாளத்தோடு நெடுகிலும் போடப்பட்டிருந்த தந்திக் கம்பியை இரும்பு நுனியுள்ள கழியால் தட்டினான்.

"இது எதற்காக?" என்று கேட்டான் வீரமணி.

"கழியால் கம்பியைத் தொடும்போது இதில் ஓடிக் கொண்டிருக்கும் மின்சார இயக்கம் தடைப்படுகிறது. அதன் பலனாக விஞ்ச் ஷெட்டில் மணி ஒலிக்கும். இந்த விதத்தில் நமக்கு ட்ராலி தேவைப்படுகிறது என்பதையோ ட்ராலியில் புறப்படத் தயாராகிவிட்டோம் என்பதையோ நாம் விஞ்ச் ஷெட்டில் உள்ள ஆளுக்கு உணர்த்த முடிகிறது" என்று குமரன் விவரித்துக் கொண்டிருக்கும்போதே ட்ராலி மேல் நோக்கி நகர ஆரம்பித்தது.

வள்ளியின் நெஞ்சு திக்திக்கென்று அடித்துக் கொண்டிருந்தது. ட்ராலியில் அவர்கள் மேலே போய்ச் சேர்ந்ததும் காளியண்ணன் என்ன சொல்லப் போகிறானோ! கோயிலுக்கு ட்ராலியிலேயே போய் வருவதற்கு இந்த ஐயாவிடமே அனுமதி கேட்க வேண்டும் என்று அவள் நினைத்தது போக, இந்த ஐயாவைக் கோவிலில் சந்திக்காமலிருந்தால் எவ்வளவோ நிம்மதியாயிருந்திருக்குமே என்று நினைக்க ஆரம்பித்திருந்தாள் இப்போது.

"யக்கோவ்! கீழே தள்ளிடும் போலேருக்கு" என்று சிரித்துக் கொண்டே அவளைக் கட்டிக் கொண்டாள் மங்கா. மேல் பக்கத்துப் பெஞ்சில் அவர்கள் உட்கார்ந்திருந்ததால் ட்ராலி ஏற்றத்தில் ஏறும்போது அவர்கள் முன்னுக்கு விழுந்து விடுவார்களோ என்ற அச்சம் தோன்றியது. வள்ளி காலைக் கெட்டியாக ஊன்றிக்கொண்டு பக்கவாட்டுச் சட்டத்தைப் பலமாகப் பிடித்துக் கொண்டாள்.

ட்ராலி மேலே செல்லச் செல்ல மலைச்சரிவு கீழ்நோக்கிச் செல்வது போலிருந்தது. சரிவில் ஒரு பொட்டு மேகம் கூட இல்லை. கிடுகிடு பாதாளத்தை நோக்கிச் செங்குத்தாக இறங்குவது போன்றிருந்த அந்தச் சரிவு பயங்கரமான எழிலுடன் காட்சியளித்தது. மூன்று புறமும் கண்ணுக்கு எட்டிய தூரம் வரை நிமிர்ந்து நின்ற நீல மலைகள். நடுவே அந்தச் சரிவுப் பாதை மலையரசன் மார்பில் வீரத்தாடவம் அணிந்திருந்தது போல் துலங்கியது. சரிவில் அமைந்திருந்த பென்ஸ்டாக்குழாய்களும், ட்ராலித் தண்டவாளங்களும் மலைப் பாம்புகளும் சாரைப் பாம்புகளும் ஒன்றோடொன்று போட்டி போட்டுக்கொண்டு கீழிறங்கிச் செல்வது போல் வள்ளியின் கண்ணுக்குத் தோன்றின. தூரத்தில் எங்கோ வெகு தொலைவில் பவர்ஹவுஸ் ஒரு சிறிய நெருப்புப் பெட்டியைப் போல் காட்சியளித்தது. அதற்கப்பால் தனது இயல்பான படுகையில் அமைதியாக ஓடிக் கொண்டிருந்த சுருளியாறு அந்தப் பகலொளியில் மின்னல் கொடியைப் போல் பளிச்சிட்டுக் கொண்டிருந்தது.

"பள்ளத்தின் காட்சிகளையெல்லாம் நாம் பார்ப்பதற்கு எதிர் பெஞ்சுதான் இன்னும் சௌகரியமாயிருக்கும் இல்லையா?" என்று கேட்டான் வீரமணி.

"ஐயையோ! அதிலே உக்காந்தா நான் கீழே விழுந்து விடுவேன்" என்றாள் கனகா.

"கனகாவுக்காகத்தான் நான் இந்த பெஞ்சில் உட்கார்ந்து கொண்டேன். இறங்கும்போது எதிர் பெஞ்சில் உட்கார்வது கஷ்டமில்லை. ஏறும் போது கீழே தள்ளுவது போலத்தான் இருக்கும். பழகினவர்களுக்கே பயமாயிருக்கும்" என்றான் குமரன்.

"இறங்கிப் போகும்போது பள்ளத்துக் காட்சியெல்லாம் தான் நன்றாய்ப் பார்த்தாயிற்றே. இன்னும் என்ன பார்க்க வேண்டியிருக்கிறது" என்றாள் கனகா.

ட்ராலி மெல்ல மெல்ல மேலேறிச் சென்று நிலைக்கு வந்து நின்றது. எல்லோரும் ட்ராலியை விட்டு இறங்கினர். அண்ணன்

கண்களில் படாமல் எந்த வழியாகவாவது தப்பியோடி விட முடியாதா என்று அலைபாய்ந்தன வள்ளியின் கண்கள்.

"அக்கா, இன்னும் இங்கேயே நின்னு என்ன பார்த்துக்கிட்டிருக்கே? அவங்கல்லாம் மேலே போயிட்டாங்க பாரு" என்றாள் மங்கா.

"அண்ணன் கட்டாயம் கோவிக்கத்தான் போகுது" என்றாள் வள்ளி.

"கோவிக்கறதுக்கு என்ன இருக்கு? மேலேருந்து கீழே வரதுக்குத் தான் உங்கண்ணன் தயவு வேணும். கீழேயிருந்து மேலே போறதுக்கு அது என்ன அண்ணாவி?" என்றாள் மங்கா.

"நீ சொல்லுவே! என் மனசு கெடந்து அடிச்சுக்கிடறது எனக்கில்லே தெரியும்" என்றாள் வள்ளி.

இருவரும் உடும்புக் கொட்டகையைச் சமீபித்தபோது கொட்டகையிலிருந்து காளியண்ணன் வெளியே வந்தான்.

"ஓகோ... நீங்க கூடவா?" என்றான் அவர்களை முறைத்துப் பார்த்துக் கொண்டே. மற்ற மூவரும் அத்திமர மேட்டருகே நிழலில் நின்று கொண்டிருந்தனர்.

"காளி கோயில்லே இவங்க ரெண்டு பேரையும் பார்த்தேன். எங்க கூட ட்ராலிலேயே வரச் சொன்னேன்" என்றான் குமரன் முன்வந்து.

"அதுதான் தெரியுதே" என்றான் காளியண்ணன்.

"நடந்து களைச்சுப் போயிட்டாங்க பாவம். திரும்பி வரும்போது நடை மிச்சமாகட்டுமேன்னு."

"நீங்களே உத்தரவு போடுங்க. நீங்களே அதை முறியுங்க. உங்க இஷ்டத்துக்கு எது வேணும்னாலும் செய்யுங்க. எனக்கென்ன?" என்றான் காளியண்ணன் அலட்சியமாக.

"நான் உத்தரவு போட்டது இவங்களுக்காக இல்லே" என்றான் குமாரன் சுருக்கமாக.

வீரமணி, பட்டணத்திலிருந்து தனது காரை எடுத்து வந்திருந்தான். அணைக்கரை வீட்டிலிருந்து உடும்புக் கொட்டகை வரை அவர்கள் அந்தக் காரில்தான் வந்திருந்தனர். காரில் அவர்கள் மூவரைத் தவிர வள்ளியும் மங்காவும் உட்கார்வதற்குத் தாராளமாக இடமிருந்தது. வீரமணி கூறினான்.

"குமரன், நாம் திரும்பிப் போகும் வழியில்தான் இவர்கள் வீடு இருக்கிறதென்றால் இவர்களை வீட்டிலேயே இறக்கிவிட்டுப் போவதானாலும் போவோமே!"

முள்ளும் மலரும்

"அதுக்கெல்லாம் அவசியமில்லீங்க. நீங்க உங்க வேலையைக் கவனியுங்க" என்று காளியண்ணன் வெடுக்கென்று கூறி அந்த யோசனைக்கு முற்றுப்புள்ளி வைத்துவிட்டான்.

"சரி, புறப்படலாம் வீரமணி. இவர்கள் வீடு பக்கத்தில் தானே இருக்கிறது. நாம்தான் அதிக தூரம் போக வேண்டும்" என்று கூறி குமரன் டிரைவர் சீட்டில் உட்கார்ந்து கொண்டான்.

"அண்ணாவுக்கு இங்கிதமே தெரியாது. இந்தக் காட்டுப் பெண்களை எனக்குச் சரி சமமாக என் பக்கத்திலே உட்காரச் சொன்னா என்ன அர்த்தம்?" என்று முணுமுணுத்துக் கொண்டே கனகா காரில் அமர்ந்து கொண்டாள்.

வீரமணி குமரனின் பக்கத்தில் அமர்ந்ததும் கார் கிளம்பிச் சென்றது.

"உங்கண்ணனாலேதான் நம்ம கார் சவாரி கெட்டுது" என்றாள் மங்கா வள்ளியின் காதருகே சென்று.

காளியண்ணனின் காதில் அந்த வார்த்தைகள் விழுந்தன. ஆனால் அவன் கவனிக்காதவன் போல் அத்திமர மேட்டை நோக்கி நடந்து முகத்தை வேறு புக்கம் திருப்பிக் கொண்டு உட்கார்ந்தான்.

"முரடு, முரடு" என்று முணுமுணுத்தாள் மங்கா.

வள்ளிக்கு அழுகை வந்துவிடும் போலிருந்தது. அண்ணன் அட்டகாசமாகக் கூச்சல் போட்டுத் திட்டினாலும் அவள் பொறுத்துக் கொள்வாள். ஆனால் அவன் கோபத்தை வெளிக்காட்டாமல் முகத்தை ஒரு மாதிரி வைத்துக் கொண்டால் அவளால் தாங்க முடியாது. அந்தக் கோபம் எப்போது எரிமலையாக வெடித்து விடுமோ என்ற நடுக்கம் அவளை ஆட்டி எடுத்துவிடும். அந்த ஐயா ஏன்தான் அந்தச் சமயத்தில் கோவிலுக்கு வந்து சேர்ந்தாரோ! அனாவசியமாக அண்ணனுக்குக் கோபம் வரும்படி ஆகிவிட்டதே!

அடிமேலடி வைத்து அண்ணனருகே சென்று நின்றாள் வள்ளி.

"அண்ணே, வீட்டுக்குப் போகட்டுமா?"

"என்னை ஏன் கேக்கறே?"

"உனக்கு ஏதாவது வேணுமா வீட்டிலேருந்து."

"என்னைப் பத்தி நீ கவலைப்பட வேண்டாம்!"

"நான் தப்பு செய்திருந்தா மன்னிச்சுடு அண்ணே?"

உமாசந்திரன்

"மன்னிக்கக் கூடிய தப்பாயிருந்தாத்தானே?"

"உண்மையிலேயே உனக்கு எம்மேலே கோவம்தானா?"

"இல்லை ! ஒரேயடியா பாசம் பொங்குது."

"கோவமில்லாம காது குடுத்துக் கேட்டா என் மேலே தப்பு இல்லேன்னு புரிஞ்சுக்குவே."

"நான் ஒண்ணும் புரிஞ்சுக்க வேண்டியதில்லை. நீ எனக்கு எதுவும் சொல்ல வேண்டியதும் இல்லே. வாய் பேசாமே வீட்டைப் பாக்க நட. வீட்டிலே வந்து பேசிக்கறேன்" என்று உக்கிரமாகக் கூறிய காளியண்ணன் சடாரென்று எழுந்து கொட்டகையை நோக்கிச் சென்று விட்டான்.

"ஏன் கிடந்து இப்படிப் பயந்து சாகறே? வா வீட்டுக்கு" என்றாள் மங்கா வள்ளியருகே வந்து.

"உனக்குத் தெரியாது மங்கா. அண்ணனுக்கு இந்த மாதிரிக் கோவம் வந்து நான் என்னிக்குமே பாத்ததில்லே."

"இன்னிக்குப் பாத்திட்டேல்லே? புறப்படு. சரித்தான்" என்று அவள் கையைப் பிடித்திழுத்தாள் மங்கா.

கொட்டகைப் பக்கம் பார்த்தவாறு சற்றுத் தயங்கிய வள்ளி, மங்கா இழுத்த போக்கில் அங்கிருந்து நடக்க ஆரம்பித்தாள்.

வெள்ளிக்கிழமை தோறும் வள்ளியுடன் அவள் வீட்டுக்குச் சென்று, அவளுடன் உட்கார்ந்து சாப்பிட்டு விட்டுத்தான் மங்கா வீடு திரும்புவது வழக்கம். அன்றும் அப்படியே சென்றாள். அஞ்சலையத்தை கவலையுடன் வாயிற்படியிலே உட்கார்ந்திருந்ததைக் கண்டதும் மங்காவுக்குச் சிரிப்பு வந்தது. "குழந்தைங்க திரும்பி வரலேன்னு அத்தைக்கு என்ன கவலை பாரு" என்றாள் சிரித்துக்கொண்டே .

"ஏன்! நடந்தே போயிருந்தீங்களா! ரொம்ப நேரமாயிருச்சே!" என்றாள் அஞ்சலையத்தை.

"அதையேன் கேக்கறே அத்தே... திரும்பி வரும் போதாவது ட்ராலி கிடைச்சுதோ காலு ரெண்டும் பொழைச்சுதோ" என்று தரையில் தொப்பென்று உட்கார்ந்து இரு கால்களையும் பிடித்துக் கொண்டாள் மங்கா.

அன்று அஞ்சலையத்தை அவர்களுக்குச் சுடுசோறும், சாம்பாரும், கீரை மசியலும் தயாராக வைத்திருந்தாள். மங்கா அவற்றை ஒரு

கை பார்த்த போது வள்ளி சாப்பாட்டிலேயே மனது செல்லாமல் ஏதோ சாப்பிட்டுவிட்டு எழுந்துவிட்டாள்.

சாப்பாட்டுக்கு மேல் மங்கா ஒரு தூக்கம் போட்டு விட்டுத்தான் அங்கிருந்து புறப்பட்டுச் சென்றாள். போகும்போது வள்ளியை கட்டிப் பிடித்துக் கொண்டு, “அக்கா இன்னமும் முகத்தை உர்ன்னு வச்சுக்கிட்டிருந்தா எப்படி..ம்? அண்ணன் அப்படியே கோவிச்சுக்கிட்டாலும் உன்னை என்ன செய்திட முடியும்? கிடக்கு சரித்தான்னு சிரிச்சிக்கிட்டு இருப்பியா, என்னமோ?” என்று அன்புடன் அவளை தலையைக் கோதிக் கன்னங்களில் முத்தம் கொடுத்துவிட்டு அங்கிருந்து ஓடிவிட்டாள்.

நிலைப்படியருகிலே பிரமை பிடித்தாற்போல் நின்றாள் வள்ளி.

அஞ்சலையத்தை பரிவுடன் அவளருகே வந்து நின்றாள். “என்ன நடந்தது வள்ளி? வந்ததிலிருந்தே பாக்கறேன். சரியாகவே இல்லையே! சரியாச் சாப்பிடக் கூட இல்லே. எதுக்காவது காளித்தம்பி கோவப் பட்டுதா உன் மேலே?”

“சாதாரணமாகக் கோவப்படறது வாய் வார்த்தையோட போயிடும். இந்தக் கோவம் அண்ணன் மனசுக்குள்ளேயே குமுறிக்கிட்டிருக்கு. எப்போ எப்படி வெடிக்குமோ, நினைக்கவே பயமாயிருக்கு” என்று கூறிய வள்ளி கோயிலிலிருந்து திரும்பி வரும்போது நடந்தவற்றை விவரித்துக் கூறினாள்.

”பூ... இதுக்குத்தானா இவ்வளவு தூரம் மனசை அலட்டிக்கறே? தம்பி கோபிக்கிறதுக்கு இதிலே என்ன இருக்கு? அப்படியே அது ஏதாவது சொன்னாலும் நான் சும்மா இருந்திடுவேனா? நீ நிம்மதியா உன் வேலையைப் பாரு கண்ணு” என்று வள்ளியைத் தட்டிக் கொடுத்து அனுப்பினாள் அஞ்சலையத்தை.

அன்று மாலை காளியண்ணன் வீட்டிற்கு வரவில்லை. முனியாண்டி கடையிலிருந்து ஓர் ஆள் வந்து காளியண்ணன் டூட்டி முடிந்ததும் முள்ளிமலைக்குப் புறப்பட்டுப் போவதாகவும், மறுநாள் காலையில் டூட்டி முடிந்த பிறகுதான் அவன் வீட்டிற்குத் திரும்பி வருவானென்றும் தகவல் கூறிவிட்டுச் சென்றான்.

அப்போதைக்கு ஆபத்து நீங்கியதென்ற நிம்மதி வள்ளியின் மனத்தில் நிறைந்தது.

9

காளியண்ணன் அன்று முள்ளிமலைக்குப் போகும் நோக்கத்துடன் இல்லை. 'டூட்டி' முடிந்ததும் வீடு திரும்புவதாகத்தான் திட்டம் போட்டிருந்தான். ஆனால் மாலைக் கதிரவன் மேல்திசை மலைவாயில் விழப் போகும் நேரம் நெருங்க நெருங்க அவன் நிலை கொள்ளாமல் தவிக்க ஆரம்பித்தான். வீடு திரும்பி வள்ளியை நேருக்கு நேர் கண்டுவிட்டால் அவன் மனத்தில் குமைந்து கொண்டிருந்த புயல் மேகங்கள் எத்தகைய பயங்கரமான சூறாவளியாகச் சீறியெழுமோ என்று அவனுக்கு அச்சமாயிருந்தது. அதைத் தவிர்க்கவே அவன் விரும்பினான்.

அன்று வீட்டுக்குத் திரும்பாமலிருக்க வழி என்ன என்று அவன் யோசித்துக் கொண்டிருந்தபோது, கிருதா மீசை முனியாண்டி அங்கு வந்து சேர்ந்தான்.

"என்ன காளி, சோந்தாப்போலே உட்காந்திருக்கே?"

"அப்படி ஒண்ணுமில்லையே. 'டூட்டி' முடியப் போகுது. வீட்டுக்குப் போறதைப் பத்தி யோசிச்சுக் கிட்டிருக்கேன்" என்றான் காளி.

"வீட்டுக்குப் போறதைப் பத்தி யோசனை என்ன? முள்ளிமலைக் கூத்துக்கே போயிடலாமான்னு சபலம் தட்டுதோ?" சிரித்தான் முனியாண்டி.

முள்ளும் மலரும்

"என்ன சொன்னே? முள்ளி மலையிலே கூத்தா இன்னிக்கு?"

"நடத்தப் போறாங்களாம். நான்கூட இப்பத்தான் கேள்விப் பட்டேன். நீ அங்கேதான் புறப்பட்டுக்கிட்டிருக்கியா?"

"என்னாலே முடியாதே. இன்னிக்கிக் கீழேருந்து சரக்கு வர வேண்டியிருக்கு. லாரியிலே வந்தாகணும். லாரி வந்து சேர்ற வரையிலே நான் கடையை விட்டு நகர முடியாது" என்றான் முனியாண்டி.

"இப்பக் கடைக்குத்தானே போறே?"

"ஆமாம். ஏன் கேக்கறே?"

"நம்ம வீட்டுக்கு ஒரு ஆளை அனுப்பித் தகவல் சொல்லிடச் சொல்றியா?"

"எதைப் பத்தி?"

"நான் ராவுக்கு வீட்டுக்குப் போகப் போறதில்லே. முள்ளிமலைக் கூத்துப் பாத்திட்டு நேரே அங்கிருந்து டூட்டிக்கு வந்திடப் போறேன்னு வீட்டுக்குத் திரும்பிப் போறது நாளைக்கு டூட்டி முடிஞ்ச பொறகுதான்."

"இந்த சமாசாரத்தை உங்க அத்தைக்குத் தெரிவிச்சிடணும். இவ்வளவுதானே? அது என் பொறுப்பு" என்று கூறிய முனியாண்டி காளியிடமிருந்து ஒரு பீடியை வாங்கிப் பற்றவைத்துக் கொண்டு இருமிக் குரைத்தவாறே அங்கிருந்து நகர்ந்தான்.

ட்ராலிச் சரிவு வழியே அரை பர்லாங் தூரம் நடந்து சென்றால் வலது பக்கம் ஓர் ஒற்றையடிப்பாதை முள்ளிமலைக் காட்டை நோக்கிப் பிரிந்து செல்லும். அந்தக் காட்டில் சிறுத்தைப்புலியின் நடமாட்டம் கூட உண்டென்று காளியண்ணனுக்குத் தெரிந்தது தான். அதையும் பொருட்படுத்தாமல்தான் அவன் அந்தக் காட்டு வழியைக் கடந்து முள்ளிமலைக் குடியிருப்புக்குப் போய்வந்து கொண்டிருந்தான். அதிக ஜனநடமாட்டமுள்ள நேர்ப்பாதை வேறு இல்லாமல் இல்லை. ஆனால் இந்தக் குறுக்கு வழிதான் காளியண்ணனுக்குப் பிடித்திருந்தது. டூட்டி முடிந்ததும் வேறு வழியே சுற்றி வளைத்துச் செல்லாமல் ட்ராலிப் பாதை வழியே இறங்கி ஒற்றையடிப் பாதையில் திரும்பிச் செல்வதுதான் அவனுக்குச் சௌகரியமாயிருந்தது.

முள்ளிமலைக் குடியிருப்பான, காத்தான் கடவில் இருளர்கள் அன்று வள்ளித் திருமணத்தைத்தான் கூத்தாக நடிக்க ஏற்பாடு

உமாசந்திரன்

செய்திருந்தார்கள். குடியிருப்பைச் சார்ந்த திடலில் நாலைந்து தீவட்டி மரங்கள் கொளுத்தி வைக்கப்பட்டிருந்தன. சுற்று வட்டாரத்து இருளர் குடியிருப்புகளிலிருந்தெல்லாம் ஆண்களும், பெண்களுமாக இருநூறு, முந்நூறு பேருக்கு மேல் அங்கே கூடியிருந்தார்கள். திடலையடுத்த மேடுகளிலும் அந்த மக்கள் கும்பல் கும்பலாக உட்கார்ந்து கூத்து ஆரம்பிப்பதற்காகக் காத்திருந்தனர். காத்திருக்கும் நேரத்தை வீணாக்காமல் கட்டுச் சோற்றை அவிழ்த்துச் சாப்பிட்டுக் கொண்டிருந்தனர் சிலர். சுருட்டுப் பிடிப்பவர்கள் கிளப்பிய புகைப்படலம் பல பகுதிகளில் வட்டமிட்டுக் கொண்டிருந்தது. சுரைக் குடுவையிலிருந்த கள்ளை மூங்கில் குவளையில் ஊற்றி ஊற்றிப் பருகும் வேலையும் அங்கங்கே நடந்து கொண்டிருந்தது. தேனையும், தினைச் சோற்றையும் தம்பரத்தம் பழத்தோடு சேர்த்துத் துகைத்துப் பல நாட்கள் புளிக்க வைத்த பிறகு காய்ச்சியிறக்கப்பட்ட அந்தக் கள் அது. அருவருப்பான, ஆனால் இனிமை கலந்த ஒரு நெடி அந்தத் திடலெங்கும் நிரப்பியிருந்தது.

காளியண்ணன் அந்த இடத்திற்கு வந்து சேர்ந்ததும் அந்த நெடியைத்தான் நுகர்ந்து கொண்டு நின்றான் சற்று நேரம். பின்பு, "கலியா, கலியா" என்று முரட்டுக் குரலில் அழைத்துக் கொண்டே, அரையிருட்டும் அரை வெளிச்சமுமாயிருந்த அந்தத் திடலில் சுற்றியவாறு கலியனைத் தேட ஆரம்பித்தான்.

கலியன்தான் அந்தக் குடியிருப்புக்கு நாட்டாண்மைக்காரன். காளியண்ணனுக்கு வேண்டியவற்றை உடனுக்குடன் கவனித்து நிறைவேற்றுவதற்கு எப்போதுமே தயாராய்க் காத்திருப்பவன்.

காளியண்ணன் தகுந்த விதத்தில் அவனை அவ்வப்போது கவனித்துக் கொள்ளத் தவறுவதில்லையென்ற விசுவாசம் கலியனுக்கு என்றும் உண்டு. இப்போது காளியண்ணனின் குரலைக் கேட்டதுமே அவனருகே ஓடிவந்தான். சுரைக்குடுவையும் மூங்கில் குவளையும் அவன் கையில் தயாராயிருந்தன. அவன் ஊற்றிக் கொடுத்த கள்ளை ஒரே மூச்சில் குடித்த காளியண்ணன் திருப்தியுடன் நெஞ்சை நிமிர்த்தி உரக்க ஏப்ப ஒலி செய்தான்.

"கூத்து இன்னும் ஆரம்பமாகலியா?" என்றான் கலியனைப் பார்த்து.

"ஆரம்பிக்க வேண்டியதுதான். திடீர்னு ஒரு சங்கடம் வந்திடுச்சு" என்றான் கலியன்.

"என்ன சங்கடம்?"

“நம்பிராசன் வேசத்துக்குத்தான் தகராறு. இப்போ, அதைப் போட வேண்டிய ஆளு குளிர்காய்ச்சல்லே படுத்திட்டான்.”

“நம்பிராசா இல்லாட்டா என்ன முழுகிப் போச்சு? இளைய நம்பியை வச்சுக் கதையை நடத்துவயா, என்னமோ!?”

“இளைய நம்பிக்குக் கூட ஒருத்தரும் தோதா இல்லே” என்றான் கலியன்.

“போகுது, நான் போடறேன் அந்த வேசம். வள்ளிக்கூத்து எனக்கும் பாடந்தான்” என்றான் காளி.

“நிசமாகவா ஐயா?”

“பொய் வேறயா இதிலே? அந்தக் கூத்து நீங்க நடத்தியே பத்து தடவை பாத்திருக்கேன். உங்க ஆளு செய்யறதை விட மட்டமாவா நான் செய்திடப் போறேன்.”

“சவாசு, சவாசு” என்று மகிழ்ச்சியுடன் கூறிக்கொண்டே குடுவைக்கும் குவளைக்கும் இன்னொரு முறை தொடர்பு ஏற்படுத்திக் காளியண்ணனை மேலும் உற்சாகப்படுத்திவிட்டு அந்த நல்ல செய்தியைத் தன் கூட்டாளிகளுக்குச் சொல்வதற்காக ஓடினான் கலியன்.

கூத்து ஆரம்பமாகியது. திடலில் தீவட்டிக் கம்பங்களையடுத்த மேடுதான் அந்தக் கூத்துக்கு மேடையாகப் பயன்பட்டது. படுதாவின் ஸ்தானத்தில் ஒரு மூங்கில் தட்டியை இரு ஆட்கள் இருபுறமும் பிடித்துக் கொண்டுவர, அதன் மறைவில் வீர நடை போட்டவாறு காளியண்ணன்,

“இளையநம்பி நானும் வந்தேனே இச்சகம் புகழும்
இளையநம்பி நானும் வந்தேனே”

என்று உரக்கப் பாடிக் கொண்டே மேடையின் குறுக்கும் நெடுக்குமாகப் பாய்ச்சல் காட்டினான். அவ்வப்போது தட்டி ஆட்கள் தட்டியைச் சற்று இறக்கி நம்பிராஜனின் முகத்தைச் சபையோர் பார்க்கச் செய்தபோது கைத்தட்டலும், சீழ்க்கையொலியும் காளியண்ணனின் குரலைக் கூட அமுக்கி விடுவதாயிருந்தது.

ஆரம்பத்திலிருந்தே களைகட்டிவிட்டது அந்தக் கூத்து. இருளர் கலைஞர்களுடைய பாடத்திற்கும் காளியண்ணனுடைய பாடத்திற்கும் அங்கங்கே பேதம் தட்டியதென்றாலும் காளியண்ணன் எப்படியோ சமாளித்துக் கொண்டு தன் வேஷத்தை திறமையாக

உமாசந்திரன்

நிர்வகித்துச் சென்று கொண்டிருந்தான். வள்ளி வேஷம் போட்ட இருளர் பையன், அளவுக்கு மிஞ்சி மஞ்சளை அரைத்து முகத்தில் பூசிக்கொண்டு அருவருப்பாகக் காட்சியளித்த போதிலும் இளையநம்பி அந்த வள்ளியிடம் பாசம் காட்டத் தவறவில்லை. தினைப்புனத்தைக் காப்பதற்காக வள்ளியை வழியனுப்பி வைக்கும் சமயத்தில் இளையநம்பி தன்னுடைய நிஜத் தங்கை வள்ளியை நினைத்துக் கொண்டுவிட்டான்.

"பளா பளா... அதாகப்பட்டது என்னவென்றால்..." என்று வசனத்தில் ஆரம்பித்த அவன், உணர்ச்சி நிறைந்த உரத்த குரலில் பாடிய பாட்டு அந்தத் திடலில் கூடியிருந்தவர்களின் கண்களில் கண்ணீரை வருவிக்கும் அளவுக்கு உருக்கமாயிருந்தது. காளியண்ணன் பாடினான்.

தினைப்புனம் காக்கவே வள்ளிக்குட்டி - நீ
திடமாகப் போயிடு வள்ளிக்குட்டி
பரண் மேலே நின்றிடு வள்ளிக்குட்டி - நீ
பறவைகள் ஓட்டிடு வள்ளிக்குட்டி
யாருக்கும் அஞ்சாமல் வள்ளிக்குட்டி - நீ
ஆயலை ஓட்டிடு வள்ளிக்குட்டி
மனம் தளராமலே வள்ளிக்குட்டி - நீ
மலைப்புனம் காத்திடு வள்ளிக்குட்டி
துஷ்டர்கள் வந்தாலே வள்ளிக்குட்டி - நீ
துயரேதும் கொள்ளாதே வள்ளிக்குட்டி
அண்ணனை நினைத்திடு வள்ளிக்குட்டி - நீ
அஞ்சாமல் நின்றிடு வள்ளிக்குட்டி

காளியண்ணன் பாடி முடித்தபோது கைத்தட்டலும், சீழ்க்கையொலியுடன் கலந்த ஆரவாரமும் அந்தத் திடலெங்கும் எதிரொலித்தது.

"பளா பளா! அதாகப்பட்டது என்னவென்றால், என் அருமைத் தங்கை வள்ளிக்குட்டியே, நீ எந்த இடத்தில் இருந்தாலும் உனக்கு ஒரு ஆபத்தும் வரக்கூடாது. நீ நினைத்ததெல்லாம் கைகூட வேணும். அண்ணனுக்கேற்ற தங்கையாக நீ அகிலம் புகழ வாழ வேணும்" என்று வள்ளியை அவன் வாழ்த்தியனுப்பிய போது உண்மையாகவே அவன் குரல் உணர்ச்சி மிகுதியால் கரகரத்தது. தட்டி வீரர்கள் தட்டியை உயர்த்திப் பிடிக்கத் தளர்ந்த நடையுடன் அவன் மேடையிலிருந்து அப்பால் நகர்ந்தான்.

குவளையும் கையுமாகக் கலியன் அவனருகே ஓடி வந்தான். “சவாசு, சவாசு! இந்த வேசத்தை இந்த மாதிரி யாருமே நடத்தியிருக்க மாட்டாங்க. அந்த நரியம்பய காய்ச்சல்லே படுத்தது எங்களுக்கு அதிர்ஷ்டமாகப் போச்சு. ஐயாதான் இனிமே நாங்க இந்தக் கூத்து நடத்தும் போதெல்லாம் இந்த வேஷத்தைப் போட்டாகணும். இல்லேன்னா நாங்க ஐயாவை விடவே மாட்டோம்” என்று குழைந்து குழைந்து கூறிக்கொண்டே குவளையை அவன் கையில் கொடுத்தான். ஒரே மூச்சில் குவளையைக் காலி செய்து எறிந்துவிட்டு ஆயாசத்துடன் புல் மேட்டில் மல்லாந்து சாய்ந்தான் காளியண்ணன்.

“கலியா, போதையிலே ஒறங்கினாலும் ஒறங்கிடுவேன். வேங்கை மர சீன் வரும்போது என்னை உசுப்பிவிட்டுடு” என்று கலியனை எச்சரித்து விட்டுக் கண்களை மூடிக் கொண்டான்.

உண்மையில் வள்ளி ஆயலோட்டப் போன பிறகு இளைய நம்பிக்கு வேலையேது? ஆயலோட்டும் பெண்ணுடன் முருகன் நடத்தும் லீலைகள் எல்லாம் முடிந்த பிறகுதானே அவன் மறுபடியும் மேடையில் தோன்ற வேண்டும் ! வள்ளிக்கேற்ற முருகனாகத்தான் ஒரு ஆளைப் பொறுக்கிப் போட்டிருந்தார்கள். அரிதாரத்தை அனாயாசமாகக் குழைத்து அப்பிக் கொண்டிருந்த அந்த முருகனைப் பார்த்த போது வேங்கை மரமாவதற்கு முன்னமேயே வெட்டி விட முடியாதா என்ற துடிப்புத்தான் இளைய நம்பியின் மனத்தில் தோன்றியது. மேடைமீது கூத்து எப்படி நடக்கிறதென்று பார்க்க வேண்டுமென்ற ஆவலே காளியண்ணனுக்குத் தோன்றவில்லை. கீச்சுக் குரலில் வள்ளி பாடிய ஆயலோட்டும் பாட்டு மட்டும் அவன் காதைத் துளைத்துக் கொண்டிருந்தது. பாட்டின் ஒவ்வொரு அடியின் முடிவிலும் ஸோ..ஸோ’ என்று பாடும் கட்டம் வரும்போது அந்த இடத்திலேயே அந்த வள்ளி வேஷதாரியின் மென்னியைப் பிடித்தாலென்ன என்று நினைத்தான் காளியண்ணன். காதுகளைப் பொத்திக்கொண்டு கண்களைத் திறந்தான்.

கரிய வானத்தில் ஆயிரமாயிரம் தாரகைகள் கண்சிமிட்டிக் கொண்டிருந்தன. மல்லாந்து படுத்திருந்த காளியண்ணனின் மனத்தில் வள்ளியைப் பற்றிய தழுதழுப்பு இன்னும் நிரம்பியிருந்தது. பாவம். அவனுடைய மௌனமான கோபத்தைக் கண்டு அவள் எவ்வளவு மிரண்டு போய்விட்டாள்! எவ்வளவு தூரம் நல்ல வார்த்தை சொல்லி அவன் மனத்தை மாற்றப் பார்த்தாள். பதிலுக்கு அவன் எவ்வளவு கடுமையாகப் பேசிவிட்டான்! “வீட்டுக்கு வந்து பேசிக் கொள்கிறேன்” என்று பயமுறுத்தியனுப்பினானே, அதை நினைத்து அந்தப் பேதைப் பெண் அன்றெல்லாம் எப்படிப் பயந்து

உமாசந்திரன்

நடுங்கிக் கொண்டிருந்தாளோ! நல்ல வேளை, அன்று அவன் வீட்டுக்குத் திரும்பாமலிருப்பதற்குக் கூத்து என்னும் காரணம் துணையாய் அமைந்தது. கிருதாமீசை முனியாண்டியை எவ்வளவு வாழ்த்தினாலும் தகும்.

உணர்ச்சிகளின் வேகத்தாலோ, கள்ளின் மயக்கத்தினாலோ அவன் கண்கள் தாமாகவே மூடிக் கொண்டன. வள்ளி பாவம், நினைவு தெரிவதற்கு முன்பே தாயை இழந்த பெண்தானே! தாயின் அன்பை அறியாமல் அண்ணனுடைய அன்பிலேயே வளர்ந்தவள் தானே! அவளைக் கவனித்துக் கொள்ள அஞ்சலையத்தை இருந்தாள், உண்மைதான். ஆனால் அவன் பங்குக்கு அவளை எவ்வளவு தூக்கிச் சுமந்திருக்கிறான்! அவளுக்கு ஐந்து வயது நிறையும் வரை அவன் ஊட்டினால்தான் சாப்பிடுவாள். அவன் அவளைத் தூக்கித் தோளில் சார்த்திக் கொண்டு குறுக்கும் நெடுக்கும் நடந்தால்தான் அவள் தூங்குவாள். அவன் மேல் அவ்வளவு பாசம் அவளுக்கு. அவனுக்கு மட்டுமென்ன! அவன் எப்படிப்பட்ட கோபத்திலிருந்தாலும் அவளுடைய சிரித்த முகத்தைக் கண்டால் மறுகணமே அவ்வளவு கோபமும் பறந்து போய்விடாதா? ஊருக்கெல்லாம் முரடனாயிருந்தாலும் அருமைத் தங்கையின் அந்தச் சிரிப்புக்கு அவன் அடிமைதானே! அவ்விதம் அடிமையாயிருப்பதில் எவ்வளவு பெருமை அவனுக்கு.

குழந்தைப் போதிருந்த அதே அழகிய சிரிப்பு இன்னும் வள்ளியின் முகத்தில் மாறாமலிருந்தது. அந்தச் சிரிப்பின் அசாதாரணமான அழகுக்கு எதையுமே ஒப்பிட்டுச் சொல்ல முடியாது என்று காளியண்ணன் நினைத்தான். பார்ப்பவர் மனத்தை வசப்படுத்திவிடும் மோஹனச் சிரிப்பு அது. எங்கே அந்தச் சிரிப்புக்கு மதிமயங்கிக் கோபத்தை மாற்றிக் கொண்டு விடுவோமோ என்று நினைத்துத்தானே அவன் அன்று முகத்தைத் திருப்பிக்கொண்டு அத்தி மர மேட்டின் மேல் உட்கார்ந்திருந்தான்? அப்படியொரு கோபமா?

சட்டென்று காளியண்ணனின் சிந்தனை அந்தப் புது ஐயாவின் பக்கம் திரும்பி மனத்தில் கோபத்தைக் கிளப்பியது. அந்த ஆள் வரும்வரை அவன் எவ்வளவோ நிம்மதியாயிருந்தானே! அவர் வந்ததிலிருந்து திரும்பத் திரும்ப அவனுக்குக் குறுக்கே முளைத்து அவனுடைய நிம்மதியைக் கெடுத்துக் கொண்டிருக்கிறாரே! வள்ளி நடந்து வந்தாலென்ன, வேறு எப்படி வந்தால் அவருக்கென்ன? அவனுடைய தங்கையை ட்ராலியில் வரும்படி சொல்வதற்கு அந்த ஆள் யார்?

◀ 105 ▶

ஆனால் வள்ளி செய்ததும் தப்புத்தானே! அந்த ஐயா சொல்லி விட்டார் என்பதற்காக ட்ராலியில் அவர்களோடு நெருக்கியடித்து உட்கார்ந்து கொண்டு வந்துவிட வேண்டுமா? நடந்து வந்து விட்டால் கால் தேய்ந்தா போய்விடும்? நடப்பதற்கு வள்ளி பின்வாங்கியிருக்க மாட்டாள். ஆனால் அந்த மங்கா இருக்கிறதே அப்பப்பா! அது அடம் பிடிக்க ஆரம்பித்தால் யாராலும் அதை அடக்க முடியாதே!

மங்காவை நினைத்துக் கொண்டதும் ஏனோ காளியண்ணனின் உதட்டில் புன்னகை அரும்பியது. இதமான சுகம் அவன் நெஞ்சில் நிரம்பியது. அந்தச் சுகம் மங்காவின் நினைவினால் ஏற்பட்டதா அல்லது கள்ளின் போதையாலா என்று அவனுக்கே புரியாத நிலையில் உறக்கம் அவன் மனத்தைக் காப்பிக் கொண்டு அவனது எண்ணங்களுக்கு முற்றுப்புள்ளி வைத்தது.

“ஐயா, ஐயா” என்று கலியன் அவன் காதருகே குனிந்து கத்திய போதுதான் காளியண்ணன் உறக்கம் கலைந்து கண்களைத் திறந்தான்.

“வேங்கைமர சீன் வரப்போகுதுங்க. நீங்க உசாராயிடணும்” என்றான் கலியன். அந்தக் காட்சிக்குத் தேவைப்படும் முரட்டுக் கோடாலி அவன் கையில் தயாராயிருந்தது.

“நிஜக் கோடாலியே கொண்டு வந்திட்டாயா? பேஷ்” என்றான் காளியண்ணன் அதைக் கையில் வாங்கியவாறு.

“வெறகு வெட்டற கோடாலிங்க, வேற கோடாலிக்கு நாங்க எங்கே போறது” என்றான் கலியன்.

“எந்தன் தங்கை தன்னைத் தீண்ட

எத்தனித்தவன் யாரடா... யாரடா... யாரடா?”

என்று அட்டகாசமாய்ப் பாடிக்கொண்டே கோடாலியைச் சுழற்றியவாறு வீர நடையுடன் மேடையில் பிரவேசித்தான் காளியண்ணன்.

“அண்ணா...அதாகப்பட்டது என்னவென்றால், இங்கே யாருமே இல்லையே’’ என்று கீச்சுக்குரலில் வசனம் பேசினான் வள்ளி வேஷதாரி.

“இந்த வேங்கை மரம் எப்படி வந்தது?” என்று வேங்கை மரத்தின் ஸ்தானத்தில் அங்கே நட்டு வைக்கப்பட்டிருந்த சவுக்கு மரத்தூரை உக்கிரமாக உதைத்தான், இளையநம்பி. உதை தாங்காமல் கீழே விழப்போன அந்த மரத்தைத் தட்டி வீரன் தாங்கி நிறுத்தினான்.

"அண்ணா, இது வேங்கை மரம்."

"இல்லவே இல்லை. இது சவுக்கு மரம்" என்று கூறி விட இருந்த காளியண்ணன் தன்னைக் கட்டுப்படுத்திக் கொண்டு, "இருக்கவே இருக்காது. இவன்தான் என் தங்கையைத் தீண்டிய துரோகி" என்று கர்ஜித்தான்.

"இல்லேண்ணா ! இது வேங்கை மரமேதான்!" என்று மன்றாடினாள் வள்ளி.

"வேங்கை மரமானால் வெட்டி வீழ்த்துவேன்" என்று கோடாலியை ஓங்கினான் இளைய நம்பி.

" வெட்டாதே அண்ணா! அதாகப்பட்டது அதைவிட என்னை வெட்டி விடு அண்ணா" என்று கதறிக்கொண்டே வள்ளி வேஷதாரி அவன் காலில் விழ வேண்டிய கட்டம்... அப்படி விழுந்திருந்தால் அந்த வள்ளியை வேங்கை மரத்தை உதைத்ததை விட உக்கிரமாக உதைத்துத் தள்ளுவதற்குத் தன் காலைத் தயாராக வைத்துக் கொண்டிருந்தான் காளியண்ணன். ஆனால் அதற்குச் சந்தர்ப்பம் ஏற்படாமல் ஒரு நிஜப்பெண்ணின் அலறல் திடீரென்று அந்தத் திடலில் ஒலித்தது. "ஐயோ புலி, புலி! காப்பாத்துங்க காப்பாத்துங்க."

திடலில் ஒரே அல்லோலகல்லோலம். பெண்களும், குழந்தைகளும் கூச்சலிட்டவாறு குறுக்கும் நெடுக்கும் பாய்ந்தனர். ஆண்களோ கையிலகப்பட்ட கற்களையும், கழிகளையும் எடுத்துக்கொண்டு நாற்புறமும் பார்த்தவாறு புலி எங்கிருந்து பாய வந்தாலும் எதிர்ப் பதற்குத் தயாராக நின்றனர். கூச்சலிட்ட பெண் என்ன ஆனாள் என்ற எண்ணமே யாருக்கும் தோன்றவில்லை.

திடீரென்று "அதோ, அதோ" என்று கூவினான் ஓர் ஆள்.

திடலின் வலது பக்கம் காட்டு மரங்கள் செறிந்திருந்த பகுதிக்கருகே ஒரு பாறைமீது இரு நெருப்புத் தணல்கள் தெரிந்தன. பெண்ணைத் துரத்தி வந்த புலி அவ்வளவு ஜனக் கூட்டத்தை அங்கு எதிர்பார்க்கவில்லை போலும். பிரமை பிடித்தாற்போல் அந்தப் பாறையின் மீது அசைவற்று உட்கார்ந்து தன் நெருப்புக் கண்களால் நிலைமையை ஆராய்ந்து கொண்டிருந்தது.

"யாருமே அசையாதிங்க. நான் அதைக் கவனிக்கிறேன்" என்று எல்லோரையும் கையமர்த்திய காளியண்ணன் தீவட்டி மரத் திலிருந்து ஒரு தீவட்டியைப் பிடுங்கி எடுத்துக்கொண்டு வலது தோளில் சார்த்திய கோடாலியுடன் புலி உட்கார்ந்திருந்த பாறையை நோக்கி அடிமேலடி வைத்து முன்னேறினான்...

ஒரு சருகு விழுந்தால் கூடக் கேட்கும்படியான நிசப்தம், அந்த நேரத்தில் அத்திடலில் நிலவியது. அங்கங்கே ஒதுங்கி ஒடுங்கி நின்றிருந்த ஒவ்வொருவர் மனத்திலும் என்ன நடக்கப் போகிறதோ என்ற அச்சம் நிரம்பியிருந்தது.

புலிக்குப் பத்துப் பதினைந்தடி தூரத்திற்குள் வந்துவிட்டான் காளி. புலியோ இமைக்காத அனல் விழிகளால் தன்னை நோக்கி வரும் எதிரியையே பார்த்தவாறு அசைவற்று உட்கார்ந்திருந்தது. அதைப் போருக்கிழுப்பது போல் காளி இடக்கையிலிருந்த தீவட்டியை முன் பக்கம் நீட்டி நீட்டி அதன் ஆத்திரத்தைத் தூண்டி விட யத்தனித்தான். என்ன ஆத்திரமூட்டினாலும் இருந்த இடத்தை விட்டு அசைய மாட்டேன் என்று சொல்வது போல் உறுதியாக உட்கார்ந்திருந்தது புலி.

அதற்கு மேல் நெருங்கினால் புலியின் முதல் தாக்குதலுக்கே பலியாகிவிட வேண்டியிருக்கும் என்பது காளியண்ணனுக்குத் தெரியாததல்ல. எனவேதான் அந்தப் பத்தடி தூரத்திலிருந்தே அதற்குப் பாய்ச்சல் காட்டிக் கொண்டிருந்தான். புலியும், எதிரி இன்னும் நெருங்கி வரட்டும் என்று நினைத்தது போல் சலனம் இன்றி உட்கார்ந்திருந்தது.

இந்தத் தேக்க நிலை இன்னும் எவ்வளவு நேரம் நீடித்திருக்குமோ சொல்ல முடியாது. திடீரென்று எங்கிருந்தோ ஒரு கல் புலி அமர்ந்திருந்த பாறை மீது விழுந்தது. மறுகணமே உக்கிரமாகச் சீறிப் பாய்ந்தது புலி. மின்னல் வேகத்தில் இது நிகழ்ந்துவிட்டது.

காளியண்ணன் இந்தத் திடீர்த் தாக்குதலுக்குத் தயாரா யில்லைதான். ஆனால் அதுவே ஒரு விதத்தில் அவனுக்குச் சாதகமாயும் அமைந்தது. கல் வந்து விழுந்ததால் ஏற்பட்ட கணநேரச் சீற்றத்தில் புலி குருட்டாம் போக்காய்ப் பாய்ந்ததே ஒழிய அவனைக் குறி வைத்துப் பாயவில்லை. எனவே அவனது இடத் தோளை மட்டும் நகங்களால் கீறிக் கிழித்துக் கொண்டு பக்கவாட்டில் விழுந்தது புலி. மறுபடியும் அது தன்னைச் சமாளித்துக் கொண்டு அவன் மேல் பாய்வதற்கு ஒரு கணம்தான் அதற்குத் தேவையா யிருந்தது. ஆனால் அந்த ஒரு கணத்தைக் காளியண்ணன் தனக்குச் சாதகமாய்ப் பயன்படுத்திக் கொண்டான். புலி தரையில் விழுந்த மறுகணமே அவன் கோடாலி முழு வேகத்துடன் அதன் முதுகில் பாய்ந்தது. மண்ணில் சாய்ந்த புலி பயங்கரமாகக் கத்தியவாறு மறுபடியும் எழுந்திருக்க முயற்சி செய்து பார்த்தது. கால்களை ஊன்றி வைக்கக் கூடச் சக்தியில்லாமல் கனல் கக்கிய விழிகள் பஞ்

சடைய பீறிட்டுப் பாயும் ரத்த வெள்ளத்தில் செயலற்றுத் துவண்டு புரண்டது.

"சவாசு! சவாசு" என்று கத்திக் கொண்டே காளியண்ணனை நோக்கி ஓடி வந்தான் கலியன். மற்ற இருளர்களும், காளியண்ணனின் வெற்றியைக் குறித்து ஆரவாரம் செய்து கொண்டே ஓடிவந்து சூழ்ந்து கொண்டனர்.

""வேங்கை மரத்துக்குப் பதிலா வேங்கையையே வெட்டிட்டாரு நம்ம நம்பிராசன்" என்று குதூகலத்துடன் கத்தினான் கலியன்.

"வேங்கையா இது? சிறுத்தையில்லே" என்றான் காளியண்ணன் அலட்சியமாக.

மகிழ்ச்சிப் பெருக்கில் இருளப் பெண்கள் குலவையிட்டவாறு அந்தப் புலியை சுற்றிச் சுற்றிக் கும்மியடித்தனர்.

அவ்வளவு கூட்டத்தையும் இடித்துத் தள்ளிக்கொண்டு முன்னே வந்தாள் ஒரு பெண். கும்மியடிக்கும் பெண்களை விலக்கிக்கொண்டு தரையில் விழுந்து கிடந்த புலியைக் குனிந்து பார்த்த அவள் குதூகலத்துடன் கைகொட்டியவாறு கூறினாள் "செத்திட்டயா? ஒழிஞ்சு போ! என்னைத் தொரத்திக்கிட்டு வந்தேல்லே! நல்லா வேணும்!"

தீவட்டியை முன்னுக்குக் கொண்டு வந்து அந்தப் பெண்ணின் முகத்துக்கு நேரே பிடித்தான் காளியண்ணன்.

"மங்கா ! நீயா?"

மறுகணமே அவனுக்குக் கண்களை இருட்டிக் கொண்டு வந்தது. தோளில் பட்ட காயத்திலிருந்து ஏற்பட்ட ரத்தப் பெருக்கு அவனை நினைவிழக்கச் செய்தது. தரையில் சாயப்போன அவனைச் கலியன் தாங்கிக் கொண்டான்.

"ஐயோ வள்ளியண்ணே ! புலி உன்னை அடிச்சிடுச்சா?" என்று அலறினாள் மங்கா.

10

"வீரமணி, உன் மனது எனக்குப் புரிகிறது. எல்லா விஷயத்திலும் உன் விருப்பத்தை மதித்து நடக்கக் கடமைப்பட்டவன்தான் நான். இருந்தாலும்..."

குமரனை மேலே பேசவிடாமல் இடைமறித்தான் வீரமணி.

"குமரன், என்னிடம் நீ அப்படியெல்லாம் பேசலாமா? நீயாவது எனக்குக் கடமைப்படு வதாவது?" என்றான்.

"ஏன்? உன்னைப் போன்ற ஒரு நண்பன் எல்லோருக்கும் கிடைத்துவிட முடியுமா?"

"அப்படியே வைத்துக் கொள்வோம். இதற்காக நீ எனக்குக் கடமைப்பட்டிருக்க வேண்டுமென்று அர்த்தமா?" என்று சிரித்தான் வீரமணி.

"உனக்கு இல்லாவிட்டாலும் உன் தகப்பனாருக்கு என்றென்றும் கடமைப்பட்டிருக்க வேண்டியவன்தானே நான். அவருடைய ஆதரவு இல்லையென்றால் நான் இப்படி ஒரு ஆளாகத் தலையெடுத்திருக்க முடியுமா? அவருடைய நினைவுக்காகவாவது அவருடைய பிரதிநிதியான உன் வார்த்தைக்கு நான் மதிப்புக் கொடுத்துத்தானே ஆக வேண்டும்!"

"இந்த வாதத்தையும் நான் ஒப்புக்கொள்ள முடியாது குமரன். என் தகப்பனார் உன்னை வளர்த்து ஆளாக்கினாரென்றால் எதற்காக? உன் தகப்பனாருடைய வக்கீல் என்ற முறையில் அவர் ஒப்புவித்துப் போன பொறுப்பைப் பழுதில்லாமல் நிறைவேற்றினார். அவ்வளவுதானே? உன் தகப்பனார் வைத்துவிட்டுப் போன தொகையில் அவரது உயிலில் கண்ட நிபந்தனையின்படி தமக்குச் சேர வேண்டிய ஊதியத்தை அவ்வப்போது கழித்துக் கொள்ளவும் என் தந்தை தவறவில்லையே."

"தமது தொழிலில் அவர் அவ்வளவு கண்டிப்பும், நேர்மையும் உள்ளவராயிருந்ததால்தான் நான் இவ்வளவு தூரம் முன்னுக்கு வர முடிந்தது. அவருடைய நேர்மைக்கும் அன்புக்கும் மட்டுமல்ல, அவருடைய கண்டிப்புக்கும் நான் தலைவணங்குகிறேன்!" என்று குமரன் உண்மையான உணர்ச்சியுடன் நெஞ்சு தழுதழுக்கக் கூறினான்.

இருவரும் சம்பா நீர்த் தேக்கத்துக்குச் செல்லும் நிழலடர்ந்த மோட்டார்ப் பாதையில் கொஞ்ச தூரம் நடந்துவிட்டுத் திரும்பிக்கொண்டிருந்தனர். கனகா தலைவலியென்று சொல்லிக் கொண்டு படுக்கையை விட்டு எழுந்திருக்காமல் வீட்டிலேயே தங்கி விட்டாள். இருவரும் தனியாகச் செல்லும் அந்தச் சந்தர்ப்பத்தை நழுவ விடக் கூடாதென்று தான் வீரமணி, குமரனிடம் கனகாவின் திருமண விஷயமாகப் பிரஸ்தாபித்தான்.

"கனகாவுக்குத் தகுந்த இடத்தில் கணவனைத் தேடி மணம் முடித்து வைப்பதைத் தவிர வேறெந்தப் பொறுப்பையும் அப்பா எனக்கு வைத்து விட்டுப் போகவில்லை. அவள் விஷயமாக நீண்ட நாட்களாக என் மனத்தில் குடிகொண்டிருந்த விருப்பத்தைத்தான் இன்று உன்னிடம் வெளியிட்டேன்."

"ஆனாலும் ஒரு விஷயத்தை நீ மறந்து விட்டாயே வீரமணி. கனகாவும், நானும் இதுவரை எப்படிப் பழகி வந்திருக்கிறோமென்று உனக்கே தெரியும். அவளை என் தங்கையாகவே இத்தனை வருஷமும் கருதி வந்திருக்கிறேன். வேறுவிதமாக அவளைக் கற்பனை செய்து பார்ப்பதற்கே என் மனம் கூசுகிறது" என்றான் குமரன்.

வீரமணி ஒன்றும் பேசாமல் சற்றுத் தலையைக் குனிந்தபடியே நடந்து கொண்டிருந்தான். பின்பு கூறினான்.

"உண்மைதான் குமரன். அதைப்பற்றி நான் சிந்தித்துப் பார்க்கவே இல்லை."

“கனகாவும் என்னை ‘அண்ணா, அண்ணா’ என்று உரிமையுடன் அழைத்து அவ்விதமே என்னிடம் பழகியும் வந்திருக்கிறாள். உன் மனத்தில் நீ கட்டிக் கொண்டிருந்த கோட்டையைப் பற்றி அவளுக்கு ஒன்றுமே தெரியாது என்றுதான் நான் நினைக்கிறேன்” என்றான் குமரன்.

“நீ நினைப்பது சரிதான். நான் கனகாவிடம் இதைப் பற்றி ஒன்றுமே கூறியதில்லை. முதலில் உன்னுடைய அபிப்பிராயத்தை அறிய நினைத்தேன். உன் அபிப்பிராயம் இப்படி இருக்கிறது.”

“இதோடு இதற்கு முற்றுப்புள்ளி வைப்பதுதான் நல்லது. கனகாவிடம் ஒன்றுமே சொல்ல வேண்டாம். எப்போதும் போல் அவள் தன்னை என் தங்கையாகவே பாவித்துக் கொண்டிருப்பது தான் பொருத்தமானது” என்றான் குமரன்.

வீரமணி பெருமூச்செறிந்தான்.

“சரி, கனகாவின் அதிருஷ்டம் எப்படி இருக்கிறதோ பார்க்கலாம்” என்றான்.

“உன்னைப் போன்ற அண்ணன் இருக்கும்போது அவள் அதிர்ஷ்டத்துக்கு என்ன குறைச்சல் இருக்க முடியும்?” என்று சிரித்தான் குமரன்.

“சற்று முன் கூறியதை மறந்து பேசுகிறாயே. ‘நம்மைப் போன்ற அண்ணன்மார்’ என்று உன்னையும் சேர்த்துக் கொண்டல்லவா சொல்ல வேண்டும்?” என்று அவனை மடக்கிய உற்சாகத்தில் வீரமணியும் சிரித்தான்.

இருவரும் வீட்டை நெருங்கிய போது போலாநாத் தனது கூனல் முதுகைக் குலுக்கியவாறு அவர்களை நோக்கி ஓடி வந்தான்.

“என்ன போலா?”

“அந்தப் பொண்ணு வள்ளி வந்திருக்கு. அவள் அண்ணனைப் புலி அடிச்சிடுச்சாம்” என்று போலா கூறியதும் குமரனுக்கு ஆச்சரியம் தாங்கவில்லை.

“என்ன? புலி எப்படி அடித்தது? இந்த உச்சிக் கடவுப் பகுதியிலே புலி வருவதே இல்லையென்று கேள்விப்பட்டிருந்தேனே!”

“இவன் கூத்துப்பாக்க முள்ளிமலைக் காத்தான் கடவுக்கு போயிருக்கான். அங்கேதான் இது நடந்திச்சாம். நம்ம வஸ்தாத் ஒண்டி ஆளா நின்னு புலியைக் கோடாலியாலே மார்டாலா.”

"அடப்பாவி!"

"நம்ம ஆளுக்கு அப்படி ஒண்ணும் பலமான காயம் இல்லை. இடது தோள்பட்டையிலேதான் அடியாம். நாலு நகம் நல்லாப் பதிஞ்சு கிழிஞ்சிருக்காம். எலும்பும் அந்த எடத்திலே கொஞ்சம் புரண்டு போயிருக்கூன்னு அந்த வள்ளிப் பொண்ணு சொல்லிச்சு" என்று விவரித்தான் போலா.

வீட்டு வாயிலில் வள்ளி கவலை தோய்ந்த முகத்துடன் நின்றிருந்தாள்.

"அண்ணனுக்கு இப்போ எப்படி இருக்கு வள்ளி" என்று பரபரப்புடன் கேட்டான் குமரன்.

"கவலைப்படும்படி ஒண்ணுமில்லை. ஆனா காத்தான் கடவு ஆளுங்க காலையிலே அண்ணனைத் தூக்கிக்கிட்டு வீட்டு வாசல்லே வந்து நின்னபோது நான் பயந்தே போயிட்டேன். அண்ணனுக்கு அப்போ சுயநினைவு கூட இல்லை. காயத்திலேருந்து ரத்தம் பெருகாமே தடுக்கறதுக்கு ஏதேதோ பச்சிலையெல்லாம் வச்சுக் கட்டியிருந்தாங்க. அதுக்கு நல்ல பலன் இருந்திச்சு. வீட்டுக்கு வந்து சேர்ந்த கொஞ்ச நேரத்துக்குள்ளேயே அண்ணன் கண்ணை முழிச்சுப் பேச ஆரம்பிச்சிருச்சு."

"இருந்தாலும் எழுந்து நடமாட இன்னும் கொஞ்ச நாள் ஆகுமில்லையா?" என்று கேட்டான் குமரன்.

"அப்படித்தான் தோணுது. அண்ணனுக்கு டூட்டியைப் பத்தித்தான் கவலையெல்லாம். கண்ணை முழிச்சதுமே டூட்டிக்கு நேரமாயிடுச்சே, நான் எழுந்திருந்து போகணுமேன்னு தவிக்க ஆரம்பிச்சுடுச்சு."

"அதுக்கு வேறே ஏற்பாடு செய்து கொள்கிறேன். முதலிலே காளி உடம்பு சரியாகி எழுந்திருக்கட்டும். அதுவரைக்கும் மொத்த டூட்டியையும் சேர்த்து மாயாண்டியையே கவனித்துக் கொள்ளச் சொல்கிறேன்."

"மாயாண்டியண்ணனுக்குச் சேதி தெரிஞ்சதுமே வந்து பாத்திச்சு. டூட்டியைப் பத்திக் கவலைப்படாதே. நான் போய்க் கவனிச்சிக்கிடறேன்னு சொல்லிட்டு அங்கேதான் போயிருக்கு. அந்தத் தகவலை ஐயாவுக்குச் சொல்லணும்னுதான் நான் வந்தேன்."

இந்தப் பேச்சைக் கேட்டுக்கொண்டு கனகா அங்கே வந்தாள். "ஓ இந்தப் பெண்ணா ? இவளுக்கு இங்கே என்ன வேலை?" என்று கேட்டாள் குமரனைப் பார்த்து.

"இவளுடைய அண்ணனைப் புலி அடித்துவிட்டதாம். எனக்குத் தகவல் கொடுப்பதற்காக வந்திருக்கிறாள்."

"அதற்கு இவள்தான் வர வேண்டுமா?"

"அண்ணனைப் பற்றிய விஷயத்தை வேறு யாரிடமும் சொல்லியனுப்புவது மரியாதையாயிருக்காதே. அதனாலே தான் நானே நேரில் வந்தேன்" என்றாள் வள்ளி. அந்தக் கேள்வியிலிருந்த குத்தலைக் கவனிக்காமல்.

"போலா, சம்பா நீர்த் தேக்கத்திலிருந்து உச்சிக்கடவுக்கு ஜீப் ஏதாவது போகிறதா என்று பாரேன். வள்ளியை ஜீப்பிலே அனுப்பி வைக்கலாம்" என்றான் குமரன்.

"பரவாயில்லை சார். நான் நடந்தே போய்க்கிடறேன்" என்று சங்கோசத்துடன் கூறினாள் வள்ளி.

"வள்ளி, இதிலே என்ன சங்கோசம்? தாத்தா இருக்கும்போது உன்னை நடக்கவிட்டுவிடுவார்னு நினைச்சாயா?" என்றான் போலா.

ஆனால் கடைசியில் வள்ளி நடந்துதான் போக வேண்டியதா யிற்று. அவளும் போலாவுமாக அரைமணி நேரம் சாலையில் நின்று பார்த்தும் சம்பா நீர்த்தேக்கப் பகுதியிலிருந்து ஜீப் எதுவும் உச்சிக்கடவுக்குச் செல்லும் வழியாயில்லை.

"தாத்தா, இனிமே நின்னு பிரயோசனமில்லை, வெயில் ஏறிக்கிட்டிருக்கு" என்றாள் வள்ளி.

"சரி வள்ளி, அண்ணனை நல்லா கவனிச்சுக்கூ, சுத்த முரடூ .. டூட்டி முடிஞ்சதும் நேரே வீட்டுக்கு வரக்கூடாது? முள்ளிமலைக் கூத்து இவன் போகாட்டி நடக்காதா?" என்று போலா உணர்ச்சி வேகத்தில் குற்றியல் உகரத்தை அளவுக்கு மிஞ்சியே நீட்டிக் கூறினான்.

வள்ளி வீட்டுக்குத் திரும்பியபோது வீட்டு வாயிலில் மங்கா உட்கார்ந்திருந்தாள்.

"அண்ணன் எப்படி இருக்கு மங்கா?"

"கொறட்டை விட்டுத் தூங்கிக்கிட்டிருக்கு. புலி அடிச்ச சொரணை இருந்தாத்தானே. பூனை பிராண்டினாக்கூட நம்மாலே தாங்க முடியாது. உங்கண்ணன்.என்னடான்னா புலியடிச்சாத்தான்

என்ன, சிங்கம் அடிச்சாத்தான் என்ன? ஏதாவது ஒடம்பிலே உறைச்சாத்தானே? ஊஹூம். கட்டை. வைரம் பாஞ்ச கட்டை."

மங்கா இப்படிக் கூறிக் கொண்டிருக்கும் போதே உள்ளிருந்து காளியண்ணன் வலி தாங்காமல் புலி கத்துவதைப் போலவே வாய்விட்டுக் கத்துவது கேட்டது.

"என்ன அண்ணே?" என்று பரபரப்புடன் வள்ளி உள்ளே ஓடினாள். காளியண்ணன் வலி தாங்காமல் கத்தித் துடித்துக் கொண்டிருந்தான்.

"தூக்கத்திலே காயத்தைப் பத்தின கவனமில்லாமே புரண்டு படுக்கப் போயிட்டேன். அப்பா... என்ன வலி! கையே கழண்டு விழுந்திடும் போல இருக்கு."

"அண்ணே... கீழூர் ஆசுபத்திரி டாக்டருக்குச் சொல்லியனுப்பட்டுமா? இந்தப் பச்சிலை வைத்தியம் எவ்வளவு தூரம் பலிக்கும்னு தெரியலியே."

"உனக்கென்ன தெரியும்? பச்சிலை வைத்தியம்னா எளப்பம்னு நினைச்சயா? இருளருங்க இதிலே கை தேர்ந்தவங்களாச்சே. எந்த ஆசுபத்திரி மருந்தும் இதுங்கிட்டே ஒண்ணும் பேசிக்க முடியாது... ஆமாம். "ஆ" என்று மீண்டும் வலி தாங்காமல் கத்தினான் காளி.

அவன் துன்பப்படுவதைப் பார்த்து வள்ளியின் கண்களில் கண்ணீர் பெருகியது.

"எதுக்காக அண்ணே இந்தத் துன்பத்தை இழுத்துவிட்டுக்கிட்டே? முள்ளிமலைக்குப் போகாட்டி என்ன? நேத்து டூட்டி முடிஞ்சதும் நேரே வீட்டுக்கு வந்திருந்தா ஒரு துன்பமுமில்லையே..." என்றாள் விம்மலுடன்.

காளியண்ணன் சிரித்தான்.

"ஏ வள்ளிக்குட்டி, அப்படியா நெனைச்சுக்கிட்டிருக்கே? நேத்து நான் வீட்டுக்கு வந்திருந்தா இங்கே என்ன நடந்திருக்கும் தெரியுமில்லே? பெரிய ரகளையே நடந்திருக்கும். முள்ளிமலையிலே சிறுத்தைப் புலி என் கோடாலிக்குப் பலியாச்சு. ஆனா இங்கே நானே கோவம்ங்கற புலிக்குப் பலியாயிருப்பேன். இந்த நோவு தழும்பா மாறிடும். ஆனா அந்த நோவு ஆறாத புண்ணா மனசைப் போட்டு அரிச்சுக்கிட்டே இருக்கும்" என்றான்.

அவனுடைய வெள்ளை மனத்திலிருந்து வந்த வெளிப்படையான பேச்சைக் கேட்டு வள்ளியின் மனம் பூரித்தது. அவளுடைய முகத்தில் அவளது இயல்பான இளநகை அரும்பியது.

முள்ளும் மலரும்

"அப்படிச் சொல்லாதே அண்ணே... உன் கோவம் எப்படிப் பட்டதுன்னு எனக்குத் தெரியாதா? இடி இடிக்கிற மேகம்தான் மழையும் பெய்யும். இடியைக் கேட்டு எல்லாரும் பயப்படறாங்களேன்னு மேகம் தலைகாட்டாமலே இருந்தா எப்படி?" என்றாள்.

இதைக் கேட்டுக் கொண்டு அஞ்சலையத்தை அங்கே வந்தாள்.

"நம்ம வள்ளிக்குட்டி பேசற பேச்சைக் கேட்டயா அத்தே? எட்டாவது வகுப்போட படிப்பை நிறுத்தினது எவ்வளவு தப்புன்னு இப்பத் தெரியுது. மேலே படிச்சிருந்தா கலெக்டர்கூட இதுக்கு எதிரே நின்னு பேச முடியாது. ஆமாம்.." என்றான் காளி பெருமையுடன்.

"உன் தங்கையைப் பத்தி நீ பெருமைப்படாமே வேறே யாரு பெருமைப்படுவாங்க" என்று கூறிச் சிரித்தவாறே கையிலிருந்த கஷாயத்தை அவனிடம் நீட்டினாள் அஞ்சலை.

"ஐயையோ... கஷாயமா?" என்றான் காளியண்ணன் மூக்கை மூடியவாறு.

"திப்பிலி, சித்தரத்தை நறுக்குமூலம் எல்லாம் போட்டுக் காய்ச்சியிருக்கேன். உடம்பு வலிக்கு அமிர்தமாயிருக்கும்" என்றாள் அத்தை.

கண்ணை மூடிக்கொண்டு கஷாயத்தைக் குடித்துத் தீர்த்தான் காளியண்ணன்.

"சே! சே சே! இந்தக் கஷாயத்தைக் குடிக்கணும்னு தெரிஞ்சா புலியோட சண்டை போட்டே இருக்க மாட்டேன்" என்றான் முகத்தைச் சுளித்துக்கொண்டு.

"அது சரி அண்ணே, கூத்து நடக்கற எடத்திலே புலி எப்படி வந்திச்சு?" என்று கேட்டாள் வள்ளி.

"எல்லாம் அந்த மங்கா செய்து வச்ச கூத்துத்தான்... வேறென்ன?"

"மங்காவா? முள்ளிமலைக்கு அதுவுமா வந்திருச்சு?"

"அது வராத எடம்தான் எது? அடக்கி வைக்க ஆள் இருந்தாத்தானே?" என்றான் காளியண்ணன்.

மறைவில் நிலைப்படியருகே உட்கார்ந்திருந்த மங்காவின் காதில் இந்த வார்த்தைகள் விழுந்ததும் அவள் சீறியெழுந்தாள்.

"யோவ்.. யாரை யாரைய்யா அடக்கி வெக்கறது? என் இஷ்டம், எங்கே வேணும்னாலும் போவேன், எப்படி வேணுமானாலும்

சுத்துவேன். யாரு கேக்க முடியும்?" ஆத்திரத்துடன் கேட்டுக்கொண்டே அவனெதிரில் வந்தாள்.

அஞ்சலையத்தை இடைமறித்தாள். "ஏன் மங்கா, நானே கேக்கறேன். பாதி ராத்திரி நேரத்திலே அந்த முள்ளிமலைக் காட்டு வழியா காத்தான் கடவுக்குப் போயிருக்கியே, என்ன துணிச்சல் உனக்கு" என்றாள்.

"துணிச்சல் இருந்ததினாலேதான் போனேன். எனக்கென்ன பயம்? காட்டு வழியென்ன கடிச்ச முழுங்கிடுமா?"

"ஆமாம். வீறாப்பிலே கொறைச்சல் இல்லே. "புலி, புலி! காப்பாத்துங்க, காப்பாத்துங்க" அப்படின்னு கதறிக்கிட்டு வந்து விழுந்தாயே, அப்ப இந்த வீறாப்பெல்லாம் எங்கே போயிருந்திச்சு?" என்றான் காளி.

"ஏய்யா, அப்படி நான் வந்திருக்கலேன்னா புலியைக் கொன்ன சூரப்புலின்னு உனக்குப் பட்டம் வந்திருக்குமாய்யா?" என்று மங்கா பளிச்சென்று கேட்டதும் வள்ளி பளிச்சென்று சிரித்துவிட்டாள். காளியண்ணனாலும் சிரிப்பை அடக்கி வைக்க முடியவில்லை.

மங்கா கூறினாள், "இத்தைக்கேளு வள்ளியக்கா. காத்தான் கடவுலே கூத்து நடக்குதுன்னு கேள்விப்பட்டதிலேருந்து எனக்கு வீட்டிலே இருப்புக் கொள்ளலே. ஆத்தா அசந்து தூங்கறவரைக்கும் காத்திருந்தேன். கொறட்டைச் சத்தம் கேட்டுதோ இல்லையோ, பிச்சுக்கிட்டேன். இருட்டு நேரம் வானத்திலே நிலாக்கூட இல்லை. முள்ளிமலைக் காட்டிலே வழி தப்பிருச்சு. ஆனா நான் பயந்துக் கிடலே. நேத்திக் கூத்திலே உங்கண்ணன் தான் வள்ளியோட அண்ணனாம். அது பாடின பாட்டு இருக்கே... பாட்டா அது? இடி இடிக்கற மாதிரி குரல்லே ஒரே கத்தல். அந்தக் கத்தல் வர திசை யிலேயே தான் காத்தான் கடவு இருக்குன்னு எனக்குத் தெரிஞ்சுப் போச்சு. அதையே குறிவச்சு நடந்தேன்."

காளியண்ணன் தொண்டையைக் கனைத்து விட்டுக் கொண்டான்...

"வள்ளியக்கா, சாக்கிரதை... உங்கண்ணன் இங்கேயும் கத்திப்பாட ஆரம்பிச்சிடப் போகுது. அந்தக் கத்தலை மறுபடி கேட்டா செத்த புலியே சீறிக்கிட்டு வந்தாலும் வந்திடும். நேத்து அந்தப்புலி என்னைத் துரத்த ஆரம்பிச்சதே அதனாலேதான்! அந்தக் கத்தலுக்கு நான்தான் காரணமோன்னு சந்தேகம் வந்திடுச்சு அதுக்கு. கத்தினது யாருன்னு காட்டிக் குடுக்கத்தான் நான் அந்தப் புலியைக் கூத்துத் திடலுக்கு அழைச்சுக்கிட்டு வந்தேன்."

முள்ளும் மலரும்

"வள்ளி, மறுபடியும் என் பாட்டைக் கத்தல்னு சொல்றவங்களை என்ன செய்வேன் தெரியுமா?" என்று கத்தினான் காளி.

"புத்தி... புத்தி" என்று கிண்டலாகக் கன்னத்தில் போட்டுக் கொண்டாள் மங்கா. தொடர்ந்து கூறினாள். "ஐயோ, வள்ளியக்கா, உங்கண்ணன் புலியோட சண்டை போட்ட அழகை நீ உன் கண்ணாலே பாத்திருக்கணுமே... அதை இப்ப நினைச்சுக்கிட்டாலும் எனக்குச் சிரிப்பு வருது. பாறை மேலே புலி. தரையிலே பத்தடி தூரத்திலே இந்த இளையராசா, தீவட்டியை ஆட்டி ஆட்டி கோடாலிக்குப் பலியாக வரச் சொல்லி அந்தப் புலியைக் கூப்பிட்டுக்கிட்டிருந்த நேர்த்தி இருக்கே. அடாடாடா! எத்தனை நேரம்தான் இதைப் பார்த்துக்கிட்டு நிக்க முடியும்? நான் பொறுமை இழந்திட்டேன். புலியைக் குறிபார்த்து விட்டேன் ஒரு கல்லு" என்று கூறிய மங்கா இடி இடியென்று சிரிக்க ஆரம்பித்தாள்.

"அடிப்பாவி.. நீ எறிஞ்ச கல்லுதானா அது?" என்று கத்தினான் காளி..

"பின்னே என்ன? இல்லேன்னா நீ அந்தப் புலியைக் கொல்லற தேது? விடிஞ்சு போயிருக்கும். புலியும் காட்டுக்குத் திரும்பிப் போயிருக்கும்!"

"என்ன துணிச்சல் இந்தப் பொண்ணுக்கு" என்று அதிசயித்தாள் அஞ்சலையத்தை.

"ஏன் மங்கா, கல்லையெறிஞ்சு புலியை உசுப்பிவிட்டாயே. அண்ணனுக்கு ஏதாவது ஆயிருந்தா?" என்று பதறினாள் வள்ளி.

"என்ன ஆயிருக்கும்? அதுக்குக் கூடச் சாமர்த்தியம் இல்லாத ஆளு கோடாலியையும் தீவட்டியையும் வச்சுக்கிட்டு அங்கே நிக்க வேண்டிய அவசியம் என்னன்னு கேக்கறேன். எங்கேயாவது போய்ப் பதுங்க வேண்டியதுதானே."

"மங்கா, என் கோவத்தைக் கௌப்பாதே" என்று பல்லைக் கடித்தான் காளி.

"கோவம் என்னய்யா கோவம்? நீ சூரப்புலின்னு ஊரெல்லாம் கொண்டாடுதே. அது எப்படி நடந்துதுன்னு இவங்களும் தெரிஞ்சுக்கட்டுமே" என்றாள் மங்கா.

"ஏன் மங்கா, ராவு நேரத்திலே முள்ளிமலைக்குப் போனேயே, உங்காத்தா உன்னை ஒண்ணும் சொல்லலையா?" என்று கேட்டாள் அஞ்சலை.

"ஆத்தாவுக்குத் தெரிஞ்சாத்தானே? அது தூக்கம் கலையறதுக்கு முந்தியே நான் ஓசைப்படாமே உள்ளே போய்ப் படுத்துத் தூங்கி விட்டேன். அது வேலைக்குப் புறப்பட்டுப் போய் ரொம்ப நேரம் வரைக்கும் எனக்குத் தூக்கம் கலையலே" என்று சிரித்தாள் மங்கா.

"நல்லவேளை" என்று பெருமூச்செறிந்தாள் அத்தை.

"அப்படியே ஆத்தாவுக்குத் தெரிஞ்சாத்தான் என்ன? வெறகுக் கட்டையாலே நாலு போடுமாக்கும். போடட்டுமே! இந்த உடம்பு அதைத் தாங்கிக்கும்" என்றாள் மங்கா.

வெளியே கார் நிற்பது தெரிந்தது. காரிலிருந்த குமரனும், இன்னொரு மனிதரும் இறங்குவதைப் பார்த்து வள்ளிக்கு வியப்புத் தாங்கவில்லை . அந்தப் புதிய மனிதரின் கைப் பெட்டியும், கழுத்தில் தொங்கிய ரப்பர்க் குழாயும் அவர் டாக்டர் என்பதைப் பறை சாற்றின. அவர்தான் கீழூர் ஆஸ்பத்திரி டாக்டர் என்று அறிந்து கொள்ள வள்ளிக்கு அதிக நேரம் பிடிக்கவில்லை.

வீரமணியும், கனகாவும் காரிலேயே உட்கார்ந்திருந்தனர் என்பதை வள்ளி கண்டுகொள்ள முடிந்தது.

"காளி, உடம்பு எப்படி இருக்கு?" என்று கேட்டுக் கொண்டே குமரன், எத்தனையோ தடவை அந்த வீட்டுக்கு வந்து பழகினவன் போல் உரிமையுடன் உள்ளே வந்தான்.

யாரோ வேற்று மனிதர் வருவதைப் பார்த்ததும் அஞ்சலையத்தை தடுமாற்றத்துடன் அடுப்பறைக்குச் சென்றாள். அவளைத் தொடர்ந்து சென்ற மங்கா, அவள் காதில், "இதுதான் அந்தப் புது ஐயா, வள்ளி யண்ணனுக்கு மேலதிகாரி" என்று கூறியதும் அவள் விழிகள் ஆச்சரியத்தால் அகன்றன.

'எவ்வளவு பெரிய மனசு! பேதமில்லாமே நம்ம வீட்டைத் தேடி வந்திருக்காரே' என்று அதிசயித்தவாறு அஞ்சலையத்தை அவர்களுக்குத் தேநீர் தயாரிப்பதற்காக அடுப்பைப் பற்ற வைத்தாள்.

"டாக்டர், நடந்த சமாசாரத்தை நான் உங்களுக்குச் சொல்லி விட்டேன். காயம் பலமென்பது கட்டைப் பார்த்தாலே தெரிகிறது. எவ்வளவு சீக்கிரம் முடியுமோ, அவ்வளவு சீக்கிரம் இந்த ஆளைப் பழையபடி வேலைக்கு அனுப்புவது உங்கள் பொறுப்பு" என்றான் குமரன்.

"காயத்தில் ஏதேதோ பச்சிலையை வைத்துக் கட்டியிருக்கிறார்கள். முதலில் அந்தக் கட்டை அவிழ்த்தாக வேண்டும்" என்று கூறிய டாக்டர், கட்டை அவிழ்ப்பதற்காகக் குனிந்தார்.

"நிறுத்துங்க சார்" என்று கத்தினான் காளி. "கட்டு என் உடம்பிலே போட்டிருக்கு. அதை அவுக்கறதுன்னா என்னை ஒரு வார்த்தை கேக்க வேண்டியதில்லையா?"

"காளி, இவர் யாரு தெரியுமில்லே? கீழூர் ஆஸ்பத்திரி டாக்டர். உனக்காகத்தான் அங்கிருந்து காரில் வந்திருக்கிறார்" என்றான் குமரன்.

"காரிலே வந்தாலும் சரி, பிளேன்ல் வந்தாலும் சரி, எனக்கு இந்த இங்கிலீஷ் வைத்தியமெல்லாம் பிடிக்காது சார்" என்றான் காளி முரட்டுத்தனமாக.

"அண்ணா" என்று கூவினாள் வள்ளி.

"ஏ வள்ளி, நீ உள்ளே போ! எங்க பேச்சுக்குக் குறுக்கே நீ ஏன் பேச வரே?" என்று வள்ளியின் மீது எரிந்து விழுந்தான் காளியண்ணன். வள்ளி வெலவெலத்துப் போய் தலையைக் குனிந்தவாறு உள்ளே சென்றாள்.

டாக்டர் இப்போது பேசினார். "இதோ பாரப்பா, இங்கிலிஷ் வைத்தியம்னா என்னமோ ஏதோன்னு நெனைக்காதே. ஒரு தொந்தரவும் இல்லாமே உனக்கு உடம்பு குணமாயிடும்."

"என்னைத் தொந்தரவு செய்யாதீங்க சார். எனக்கு உங்க வைத்தியத்திலே நம்பிக்கை கெடயாதுன்னு சொல்லிட்டேன்."

"காயம் சீக்கிரம் ஆற வேண்டாமா காளி? அப்பத்தானே எப்போதும் போலே நீ வேலைக்கு வர முடியும்" என்றான் குமரன்.

"ஆமாம்... நான் சீக்கிரம் வேலைக்கு வந்தாத்தானே நீங்க போக வர என் மண்டையிலே குட்டிக்கிட்டிருக்க முடியும்."

"காளி, என்னைப் பற்றி நீ இன்னமும் தப்பாகவே நினைத்துக் கொண்டிருக்கிறாய்."

"வேறே விதமா நெனைக்கறதுக்கு நீங்க எடம் வெச்சாத்தானே?"

குமரன் ஒரு பெருமூச்சுடன் திரும்பினான்.

"சரி, காளி, உன் இஷ்டம். வாங்க டாக்டர். அனாவசியமாக உங்களுக்குத் தொந்தரவு கொடுத்துவிட்டேன். என்னை மன்னிச்சுடுங்க" என்று கூறி டாக்டருடன் வெளியேறினான்.

உள்ளிருந்து அவர்களுக்காகத் தேநீர் எடுத்து வந்த வள்ளி இருவரும் திரும்பிச் செல்வதைப் பார்த்ததும் அப்படியே திகைத்து நின்றாள்.

உமாசந்திரன்

"ஏன் போயிட்டாங்க?"

"அவங்களாப் போகலே. நான்தான் திருப்பியனுப்பிச்சேன்" என்றான் காளி, வெறிகொண்டவன் போல் கண்களை உருட்டியவாறு.

இதைக் கேட்டுக் கொண்டு உள்ளிருந்து வந்த மங்கா, ஏளனமாக வாயை நொட்டையிட்டாள். "நல்ல மனுசங்க மனசை நோகப் பண்ணி அனுப்பிட்டாரில்லே, பெரிய வீரர்னு நினைப்பு" என்று அவள் கூறியதும் காளிக்குப் பொறுக்கவில்லை.

"ஏ மங்கா, இப்போ இங்கேருந்து போறயா இல்லையா நீ?" என்று கத்தினான்.

"போறேன், போறேன். உன் எதிரே நிக்க யாருக்குப் பிடிக்குது?" என்று கூறியவாறு அங்கிருந்து நடந்தாள் மங்கா.

11

மாயாண்டி பழைய காலத்து ஆசாமி. அடாவடித்தனம் எதுவும் தெரியாத அப்பாவி. ஆரம்ப நாட்களில் மலைச்சரிவில் குழாயமைப்பு வேலைகள் நடந்து கொண்டிருந்த சமயத்தில் கையால் இயக்கக் கூடிய விஞ்ச் யந்திரத்தை ஓட்டும் பொறுப்பு அவனுடையதாகத்தான் இருந்தது. அதன்பிறகு அவன் ஓர்க்ஷாப்பில் மெக்கானிக்காகச் சேர்ந்துவிட்டான். இருந்தபோதிலும் வாராவாரம் காளியண்ணனது ஓய்வு நாட்களிலும் அவன் வேறு விடுமுறை பெற்றுச் செல்லும் நாட்களிலும், மாயாண்டியின் 'டூட்டி' ஓர்க் ஷாப்பில் இல்லாமல் காளியண்ணனின் உடும்புக் கொட்டகையில்தான் இருக்கும். எந்த டூட்டி போட்டாலும் மாயாண்டி மனம் கோணாமல் செய்து வந்தான்.

காளியண்ணன், மாயாண்டியை மதிப்பதே கிடையாது. முதுகெலும்பில்லாத தொடை நடுங்கி என்று அவனைக் கேலி செய்து மிகவும் அலட்சியமாகத்தான் அவனிடம் நடந்து கொள்வான். ஆனால் மாயாண்டிக்குக் காளியண்ணனிடம் ஓர் அலாதி விசுவாசம். காளியண்ணன் அவனைக் கீழே போட்டு மிதித்தாலும் அவனுக்குக் கவலையில்லை. அவன் காலைச் சுற்றிச் சுற்றி வந்துகொண்டு

அவன் ஏவியதைச் செய்து கொண்டிருப்பான். இத்தனைக்கும் வயதிலும் வேலை அனுபவத்திலும் காளியண்ணனுக்கு அவன் எவ்வளவோ மூத்தவன்தான். தன்னை விடப் பதினைந்து வயது இளையவனான காளியண்ணனிடம் அந்த நாற்பது வயது ஆசாமி ஓர் அடிமையைப் போல் நடந்து கொண்டது சாதாரணமாகப் பார்ப்பவருக்கு ஆச்சரியமாயிருக்கலாம். ஆனால் எதற்கெடுத்தாலும் மற்றவருக்குப் பணிந்து பணிந்து பழகிய மாயாண்டியின் கண்களுக்கு யாரையும் மதியாத காளியண்ணனின் முரட்டுச் சுபாவம் அவனை ஒரு வீரனாக உருவகப்படுத்திக் காட்டியதில் ஆச்சரியமேதும் கிடையாது. அந்த வீரனுக்கு எந்தக் காணிக்கையையும் செலுத்தத் தயாராயிருந்தான் அந்த அப்பாவி.

காளியண்ணன் புலியுடன் போராடி வெற்றி வீரனாகத் திரும்பி வந்த செய்தி மாயாண்டியின் கண்களில் காளியண்ணனின் மதிப்பைப் பல மடங்கு உயர்த்திவிட்டது. தானே அந்தப் புலியைக் கொன்றுவிட்டு வந்தவன் போல் பெருமைப்பட்டுக் கொண்டான். உச்சிக் கடவில் அந்தச் செய்தி பரவியதுமே முதல்முதலாகக் காளியண்ணனின் வீட்டுக்கு ஓடியவன் மாயாண்டிதான். தனது லட்சிய வீரனின் வீரச்செயலைக் குறித்து அவனை நேரில் பாராட்ட வேண்டுமென்ற துடி துடிப்பை அவனால் எப்படி அடக்கிக் கொள்ள முடியும்?

ஆனால் உற்சாக மிகுதியில் மாயாண்டி உளறிக் கொட்டிய பாராட்டு மொழிகளைக் காளியண்ணன் காதில் வாங்கிக் கொண்டால்தானே?

“செத்த புலியைப் பத்தி இப்ப என்னய்யா பேச்சு? என் தோள்பட்டையைப் பாத்தியா? இது சரியாகி நான் டூட்டிக்கு வர்றதுக்கு ஒரு வாரமாவது ஆகும். அதுவரைக்கும் என் டூட்டியெல்லாம் உன் தலை மேலேதான்!” என்றான் காளி.

“அதென்ன பிரமாதம் காளி. இப்பவே வேணும்னாலும் உன் டூட்டியை நான் கவனிச்சுக்கறேன்.”

“கவனிச்சுத்தானே ஆகணும்! இன்னமும் இங்கே நின்னு வளவளன்னு ஏன் பேசிக்கிட்டிருக்கே? உடும்புக் கொட்டகையைப் பார்த்து ஓடு சீக்கிரம். இதுக்குள்ளேயுமே அங்கே எல்லாரும் வந்து காத்திருக்கப் போறாங்க” என்று அவனை விரட்டினான் காளி.

அந்த வீரன் பேச்சுக்கு மாயாண்டி மறு பேச்சு பேசுவானா என்ன? மறு நிமிஷமே அங்கு நிற்காமல் உடும்புக் கொட்டகையை நோக்கி ஓடிவிட்டான்.

மாயாண்டியின் அந்த அப்பாவித்தனத்தை நினைத்து வள்ளிக்குப் பரிதாபமாயிருந்தது. காளியண்ணன் எவ்வளவு உதாசீனம் செய்தாலும் பாராட்டாமல் அவனுக்குத் தொண்டு செய்வதையே பிறவிப்பயனாகக் கருதும் அந்த ஆத்மாவைப் பற்றி அவளுக்கு எப்போதுமே அனுதாபமுண்டு. இன்று அந்த அனுதாபம் பலமடங்கு அதிகமாக அவள் நெஞ்சில் நிறைந்தது. சாப்பாட்டு நேரம் வந்தபோது அவள் அஞ்சலையத்தையிடம் கூறினாள்.

"அத்தே, மாயாண்டியண்ணன் காலையிலேகூட ஒண்ணும் சாப்பிடலே. அண்ணன் சொன்னதும் உடும்புக் கொட்டகைக்கு ஓடிப் போயிடுச்சு. நாள் முழுதும் பட்டினியாயிருக்கப் போகுதே பாவம்."

"ஆமாம் வள்ளி, நல்லவேளை ஞாபகப்படுத்தினே. நீதான் ஒரு நடை மாயாண்டிக்குச் சாப்பாடு கொண்டு போய்க் குடுத்திட்டு வந்திடேன்" என்றாள் அத்தை.

வள்ளி தனக்குச் சாப்பாடு எடுத்து வருவாள் என்று மாயாண்டி சிறிதும் எதிர்பார்க்கவில்லை. உண்மையில் அவன் அதுவரை சாப்பாட்டைப் பற்றியே நினைக்கவும் இல்லை. சாதாரணமாக அவனுக்குப் பசி வேளையென்று நிச்சயமாக எதுவும் கிடையாது. ஓர்க் ஷாப் டூட்டிக்குப் போகும் போது கூட அவன் பகல் நேரத்துக்குச் சாப்பாடு எடுத்துக்கொண்டு போவதேது? அவன் மனைவி ஒரு பத்ரகாளி. அவன் டூட்டிக்குக் கிளம்பிப் போகும் சமயத்தில் கூட குறட்டை விட்டுக்கொண்டு தூங்கிக் கொண்டிருப்பாள். பிள்ளை குட்டி எதுவுமில்லாத வெறிச்சோடிய வாழ்க்கை வாழ்ந்து வாழ்ந்து மாயாண்டி மரத்துப் போயிருந்தான். ஏற்கெனவே எக்கலெடுத்த ஒற்றை நாடி உடம்பு. அந்த அரை உடம்பும் அவனைச் சிறிதும் மதிக்காத மனைவியின் சுடு சொற்களைக் கேட்டுக்கேட்டு கால் உடம்பாய்க் குன்றிப் போயிருந்தது. அந்த உடம்புக்குப் பசி, தாகம் என்று எப்போதாவது தோன்றுமா என்றுதான் யாரும் வியக்கும்படி இருந்தது.

"காளியண்ணனா எனக்குச் சாப்பாடு எடுத்துப் போகச் சொல்லிச்சு?" என்று வள்ளியைக் கேட்டான் அந்த அப்பாவி.

உண்மையைச் சொல்லி அந்த எளிய உள்ளத்தை ஏமாற்றத்தில் ஆழ்த்த வள்ளி விரும்பவில்லை.

"அண்ணன் டூட்டியைத் தானே நீ பார்க்கறே. அந்த விசுவாசம் அண்ணனுக்கு இல்லாமலா போயிடும்?" என்றாள் பட்டும் படாததுமாக.

"எனக்குத் தெரியும். இந்த மாயாண்டின்னா உங்கண்ணனுக்கு உயிராச்சே!" என்று பெருமை பூரிப்புடன் கூறிய மாயாண்டி அவள் கொண்டு வந்த சாப்பாட்டுப் பாத்திரத்தை வாங்கி ஒரு பக்கமாக வைத்தான்.

"இப்பச் சாப்பிடப் போறதில்லையா?"

"காலையிலே நாயர் கடையிலே டீ குடிச்சிட்டுத்தானே புறப்பட்டேன் வள்ளி. பசியெடுக்க இன்னும் கொஞ்சம் நேரமாகும். டூட்டி முடிஞ்சதும் எப்படியும் அண்ணனைப் பாக்க வருவேனில்லே? பாத்திரத்தை அப்ப கொண்டுவந்து குடுத்திடறேன்" என்றான் மாயாண்டி.

திரும்பி வரும்போது மூலைக்கடைத் திருப்பத்தில் ஓடைப்பாலத்தின் ஒட்டுச் சுவரில் உட்கார்ந்து வேர்க்கடலையைத் தட்டித் தட்டி உடைத்துத் தின்று கொண்டிருந்த மங்காவைப் பார்த்ததும் வள்ளி, 'மங்கா' என்று அழைத்தவாறே அவளருகே சென்றாள்.

"இப்படி எங்கே வந்தே அக்கா?"

"மாயாண்டியண்ணனுக்குச் சோறு கொண்டு போய்க் குடுத்திட்டு வரேன்."

"சரிதான்! யாரு அந்தக் கொட்டகையிலே டூட்டி பார்த்தாலும் சோறு கொண்டு போறது உன் டூட்டிதானா?" என்று சிரித்தாள் மங்கா.

"இந்த அண்ணனைப் பத்தி அவ்வளவு கரிசனப்படறயே, இங்கே ஒரு தங்கை பசியோட இருக்கறது உனக்கு மறந்து தானே போச்சு?" என்றாள் மங்கா சிரித்துக் கொண்டே.

"ஏன்? ஆத்தா உனக்குச் சோறு வச்சிட்டுப் போகலியா?"

"ஆத்தாவுக்கு எம்மேலே என்ன கோவமோ, சோத்துப் பானையைக் காலியா வச்சுட்டுப் போயிருக்கு. அதனாலேதான் இந்த வேர்க்கடலையை மென்னு பசியை மறக்கடிச்சுக்கிட்டிருக்கேன். அதுவும் முனியாண்டியண்ணன் கணக்கிலே கொடுக்கத்தொட்டு."

"அடாடா! நீ ஏன் அப்படி இருக்கணும் மங்கா? நேரே எங்க வீட்டுக்கு வந்திட வேண்டியதுதானே?"

"மத்த நேரமாயிருந்தா, நீ சொல்லணும்னு காத்திருப்பேனா என்ன? இப்பத்தான் சுடுவம் பூனை மாதிரி உங்கண்ணன் உக்காந்திருக்கே

வழியிலே. அது ஒண்ணு சொல்ல, நான் ஒண்ணு சொல்ல, வீண சள்ளை, அந்த வம்பெல்லாம் வேண்டாம்னுதான் ஆத்தா வர வரையிலே இப்படியே ஓட்டறதுன்னு தீர்மானம் செய்திட்டேன். ஆத்தா வரட்டும், என்ன சண்டை போடறேன் பாரு அதோட...”

“மங்கா, காயக்காய இருந்தா அப்படியெல்லாம்தான் எண்ணம் தோணும். பேசாம என் கூட வந்திடு. ஒரு ரசஞ் சோறாவது உனக்குக் கிடைக்காமப் போயிடாது எங்க வீட்டிலே” என்றாள் வள்ளி.

“அது எனக்குத் தெரியாதா என்ன? ஆனா உங்கண்ணன் உடம்பு சரியாகி ஒழுங்கா ரூட்டிக்குப் போற வரையிலே உங்க வீட்டுச் சாப்பாட்டுக்கும் மங்காவுக்கும் ராசி கிடையாது” என்றாள் மங்கா தீர்மானமாக.

“ஏன்.. எங்கண்ணன்கிட்டே உனக்கென்ன பயம்?”

“பயமா. பிடிக்கலே, அவ்வளவுதான்! அதுக்குத்தான் என்னைக் கண்டாலே கண்ணைக் கரிக்குதே.”

வள்ளி சிரித்தாள்.

“மங்கா, இன்னும் எத்தனை நாளைக்குத்தான் நீ உலகம் தெரியாமே இருக்கப் போறே?” என்றாள்.

“ஆமாம். நீ பெரிய உலகத்தைக் கண்டுட்ட மாதிரி!” என்று அவளைத் தோளில் இடித்தாள் மங்கா.

வள்ளிக்கு ஒரு யோசனை தோன்றியது. “ஒண்ணு செய்யலாமே மங்கா. ரெண்டு பேரும் நேரே உங்க வீட்டுக்குப் போவோம். அரை மணி நேரத்திலே ஆழாக்கு அரிசி பொங்கி எறக்கிடறேன். சோறு ஆகறதுக்குள்ளே ஒரு தொவையலும் அரைச்சு வச்சிடறேன்.”

மங்கா இரண்டு விலாவையும் பிடித்துக்கொண்டு விழுந்து விழுந்து சிரித்தாள்..

‘அக்காவே அக்கா! வெகுளி வெகுளின்னு என்னைச் சொல்லுவியே நொடிக்கொரு தரம்.. நீ மட்டும் என்னவாம்?”

“ஏன், நான் சொன்னதிலே என்ன தப்பு?

“ஏ வெகுளி அக்கா, சோறும் தொவையலும் ஆக்கிப் போட எங்க வீட்டுப் பானையிலே என்ன இருக்குன்னு நெனைச்சே? அவ்வளவும் காலி, இன்னிக்குச் சனிக்கிழமைங்கறதை மறந்திட்டயா?”

உமாசந்திரன்

வெள்ளாத்தாளுக்கு வாரக்கூலி. சனிக்கிழமை தோறும் சம்பளம். இந்த விஷயம் இப்போதுதான் வள்ளிக்கு ஞாபகம் வந்தது.

"ஆத்தா வீட்டுக்கு வந்துதான் ஏதாவது ஆக்கிப் போடும். அதுவரையிலே வேர்க்கடலையை அசை போட்டுக்கிட்டு காயக்காய இருக்க வேண்டியதுதான்" என்றாள் மங்கா.

படபடவென்று மோட்டார் சைக்கிளின் ஒலி கேட்டது. இருவரும் ஓரமாக ஒதுங்கி நின்றனர்.

அவர்கள் நிற்பதைப் பார்த்துவிட்ட குமரன், மோட்டார் சைக்கிளின் வேகத்தைக் குறைத்து அவர்களருகே கொண்டுவந்து நிறுத்தினான்.

"அண்ணனுக்கு எப்படி இருக்கு வள்ளி?"

"மாறுதல் ஒண்ணுமில்லே. அத்தை ரசஞ்சோறு குடுத்தா, சாப்பிட்டுட்டு நல்லாத் தூங்கிக்கிட்டிருக்கு."

"இனிமேத்தான் ஜாக்கிரதையாயிருக்கணும். காயத்திலே ஈரம் படாமே பாத்துக்கிடணும். சீழ்பிடிச்சா தொந்தரவு" என்றான் குமரன்.

"அண்ணனுக்கு ஆஸ்பத்திரி வைத்தியமே பிடிக்காது. அதனாலே தான் ஏதேதோ பேசிடுச்சு. நீங்கதான் பெரிய மனசு பண்ணி அதை மன்னிச்சுடணும்" என்று வள்ளி வெட்கத்துடன் தலை குனிந்தவாறு கூறிக்கொண்டிருக்கும்போதே மங்கா குறுக்கிட்டாள்.

"எப்படி மன்னிக்க முடியும்? அண்ணனுக்குத் தங்கச்சி சிபாரிசா? நீங்க மன்னிக்காதீங்க சார். நீங்க எவ்வளவு பெரியவங்க. உங்களைத் தூக்கியெறிஞ்சாப்பாலே பேச அதுக்கு என்ன அவ்வளவு திமிர்ன்னு கேக்கறேன்" என்றாள்.

குமரன் சிரித்துவிட்டான்.

"சரி மங்கா, மன்னிக்கலே, வேறே என்ன தண்டனை குடுக்கலாம்?" என்று கேட்டான்.

"வேலைக்கு வேண்டாம்னு சீட்டைக் கிழிச்சுக் கையிலே குடுக்க தான் சொல்றேன். அப்பத்தான் அதுக்குப் புத்தி வரும்."

"ஐயையோ... பொல்லாத பொண்ணாயிருக்கியே" என்று சிரித்த குமரன் துடிப்பு நின்றுவிட்ட மோட்டார் சைக்கிளை மீண்டும் இயக்குவதற்காக விசையைக் காலால் உதைத்தான்.

முள்ளும் மலரும்

ஒதுங்கி நின்றிருந்த வள்ளி ஓரடி முன்வந்து கூறினாள். "சார், எங்கண்ணன் மேலுக்குத்தான் அப்படியிருக்கு. மத்தப்படி அது மனசிலே ஒண்ணும் கிடையாது."

"ஆமாம்... மனசிலே என்ன இருக்கும்? அதுதான் சுக்காம் பாறையாச்சே" என்று நொடித்தாள் மங்கா.

குமரன் சிரித்துக் கொண்டே படபடவென்று ஒலி செய்தவாறு மோட்டார் சைக்கிளை முடுக்கிவிட்டு வேகமாகத் திருப்பத்தில் திருப்பிச் சென்றான்.

அன்று வீரமணியும் கனகாவும் ஊருக்குப் புறப்படுவதாக யிருந்தனர். அதைக் கருதித்தான் குமரன் காரியாலயத்தில் கவனிக்க வேண்டிய வேலைகளைச் சீக்கிரமே முடித்துக்கொண்டு சற்று முன்னதாகவே வீட்டுக்குத் திரும்பியிருந்தான். வேலன் கடவு வரையில் அவர்களுடன் சென்று அவர்களை வழியனுப்பிவிட்டு வர வேண்டுமென்று திட்டம் போட்டுக் கொண்டிருந்தான்.

வெயில் பகுதியில் உட்கார்ந்து ஹுக்காவை ரசித்துக் கொண்டிருந்த போலா, மோட்டார் சைக்கிளின் ஒலி கேட்டதும் பரபரப்புடன் எழுந்து கேட்டைத் திறக்க ஓடி வந்தான்.

"அவங்க ரெண்டு பேரும் ரெடியாயிட்டாங்களா போலா?" என்று கேட்டான் குமரன்.

அவர்களுடைய பெட்டி படுக்கையெல்லாம் காரில் எடுத்து வைக்கப்பட்டுத் தயாராயிருந்தன.

வீரமணியும் கனகாவும் வெளிவராந்தாவுக்கு வந்தனர்.

"ஏன் இரண்டு பேரும் சோர்ந்தாற்போல் இருக்கிறீர்கள்? இன்னும் சாப்பிடவில்லையா?" என்று கேட்டான் குமரன் அவர்களைப் பார்த்ததும்.

"சாப்பிடுவதா? நீ வராமலா?" என்றான் வீரமணி.

"எனக்காகக் காத்திருக்க வேண்டுமா என்ன?"

"நீ எங்களைக் காக்க வைத்தால்தானே அந்தப் பேச்சு? சொன்ன நேரத்துக்குத் தவறாமல் வந்துவிட்டாயே!"

கனகா அலுப்புடன் கொட்டாவி விட்டாள்.

"ஆமாம் அண்ணா, நான் எதிர்பார்க்கவேயில்லை. வழியில் மறுபடியும் அந்தப் புலி வீரனுடைய வீட்டுக்குப் போய் விட்டுத்தான் வருவீர்கள் என்று நினைத்தேன்..."

"அந்த எண்ணம் எனக்கு இருக்கத்தான் செய்தது. அதற்கு அதிக நேரமும் பிடித்திருக்காது. ஆனால் வழியில் அவனுடைய தங்கையைப் பார்த்துவிட்டேன். அவளிடமே காளியின் உடம்பைப் பற்றி விசாரித்துத் தெரிந்து கொள்ள முடிந்தது."

கனகாவின் இதழ்களில் கேலிப் புன்னகை அரும்பியது.

"குமரண்ணா, நீங்க ஏசு பரம்பரையா, மகாத்மா காந்தி பரம்பரையா? காலையிலேதான் அவன் உங்களை அவ்வளவு தூரம் அலட்சியம் செய்து அவமரியாதையாகப் பேசியிருக்கிறான்! மறுபடியும் அவன் வீட்டுக்குப் போக வேண்டுமென்று எப்படி உங்களால் நினைக்க முடிந்தது?" என்றாள்.

குமரன் சிரித்தான். "கனகா, அவனுடைய பண்புக்குத் தகுந்தபடி அவன் நடந்து கொண்டான். அதற்காக நாம் நம்முடைய பண்பு களை விட்டுவிட முடியுமா?" என்றான்.

"ஆமாம்... என்ன பண்பு வேண்டியிருக்கிறது? முரடனுக்கு முரட்டுத்தனம்தான் புரியும். உங்கள் பண்பைப் பற்றி அவனுக்கு எங்கே புரியப் போகிறது?" என்றாள் கனகா.

போலா எடுத்து வைத்த சாப்பாட்டை ஒருவழியாக முடித்துக் கொண்டு மூவரும் வெளியே வந்தபோது வானத்தின் சொரூபமே மாறிப் போயிருந்தது. கனத்த நீருண்ட மேகங்கள் கரிய யானைக் கூட்டங்கள் போல் திசையெங்கும் வியாபித்துக் கொண்டு எந்த நிமிஷமும் அந்த மலை முகடுகள் மீது குதித்துவிடத் தயாராகப் பயமுறுத்திக் கொண்டிருந்தன.

"கனகா, பார்த்தாயல்லவா? இன்று நீங்கள் போய்த்தான் ஆக வேண்டுமா?" என்றான் குமரன். "போய்த்தான் ஆக வேண்டும்" என்றாள் கனகா தீர்மானமாக.

"நடுவழியில் மழை கொட்டினால் சமாளிக்க முடியாது கனகா, இன்று ஒருநாள் தங்கிவிட்டுப் போகலாமே" என்றான் வீரமணி.

"இன்னும் ஒரு நாளா? அதெல்லாம் முடியாது. இந்தக் காட்டைப் பார்த்துப் பார்த்துப் போதும் போதுமென்று ஆகிவிட்டது எனக்கு. உலகத்துக்கும் நமக்கும் ஏதாவது தொடர்பு உண்டா என்றே சந்தேகம் தோன்றிவிட்டது. இன்று ராத்திரிக்குள் விஜயபுரத்துக் காவது போய்ச் சேர்ந்தால்தான் என் மனதுக்கு நிம்மதி ஏற்படும்!" என்று பிடிவாதமாகக் கூறிய கனகா, மற்ற இருவரின் பதிலுக்காகக் காத்திராமல் காரில் ஏறி உட்கார்ந்து கொண்டாள்.

வீரமணி பெருமூச்செறிந்தான்.

"வேறு வழியில்லை குமரன். புறப்பட்டுத்தான் ஆக வேண்டும்?"

"கனகாவின் பிடிவாதம் எனக்கு மட்டும் தெரியாதா என்ன? உன் அப்பாவின் சட்டவாதமே அவளிடம் பலிக்காதே! அவள் பிடித்த முயலுக்கு மூன்று கால்தான் என்று அவரே ஒப்புக் கொள்ளும்படி செய்து விடுவாளே!" என்று கூறிச் சிரித்தவாறு குமரன் காரின் முன்பக்கத்துக் கதவைத் திறந்து டிரைவர் சீட்டில் அமர்ந்து கொண்டான்.

"நீ அங்கே உட்கார்ந்தால் எப்படி?"

"அப்படித்தான். காரை நீ ஓட்டி விட முடியும் என்று நினைக்கிறாயா? இந்த மலைப்பாதையில் சாதாரணமாகவே கார் ஓட்டிச் செல்வது கஷ்டம். அதுவும் இந்த மாதிரி இருட்டிக் கொண்டு மழை கொட்ட ஆரம்பித்துவிட்டால் கேட்கவே வேண்டாம். எதிரில் ஒரு அடி தூரத்துக்குக் கூடப் பாதை கண்ணுக்குத் தெரியாது" என்றான் குமரன்.

"ஐயாவுக்கு இந்த வழியெல்லாம் கூடப் பொறந்த மாதிரி கண்ணை மூடிக்கினே கார் ஓட்டச் சொன்னாலும் ஓட்டுவாங்க" என்றான் போலா. முன் ஜாக்கிரதையாகப் பெட்டி படுக்கைகளை டிக்கியில் எடுத்து வைத்து விட்டான் அவன்.

குமரன் பயந்தபடியே ஆயிற்று. சம்பா நீர்த் தேக்கத்துச் சாலையில் திரும்பி வேலன் கடவுச் சாலையை எட்டுவதற்குள் வானம் சீறிக் குமுறிக் கொண்டு சோனாமாரியாகக் கொட்ட ஆரம்பித்துவிட்டது. மேகக்கூட்டங்கள் வானத்திலிருந்து பொழிந்தது போதாதென்று கீழேயும் இறங்கி வந்த வழியெல்லாம் அடைத்துக் கொண்டு குமைந்து நின்றன. காரில் முன் விளக்குகள் பிரகாசமாக எரிந்தும்கூடப் பாதையைப் புரிந்து கொண்டு முன்னேறிச் செல்வது மிகவும் கடினமாயிருந்தது. ஆமை வேகத்தில்தான் காரை ஓட்டிச் சென்று கொண்டிருந்தான் குமரன். அப்படியிருந்தும் திடீர் திடீரென்று எதிர்ப்பட்ட திருப்பங்களும், ஏற்ற இறக்கங்களும் அவனைத் திக்குமுக்காடச் செய்தன. மயிரிழை தப்பினால் காரோடு அனைவரும் அதலபாதாளத்துக்குச் சென்று விழக்கூடிய பல கட்டங்களை தெய்வாதீனமாகத்தான் சமாளித்துக் கொண்டு ஒவ்வோரடியாக முன்னேறிக் கொண்டிருந்தான் குமரன்.

"பயமாயிருக்கிறதே... திரும்பியே போய்விடலாமே!" என்று பதை பதைப்புடன் கூறினாள் கனகா. அவளுக்கு அழுகையே வந்துவிடும் போலிருந்தது.

உமாசந்திரன்

"திரும்ப முடியாது. முன்னே போவதைத் தவிர வேறு வழி யில்லை. நம்மை முன்னோடியாக விட்டுவிட்டு ஒரு லாரி வேறு நம்மைப் பின்பற்றி வந்து கொண்டிருக்கிறது. எப்படியும் வேலன் கடவு வரை போகாமல் தீராது" என்றான் குமரன்.

மோட்டார்ப் பாதை வழியே வேலன் கடவு ஏறக்குறையப் பத்து மைல் தூரத்தில் இருந்தது. மழை நிற்கும் வழியாயில்லை. இருக்க இருக்க அதன் உக்கிரம் அதிகரித்துக் கொண்டிருந்தது. காரின் முன்புறத்துக் கண்ணாடியின் மீது மழைத் தாரைகள் வெள்ளம் போல் வந்து அடித்துக் கொண்டிருந்தது. போதாதென்று மேகப் படலங்கள் வேறு புகை மூட்டம் போல் அவ்வப்போது படிந்து பார்வையே பயனற்றுப் போகும்படி செய்து கொண்டிருந்தது. அவ்வளவு இடைஞ்சல்களையும் சமாளித்துக் கொண்டுதான் குமரன் காரைத் திறமையுடன் செலுத்திக் கொண்டிருந்தான்.

"குமரன், நீயே எவ்வளவு நேரம் இந்த மழையுடன் போராடப் போகிறாய்? எனக்கும் கொஞ்சம் சந்தர்ப்பம் கொடேன்" என்றான் வீரமணி.

"பழக்கப்பட்ட நானே திணறுகிறேன். பழக்கமில்லாத நீ எப்படி இந்த நிலைமையைச் சமாளிக்க முடியும்?" என்று கூறியவாறே ஒரு மரத்தின் மீது மோதவிருந்த காரை ஒடித்துத் திருப்பினான் குமரன்.

"அப்பப்பா... இந்த மழை ஏன்தான் இப்படிப் பழிவாங்குகிறதோ?" என்றாள் கனகா.

"இந்த மலைப்பகுதியில் எப்போது மழை பெய்ய ஆரம்பிக்கும். எப்போது நிற்கும் என்று சொல்ல முடியாது. மணிக்கணக்காகப் பெய்தாலும் பெய்யும் மறுகணமே நின்றாலும் நின்றுவிடும்" என்றான் குமரன்.

வேலன்கடவு வரையில்தான் அவர்களைப் பழிவாங்க வேண்டுமென்று மழை திட்டம் போட்டுக் கொண்டிருந்ததோ என்னவோ! வேலன் கடவு ராவுத்தர் கடையைத் தாண்டி, அரைக்கல் தூரத்தில் கௌரியம்மன் கோயிலுக்குச் செல்லும் நடைபாதை வருவதற்குள்ளேயே வெறிச்சென்று மழை நின்றுவிட்டது. அதற்குக் கீழேயுள்ள மலைப்பகுதியெல்லாம் துடைத்துவிட்டாற்போல் பளிச்சென்று துலங்கிக் கொண்டிருந்தது. ஒரு பொட்டு மேகத்தைக் கூட அந்தச் சரிவு நெடுகிலும் எங்குமே காண முடியவில்லை.

"தப்பினோம்" என்று நிம்மதிப் பெருமூச்சுடன் கூறிக்கொண்டே காரை ஒரு ஓரமாக நிறுத்தினான் குமரன்.

முள்ளும் மலரும்

"வீரமணி, இனிமேல் நீ தாராளமாக ஓட்டலாம். பாதையும் ஓரளவுக்கு நேராக இருக்கும். மழையைப் பற்றிய பயமும் கிடையாது. நிதானமாகப் போனாலே இருட்டுக்கு முன்னதாக விஜயபுரத்தை எட்டி விடலாம்" என்றான்.

"எப்படியும் இன்றிரவு விஜயபுரத்தில் தங்காமல் தீராது. நீயும் எங்களுடனேயே வந்து இருந்துவிட்டு நாளைக் காலையில் புறப்பட்டு வந்து கொள்ளலாம்" என்றான் வீரமணி.

"பேஷான யோசனை. அப்புறம் அங்கிருந்து இங்கே திரும்பி வர வேண்டியதில்லை. நேரே உங்களுடன் சென்னைப் பட்டணத்துக்கே போய்விடலாம்" என்று சிரித்தான் குமரன்.

"அப்படி ஆனாலும் நல்லதுதானே. அந்த மாதிரி அத்துவான மான ஓரிடத்தில் வேலை பார்ப்பதைவிட வேலையில்லாமல் இருப்பதே மேல் இல்லையா?" என்றாள் கனகா.

"கனகா, என்ன பேச்சு இது!" என்று அவளைக் கடிந்து கொண்டான் வீரமணி.

பின்பு குமரனிடம், "ஆமாம், நீ எப்படித் திரும்பிப் போவாய்" என்று கேட்டான்.

"என்னைப் பற்றிக் கவலைப்படாதே. மின்சார இலாகா வண்டி ஏதாவது இந்தப் பக்கம் வராமலிருக்காது" என்றான் குமரன்.

அவர்களை வழியனுப்பிவிட்டு நின்று கால் கடுத்துப் போன நிலையில்தான் மின்சார இலாகா ஜீப் ஒன்று அந்தப் பக்கமாக வந்தது. அதில் ஏறிக்கொண்ட குமரன் வீடு போய்ச் சேர்ந்ததும், அலுப்புத் தீரக் கட்டிலில் விழுந்து ஒரு தூக்கம் போட வேண்டும் என்று நினைத்துக் கொண்டான். ஆனால் அவன் நினைத்ததற்கு நேர் விரோதமாகப் புதிய பிரச்னையொன்று அங்கே அவனுக்காகக் காத்திருந்தது. வானம் அவ்வளவு அடை மழையாகப் பெய்த பிறகு சுருளியாறு சும்மாயிருக்குமா? கரைபுரண்டு ஓடிய வெள்ளம் அணைக்கட்டு உயரத்துக்கும் மேலே பொங்கிச் சீறிப் பாய்ந்து சென்று கொண்டிருந்தது. கைகளைப் பிசைந்து கொண்டு குறுக்கும் நெடுக்கும் நடந்தவாறு செய்வதறியாது தவித்துக் கொண்டிருந்தான் போலா.

12

சுருளியாற்றில் சுழற்றியடித்து வந்து வெள்ளம் வீரன் வாய்க்காலுக்குள்ளேயும் முழு வேகத்துடன் பொங்கிப் பாய்ந்து கொண்டிருந்தது. இதே வேகத்துடன் இன்னும் கொஞ்ச நேரம் பாய்ந்தால் அந்த வாய்க்காலே இருந்த இடம் தெரியாமல் போய்விடும் என்று அஞ்சும்படி இருந்தது. இம்மாதிரிச் சந்தர்ப்பங்களில் வெள்ளப் பாய்ச்சலை ஆற்றுப் படுகைக்குத் திருப்பி வாய்க்காலைப் பாதுகாப்பதற்காகத்தான் அணைக்கட்டு மதகில் பொருத்தப்பட்ட உருக்குக் கதவும், அதை மேலே தூக்குவதற்கான ராட்டின யந்திரமும் பயன்பட்டன. ஆனால் இந்த வெள்ளம் அணைக்கட்டுக்கு மேலேயே பாய்ந்தோடிக் கொண்டிருந்ததே ராட்டின யந்திரத்தையே பெயர்த்துக் கொண்டு போய்விடுமோ என்ற அளவுக்கு அணைக்கட்டின் உயரத்தையும் மீறிய அந்த வெள்ளச்சுழிப்பு இருந்தது.

அவ்வளவு பெரிய வெள்ளத்துக்கு போலா தயாரா யில்லைதான். அந்த அளவுக்கு அங்கே மழையும் பெய்யவில்லை. குமரனையும் மற்றவர்களையும் வேலன் கடவு வரை சோதித்த சோனாமாரியான மழை, சம்டா நீர்த்தேக்க முகடுகளிலும் அதைச்

சேர்ந்த மற்ற பகுதிகளிலும்தான் அவ்வளவு பலமாயிருந்ததே ஒழிய அணைக்கட்டுப் பகுதியில் சாதாரணமாகவே இருந்தது. குமரனும் மற்றவர்களும் காரில் புறப்பட்டுச் சென்ற பிறகு போலா தனக்கென்று தயாரித்து வைத்திருந்த வறட்டு ரொட்டியையும் முழுக்கடலைச் சுண்டலையும் எடுத்து வைத்துகொண்டு சாப்பிட உட்கார்ந்தபோதுதான் சடசடவென்று மழை அடித்துப் பெய்ய ஆரம்பித்தது. ஆனால் அது ஐந்து நிமிஷத்துக்கு மேல் நீடிக்கவில்லை. அப்புறம் பிசு பிசுவென்ற தூறல்தான் விட்டு விட்டுப் பெய்து கொண்டிருந்தது. சாப்பிட்டு முடிந்ததும் போலா, ஹுக்காவைத் தயார் செய்து, நேரம் போவது தெரியாமல் புகைத்துக்கொண்டு தாழ்வாரத்திலேயே உட்கார்ந்திருந்தான். உண்ட மயக்கமும் புகை மயக்கமும் சேர்ந்து அவனைக் கிறங்க வைத்தன. அப்படியே சுருண்டு படுத்து அயர்ந்து தூங்கிவிட்டான்.

திடீரென்று ஏதோ புயல் காற்றுப் போன்ற பலத்த சத்தத்தைக் கேட்டுத்தான் அவன் கண்விழித்துப் பார்த்தான். சுருளியாற்றின் விசுவரூபம் ஆர்ப்பாட்டமான அவனைத் திக்குமுக்காடச் செய்தது. வெள்ளம் வீரன் வாய்க்காலைப் பாதிக்காத வகையில் அணைக் கதவைத் தூக்கிவிட்டு வெள்ளத்தின் வேகம் முழுவதையும் ஆற்றுப் படுகையின் திசையில் திருப்பும் பொறுப்பு அவனுடையது. ஆனால் அணைக்கட்டுக்கும் மேலே ஓரடி உயரத்துக்கு வெள்ளம் சீறிப் பாய்ந்து கொண்டிருந்த போது, ராட்டின யந்திரம் வரை அவனால் நடந்து போக முடியுமா? வயது காரணமாகச் சாதாரணமாகவே அவனுக்கு நடை தள்ளாடும். வெள்ளச் சுழிப்பு அவன் காலை வாரி விட்டுவிட்டால் அவன் கதி என்ன ஆவது? ஆனால் யோசிப்பதற்கும் நேரமில்லையே! வெள்ளம் வீரன் வாய்க்காலில் பாய்ந்து சென்ற ஒவ்வொரு நிமிஷமும் ஒரு பெரிய பிரளயத்துக்கே அல்லவா அடிக்கோலிக் கொண்டிருந்தது. ஆனால் அதைத் தடுப்பது எப்படி? கைகளைப் பிசைந்துகொண்டு இந்த இக்கட்டான நிலையில் தான் என்ன செய்வதறியாது முன்னும் பின்னும் நடந்து கொண்டிருந்தான் போலா.

"போலா, அணைக்கதவு இன்னும் மூடியா இருக்கிறது?" என்று பரபரப்புடன் கேட்டுக் கொண்டே அவனருகில் ஓடி வந்தான் குமரன்.

"ஆமாம் ஸாப். இவ்வளவு வெள்ளம் வரும்னு நான் நெனைக்கவே இல்லைங்கோ. இப்போ போய்க் கதவை எப்படி சாத்தறது? கால் நழுவிடுச்சூ போலா உயிர் போயிடுச்சூ" என்றான் போலா.

அவனுடைய பதற்றம் அவனுடைய குற்றியலுகரங்களுக்கு வழக்கத்தைவிட அதிகப்படியான மாத்திரைகளைக் கொடுத்து விட்டது.

"உன்னால் இனிமேல் முடியாது. நீ பதறாமல் இங்கேயே இரு. நான் பார்த்துக் கொள்கிறேன்" என்று கூறிய குமரன் அணைக்கட்டுப் பகுதியை நோக்கி விரைந்தான்.

"ஸாப், நீங்க ஒருத்தராலே முடியாது. நானும் வந்துடறேன்" என்று கத்தினான் போலா.

"நீ அங்கேயே இரு. இது என் உத்தரவு" என்று கண்டிப்பாகக் கூறிவிட்டுக் குமரன் அணைக்கட்டின் மேல் நடந்து செல்ல ஆரம்பித்தான்.

அணைக்கட்டின் மேல்பகுதி தண்ணீரில் மறைந்திருந்தாலும் இருபுறமும் பிடித்துக் கொள்வதற்காக அமைக்கப்பட்ட கம்பிகள் ஓரளவு நீர் மட்டத்துக்கு மேல் தெரிந்து கொண்டிருந்தன. ஆதாரத்துக்கு அவற்றைப் பிடித்துக் கொண்டு, காலைப் பறித்து விடுவது போல் அரித்தோடிக் கொண்டிருந்த அந்த வெள்ளத்தையும் மீறி ஒவ்வோரடியாக ராட்டின யந்திரத்தை நோக்கி நடந்து அதை எட்டி விட்டான் குமரன்.

ராட்டின யந்திரம் கூடப் பாதிக்கு மேல் தண்ணீருக்குள் அமிழ்ந்திருந்தது. அந்நிலையில் முழுமூச்சுடன் முயன்றால்தான் அதை இயக்க முடியும் என்று குமரனுக்குத் தோன்றியது. அதன்பிடி தன் கையில் சிக்கியதுமே அதைப் பிடித்துக் கொண்டு அதை இயக்க ஆரம்பித்தான். இரண்டொரு சுற்றுகளுக்கு எளிதாக இடம் கொடுத்த அந்த யந்திரம் அதற்கு மேல் அசைந்து கொடுக்காமல் சிக்கினாற்போல் நின்றுவிட்டது. குமரன் எதிர்பார்த்த சிக்கல்தான் அது. கதவு வெள்ள நீரைக் கிழித்துக் கொண்டு தானே மேலே வர வேண்டியதாயிருந்தது. ஆனால் வெள்ளத்தின் வேகம் அதில் வந்து மோதியபோது அது சுலபமாக ஏற மறுத்தது. இன்னும் பலமாக யந்திரத்தின் பிடியை இரு கைகளாலும் சுற்ற முயற்சி செய்தான். வெள்ளத்தின் வேகம், அவன் கால்களை நிலை தடுமாறச் செய்தது. கீழே விழுந்துவிடப் போனவன் எப்படியோ சமாளித்துக் கொண்டு தன் முயற்சியைத் தொடர்ந்தான். இந்தத் தடவை அவனது முயற்சிக்குத் தகுந்த பலன் ஏற்பட்டது. கதவு அங்குலம் அங்குலமாக மேலேறி வந்து கொண்டிருந்ததை அவனால் உணர முடிந்தது

வெள்ளத்தின் காரணமாகக் கால்களை நன்றாக ஊன்றி வைக்க முடியாத இடைஞ்சல் ஒரு பக்கம், தண்ணீருக்கு அடியிலேயே

இயந்திரத்தின் விசையைச் சுற்ற வேண்டிய நிர்ப்பந்தம் ஒரு பக்கம். இந்த இரண்டு இடைஞ்சல்களுடன் எப்படியோ போராடிக் கொண்டு குமரன் அந்த வேலையைச் செய்து கொண்டிருந்தான்.

கரையிலே போலா நிலை கொள்ளாமல் தவித்துக் கொண்டிருந்தான். குமரனுக்கு உதவியாகத் தானும் அந்த ராட்டின யந்திரத்தினருகே சென்றுவிட வேண்டுமென்றுதான் அவன் துடித்தான். ஆனால் அவ்வளவுக்குத் தன் உடம்பிலும் சக்தியில்லை. உள்ளத்திலும் துணிச்சல் இல்லை என்ற உணர்வு அவனைச் செயலிழக்கச் செய்தது.

"ஸாப் ஸாப்" என்று அடிக்கொரு தரம் தொண்டையடைக்கக் கத்தியவாறு மேலும் கீழும் நடந்து கொண்டிருந்தான்.

வெள்ளத்தின் உக்கிரம் இருக்க இருக்க அதிகரித்துக் கொண்டிருந்தது. அணைக்கட்டின் கைப்பிடிக் கம்பிகளில் ஒரு பக்கத்துக் கம்பி நிலை பெயர்ந்து விழுந்துவிட்டது. வெள்ளத்தோடு அடித்து வரப்பட்ட மரக்கிளைகளும் செடி கொடிகளும் எந்த ஒரு நிமிஷமும் தன் மீது மோதி நிலை தளரச் செய்துவிடக் கூடாதே என்று கவலையுடன்தான் குமரன் ராட்டின யந்திரத்துடன் போராடிக் கொண்டிருந்தான்.

ஆயிற்று, பாதிக்கதவு மேலே வந்திருக்கும் என்ற நம்பிக்கை தோன்றியது குமரன் மனத்தில். ஆனால் அதற்குள்ளேயே அவன் கைகளிரண்டும் இற்று விழுந்து விடும் போல் சளைத்துப் போயின. நெஞ்சுரத்தின் பலத்திலேயே அவன் அந்தக் கைகளுக்கு வேலை கொடுத்துக் கொண்டிருந்தான்.

திடீரென்று அவன் முதுகில் ஒரு பலத்த அடி. என்னவென்று திரும்பிப் பார்ப்பதற்குள் அவன் முன்னே தள்ளப்பட்டான். கப்பும் கவருமான பெரிய மரக்கிளையொன்று அவன் மீது மோதி அவனை ஆற்று வெள்ளத்தோடு இழுத்துச் செல்லும் முயற்சியில் ஈடுபட்டிருந்தது. அணைக்கட்டின் கைப்பிடிக் கம்பி மட்டும் இல்லாதிருந்தால், குமரன் ஆற்றோடு போயிருக்க வேண்டியவன்தான். அந்தக் கம்பிதான் இப்போது குமரனைத் தாங்கிக் கொண்டிருந்தது. அந்த நிலையிலும் ராட்டின யந்திரத்தின் கைப்பிடியைத் தளர விடாமல் உறுதியாக நின்ற குமரன் உடலை வளைப்பதும் குனிவதுமாக ஏதேதோ செய்து அந்தக் கிளையரக்கனின் ஆக்ரமிப்பிலிருந்து தன்னை விடுவித்துக் கொள்ளப் பாடுபட்டான்.

கரையில் நின்றிருந்த போலா, குமரனின் அந்தத் தவிப்பைப் பார்த்ததும் துடித்துப் போய்விட்டான்.

உமாசந்திரன்

"ஸாப் எனக்கு உத்தரவு குடுங்க... நான் வந்திடறேன்" என்று கூச்சல் போட்டான்.

"நீ வரக்கூடாது. நான் எப்படியாவது சமாளித்துக் கொள்கிறேன்!" என்று பதிலுக்குக் கூச்சல் போட்டவாறு மரக்கிளையின் கிடுக்கித் தாக்குதலை முறியடிக்க முயன்று கொண்டிருந்தான் குமரன்.

"ஐயோ.. ஸாபுக்கு ஏதாவது ஆயிடுச்சுன்னா நான் என்ன செய்வேன்?" என்று கைகளை உதறிக் கொண்டு நின்றான் போலா.

"தாத்தா, ஐயாவுக்கு என்ன?" என்று பரபரப்புடன் கேட்கும் குரல் காதில் விழுந்ததும் போலா சட்டென்று திரும்பினான். வள்ளி நின்று கொண்டிருந்தாள்.

"நீ எப்படி வந்தே வள்ளி?

"அண்ணனுக்குத் திடீர்னு காய்ச்சல் கண்டிருக்கு. உடம்பெல்லாம் நெருப்பாகக் கொதிக்குது, ஐயாகிட்டே சொல்லி ஆசுபத்திரி டாக்டரை அழைச்சுக்கிட்டு வரணும்னு.." என்று கூறி வந்த வள்ளி அதேசமயம் குமரனின் நிலையைப் பார்த்துவிட்டு, "ஐயையோ! அந்தக் கொம்பு ஐயா மேலே எப்படிக் கவிஞ்சுகிட்டிருக்கு. வெள்ளத்திலேயே தள்ளிடும் போலிருக்கே" என்று பதறியவாறு முன்னே பாய்ந்தாள்.

"வள்ளி, நீ எங்கே போறே?" என்று கத்தினான் போலா.

"நீ சும்மா இரு தாத்தா, அந்தக் கொம்பை எடுத்துவிடலேன்னா ஐயாவுக்கு ஆபத்து" என்று உரக்கக் கத்திக்கொண்டே வள்ளி அணைக்கட்டின் மேல் ஏறிவிட்டாள். குனிந்த நிலையில் மரக்கிளையுடன் போராடிக் கொண்டிருந்த குமரன், வள்ளியின் குரலைக் கேட்டதும் திடுக்கிட்டுத் திரும்பிப் பார்த்தான்.

"வள்ளி! நீ வராதே ஆபத்து. நான் பத்திரமாகத்தான் இருக்கிறேன்" என்று கத்தினான்.

ஆனால் வள்ளி நிற்கவில்லை. அணைக்கட்டின் மேல் ஓடிய வெள்ளப் பெருக்கைக் கொஞ்சமும் லட்சியம் செய்யாமல், பக்கவாட்டுக் கம்பியை உறுதியாகப் பிடித்துக் கொண்டு ஒவ்வோரடியாக முன்னேறி குமரன் நின்றிருந்த இடத்திற்கு மிகவும் சமீபத்தில் சென்றுவிட்டாள்.

குமரன் மேல் மோதவிருந்த முரட்டுக்கிளை வைரம் பாய்ந்த நூக்கமரக்கிளை. கப்பும் கவரும் வளைவும் தெளிவும் நிறைந்த அந்தக்

கிளை நாலு பக்கத்திலிருந்தும் குமரனை அமுக்கிப் பிடித்திருந்தது. வெள்ளத்தின் வேகம் அதன் பிடியை நிமிஷத்துக்கு நிமிஷம் இறுக்கிக் கொண்டேயிருந்தது. கைகளால் அந்தக் கிளையைப் பிடித்திழுத்து அப்புறப்படுத்துவது சாத்தியமே இல்லை என்று தோன்றியது வள்ளிக்கு. ஆதாரமில்லாமல் கிளையைப் பிடித்து இழுக்க முயன்றால் வெள்ளம் அவளைப் புரட்டித் தள்ளிவிடும் என்பதில் சந்தேகமில்லை. எனவே வள்ளி பக்கவாட்டுக் கம்பியை ஆதாரமாகக் கொண்டு சாய்ந்து நின்று கிளையின் அடிப் பாகத்தை கால்களால் உதைத்துத் தள்ளிவிட முயற்சி செய்தாள். ஆனால் அந்த முரட்டுக்கிளை அவளுடைய சிறிய பாதத்தின் உதைக்கு எப்படி அசைந்து கொடுக்கும்?

"வள்ளி, இது வீண்முயற்சி. நான் எப்படியாவது சமாளித்துக் கொள்கிறேன். நீ போய்விடு" என்றான் குமரன்.

"அதுமட்டும் சொல்லாதீங்க. எவ்வளவு பெரிய ஆபத்திலே இருக்கீங்க நீங்க. உங்களை அப்படியே விட்டுட்டு நான் போய்விட முடியுமா?"

"என்னைக் காப்பாற்றும் முயற்சி உன் உயிருக்கே ஆபத்தாய் முடிந்துவிடக் கூடாதே வள்ளி."

"அப்படி ஒண்ணும் என் உயிர் வெல்லக்கட்டி இல்லே எனக்கு" என்றாள் வள்ளி.

"வள்ளி, இப்போதாவது நீ கரைக்குத் திரும்பிப் போய் விடு."

சட்டென்று ஒரு யோசனை தோன்றியது அவளுக்கு.

"தாத்தா... தாத்தா..." என்று உரக்கக் கத்தினாள் கரையில் நின்ற போலாவைப் பார்த்து.

"என்ன வள்ளி?"

"ஏதாவது முரட்டுக் கயிறு இருக்கா உன்கிட்டே?"

"இரு, இதோ எடுத்து வரேன்" என்று கூறிய போலா குடிசைக்குள் ஓடி ஒரு நீளத் தாம்புக் கயிற்றையே எடுத்து வந்தான்.

"கயிறு இதோ இருக்கு வள்ளி."

"ஒரு நுனியை அந்த அசோக மரத்திலே கட்டிட்டு மறு நுனியை இப்படி என்கிட்டே வீசு!" என்று கத்தினாள் வள்ளி.

போலா பரபரப்புடன் அவள் கூறியவாறே கயிற்றின் ஒரு நுனியை அசோகமரத்தில் கட்டிவிட்டு, மறு நுனியை பலங்கொண்ட

மட்டும் அவளை நோக்கி வீசியெறிந்தான். முன்னுக்குப் பாய்ந்து அதைக் கையில் பிடித்துக் கொண்டாள் வள்ளி.

கயிற்றின் நுனியைக் கிளையின் அடிபாகத்தில் உறுதியாகக் கட்டிய பிறகு அவள் போலாவுக்குக் குரல் கொடுத்தாள்.

"தாத்தா, மூச்சைப் பிடிச்சுக்கிட்டு வெள்ளத்துக்கு எதிர்ப் பக்கமாகத் கயிற்றை நல்லா இழு."

போலாவுக்கு ஒரே உற்சாகம். கையைப் பிசைந்து கொண்டு நிற்பதற்குப் பதில் ஏதோ தன்னாலானதைச் செய்ய முடிகிறதே என்ற திருப்தி அவனுக்கு.

வெள்ளத்திற்கு எதிர்ப்பக்கமாகக் கயிற்றைச் சுண்டிச் சுண்டி இழுத்தான் போலா. விரைவிலேயே அதற்குத் தகுந்த பலன் ஏற்பட்டது. கிளையரக்கன் குமரனைப் பிடித்திருந்த பிடி கொஞ்சம் கொஞ்சமாத் தளர்ந்தது. கடைசி முறையாக போலா முழு பலத்துடன் கயிற்றை ஓர் இழுப்பு இழுத்ததும் அந்தக் கிளை அடிபட்ட அரக்கன் போல் மல்லாந்து விழுந்து வேறு பக்கமாக உருண்டது. வள்ளி சட்டெ ன்று குனிந்து அதில் கட்டியிருந்த கயிற்றின் நுனியை அவிழ்த்துவிட்டாள். மறுகணமே அந்தக் கிளை உயிரிழந்த ராட்சஸ சிலந்தியைப் போல் வெள்ளம் இழுத்த போக்கில் பரிதாபமாகப் புரண்டு சென்றது.

குமரன் வள்ளியை நன்றியுடன் பார்த்தான்.

"வள்ளி, இப்போதாவது கரைக்குத் திரும்பிப் போய் விடு" என்றான்.

"ஐயாவுக்கு இன்னும் இங்கே வேலை இருக்கா?"

"அணைக்கதவை முழுதும் தூக்கிய பிறகுதான் நான் இங்கிருந்து நகர முடியும். அணை அடைத்திருந்தால் இந்த வெள்ளப் பெருக்கில் பெரும்பகுதி வீரன் வாய்க்காலில் பாய்ந்து வாய்க்காலே இருந்த இடம் தெரியாமல் போய்விடும்" என்று கூறிய குமரன் மீண்டும் ராட்டின யந்திரத்தை இயக்க முற்பட்டான்.

ஆனால் வள்ளி அங்கிருந்து போய்விடவில்லை. யந்திரத்தின் மறுபக்கத்திப் பிடியை இரு கைகளாலும் பிடித்துக் கொண்டு குமரன் சுற்றுவதற்கு ஏற்றாற்போல் அவளும் அதைச் சுற்ற ஆரம்பித்துவிட்டாள்.

"வள்ளி , இது ஆபத்தான வேலை. எந்த நிமிஷம் அதிகப்படியான வெள்ளம் வந்து மோதுமென்று சொல்ல முடியாது."

முள்ளும் மலரும்

"அந்த ஆபத்து ஐயாவுக்கும் சேத்துத்தானே?" என்றாள் வள்ளி.

"இது என் கடமை. உத்தியோகம். உனக்கு அப்படியில்லையே?"

"கடமைக்காகத்தான் ஒவ்வொண்ணும் செய்யணுமா?"

"வேறு எதற்காக?"

"மனசுக்காகவும் செய்யலாமில்லே?"

"மனசுக்கும் இதுக்கும் என்ன சம்பந்தம்?"

"உங்களுக்கு வாய்க்காலைப் பத்தின கவலை. எனக்கு ஐயாவைப் பத்தின கவலை."

"என்னைப் பற்றி உனக்கு என்ன கவலை?"

வள்ளி ஒரு பெருமூச்சுடன் முகத்தைத் திருப்பிக் கொண்டாள்.

"என்னை இங்கே நிக்கக் கூடாதுன்னு விரட்டறீங்களே ஏன்?"

"உனக்கு வெள்ளத்தால் ஆபத்து நேர்ந்துவிட்டால்?"

"என்னைப் பத்தி உங்களுக்கு என்ன கவலை?"

வள்ளியின் இந்தக் கேள்வி குமரனைத் திகைக்கச் செய்தது. மௌனப் புன்னகையுடன் ராட்டின யந்திரத்தைச் சுற்றுவதில் கருத்தைச் செலுத்தினான். வள்ளியின் ஒத்துழைப்பு அவன் வேலையைச் சுலபமாக்கியது. அணைக்கதவு மடமடவென்று மேலே ஏறிக் கொண்டிருந்தது. அது மேலே ஏற ஏற வெள்ள நீர், மதகு வழியே புகுந்து வடிய ஆரம்பித்தது.

ராட்டின யந்திரத்தைக் கடைசி முறையாகச் சுற்றி முடித்துக் கைப்பிடியை நன்றாகப் பொருத்தியபோது குமரனது நெஞ்சிலிருந்து நிம்மதி நிறைந்த பெருமூச்சு எழுந்தது.

"வாய்க்கால் பிழைத்தது" என்றான் மகிழ்ச்சியுடன்.

"எங்க வீடும் பிழைச்சுது" என்றாள் வள்ளி.

"வீடா? எப்படி?"

"வீரன் வாய்க்கால் எங்கள் வீட்டையொட்டினாற் போலேதானே ஓடுது. வாய்க்கால் மட்டத்துக்கு பெரிய வெள்ளம் பாய ஆரம்பிச்சா எங்க வீடெல்லாம் வெள்ளக்காடாக ஆகியிருக்கும்" என்றாள் வள்ளி.

அந்த நிலைமையைக் கற்பனை செய்யவே அவள் மனம் நடுங்கியது.

"உங்கண்ணன் வேறே காயத்தோடே படுத்திருக்கே, பாவம்!" என்றான் குமரன்.

"காயம் மட்டுமில்லே, இப்போ காய்ச்சலும் சேந்திருக்கு."

"காய்ச்சலா?"

"ஆமாம். பகலெல்லாம் அடிச்சுப் போட்டாப்பலே தூங்கிக்கிட்டிருந்திச்சி. சாயங்காலம் அத்தை டீ குடுக்கலாம்னு எழுப்பப் போச்சு. நாலைஞ்சு தரம் கூப்பிட்டும் கண்ணை முழிக்கலே. பயந்து போய்த் தொட்டுப் பார்த்தா உடம்பெல்லாம் நெருப்பாக் கொதிச்சுக்கிட்டிருக்கு."

"அடப்பாவமே... அப்படி இருக்கவே கூடாதே."

"அதனாலேதான் ஐயாகிட்டே சொல்லி ஆசுபத்திரி டாக்டரை அழைச்சிட்டு வான்னு என்னை அனுப்பிச்சுது அத்தை. அதுக்கு ஒரே கவலை, ஒண்ணு கிடக்க ஒண்ணுலே கொண்டு விடக் கூடாதேன்னு வேண்டாத தெய்வத்தையெல்லாம் வேண்டிக் கிட்டிருக்கு" என்று குரல் தழுதழுக்கக் கூறினாள் வள்ளி.

"நீ கவலைப்படாதே. நான் அதற்கு வேண்டிய ஏற்பாடு செய்கிறேன்" என்றான் குமரன்.

இருவரும் அணைக்கட்டு மதிலிலிருந்து கீழே இறங்கி வந்தபோது போலா அவர்களை நோக்கி ஓடிவந்தான்.

"ஸாப்! இந்த வள்ளிப் பொண்ணு இல்லேன்னா ஐயாவுக்கு என்ன ஆபத்து ஏற்பட்டிருக்குமோ! இந்த போலாக் கிழவன் தனியே என்ன செய்திருக்க முடியும்? தெய்வமாகப் பாத்துத்தான் இந்த நேரத்துக்கு வள்ளியை இங்கே அனுப்பி வச்சுது" என்றான் கண்களில் பெருகிய கண்ணீருடன்.

"உண்மைதான். வள்ளியின் துணிச்சலும் சமயோசித யோசனையும் தான் என்னை இக்கட்டான நிலையிலிருந்து காப்பாற்றியது" என்றான் குமரன் உள்ளம் நிறைந்த உணர்ச்சியுடன்.

சங்கோசத்தை மறைப்பதற்காக வள்ளி அசோக மரத்தில் கட்டி யிருந்த கயிற்றை அவிழ்த்துச் சுருட்டியெடுத்துக் கொண்டு உள்ளே வைக்கச் சென்றாள்.

"உண்மையாகச் சொல்கிறேன் ஸாப், இந்த மாதிரி திடீர் வெள்ளம் எப்பவுமே வந்தது கிடையாது" என்றான் போலா.

“கதவை ஏற்றியிருக்கும் யந்திரத்தைக் கரையிலேயே அமைக்க உடனடியாக ஏற்பாடு செய்ய வேண்டும்” என்று தனக்குத்தானே கூறிக்கொண்டான் குமரன்.

தாமதமில்லாமல் காரியாலயத்துக்கு விரைந்து சென்ற குமரன், கீழூர் ஆஸ்பத்திரி டாக்டருடன் தொலைபேசியில் தொடர்பு ஏற்படுத்திக் கொண்டு அவருக்குக் காளியின் நிலைமையை விவரித்தான். காளி அன்று காலை நடந்து கொண்ட விதத்தை நினைத்து அந்த டாக்டர் மனத்தில் கோபம் இருக்கத்தான் இருந்தது. குமரனுடைய வார்த்தைக்குக் கட்டுப்பட்டு உச்சிக்கடவுக்கு வர அவர் ஒப்புக் கொண்டாலும் மறுநாள் காலையில்தான் அது சாத்தியமாகும் என்று தீர்மானமாகச் சொல்லி விட்டார். இந்தத் தகவலை வள்ளியிடமும் அஞ்சலையத்தையிடமும் தெரிவித்து அவர்களைத் தைரியமாயிருக்கும்படி சொல்லிவிட்டுக் குமரன் வீடு திரும்பினான்.

மறுநாள் காலையில் சொன்ன நேரத்துக்கு டாக்டர் அருளானந்தம் தமது காரிலேயே புறப்பட்டு அணைக்கட்டு வீட்டுக்கே நேரே வந்து குமரனை சந்தித்தார். இருவருமாக அதே காரில் காளியண்ணனின் வீட்டுக்கு விரைந்தனர்.

கவலையே உருவாக அஞ்சலையத்தையும் வள்ளியும் அவர்களை வரவேற்றனர்.

“ராத்திரியெல்லாம் ஜுரவேகம் சொல்லி முடியாது. கண்ணையே முழிக்காமே வாய்க்கு வந்தபடி அனத்திக்கிட்டிருந்திச்சு” என்று விவரித்தாள் வள்ளி.

டாக்டர் நோயாளியைப் பரிசோதித்துவிட்டு ஒரு இஞ்செக்ஷன் கொடுத்தார்.

“நோயாளி இனிமேல் இங்கே இருப்பது சரியல்ல. ஆஸ்பத்திரி யிலேயே சேர்ந்தால் தான் நேரடியாகக் கவனித்து உடம்பைக் குணப்படுத்த முடியும்” என்றார் தீர்மானமாக.

“டாக்டரய்யா... அண்ணனின் நிலைமை அவ்வளவு மோசமாகவா இருக்கு” என்று அலறினாள் வள்ளி.

“இன்னும் சிறிது தாமதித்தாலும் உயிருக்கே ஆபத்தாய் முடியும்” என்றார் டாக்டர்.

13

மேம்பாறைக் கசத்தில், வெள்ளி மீன்கள் துள்ளி விளையாடிக் கொண்டிருந்தன. துள்ளுவதும் பாய்வதும் ஒன்றையொன்று துரத்துவதுமாக அவை காட்டிய விளையாட்டுக்கள். எதையாவது மங்காவின் மனம் ரசித்தால்தானே? பித்துப்பிடித்தாற் போலத்தான் அவள் கசத்தின் கரையில் உட்கார்ந்திருந்தாள். மூங்கில் புதரிலிருந்து அக்காக் குருவிகள் "அக்கா.. அக்கா.." என்று அழைக்கும் ஏக்கக் குரல் அவ்வப்போது அவள் காதில் ஒலித்துக் கொண்டிருந்தது. "அக்கா.. அக்கா" என்று அவள் மனமும் எதிரொலி எழுப்பிக் கொண்டிருந்தது.

வள்ளியக்காவைப் பார்த்துப் பத்து நாட்களுக்கு மேல் ஆகிவிட்டனவே! "இன்றாவது வந்திருப்பாள்", "இன்றாவது வந்திருப்பாள்" என்று ஒவ்வொரு நாளும் அந்த வீட்டுக்கு நடந்து நடந்து மங்காவுக்குக் கால் ஓய்ந்து போனதுதான் மிச்சம். வீடு பூட்டியே கிடந்தது. வீரன் வாய்க்கால் மட்டும் யாரைப் பற்றிய சிந்தனையும் இல்லாமல் தன் போக்கில் ஓடிக் கொண்டிருந்தது. வெள்ளாடும், குட்டிகளும் வள்ளியின் கவனிப்பு இல்லாமல் இஷ்டம் போல் திரிந்து கொண்டிருந்தன.

முள்ளும் மலரும்

வெறிச்சென்றிருந்தது மங்காவின் மனம். ஆசுபத்திரிக்கு அஞ்சலையத்தை மட்டும் போயிருந்தால் போதாதா? வள்ளியக்காவும் எதற்காக அந்தக் கீழூர் ஆஸ்பத்திரியிலேயே பழிகிடக்க வேண்டும்? அவள்தான் அண்ணன் உடம்பைக் குணப்படுத்தி விடப் போகிறாளா? ஆசுபத்திரியில் சேர்ந்த பிறகு டாக்டரின் பொறுப்பு தானே? இவர்கள் இரண்டு பேரும் அங்கேயே தவம் கிடப்பதற்கு என்ன அவசியம் இருந்தது?

எல்லாவற்றுக்கும் மேல் காளியண்ணனை நினைத்தால் மங்காவின் மனத்தில் ஆத்திரம் பொங்கியது. புலியோடு போராட அது ஏன் முன்னால் போய் நிற்க வேண்டும்? காயம் பட்டதுதான் பட்டா யிற்றே அதற்கு மேலும் வீராப்பு என்ன வேண்டியிருந்தது? முதல் நாளே அந்த டாக்டர் வந்து பார்த்தபோது ஒத்துப் போயிருந்தால் ஒரு தொல்லையும் இருந்திருக்காதில்லையா? அப்போது அவரை அவமரியாதையாகப் பேசி விரட்டியடிப்பானேன், இப்போது நாள் கணக்காக ஆசுபத்திரியிலேயே படுத்துக் கிடப்பானேன்?

மங்காவுக்குக் கோபம் கோபமாய் வந்தது. யார் மேல் கோபித்துக் கொள்வது என்றுதான் புரியவில்லை. கசத்தில் தம்மை மறந்து விளையாடிக் கொண்டிருந்த மீன்களைப் பார்த்து அவளுக்கு ஆத்திரம் வந்தது.

"என்ன விளையாட்டு வேண்டியிருக்கு? போங்க எல்லாரும்" என்று ஒரு பெரிய கூழாங்கல்லையெடுத்துக் கசத்தில் வீசியெறிந்தாள். மீன்கள் நாலாபக்கமும் சிதறியோடுவதைப் பார்த்து அவளுக்குச் சிரிப்பு வந்தது.

"என் புத்தியே புத்தி! உங்க மேலே ஏன் கோவிச்சுக்கறேன்? நீங்களா அக்காவை ஆசுபத்திரிக்கு அனுப்பினீங்க?" என்று சிரித்தாள்.

மூங்கில் புதரில் அக்காக் குருவி "அக்கா" என்று அழைக்கும் குரல் மீண்டும் கேட்டது. மங்காவின் ஆத்திரம் சட்டென்று அந்தத் திசையில் திரும்பியது.

"என்னைக் கேலி செய்யவா அப்படிக் கத்தறீங்க? தொலைச்சுப் போடுவேன் தொலைச்சு." என்று கத்திக் கொண்டே மூங்கில் புதரை நோக்கி ஒரு கல்லை வீசினாள். அக்காக் குருவிகள் அந்தக்கணமே அங்கிருந்து பறந்து சென்றன.

“எனக்கு ஏன் இப்படிக் கோவம் வருது? வள்ளியக்கா வர்றபோது வந்துக்கட்டுமே... அதுக்காக நான் ஏங்கிக்கிடக்கணுமா?” என்று தனக்குத் தானே கூறிக்கொண்ட மங்கா அங்கிருந்து எழுந்து நடக்க ஆரம்பித்தாள்.

அவள் கால்கள் அவளை உடும்புக்கொட்டகைப் பக்கம் இழுத்துச் சென்றன. அத்திமரமேட்டில் காளியண்ணனுக்குப் பதில் மாயாண்டி உட்கார்ந்திருந்தான். மாயாண்டி பீடி குடிப்பதில்லை. ஆனால் பீடி குடிக்கத்தான் அந்த மேட்டில் உட்காரலாம் என்று சட்டம் எதுவும் கிடையாதே!

மங்காவைக் கண்டால் மாயாண்டிக்கு எப்போதுமே பயம்தான். மங்காவின் துடுக்குத்தனத்தை எதிர்த்து நிற்க அவன் உடம்பில் திராணி கிடையாது. ஆளானப்பட்ட காளியண்ணனே திணறியபோது அவன் எந்த மூலை. ஆகவே மங்காவைக் கண்டு விட்டால் அப்போதுதான் ஏதோ அவசர வேலை ஞாபகம் வந்தது போல் எழுந்து சென்றுவிடுவதுதான் அவன் வழக்கம்.

ஆனால், இன்று அவன் மங்கா வருவதைப் பார்த்தும் பாராதது போல் உட்கார்ந்திருந்தான்.

மங்காவுக்கே ஆச்சரியமாயிருந்தது.

“என்ன மாயாண்டியண்ணே, ஏன் சோந்தாப்போல உக்காந்திட்டே? வள்ளியக்கா இருந்தாலாவது பசி நேரத்துக்குச் சோறு கிடைக்கும் உனக்கு. இப்பத்தான் அது ஆஸ்பத்திரியிலே போய் உட்கார்ந்திருக்கே” என்று கூறிச் சிரித்தாள்.

“ஏன் மங்கா, சமாசாரம் தெரியாதா உனக்கு காளியண்ணனுக்குக் கையையே எடுத்திடப் போறாங்களாம்.”

“என்ன சொன்னே?”

புலியடிச்ச காயம் ஆறாமே புரையோடிப் போச்சாம். அந்தக் கையை அறுத்து எடுக்கலேன்னா ஆளே பொழைக்க முடியாதுன்னு டாக்டர் சொல்லிவிட்டாராம்” என்று கூறும் போதே மாயாண்டியின் கண்ணில் கண்ணீர் பொங்கி நின்றது.

“யோவ், யாருகிட்டே அளக்கறே?” என்று கத்தினாள் மங்கா.

மாயாண்டி பெருமூச்செறிந்தான். “முனியாண்டி சொன்ன தகவல் பொய்யாயிருக்கக் கூடாதான்னுதான் மனசு கெடந்து

அடிச்சுக்குது. ஆனா அது உண்மைதான் மங்கா. அந்தக் குமரய்யா கூட இன்னிக்கு லீவு போட்டுட்டு அங்கே போயிருக்காரு" என்று விம்மும் குரலில் கூறினான் மாயாண்டி. பாவம், அவனுடைய லட்சிய வீரனுக்கு இப்படி ஒரு சோதனை நேர்ந்திருப்பதை அந்த அப்பாவி எப்படித் தாங்குவான்?

மங்கா சிரித்தாள். "நீ ஏனய்யா அதை நெனைச்சுக் கண்ணீர் வடிக்கிறே? புலி வேட்டைன்னா சும்மாவா? கைதானேய்யா போகப் போகுது? உயிர் போயிடல்லையே. புலி அடிச்ச வீரர்ங்கற பட்டம் போயிடலியே" என்றாள்.

அதற்கு மேல் அவள் அங்கே நிற்கவில்லை. விடுவிடென்று நடக்க ஆரம்பித்தவள், ஓட்டமாக ஓடிவந்து வீட்டுக் கதவைத் திறந்து கொண்டு தரையில் தொப்பென்று விழுந்தாள். கனமான ஏதோ ஒன்று அவள் நெஞ்சை அழுத்துவது போல் அவளுக்குத் தோன்றியது. குப்புற விழுந்த நிலையில் வெகு நேரம் அப்படியே இருந்தாள். அப்படியே தூங்கியும் போய்விட்டாள்.

மாலையில் வெள்ளாத்தாள் வேலையிலிருந்து வீட்டுக்குத் திரும்பிய போதும் மங்கா தூங்கிக் கொண்டுதான் இருந்தாள்..

"அடியாத்தே... சாதுகணக்கா தூங்கற தூக்கத்தைப் பாரு" என்று அதிசயித்த வெள்ளாத்தாள், "தா, வெளக்கு வெக்கற நேரத்திலே என்ன தூக்கம் இது? எழுந்திரு" என்று அதட்டியவாறே அவளைக் காலால் உதைத்து எழுப்பினாள்.

எழுந்து உட்கார்ந்து கண்களைக் கசக்கிவிட்டுக் கொண்டே மங்கா பெரிதாக ஒரு கொட்டாவி விட்டாள்.

"சீ வாயை மூடு... அச்சானியம் போலே கொட்டாவி வேறயா?" என்று எரிந்து விழுந்தாள் வெள்ளாத்தாள். அப்போதுதான் மங்காவுக்கு சுயஉணர்வு முழுவதும் திரும்பியது.

"ஆத்தா நீயா? ரொம்ப நேரம் தூங்கிட்டேனா?"

"என்னைக் கேளு... கண்ணு தெரியலே? கையெழுத்து மறையற நேரமாயிருச்சு. அப்படியென்ன தூக்கம்னு கேக்கறேன்."

"எனக்கே தெரியலே, ஆத்தா வீட்டுக்குள்ளே வந்து விழுந்ததுதான் தெரியும். அடிச்சுப் போட்டாப்பலே தூங்கிப் போயிருக்கேன்!" என்றாள் மங்கா, அதிசயத்துடன் விழிகளை உருட்டியவாறு.

"அடிச்சுப் போடாத குறைதான். வேறென்ன? சரி, சரி மலங்க மலங்க முழிச்சது போதும். காலாகாலத்திலே அருவிக்கரைக்குப் போயி மொகத்தைக் கழுவிக்கிட்டு ஒரு கொடம் தண்ணி எடுத்துக் கிட்டுவா. ஒரு நாளைப் போல நான் வீட்டுக்கு வந்துதான் உலை யேத்தணும். பெத்த பொண்ணு குதிர் கணக்கா வளர்ந்திருந்து என்ன பிரயோசனம்?" என்று எரிச்சலும் புகைச்சலுமாக முணுமுணுத்தாள் வெள்ளாத்தாள்.

மங்கா பதில் வார்த்தையெதுவும் பேசாமல் குடத்தைக் கையில் எடுத்துக் கொண்டு அருவிக் கரைக்குச் சென்றாள்.

வெள்ளாத்தாள் அடுப்புச் சாம்பலை அள்ளியெடுத்து போட்டு விட்டு மிச்சமிருந்த சுள்ளிகளையும் சருகுகளையும் சேர்த்து அடுப்பிற்குள் திணித்தாள். பின்பு அவற்றைப் பற்ற வைப்பதற்காக நெருப்பு பெட்டியை எடுத்தாள். அவளுக்கு எரிச்சலூட்டுவதற்காகவே காத்திருந்தது போல் நெருப்புப் பெட்டி காலியாயிருந்தது. மருந்துக்கு ஒரு குச்சிக்கூட அதில் இல்லை.

"தூ" என்று ஆங்காரத்துடன் அதை ஒரு மூலையில் வீசியெறிந்த வெள்ளாத்தாள் முகத்தில் எள்ளும் கொள்ளும் வெடிக்கக் குடிசைக்கு வெளியே வந்தாள். அருவிக்கரையிலிருந்து மங்கா கையில் பிடித்த தண்ணீர்க் குடத்தை ஆட்டியவாறு வந்து கொண்டிருப்பதைப் பார்த்து வெள்ளாத்தாளின் எரிச்சல் மேலும் அதிகரித்தது.

"வளந்த பொண்ணா லட்சணமா கொடத்தை இடுப்பிலே வச்சு எடுத்து வரத் துப்பில்லே உனக்கு கைவீச்சு என்ன வேண்டியிருக்கு கைவீச்சு" என்று சிடுசிடுத்துத் தண்ணீர்க் குடத்தை வெடுக்கென்று அவள் கையிலிருந்து பிடுங்கிக் கொண்டாள்.

"வத்தி'' பெட்டியை நீதான் காலி செய்தியா?" என்று சீறினாள்.

"வத்திப் பெட்டியிலே வெல்லமா அடைச்சி வச்சிருந்தது நான் காலி செய்ய? காலையிலே தண்ணி காய்ச்ச நீதானே கடேசிக் குச்சியைப் பத்தவச்சிட்டு காலிப் பெட்டியை வீசியெறிஞ்சே?" என்றாள் மங்கா.

"எதுத்து வாயாடத் தெரியுதில்லே? வேறே வத்திப் பெட்டி வாங்கி வெக்கறதுக்கு என்ன கொள்ளை?" என்று அவள் முகத்தில் இடித்தாள் வெள்ளாத்தாள்.

முள்ளும் மலரும்

எதிர்பாராத இந்தத் தாக்குதல் மங்காவைத் திகைக்கச் செய்தது. ஆத்தாளை முறைத்துப் பார்த்தாள்.

"என்ன முறைக்கறே? ஊரெல்லாம் சுத்தத் தெரியுது? இதுமட்டும் செய்யத் தெரியலியா? ஓடிப்போய் மூலைக் கடையிலேருந்து வத்திப் பெட்டி வாங்கி வா சீக்கிரம்?" என்று அவளை விரட்டினாள்.

"ஆத்தாவாம் ஆத்தா! மூஞ்சியைப் பாரு!" அவளுக்கு அழகு காட்டிவிட்டு மங்கா மூலைக்கடையை நோக்கி விரைந்தாள்.

மூலைக்கடையில் மங்கா தான் வந்த காரியத்தையே மறந்து நிற்கும்படியான பேச்சு நடந்து கொண்டிருந்தது. அப்போதுதான் கீழூரிலிருந்து திரும்பி வந்திருந்த முனியாண்டியுடன் பேசிக் கொண்டிருந்தான் மாயாண்டி.

"தோள் பட்டையோட கையை வெட்டியெடுத்திட்டாங்கன்னா சொல்லறே?"

"ஆமாம் மாயாண்டி, மூணு மணி நேரம் நடந்திருக்கு இந்த ஆபரேஷன். இன்னிக்கு அதைச் செய்திருக்காட்டி காளியண்ணன் கதை நாளைக்குள்ளேயே முடிஞ்சு போயிருக்குமாம்."

"இனிமே ஆபத்து இருக்காதில்லே?"

"உயிருக்கு இனிமே ஆபத்து இல்லை. ஒரு வாரத்துக்குள்ளே எழுந்து நடமாட முடியும்னு டாக்டர் உறுதியாக சொல்லிட்டாரு. ஆனா பாவம், கையில்லாத காளியண்ணனை நினைச்சுப் பாக்கவே கஷ்டமாயிருக்கு" என்று பெருமூச்செறிந்தான் முனியாண்டி.

"அதைச் சொல்லாதேண்ணே. எனக்கு அழுகையே வந்திடும்" என்று கண்களைத் துடைத்துவிட்டுக் கொண்டான் மாயாண்டி.

"அந்த வள்ளிப் பொண்ணும் அவங்க அத்தையும் துடிச்சுத் துடிச்சி அழுதுக்கிட்டிருக்காங்க. பாக்கவே கண்றாவியாயிருந்திச்சு" என்றான் முனியாண்டி.

ஓர் ஓரமாக நின்று அவ்வளவையும் கேட்டுக் கொண்டிருந்த மங்கா சட்டென்று முன் வந்தாள்.

"ஏன்ய்யா, நீ கடை வச்சிருக்கறது வியாபாரம் செய்யறதுக்கா, வம்பு பேசறதுக்கா?" என்று கேட்டாள் வெடுக்கென்று.

"உனக்கு என்ன வேணும்?" என்று கேட்டான் முனியாண்டி.

"வத்திப் பெட்டி."

"இந்தா, ஓடு!"

"நான் ஏனய்யா ஓடணும்? உங்க பேச்சு என்னைக் கடிச்சா முழுங்கிப் போடும்?"

மாயாண்டி அவளை வியப்புடன் பார்த்தான்.

"எங்க பேச்சையெல்லாம் கேட்டுக்கிட்டிருந்தயா மங்கா?"

"கேட்டேன், கேட்டேன். அதுக்கு என்ன செய்யணும்? ஒப்பாரி வச்சு அழச் சொல்லறியா? கண்ணிலே தண்ணி கூட வராது எனக்கு" என்று கூறிவிட்டு விருட்டென்று அங்கிருந்து வீட்டை நோக்கி நடந்தாள் மங்கா.

அவள் வரத் தாமதமான ஒவ்வொரு நிமிஷமும் வெள்ளாத்தாளின் ஆத்திரம் விஷம் போல் ஏறிக் கொண்டிருந்தது. மங்காவின் தலையைக் கண்டதுமே அவ்வளவு ஆத்திரத்தையும் அவள் மேல் கொட்டினாள்.

"ஏண்டி துப்பு கெட்டவளே, ஒரு வத்திப் பெட்டி வாங்கி வாரத்துக்கா உனக்கு இவ்வளவு நேரம்?" என்று சீறினாள்.

"என்ன முழுகிப் போச்சு. கொட்டிக்கற சோத்தைக் கொஞ்சம் பொறுத்துக் கொட்டிக்கிட்டா என்ன கொறைஞ்சா போயிடும்?" என்றாள் மங்கா அலட்சியமாக.

வெள்ளாத்தாளின் கோபம் எல்லை மீறியது.

"எதுத்தா பேசறே? உன்னை என்ன செய்யறேன் பாரு!" என்று பல்லைக் கடித்தவாறு பாய்ந்து சென்று ஒரு மூலையிலிருந்த விறகுக் கட்டையைக் கையில் எடுத்துக் கொண்டாள்.

"ஆத்தா, அதைக் கீழே போட்டுடு" என்று கத்தினாள் மங்கா.

"என்னடி பயம் காட்டறே" என்று கேட்டுக் கொண்டே கையில் விறகுக் கட்டையுடன் ஓரடி முன் வந்தாள் வெள்ளாத்தாள்.

"ஆத்தா, இன்னிக்கு மட்டும் என் மேலே கையை ஓங்கினே, என் கை சும்மா இருக்காது."

"அட, என்னையே மெரட்டறியா?"

"ஆமாம் ஆத்தா, உன்கிட்டே நான் எவ்வளவோ அடி பட்டிருக்கேன். உன்னை எதிர்த்துக் கையை ஓங்கினது கிடையாது. ஆனா இன்னிக்குக் கதை வேறே. மனசிலே இருக்கிற கோபத்தை யார் மேலே காட்டறதுன்னு துடிச்சிக்கிட்டிருக்கேன் நான்" என்றாள் மங்கா நிதானம் இழக்காமல்.

"அப்படியா? உன் மூஞ்சிக்குக் கோபம் வேறே கேடா?" என்று கோபமும் கிண்டலுமாகக் கூறிக்கொண்டே வெள்ளாத்தாள் விறகுக் கட்டையை ஓங்கிக் கொண்டு மங்காவின் மேல் பாய்ந்தாள்.

மங்கா இரண்டு அடி கூடத் தன் மேல் தாங்கிக் கொள்ளவில்லை. தாயாரின் கையிலிருந்து விறகுக் கட்டையை வெடுக்கென்று பிடுங்கி எறிந்து விட்டு அவள் தலைமுடியைப் பிடித்துக் கொண்டாள்.

"ஏ மங்கா, விடறியா இல்லையா?" என்று வெள்ளாத்தாள் குரலெழுப்பிக் கத்துவதற்குள்ளேயே மங்கா அவள் முகத்திலும், தோளிலும் மனம் போனபடி புடைத்துத் தீர்த்தாள். வெள்ளாத்தாள் பதிலுக்கு அவளைக் குத்திப் பிறாண்டிக் கீறி அடித்தது எதையும் அவள் லட்சியம் செய்யவில்லை.

தாயும் மகளும் அந்த இருண்ட குடிசைக்குள் ஒருவரையொருவர் ஆத்திரம் தீர அடித்துக் கொண்டனர். கட்டிப்புரண்டு மோதிக் கொண்டனர்.

இருவர் கைகளும் ஓய்ந்து, போதும் போதுமென்று ஆனபிறகுதான் இருவரும் பிரிந்துத் தனித்தனியே நின்றனர்.

எதிர் மூச்சு சற்று அடங்கியதும், "எங்கே வத்திப் பெட்டி?" என்றாள் வெள்ளாத்தாள். உதட்டில் பல்பட்ட காயத்திலிருந்து பெருகிய ரத்தத்தைத் துடைத்துவிட்டுக் கொண்டு.

"இந்தா பிடி" என்றாள் மங்கா. முகத்தில் படிந்த புழுதியைத் தட்டிவிட்டவாறு.

வெள்ளாத்தாள், வாய் திறவாமல் சிம்னி விளக்கை ஏற்றி அடுப்படியை அடுத்த மூலைப் புரையில் வைத்துவிட்டு அடுப்பைப் பற்ற வைத்தாள்.

மங்கா ஒரு மூலையில் முழங்கால்களைக் கட்டிக்கொண்டு உட்கார்ந்து கொண்டாள்.

வெள்ளாத்தாள் உலையேற்றி வைத்துவிட்டு முறத்தில் அரிசியைப் போட்டுத் தவிடு உமிபோகப் புடைத்த பிறகு அரிசி யிலிருந்த கல்லையும் நெல்லையும் பார்த்துப் பொறுக்க ஆரம்பித்தாள். மங்கா எழுந்து சென்று அவளருகே உட்கார்ந்து கொண்டு தானும் ஓரிரண்டு நெல்லையும் கல்லையும் அரிசியிலிருந்து பொறுக்கிப் போட்டாள்.

உலைநீரில் ஓசை ஆரம்பித்தவுடன் வெள்ளாத்தாள் முறத் திலிருந்த அரிசியை அள்ளி ஒரு மண்வட்டியில் போட்டாள்.

"நான் கழுவியெடுத்து வரேன்" என்று கூறிய மங்கா, குடத்துத் தண்ணீரை வட்டிலில் சரித்து கையால் நன்றாகக் கிளறித் தேய்த்த பிறகு கழிநீரை வடித்து எடுத்து வந்தாள். மௌனமாக அதைக் கையில் வாங்கி உலைப்பானையில் போட்டாள் வெள்ளாத்தாள். சில நிமிடங்களுக்குள்ளேயே உலைநீரும் அரிசியும் சேர்ந்து கொண்டு தளதளவென்று கொதிக்க ஆரம்பித்தன.

தாயும் மகளும் அடுப்படியில் எதிரெதிரே உட்கார்ந்து கொண்டு சோறு கொதிப்பதை மௌனமாகப் பார்த்துக் கொண்டிருந்தனர்.

திடீரென்று வெள்ளாத்தாள் என்ன நினைத்துக் கொண்டாளோ குமுறியெழுந்த அழுகையை அடக்க முடியாமல் முகத்தை முழங்கால்களுக்கிடையே மறைத்துக் கொண்டாள்.

மங்கா அவள் முதுகில் கையை வைத்தாள்.

"ஆத்தா, அழுவாதே இந்தா வெறகுக் கட்டை மனம் கொண்ட மட்டும் என்னை அடிச்சிடு" என்றாள் வறண்ட குரலில்.

விம்மிக்கொண்டே அவளைக் கட்டிக் கொண்டாள் வெள்ளாத்தாள்.

"என் மகளுக்கு என்ன கோவமோ? நான் அதைப் புரிஞ்சுக்கிடாதது என் தப்புத்தானே?" என்று கூறியவாறு மங்காவின் தலையைக் கோதிவிட்டாள்.

அடுப்பு நெருப்பையே வெறித்தாற் போல் பார்த்தவாறு சிறிது நேரம் உட்கார்ந்திருந்தாள் மங்கா.

முள்ளும் மலரும்

"ஆத்தா, வள்ளியண்ணனுக்கு அந்தக் கையையே வெட்டி யெடுத்திட்டாங்களாம்" என்றாள் திடீரென்று.

"என்ன சொல்றே மங்கா?"

"மூலைக் கடையிலே முனியாண்டியண்ணனும் மாயாண்டி யண்ணனும் அதைப் பத்தித்தான் பேசிக்கிட்டிருந்திச்சு."

"ஐயையோ! நம்ம காளித்தம்பிக்கா அந்த கதி" என்று அலறினாள் வெள்ளாத்தாள்.

"ஆத்தா!" என்று கத்திக்கொண்டே அவள் தோள்களைப் பற்றி உலுக்கினாள் மங்கா.

"இன்னொரு தரம் அப்படிச் சொன்னே எனக்குப் பொறுக்காது. என்ன கைதானே போச்சு? உயிர் போயிடலையே?"

"என்ன கல் மனசு உனக்கு?"

"ஆமாம்... கல்மனசுதான்" என்று கூறிய மங்கா மீண்டும் நெருப்பையே வெறித்துப் பார்க்க ஆரம்பித்தாள்.

"மங்கா" என்று அழைத்துக் கொண்டே மாயாண்டி உள்ளே வந்தபோதுதான் அவளுக்குச் சுயஉணர்வு வந்தது. மாயாண்டியை நிமிர்ந்து பார்த்தாள்.

சிம்னி விளக்கின் அந்த மங்கிய ஒளியில் மாயாண்டி வெறும் எலும்புக் கூடு மாதிரித் தோன்றினான்.

"மங்கா. வள்ளி முனியாண்டிக்கிட்டே ஒரு சேதி சொல்லியனுப்பியிருக்கு" என்றான் அவன்.

"என்ன சேதி?"

"போன வெள்ளிக்கிழமையே வள்ளி, கௌரியம்மன் கோயிலுக்குப் போக முடியலியாம். நாளைக்கும் போக முடியாமே இருக்கில்லே, அதை வேறே நெனைச்சு அந்த வள்ளிப் பொண்ணு ரொம்பப் வருத்தப்படுதாம்."

"அதுக்காக?"

“நீங்க ரெண்டு பேரும் ஒண்ணாப் போறதுதானே வழக்கம். இந்த ஒரு தடவை தனக்குப் பதிலா நீயே போயி அவங்கண்ணனுக்குச் சீக்கிரமே உடம்பு குணமாகணும்னு வேண்டிக்கிடச் சொல்லி முனியாண்டிக்கிட்டே சொல்லியனுப்பியிருக்கு.”

மங்கா பதிலேதும் பேசவில்லை. அடுப்பு நெருப்பையே வெறித்துப் பார்த்தவாறு அசைவற்று உட்கார்ந்திருந்தாள்.

14

கௌரியம்மன் கோயில் பூசாரி கோயில் கதவை இழுத்துப் பூட்டிக் கொண்டு கிளம்புவதற்கு இருந்தார். அன்று வெள்ளிக்கிழமையென்று பெயரே ஒழிய கௌரியம்மனின் நினைவே யாருக்கும் வரவில்லை போல் தோன்றியது. ஒற்றை சொத்தையாக ஓரிருவர் வந்ததைத் தவிரப் பெரும்பாலான நேரம் சந்நிதி கேட்பாரில்லாமல் தான் கிடந்தது. குளக்கரை மண்டபத்துத் தூணில் சாய்ந்து கிறங்கிக் கொண்டிருப்பதற்கும் ஓர் எல்லையுண்டல்லவா?

பூட்டு சரியாகப் பூட்டிக் கொண்டு விட்டதா என்று அவர் இழுத்துப் பார்த்துக் கொண்டிருந்தபோதுதான் மங்காவின் குரல் அவர் காதில் ஒலித்தது.

"பூசாரி அய்யா! அதுக்குள்ளேயே ஏன்ய்யா பூட்டிடறீங்க? வெள்ளிக்கிழமையும் அதுவுமா?"

பூசாரி திரும்பிப் பார்த்தார்.

"ஏன் மங்கா, வெள்ளிக்கிழமையைப் பத்தி நான் மட்டும்தான் நினைக்கணுமா? வர்றவங்க நினைக்கத் தேவையில்லையா?" என்றார் பூசாரி.

“என் பொழைப்பைப் பத்தி நான் ஏன் கவலைப்படணும்? அது கௌரியம்மன் பொறுப்பு” என்று பெருமூச்சுடன் கூறியவாறே பூசாரி பூட்டைத் திறந்து கதவைத் திறந்து விட்டார்.

மங்கா உள்ளே போகாமல் தயங்கி நின்றாள்.

“ஏன் மங்கா ?”

“பூசாரி அய்யா, கௌரியம்மனுக்குப் புடிச்ச பூவா நிறைய எடுத்துக்கிட்டு வந்திருக்கேன். எங்க வள்ளியக்கா பறிச்சிக்கிட்டு வருமே அதே எடத்திலிருந்து. ஆனா வள்ளியக்கா கணக்கா எனக்கு மாலைகட்ட வராது. நீங்களே கட்டிக் குடுத்திடுங்களேன்” என்று கூறிய மங்கா முந்தானையில் நிரப்பிக் கொண்டு வந்திருந்த மலர்களைப் பூசாரியிடம் காண்பித்தாள். செவ்வரளியும், தங்கரளியும் நந்தியாவட்டையும், மந்தாரையுமாகக் கூடை கொள்ளக்கூடிய மலர் களைப் பறித்து வந்திருந்தாள் அவள்.

“இதைப் பறிச்சிக்கிட்டு வர்றத்துக்குத்தான் நேரமாயிடுச்சு பூசாரி அய்யா. எனக்கு இதெல்லாம் எங்கே பழக்கம்? எங்க வள்ளியாக்கா வுக்குத்தான் எல்லாம் செய்யத் தோணுது. அது வந்திருந்தா மாலை சாத்துமில்லே? நான் சாத்தாம இருந்தா நல்லாயிருக்குமா?”

“சரி என்ன செய்றது? மண்டபத்திலேயே உக்காந்து கட்டிக் குடுத்திடறேன், வா” என்று கூறிய பூசாரி குளக்கரை மண்டபத்தில் போய் உட்கார்ந்து கொண்டார். மலர்களை அவரெதிரே கல் தளத்தில் கொட்டி விட்டு மங்காவும் உட்கார்ந்து கொண்டாள்

சற்று நேரம் மௌனமாக மாலை கட்டிக் கொண்டிருந்த பூசாரி திடீரென்று “வள்ளிக்காகத்தான் நீ வந்திருக்கிறாயா?” என்று கேட்டார்.

“எப்பவுமே வள்ளியக்காவுக்காகத்தானே நான் வர்றது வழக்கம். இன்னிக்கு அக்கா இல்லாமலே அக்காவுக்காக வரும்படி ஆயிடுச்சு” என்றாள் மங்கா.

“நானும் கேள்விப்பட்டேன். பாவம், வள்ளியை நினைச்சாத்தான் மனசுக்குக் கஷ்டமாயிருக்கு” என்று பெருமூச்செறிந்தார் பூசாரி.

“என்ன கஷ்டம்?”

“கலியாண வயசாயிடுச்சே... அண்ணன் நேரும் கூறுமா இருந்தாத்தானே எதுவும் நடக்கும்! கை போனப்பறம் யாரு வேலைக்கு வச்சுக்குவாங்க.”

“ஏன் வச்சுக்க மாட்டாங்க? லேசுப்பட்ட ஆளா அந்த வள்ளியண்ணன்? ஒத்த கையை வச்சுக்கிட்டு ஊரையே வெலைக்கு வாங்கிக்கிட்டு வந்திடுமே!” என்றாள் மங்கா.

“என்னமோ, கௌரியம்மன் கிருபையிலே எல்லாரும் நல்லபடியா இருந்தாச் சரிதான்” என்றார் பூசாரி.

கௌரியம்மனுக்கு மாலையைச் சார்த்தி தீபாராதனை காட்டும் போது மங்கா கைகளைத் தொங்கவிட்டுக் கொண்டு எங்கோ பார்த்தவாறு சும்மா நிற்பதைப் பார்த்த பூசாரி, “மங்கா, கௌரியம்மனைப் பார்த்துக் கன்னத்திலே போட்டுக்க” என்றார்.

“எதுக்கு?”

“அப்பத்தான் கௌரியம்மன் உனக்கு எல்லாம் குடுப்பா?”

இரு கன்னங்களும் கன்றிப் போகும்படியாகக் கைகளால் கன்னங்களில் போட்டுக் கொண்டே மங்கா வேண்டிக் கொண்டாள். “கௌரித் தாயே, எனக்கு என்னென்ன குடுக்கணும்னு நெனைக்கறயோ, எல்லாத்தையும் எங்க வள்ளியக்காவுக்கே குடுத்திடு. அது எப்போதும் சந்தோஷமாயிருக்கணும். அது நினைக்கறதெல்லாம் நல்லபடியா நடக்கணும்.”

பூசாரி மங்காவுக்குக் குங்குமப் பிரசாதம் கொடுத்தார். கையில் இருந்த ஒரு ரூபாய் பணத்தை மங்கா பிரசாதத் தட்டில் போட்ட போது அவரால் தம் கண்களையே நம்ப முடியவில்லை. அதே சமயம் மங்காவுக்கு ஏதோ விஷயம் விட்டுப் போன நினைவு சட்டென்று வந்தது.

“பூசாரி அய்யா, மறுபடியும் அம்மனுக்குச் சூடம் கொளுத்திக் காமியுங்க” என்றாள்.

“எதுக்கு மங்கா?”

“அம்மன்கிட்டே ஒரு விஷயம் கேக்க மறந்திட்டேன்” என்றாள் மங்கா.

மங்காவிடமிருந்து ஒரு ரூபாய் பணம் கிடைத்த பிறகு பூசாரி அவள் பேச்சுக்கு மறு பேச்சு பேசுவாரா என்ன? மறுபடியும் சூடம் கொளுத்தி அம்மனுக்குத் தீபாராதனை செய்தார்.

மறுபடியும் கன்னத்தில் அறைந்து கொண்ட மங்கா, “அப்போ கேக்க மறந்து போனதை இப்பக் கேக்கறேன். வள்ளியண்ணன் இருக்கே, அதுக்குச் சீக்கிரமே உடம்பு நல்லாகணும். உனக்குத்

தெரியாததில்லே. நீதான் அதைக் கவனிச்சிக்கிடணும்” என்று வேண்டிக் கொண்ட பிறகு, “இது நானா கேக்கலே, அக்காதான் கேக்கச் சொல்லிச்சு” என்று கௌரியம்மனுக்கு விவரித்துக் சொல்வது போல் சொல்லிக் கொண்டாள்.

சன்னதியை விட்டு வெளியே வந்ததும், பூசாரி கோயில் கதவைப் பூட்டிக் கொண்டிருந்தபோது மங்கா கேட்டாள்: “ஏன் பூசாரி ஐயா, வேலன் கடவுக்குப் போய் நின்னா கீழூருக்குப் போற பஸ் கிடைக்குமில்லே.”

“பஸ் கிடைக்காமே என்ன? ஆனா பஸ் கட்டணம் ஒண்ணரை ரூபாயாச்சே” என்றார் பூசாரி.

“போறதுக்கும் வரதுக்கும் சேத்து மூணு ரூபா முடிஞ்சு வச்சிருக்கேன் முந்தானியிலே!” என்றாள் மங்கா. “ஆத்தாளே இவ்வளவு பணம் என்னை நம்பிக் குடுத்திருக்குன்னா பாத்துக்குங்க பூசாரி ஐயா.”

“கீழூருக்குப் போனா மறக்காமே குங்குமப் பிரசாத்தை வள்ளி கையிலே குடுத்துக் காளியண்ணனுக்கு இட்டு விடச் சொல்லு” என்று கூறினார் பூசாரி.

‘‘வேறே எதுக்கு கீழூருக்குப் போறேன்னு நினைச்சீங்க!’’ என்றாள் மங்கா. “அக்கா சொன்னபடி நான் கோயிலுக்கு வந்து வேண்டிக்கிட்டேன்னு அதுக்குத் தெரிய வேண்டாமா?”

வேலன் கடவு பஸ் நிலையத்தில் ஒரு மணி நேரம் காத்துக் கிடந்த பிறகுதான் மங்காவுக்கு பஸ் கிடைத்தது. அந்த ஒரு மணி நேரமும் முள்மேல் நிற்பது போல்தான் நின்று கொண்டிருந்தாள் மங்கா. விரைவிலேயே வள்ளியக்காவைப் பார்க்கப் போகிறோம் என்ற பரபரப்பு மற்றெல்லா விஷயங்களையும் அவள் மனத்திலிருந்து மறக்கடித்து விட்டது. “உங்கண்ணனுக்கு உடம்பு எப்படி இருந்தா என்ன? இந்த மங்காவைப் பத்தின நினைவு கொஞ்சமாவது இருந்தா ஒரு நடையாவது உச்சிக்கடவுக்கு வராமே இருந்திருப்பியா? உம்மேலே நான் உசிரையே வச்சிருக்கேனே. அது ஏன் ஒனக்குத் தோணல்லே?” என்று வள்ளியக்காவை நேருக்கு நேர் கேட்டுவிட வேண்டுமென்று துடித்துக் கொண்டிருந்தாள். அவள் பஸ் ஏறிய பிறகும் இந்த நினைப்பே அவள் மனத்தில் மேலோங்கியிருந்தது. வழியெல்லாம் அவள் பார்த்து ரசிக்க வேண்டிய காட்சிகள் எவ்வளவோ இருந்தும் எதிலுமே அவள் மனம் செல்லவில்லை.

கீழூர் ஆஸ்பத்திரி ஊருக்கேற்ற சிறிய ஆஸ்பத்திரிதான். ஊரின் சந்தடிகளிலிருந்து ஒதுங்கிய தனியிடத்தில், நாற்புறமும் மகிழ

முள்ளும் மலரும்

மரங்கள் செழித்து வளர்ந்திருந்த அமைதியான சூழ்நிலையில் அமைந்திருந்தது. அந்த ஆஸ்பத்திரி ஒரே சமயத்தில் பத்து நோயாளிகள் அங்கு தங்கிச் சிகிச்சை பெறுவதற்குப் போதுமான படுக்கை வசதி அந்த ஆஸ்பத்திரியில் இருந்தது. டாக்டர் அருளானந்தம் அந்த ஆஸ்பத்திரியில் வந்து சேர்ந்த நாளிலிருந்து இந்தப் பத்து வருஷ காலமாக என்னென்னவோ முயற்சி செய்தும் படுக்கை வசதியில் இம்மியளவு முன்னேற்றம் கூட ஏற்படுத்த முடியவில்லை. கீழூர் மாதிரி ஓர் ஊருக்கு அதற்கு மேல் வசதி தேவையில்லையென்று மேலதிகாரிகள் தீர்மானித்த பிறகு அருளானந்தம் என்ன செய்ய முடியும்?

அருளானந்தம் மருத்துவக் கல்வியில் உயர்ந்த பட்டம் பெற்றவர்தான். அவருடைய படிப்புக்கும் திறமைக்கும் இன்னும் எவ்வளவோ பெரிய ஆஸ்பத்திரிகளில் அவருக்கு வேலை கிடைத்திருக்க முடியும். உண்மையில் எங்கெங்கிருந்தெல்லாமோ அவருக்கு அழைப்பு வரவும் வந்தது. ஆனால் அருளானந்தம் கீழூர் ஆஸ்பத்திரியை விட்டு வேறெங்கும் செல்ல இசையவில்லை. அவருடைய தகப்பனார் கீழூர் மாதா கோவிலில் போதகராகப் பணியாற்றியவர். எனவே அருளானந்தம் ஹைஸ்கூல் படிப்பு முடியும் வரை அந்த ஊரின் தண்ணீரையும், காற்றையும் தவிர வேறெந்தத் தண்ணீருக்கும் காற்றுக்கும் பழக்கப்பட்டு அறியாதவர்.

ஆனால், அவர் கீழூர் ஆஸ்பத்திரியில் கொண்டிருந்த பற்றுதலுக்கு அதுமட்டும் காரணமல்ல. அவர் மனைவி மேரியம்மாள், கீழூர் மிஷன் பெண்கள் உயர்தரப் பள்ளியின் தலைமை ஆசிரியையாக வேலை பார்த்து வந்தாள். உத்தியோகத்தை விட்டு மேரியம்மாள் வேறெங்கும் நகர முடியாத நிலையில் டாக்டர் அருளானந்தம் கீழூர் ஆஸ்பத்திரியின் சேவைக்கே தம்மை நிரந்தரமாக அர்ப்பணித்துக் கொள்வதைத் தவிர வேறென்ன செய்ய முடியும்?

சுமுகமான தோற்றமும் எல்லோருடனும் கலகலப்பாகப் பழகும் இனிய சுபாவமும் உடைய அருளானந்தம், அந்த வட்டாரம் முழுவதிலும் நல்ல பெயர் வாங்கியிருந்தார். அவருக்குக் கோபம் வருவதே அபூர்வம். எப்போதாவது அவரையும் அறியாமல் கோபம் வந்துவிட்டால் அவருக்கு வாயிலிருந்து வார்த்தைகள் கிளம்பாது. ஒரு வார்த்தை இரண்டு வார்த்தை பேசுவதற்குள்ளேயே முகமெல்லாம் சிவந்து இரு கண்களிலும் கண்ணீர் பீறிட்டு நிற்கும். அவருடைய கோபத்துக்கு ஆளாகி நிற்பவரை விட அவருடைய நிலைமைதான் பார்ப்பதற்குப் பரிதாபமாகத் தோன்றும். அதைக் கருதித்தானோ என்னவோ அருளானந்தம் கோபம் வந்த மறுகணமே வேறு எங்காவது சென்றுவிடுவது வழக்கம்.

உமாசந்திரன்

கிறிஸ்தவ வேதத்தில் அருளானந்தம் எத்தகைய அசைக்க முடியாத நம்பிக்கை வைத்திருந்தாரோ, அதே நம்பிக்கையைத் தாம் கற்றிருந்த மேல் நாட்டுச் சிகிச்சை முறையிலும் வைத்திருந்தார். நாட்டு வைத்தியம் நாட்டு மருந்து என்ற வார்த்தைகளைக் கேட்டாலே காதைப் பொத்திக் கொள்ளும் அளவுக்கு அந்த விஷயங்களில் அவருடைய அவநம்பிக்கை வளர்ந்திருந்தது. காளியண்ணனுக்கு ஏற்பட்ட கதி அவருடைய அவநம்பிக்கையை மெய்ப்பிப்பதாக அமைந்தது. அவன் மட்டும் ஆரம்பத்திலேயே ஆஸ்பத்திரி சிகிச்சைக்கு இணங்கியிருந்தால் இவ்விதம் கையை இழக்க வேண்டிய நிலைமை ஏற்பட்டிருக்காதே என்று வருத்தத்துடன் கூறிக் கொண்டிருந்தார்.

காளியண்ணனைப் பற்றி அவர் மனத்தில் அனுதாபமே நிறைந்திருந்தது. துடிப்பான வாலிப வயதில் சுபாவக் கோளாறினால் இப்படி ஓர் அங்கஹீனத்திற்கு ஆளாகி விட்டானே என்று நினைத்து அவர் மனம் மிகவும் துன்பப்பட்டது. அதேசமயம் ஆபரேஷன் வெற்றிகரமாக நடந்ததை நினைத்து அவர் நிம்மதியடைந்தார். காலையில் அவன் நிலைமையைப் பரிசோதிப்பதற்காக அவர் வந்தபோதும் காளியண்ணன் கண் விழிக்காமல் தான் படுத்திருந்தான். மயக்க மருந்தின் வேகம் தணிந்து அவன் விழித்துக் கொண்டு துன்பப்படக் கூடாதென்பதற்காக அவர் நடு இரவில் தமது தூக்கத்தையும் பொருட்படுத்தாமல் வந்து தூக்க மருந்தையும் உள்ளே செலுத்தியிருந்தார். அந்த மருந்தின் பலன்தான் காலை நெடுநேரம் வரை நீடித்துக் கொண்டிருந்தது. நன்றாகத் தூங்கட்டும். தொந்தரவு செய்ய வேண்டாம். தானாக விழித்துக் கொள்ளும்போது ஏதாவது ஆகாரம் கொடுத்தால் போதும் என்று நர்ஸிடம் கூறிவிட்டு, பக்கத்துக் கிராமத்துப் பிரமுகர் ஒருவருடைய வீட்டில் உடனடியாகக் கவனிக்க வேண்டிய ஒரு கேசுக்கு அவர் புறப்பட்டுச் சென்றுவிட்டார்.

கேசைக் கவனித்த பிறகு பிரமுகரின் வற்புறுத்தலைத் தட்ட முடியாமல் பகலுணவை பிரமுகர் வீட்டிலேயே முடித்துக் கொண்டு சிறிது இளைப்பாறிவிட்டு அருளானந்தம் ஆஸ்பத்திரிக்குத் திரும்பிய போது பிற்பகல் நான்கு மணிக்கு மேல் ஆகிவிட்டது. அவர் காரில் வந்து இறங்கிய சத்தம் கேட்டதுமே நர்ஸ் அவரிடம் ஓடி வந்தாள்.

"சார், அந்தப் பேஷண்ட் கால் மணிக்கு முன்னேதான் கண்ணை முழிச்சுது. தங்கை கூடவும் அத்தை கூடவும் பேசிக்கிட்டிருக்கு" என்று தகவல் தெரிவித்தாள்.

“அவங்க ரெண்டு பேரையும் இப்போதே உள்ளே அனுப்பி விட்டாயா? ஆபத்தாயிற்றே” என்றார் அருளானந்தம்.

“அதிகம் பேச்சுக் கொடுக்கக் கூடாதென்று எச்சரித்துத்தான் அனுப்பியிருக்கேன் சார். அதுவும் அந்த வள்ளி ரொம்ப விவேகமுள்ள பொண்ணு. நாம் எதுவுமே சொல்லத் தேவையில்லை” என்று நர்ஸ் கூறிக்கொண்டிருக்கும்போதே வள்ளி, அஞ்சலையத்தை பின் தொடர வார்டை விட்டு வெளியே வந்தாள்.

“டாக்டரய்யா, எங்கண்ணனுக்கு உயிரைக் குடுத்த தெய்வம் நீங்க” என்று அவரைக் கையெடுத்துக் கும்பிட்டுக் கொண்டே கூறினாள். அதே சமயம் அவள் கண்களில் நீர் நிறைந்தது.

“வருத்தப்படாதே வள்ளி. உன் அண்ணனுக்கு எந்தவிதமான ஊனமும் ஏற்படாத வகையில் அவனைக் குணப்படுத்த என்னாலான முயற்சியெல்லாம் செய்து பார்த்தேன். ஆனால் கையைக் காப்பாற்ற நினைத்து உயிரையே பறிகொடுத்து விடக் கூடாதே என்றுதான் கையை எடுத்துவிடத் தீர்மானித்தேன்” என்றார் அருளானந்தம்

“கையை எடுத்திட்ட உணர்ச்சியே இன்னும் தம்பிக்கு ஏற்படட்டலே. ஒண்ணுமே நடக்காதது மாதிரித்தான் பேசிக்கிட்டிருக்கு” என்று கம்மிய குரலில் கூறினாள் அஞ்சலை அத்தை. கையிழந்த காளியைக் கற்பனை செய்து பார்க்கவே அவளுக்குக் கஷ்டமாயிருந்தது.

“ஆனா அண்ணனுக்கு உண்மை தெரியும் போது ஒரேயடியாகக் குத்தப் போகுது. அதை நினைச்சாத்தான் எனக்குக் கவலையாயிருக்கு” என்றாள் வள்ளி.

அவர்கள் அவ்விதம் பேசிக் கொண்டிருந்தபோதுதான் குமரனும் மங்காவும் அங்கே வந்து சேர்ந்தார்கள். மங்கா வருவாள் என்று சற்றும் எதிர்பார்க்காத வள்ளி வியப்பு மிகுதியில், “மங்கா! நீ எப்படி வந்தே?” என்று கூவி விட்டாள்.

“பஸ்ஸிலேதான் வந்தேன், வேறே எப்படி வர முடியும் இங்கே?” என்றாள் மங்கா.

“பஸ்ஸிலிருந்து இறங்கிய பிறகு மங்கா ஆஸ்பத்திரிக்கு வருவதற்கு வழி விசாரித்துக் கொண்டு நின்றபோதுதான் நான் அவளைப் பார்த்தேன். என்னுடனேயே அழைத்துக் கொண்டு வந்துவிட்டேன்” என்று விவரித்த குமரன் டாக்டரைப் பார்த்து, “காளியின் உடம்பு இப்போது எப்படி இருக்கிறது? பிரக்ஞை திரும்பிவிட்டதா?” என்று விசாரித்தான்.

உமாசந்திரன்

காளியின் நிலையைச் சுருக்கமாக விவரித்த அருளானந்தம், "கையை இழந்துவிட்டோம் என்ற உணர்வு அவனுக்கு ஏற்படும்போது அவன் எப்படி அதை ஏற்றுக் கொள்ளப் போகிறான் என்பதுதான் இப்போது பாக்கியிருக்கும் பிரச்னை. அந்தப் பிரச்னையும் நல்லபடியாகத் தீர்ந்துவிட்டால் அப்புறம் கவலையில்லை" என்றார்.

இந்தப் பேச்சு நடந்து கொண்டிருந்தபோது மங்கா வைத்த கண் வாங்காமல் வள்ளியையே பார்த்துக் கொண்டிருந்தாள்.

"என்ன பாக்கறே மங்கா?"

"உன்னைத்தான் பாக்கறேன். உன் மனசிலே இந்த மங்காவைப் பத்தின நெனைவு கொஞ்சமாவது ஒட்டிக்கிட்டிருக்கான்னு பாக்கறேன்" என்றாள் மங்கா.

"ஏன் மங்கா, என் மேலே கோவமா?"

"ஆமாம். கோவம்தான். நீ வீட்டுப் பக்கமே ஏன் வரலே? இந்த ஆசுபத்திரி வாடை அவ்வளவு பிடிச்சிருக்கா உனக்கு. நான் வந்து ஒரு நிமிஷம் கூட ஆகலே, அதுக்குள்ளேயே இந்த நெடி எனக்கு வாந்தி வரப் பண்ணும் போலேருக்கே" என்று மூக்கைப் பிடித்துக் கொண்டாள் மங்கா.

குமரன் சிரித்தான். "டாக்டர், மங்காவின் பேச்சில் ஒளிவு மறைவுக்கே இடம் கிடையாது. வெட்டு ஒன்று துண்டு இரண்டாகத் தான் இருக்கும்" என்றான்.

"மலையில் சுத்தமான காற்றுக்கே பழக்கப்பட்ட பெண் அல்லவா? அப்படித்தான் பேசும். இதைச் சொல்லப் போவானேன்? என் மனைவி ஆஸ்பத்திரிப் பக்கம் எட்டிக் கூடப் பார்க்க மாட்டாங்க. இந்த பினைல் நெடியையும், டெட்டால் நெடியையும் ஒரு நிமிஷம் கூடத் தாங்க முடியாது அவங்களுக்கு" என்றார் அருளானந்தம். மற்றவரிடம் மனைவியைப் பற்றிப் பேசும்போது பன்மையிலேயே குறிப்பிடும் நல்ல பழக்கத்தை அவர் கடைப்பிடித்து வந்தார்.

"வள்ளியக்கா, நீ சொல்லியனுப்பியிருந்தபடியே கௌரியம்மன் கோயிலுக்குப் போயி உங்கண்ணனுக்காக வேண்டிக்கிட்டேன். பூசாரி ஐயா குங்குமப் பிரசாதம் குடுத்தனுப்பிச்சிருக்கு. கோயில்லேருந்து நேரே இங்கேதான் வரேன். தெரியுமில்லே?" என்று கூறியவாறு மங்கா பிரசாதத்தை வள்ளியின் கையில் கொடுத்தாள்.

"என் மனசுப்படியே என் மங்கா நடந்துப்பான்னு எனக்கு நல்லாத் தெரியும்" என்று நன்றிப் பெருக்குடன் கூறிய வள்ளி

முள்ளும் மலரும்

அவளைக் கட்டிக் கொண்டவாறே பிரசாதத்தை நெற்றியில் இட்டுக் கொண்டாள்.

"நீ மட்டும் இட்டுக்கிட்டா போதாதே. உங்கண்ணனுக்கும் இட்டுவிட வேண்டாமா?" என்றாள் மங்கா.

"அது தூங்கும் போதுதான் இட்டு விடணும். முழிச்சிக்கிட்டிருக்கும் போது இதெல்லாம் கொண்டு போனா அதுக்குக் கோபம் வந்திடும்" என்றாள் வள்ளி.

"நல்ல அண்ணனைப் படைச்சிருக்கே போ" என்று நொடித்தாள் மங்கா .

அதேசமயம் நர்ஸ் பரபரப்புடன் வார்டிலிருந்து டாக்டரை நோக்கி ஓடிவந்தாள்.

"சார், சார் அந்தப் பேஷண்ட் படுக்கையை விட்டு எழுந்து நடக்க ஆரம்பிச்சிடுத்து. என்ன சொன்னாலும் கேக்க மாட்டேங்குது" என்றாள்.

"ஐயையோ! ஆபத்தாயிற்றே" என்று கத்தினார் டாக்டர், வார்டை நோக்கி விரைந்தவாறு, மற்றவர்களும் பரபரப்புடன் அவரைப் பின் தொடர்ந்தனர்.

ஆனால் அவர்கள் வார்டை நெருங்குவதற்குள்ளேயே காளியண்ணன் தள்ளாடித் தள்ளாடி நடந்து வந்து வார்டின் நிலைச் சட்டத்தில் சாய்ந்தவாறு நின்றுவிட்டான். செவ்வரி படர்ந்த அவனது கண்கள் தூக்க மருந்தின் மயக்கத்தை உதறியெறியும் முயற்சியில் சுழன்று கொண்டிருந்தன. ஒரு கேலிப் புன்னகை அவன் இதழ்க்கடையில் தேங்கி நின்றது. "காளி, படுக்கையை விட்டு எழுந்து வர உனக்கு அனுமதி கிடையாது தெரியுமா?" என்று அதட்டலாகக் கூறினார் டாக்டர். உண்மையிலேயே அவருக்குக் கோப மிகுதியில் கண்ணீர் பீறிட்டுவிடும் போலிருந்தது.

"அனுமதி எதற்கு? உடம்பிலே வலுவிருந்தா எழுந்துவர வேண்டியதுதானே" என்றான் காளி கேலிச் சிரிப்புடன்.

"தம்பி, என்ன பேச்சு இது? எவ்வளவு பெரிய கண்டத்திலிருந்து நீ பிழைச்சிருக்கே தெரியுமா?" என்றாள் அஞ்சலையத்தை.

"தெரியும் அத்தை தெரியும். அதுக்காக டாக்டரய்யாவுக்கு நன்றி சொல்லணுமா வேண்டாமா? டாக்டர், இந்த உடம்பு நாளுக்கு நாள் பாரியாய்க்கிட்டு வருதே, எப்படிடா குறைக்கறதுன்னு

உமாசந்திரன்

யோசிச்சுக்கிட்டிருந்தேன். இனிமே அந்த யோசனைக்கே எடமில்லாம செய்திட்டீங்க. குறைக்க வேண்டிய விதமாக இந்த உடம்பைக் குறைச்சிட்டீங்க. உங்களுக்கு எப்படி நன்றி சொல்றதுன்னே எனக்குத் தெரியலே டாக்டர் சார்."

"காளி, இன்னும் உன் உடம்பு பலவீனமாயிருக்கு. இந்த மாதிரி எழுந்து வந்தது கொஞ்சம்கூடச் சரியில்லை" என்றார் டாக்டர்.

"எழுந்து வந்ததினாலேதான் உடம்பு எவ்வளவு லேசாயிருக்குன்னு என்னாலே தெரிஞ்சுக்க முடிஞ்சது டாக்டர் சார்! நடக்கும்போது எப்படி இருக்கு தெரியுமா? காத்திலே பறக்கற மாதிரி திடீர்னு எனக்கு றெக்கை முளைச்சிடுத்தோன்னு சந்தேகம் வந்திடுச்சு! ஆச்சரியமாயிருக்கில்லே? ஒரு கை குறைஞ்சாலே இவ்வளவு கனம் உடம்பிலே குறைஞ்சு போகுதே. இந்த உடம்பே இல்லாம இருந்தா இன்னும் எவ்வளவு லேசா இருக்கும்? பறந்து போறதுக்கு றெக்கை கூடத் தேவையில்லை."

வள்ளி அழுதே விட்டாள்.

"அண்ணே, இப்படியெல்லாம் ஏண்ணே பேசறே?" என்றாள் விம்மலிடையே.

"பேசினா என்ன வள்ளிக்குட்டி? கை போனதைப் பத்திக் கலங்கிப் போயிடப் போறேன்னு நெனைச்சிக்கிட்டிருக்கியா? பைத்தியம். உடம்பு போறதைப் பத்தியே கலங்காதவன் ஒரு கை போனதைப் பத்தியா கலங்கப் போறேன்? இன்னொரு தடவை அந்தப் புலியே என் மேலே பாய வந்தாலும் இந்த ஒரே கையோட அதை எதுத்து நிக்கத் திராணியுண்டு இந்த மனசிலே. தெரிஞ்சுக்க வள்ளிக் குட்டி, தெரிஞ்சுக்க" என்று கூறி வந்த காளியண்ணன் திடீரென்று கீழே விழப் போவது போலத் துவண்டான். சட்டென்று பாய்ந்து அவனைத் தாங்கிக் கொண்டான் குமரன்.

"காளி, இனிமே உன் உடம்பு தாங்காது. வா, படுக்கையிலே படுத்துக்க" என்று அவனைப் படுக்கையை நோக்கி நடத்திச் சென்றான்.

காளி அவனை முறைத்துப் பார்த்தான். "நீங்களாய்யா? இப்போ உங்க மனசு குளுந்திருக்கில்லே? உடும்புக் கொட்டகை வேலை யிலிருந்து என்னை நீக்கறதுக்கு வேறே காரணமே உங்களுக்குத் தேவையில்லை. இல்லையா?" என்றான்.

"காளி, உன் மனசு சரியாயில்லை. இந்த நிலையிலே நீ பேசாமே இருப்பதுதான் நல்லது."

முள்ளும் மலரும்

"ஆமாம், எனக்கு வாய்ப்பூட்டும் போட்டுட்டா நீங்க செய்த இதெல்லாம் மறைஞ்சு போயிடும்னு நினைக்கறீங்க. அப்படித்தானே? நீங்கதான என்னை இந்த ஆசுபத்திரியிலே கொண்டு வந்து சேத்தீங்க. நீங்க சொல்லித்தானே என் கையை எடுத்திருக்காங்க. இதெல்லாம் இது எனக்குத் தெரியாதுன்னு நெனைக்காதீங்க. என்னென்னிக்கும் இதை நான் மறக்க மாட்டேன், ஆமாம்."

இந்த அபாண்ட வார்த்தைகளைக் கேட்டு வள்ளிக்குப் பொறுக்க வில்லை.

"அண்ணே, நீ சொல்றது கொஞ்சமாவது நல்லாருக்கா? எப்படிப் பட்ட ஐயாவை எப்படியெல்லாம் தூக்கியெறிஞ்சு பேசறே? நீ இப்போ உயிரோடிருக்கறதே அந்த ஐயாவாலே தான் தெரியுமா?" என்றாள்.

குமரன் இப்போது குறுக்கிட்டுப் பேசினான். "வள்ளி இந்தப் பேச்சை வளர்த்துக் கொண்டு போவதால் யாருக்கு என்ன லாபம்? காளியண்ணன் உடம்பு முதலில் குணமாக வேண்டும். அதன் பிறகுதான் மற்றதெல்லாம்" என்று கூறியவாறே குமரன் காளியண்ணனை கட்டிலில் படுக்க வைத்தான்.

கட்டிலில் படுத்ததும் காளியண்ணனின் பார்வை மங்காவின் மீது விழுந்தது.

"ஏது ஏது! மங்கா கூடவா? உச்சிக்கடவிலேருந்து இவ்வளவு தூரம் என்னைப் பார்க்கவா வந்திருக்கே?"

"ஆமாம்! பார்க்கும்படியாகத்தானே இருக்கே நீ. ஆசையைப் பாரு. நான் எங்க வள்ளியக்காவுக்காக வந்திருக்கேன், தெரிஞ்சுக்க" என்று வள்ளியின் தோளை அணைத்தவாறு கூறினாள் மங்கா.

"மங்கா, இனிமே நீ என் கைக்கெடியாரத்தை எடுத்துக்கிட்டு ஓடினா ஒண்ணும் சொல்லமாட்டேன், கையே போனபிறகு கடிகாரத்தைப் பற்றி யாரு கவலைப்படுவாங்க" என்றான் காளியண்ணன் வறட்டுச் சிரிப்புடன்.

"ஏன், அந்தக் கையில்லேன்னா வலது கையிலே கட்டிக்க நானா கத்துக்குடுக்கணும்?" என்று கூறியவாறே வெளியே நடந்தாள் மங்கா.

15

உச்சிக்கடவுக்கு வந்து சென்றதன் ராசியென்று தான் சொல்ல வேண்டும். சென்னை சேர்ந்த மறுவாரமே கனகாவுக்குத் திருமணம் நிச்சயமாகிவிட்டது. மணமகன் சென்னையிலேயே பொறியியல் சாதனங்களைத் தயார் செய்யும் ஒரு பிரபல கம்பெனியில் எஞ்சினியராக வேலை பார்த்து வருகிறான் என்றும் கம்பெனி நிர்வாகிகளின் நன்மதிப்பைப் பெற்றிருப்பதால் சீக்கிரமே உயர்ந்த பதவிக்கு வரக்கூடியவன் என்றும் வீரமணி, குமரனுக்கு எல்லா விவரங்களும் எழுதியிருந்தான். திருமணத் தேதியையும் குறிப்பிட்டு வெகுவிரைவிலேயே பத்திரிகை அனுப்புவதாகவும், கலியாணத்துக்கு நாலைந்து நாள் முன்னதாகவே கட்டாயம் வந்துவிட வேண்டுமென்றும் அந்தக் கடிதத்தில் கேட்டுக் கொண்டிருந்தான் வீரமணி.

நாலைந்து நாள் முன்னதாகப் போக முடியாவிட்டாலும் முகூர்த்தத்துக்கு முந்திய தினத்துக்குள்ளாவது சென்னை போய்ச் சேர்ந்து திருமணக் காரியங்கள் எல்லாவற்றிலும் கலந்து கொள்ள வேண்டுமென்றுதான் நினைத்துக் கொண்டிருந்தான் குமரன். ஆனால்

முள்ளும் மலரும்

காளியண்ணனை ஆஸ்பத்திரியிலிருந்து வீட்டுக்குக் கொண்டு போய்ச் சேர்க்கும் வேலையையும் அவனே கவனித்துக் கொள்ள வேண்டியிருந்ததால் திருமணத்தன்று மாலையில் வரவேற்பு நேரத்துக்குத்தான் அவன் சென்னை போய்ச் சேர முடிந்தது.

அவனைக் கண்டதும் வீரமணி ஆத்திரத்துடன் அவனருகே வந்தான்.

"கனகாவின் அண்ணனா நீ? இப்படி நாலு அண்ணன்கள் இருந்தால் தங்கைகள் பிழைத்துப் போவார்கள்!" என்றான்.

"உனக்கு அப்புறம் சமாதானம் கூறிக் கொள்கிறேன். இப்போது நீ மற்ற விருந்தாளிகளைக் கவனி, போ" என்று அவன் தோளைத் தட்டி அனுப்பினான் குமரன்.

விருந்தாளிகளைக் கவனிக்கும் பொறுப்பிலிருந்து ஓரளவு விடுபட்ட நேரத்தில் வீரமணி, மணமகனுக்குக் குமரனை அறிமுகம் செய்து வைத்தான்.

"கனகாவுக்கு இரண்டாவது அண்ணன் என்று ஜம்பம் பேசிக் கொள்வதில் குறைச்சலில்லை. ஆனால் கலியாணத்துக்கு எப்போது வந்தார் தெரியுமில்லையா? சம்பந்தமில்லாத மூன்றாம் மனிதர்கள் கூட இப்படி வரமாட்டார்கள்" என்றான்.

குமரன் சிரித்தான். "வீரமணிக்கு எப்போதுமே கோபம் வராது. இப்படிப்பட்டவனுக்குக் கூட கோபம் வரும்படியாக நடந்து கொண்டு விட்டேனே என்று மனதுக்குக் கஷ்டமா யிருக்கிறது. நேற்றே வந்துவிட வேண்டுமென்றுதான் திட்டம் போட்டுக் கொண்டிருந்தேன். அங்கு எதிர்பாராமல் ஏற்பட்ட சில பொறுப்புக்களால் குறித்த நேரத்திற்கு அங்கிருந்து புறப்பட முடியாமல் போய் விட்டது" என்றான்.

"ஆமாம். அந்த உச்சிக்கடவில் இவர் ஒரு நாள் இல்லாது வந்து விட்டால் அந்த மலையே புரண்டு விடும், இல்லையா?" என்றான் வீரமணி.

மணமகன் சபேசனுக்குச் சட்டென்று குமரனிடம் ஆவல் தோன்றியது.

"நீங்கள் உச்சிக்கடவிலா வேலையாயிருக்கிறீர்கள்?" என்று கேட்டான்.

"ஆமாம். அங்கே சுருளியாறு மின்சாரத் திட்டத்தில் நான் ஒரு நிர்வாக என்சினியராக இருந்து வருகிறேன்" என்றான் குமரன்.

“ அங்கு பவர் ஹவுஸ் வேலைகளுக்கான எவ்வளவோ சாதனங்களை எங்கள் கம்பெனிதான் சப்ளை செய்து கொண்டிருக்கிறது” என்றான் சபேசன்.

“அப்படியா? ராம்ராஜ் கம்பெனியிலா உங்களுக்கு உத்தியோகம்” என்று கேட்டான் குமரன்.

“நான் உனக்கு இதைப்பற்றியெல்லாம் எழுதியிருந்தேனே!” என்றான் வீரமணி.

“பொதுப்படையாக என்ன உத்தியோகம் என்று எழுதியிருந்தாயே ஒழிய, கம்பெனி பெயரைக் குறிப்பிடவில்லை. இப்போது மாப்பிள்ளைக்கும் எனக்கும் உறவு முறையில் மட்டுமல்ல, உத்தியோக முறையிலும் தொடர்பு ஏற்பட்டு விட்டது” என்றான் குமரன்.

“அதைவிட நெருங்கிய தொடர்பு ஏற்பட்டாலும் ஏற்படலாம், யார் கண்டது?” என்றான் சபேசன்.

“எப்படி?”

“பவர் ஹவுஸ் வேலைக்கு நாங்கள் இனிமேல் அனுப்பப் போகும் சாதனங்கள் அளவிலும் நுணுக்கத்திலும் முன்னைவிட அதிக முக்கியத்துவம் வாய்ந்தவை. அவற்றை அனுப்பி வைப்பதோடு கம்பெனியின் பொறுப்பு தீர்ந்துவிட்டதென்று சும்மா இருந்துவிட முடியாது. அவற்றை அமைக்கும் வேலையிலும் நாங்கள் பங்கெடுத்துக் கொண்டால்தான் அவை சரிவர இயங்குவதற்கு நாங்கள் உத்தரவாதம் அளிக்க முடியும். ஆகவே கம்பெனியின் சார்பில் ஒரு எஞ்சினியரை அங்கு அனுப்பி வைப்பதற்குக் கம்பெனி டைரக்டர்கள் முடிவு செய்திருக்கிறார்கள். அநேகமாக நானே அந்தப் பொறுப்பை ஏற்கும்படி இருக்கலாம்” என்று சபேசன் கூறியதும், வீரமணி விழுந்து விழுந்து சிரிக்க ஆரம்பித்தான்.

“ஏன் சிரிக்கிறீர்கள்?”

“கனகாவை நினைத்துத்தான்.”

‘கனகாவுக்கும் இதற்கும் என்ன சம்பந்தம்?’

“நீங்கள் அந்தப் பகுதிக்குப் போக வேண்டியிருக்கும் என்ற என்ன விஷயம் இதற்குள் கனகாவுக்குத் தெரிந்திருக்க முடியாது. ஆனால் தெரியும் போது அவள் அதை எப்படி ஏற்றுக் கொள்வாள் என்று நினைத்துக் கொண்டேன். எனக்குச் சிரிப்புத் தாங்கவில்லை” என்றான் வீரமணி.

முள்ளும் மலரும்

"ஏன்? கனகாவுக்கு அந்தப் பகுதியைக் கண்டால் பிடிக்காதா?"

"குமரனையே கேளுங்கள். இரண்டு வாரத்துக்கு முன்னாலே அங்கேதான் போய் நான்கு நாள் தங்கியிருந்தோம். முள் மேல் நிற்பது போலத்தான் துடித்துக் கொண்டிருந்தாள் கனகா!"

"ஆமாம், கனகாவின் தவிப்பு பொறுக்க முடியால்தான் வீரமணி சீக்கிரமே புறப்படும்படி ஆயிற்று. இல்லாவிட்டால் இன்னும் ஒரு வாரம் பத்து நாள் என்னுடன் தங்கியிருந்திருப்பான்" என்றான் குமரன்.

"கனகாவின் அனுபவம் இப்படி! நீங்கள் என்னடா என்றால் கம்பெனி டைரக்டர்கள், உங்களைத்தான் அங்கே அனுப்பப் போவதாகச் சொல்கிறீர்கள்."

"ஆமாம். டைரக்டர்கள் என்னை அனுப்பத் தீர்மானித்தால் எந்த நிலைமையிலும் அதை மறுத்துச் சொல்ல முடியாது" என்றான் சபேசன்.

"விதியின் விளையாட்டு என்று இதைத்தான் சொல்கிறார்கள் போலிருக்கிறது" என்று நினைத்துக் கொண்டான் குமரன்.

உண்மையில் இந்த விஷயத்தில் விதி கனகாவிடம் விளையாடத் தான் விளையாடி விட்டது. திருமணத்திற்காக சபேசன் எடுத்துக் கொண்ட விடுமுறை தீர்வதற்குள்ளேயே கம்பெனி டைரக்டர்கள் சுருளியாற்றுத் திட்டத்தின் நிர்மாண வேலைகளில் பங்கெடுத்துக் கொள்ளும் பொறுப்பை இளைஞனும், திறமைசாலியுமான சபேசனிடமே விட்டுவிட வேண்டுமென்று முடிவு செய்துவிட்டனர். இந்தத் தகவலைக் குமரனுக்கு எழுதிய வீரமணி, கனகா அதை ஏற்றுக் கொண்ட விதத்தைப் பற்றியும் விவரித்திருந்தான்.

"நம்மிடம் அவ்வளவு தூரம் பிடிவாதம் பிடித்தாளே! டைரக்டர்களின் முடிவைப் பற்றி சபேசன் அவளிடம் தெரிவித்த போது வாயே திறக்கவில்லை. குறைந்தபட்சம் ஆறுமாத காலத்துக்காவது அங்கே வேலை இருந்து கொண்டிருக்கும் என்று கூறிய சபேசன், கனகா விரும்பினால் சென்னையிலேயே இருந்து கொள்ளலாமென்றும், ஓய்வு கிடைத்தபோதெல்லாம் உச்சிக்கடவிலிருந்து சென்னைக்கு வருவது தனக்குக் கஷ்டமாயிராதென்றும் கூறினான். அதற்குக் கனகா என்ன பதில் சொன்னாள் தெரியுமா? சபேசன் இல்லாமல் ஒருநாள் கூட அவளால் சென்னையில் இருக்க முடியாதாம். எப்படி இருக்கிறது

உமாசந்திரன்

கதை? இனிமேல் நானும் நீயும் வேறு தங்கையைத் தேடிக் கொள்ள வேண்டியதுதான். கனகாவுக்கு இனிமேல் சபேசன் தான் எல்லாம். இந்தப் பெண்களே இப்படித் தான் போலிருக்கிறது."

"இன்னொரு விஷயம், சபேசனும் கனகாவும் உன் வீட்டில்தான் தங்கியிருப்பார்கள். உன் சார்பில் நான் சபேசனுக்கு வாக்குக் கொடுத்துவிட்டேன். நீ என்னைக் காலை வாரிவிடமாட்டாயென்று எனக்கு நல்ல நம்பிக்கை இருக்கிறது. கனகா இப்போது அந்த வீட்டைப் பற்றி என்ன சொல்கிறாள் பார்க்கலாம்" என்று கடிதத்தை முடித்திருந்தான் வீரமணி.

ஓட்டுக்கூரை வீடானாலும் அந்த அணைக்கரை வீட்டில் இடத்திற்குப் பஞ்சம் கிடையாது. ஹாலைத் தவிர நான்கு பெரிய அறைகள் எல்லா வசதிகளுடனும் அதில் அமைந்திருந்தன. கனகாவும் சபேசனும் எல்லா அறைகளையும் உபயோகித்துக் கொண்டாலும் குமரனுக்குக் கவலையில்லை. அவன் ஏகாங்கிதானே! அவனுடைய தேவைகளுக்கு அந்த போலாக் கிழவனைத் தவிர வேறு யாருமில்லாமல் அவன் எத்தனை நாட்கள் தவித்திருக்கிறான்! புதுமணத் தம்பதிகள் அங்கு வந்து தங்கினால் எவ்வளவோ குதூகலமாகப் பொழுதைக் கழிக்க முடியுமல்லவா?

அணைக்கரை வீட்டில் புதிய கலகலப்பு ஏற்படப் போவதைப் பற்றி அறிந்த போது போலாக் கிழவனுக்கும் சந்தோஷம் நிலை கொள்ளவில்லை. இத்தனைக்கும் கனகா முந்திய தடவை அங்கே தங்கியிருந்த நாட்களில் அவனிடம் சரியாக முகம் கொடுத்துப் பேசியது கூடக் கிடையாது. எப்போதாவது ஓரிரு வார்த்தைகள் பேசினாலும் அதிகாரமும் அதட்டலுமாகத்தான் அவள் பேசுவது வழக்கம். அப்படியிருந்தும் அவள் வருகையைக் குறித்து போலாவின் மனத்தில் குதூகலம் கலந்த பரபரப்பு நிரம்பியது. அவளுக்குத் திருமணமாகிக் கணவனுடன் வருகிறாள் என்பதில் ஒரு தனிக்கவர்ச்சி இருந்தது. மாதக் கணக்காகப் பூட்டிக் கிடப்பதே வழக்கமாயிருந்த அணைக்கரை வீட்டுக்கு இப்படியெல்லாம் யோகம் அடிக்கும் என்று அவன் எதிர்பார்த்திருப்பானா? துருவித் துருவி ஒவ்வொரு அறையையும் ஒட்டடை போகச் சுத்தம் செய்வதும், ஜன்னல்களுக்குத் திரை கட்டுவதும், மேஜை நாற்காலிகளையும் கட்டில்களையும் துடைத்துப் பளபளப்பாக்குவதுமாகப் பம்பரம் போல் இயங்கிக் கொண்டிருந்தான் போலா.

ராம்ராஜ் கம்பெனி நிர்வாகிகள் விசேஷச் சலுகைகள் கொடுத்துத்தான் தங்கள் எஞ்சினியரை உச்சிக் கடவுக்கு அனுப்பி

யிருந்தார்கள். சபேசனும், கனகாவும் ரயிலில் வருவதாயிருந்தால் டாக்டர் அருளானந்தத்தின் காரைக் கேட்டு வாங்கிக் கொண்டு விஜயபுரம் ஸ்டேஷனிலிருந்தே அவர்களைக் காரில் அழைத்து வர வேண்டுமென்று குமரன் திட்டம் போட்டுக் கொண்டிருந்தான். ஆனால் சபேசனுடைய சொந்த உபயோகத்துக்குக் கம்பெனிக்காரே கிடைத்திருந்ததால் அந்தக் காரிலேயே நேரே உச்சிக்கடவுக்கு வந்து விடப் போவதாக சபேசன் எழுதி விட்டான். இருந்தபோதிலும் அவர்களை எதிர்கொண்டு அழைத்து வருவதற்காகக் குமரன், வேலன் கடவுக்குச் சென்று சாலை திருப்பத்தில் அவர்களுக்காகக் காத்திருந்தான். அந்தச் சாலையில் மின்சார இலாகா ஜீப்களையும் ஒற்றை சொத்தையாக ஜாமத்துக்கொரு தரம் வரும் பஸ்களையும் தவிர வேறு சொந்தக்காரர்கள் வருவது அபூர்வமாதலால் சபேசனுடைய காரை எடுத்த எடுப்பிலேயே அடையாளம் புரிந்து கொண்டு நிறுத்துவது குமரனுக்குச் சாத்தியமாயிற்று.

குமரனைக் கண்டதும் கனகாவின் முகம் மலர்ந்தது. “என்ன குமரண்ணா, நீங்கள் இவ்வளவு தூரம் இங்கே வந்து எதற்காகக் காத்திருக்க வேண்டும்? நாங்களாகவே வந்து கொள்ள மாட்டோமா?” என்றாள்.

“ஆமாம் குமரன், இதற்கு முன்பு இரண்டொரு சமயங்களில் நான் இங்கே வந்திருக்கிறேன். இந்த வழியெல்லாம் எனக்குப் பழக்கமானதுதான்” என்று கூறியவாறு சபேசன் கார்க் கதவைத் திறந்து விட்டான்.

“அதற்காக நான் என் தங்கையையும், மாப்பிள்ளையையும் எதிர் கொண்டழைத்து வரும் இன்பத்தை இழந்துவிட முடியுமா?” என்று சிரிப்புடன் கூறிக்கொண்டே காரில் உட்கார்ந்தான் குமரன்.

“சென்னையிலிருந்து இவ்வளவு தூரம் காரிலேயே வருவது மிகவும் களைப்பாயிருந்திருக்குமே” என்றான், கார் மீண்டும் புறப் பட்டதும்.

“நாங்கள் அங்கங்கே முகாம் போட்டு ஓய்வெடுத்துக் கொண்டு தானே வருகிறோம். நேற்று மாலையே விஜயபுரத்துக்கு வந்து விட்டோம். இரவில் அங்கே பிரயாணிகள் பங்களாவில் தங்கி அலுப்புத் தீர வெந்நீரில் குளித்துவிட்டு நன்றாகத் தூங்கினோம். இன்று காலையிலும், அப்படித்தான் குளியலை முடித்துக்கொண்டு திருப்தியாகக் காலையாகாரமும் சாப்பிட்ட பிறகுதான் விஜயபுரத்தி லிருந்து புறப்பட்டோம்” என்று விவரித்தான் சபேசன்.

"ஏதோ பிக்னிக் மாதிரித் தோன்றுகிறதே ஒழியப் பிரயாணம் மாதிரியே தோன்றவில்லை" என்றாள் கனகா.

"பிக்னிக், ஹனிமூன் எல்லாந்தான்!" என்று சிரித்தான் சபேசன்.

அணைக்கரை வீட்டுக்கு இன்னும் நாலைந்து மைல்தான் பாக்கி இருந்தது. அப்போது அந்தக் காருக்கு என்ன தோன்றியதோ, மெல்ல மெல்ல அதனுடைய வேகம் குறைந்துக் கொண்டே வந்தது. எஞ்சினுடைய சத்தமே இல்லாமல் உயிரற்றுப் போனது போல் தோன்றியது. மறுபடியும் எஞ்சினை முடுக்கி விடுவதற்காக விசையை இழுத்து இழுத்து சபேசன், ஏதேதோ முயற்சிகள் செய்தும் ஒன்றும் இது பலிக்கவில்லை. கடைசியில் வண்டி நின்றேவிட்டது.

"பெட்ரோல் தீர்ந்துவிட்டதா என்ன?" என்றான் குமரன்.

"இல்லையே, காலையில் விஜயபுரத்திலிருந்து புறப்படும்போது தானே புதிதாகப் பெட்ரோல் போட்டுக் கொண்டோம்" என்று கூறியவாறு சபேசன் காரைவிட்டு இறங்கிச் சென்று காரின் முன் பக்கத்து மூடியைத் திறந்து எஞ்சினில் என்ன கோளாறு ஏற்பட்டிருக்கிறதென்று ஆராயத் தொடங்கினான். அதற்குள் குமரனும் காரிலிருந்து இறங்கி அவனருகே வந்து நின்றான்.

"பெட்ரோல் எஞ்சினுக்குச் சரியாகப் பாயவில்லையோ என்னவோ என்றான்" அந்தக் குழாயைப் பரிசோதித்தவாறு.

"காருக்கும் காது உண்டு என்று தெரிகிறது. பிக்னிக், ஹனிமூன் என்றெல்லாம் ஏதேதோ பேசிக் கொண்டிருந்தோமில்லையா? காருக்கு அது பொறுக்கவில்லை. கம்பெனிக்காராயிற்றே சொரூபத்தைக் காட்டாமலிருக்குமா?" என்று சிரித்தான் சபேசன்.

எஞ்சின் பகுதியில் ஏதேதோ மறைகளைத் திருப்புவதும் முடுக்கு வதுமாக இருவரும் சிறிது நேரம் போராடிக் கொண்டிருந்தனர்.

கனகா அலுப்புடன் கொட்டாவி விட்டாள். "இன்னும் ரொம்ப நேரமாகுமா?" என்றாள் பொறுமையிழந்து.

"சரியாகிவிட்டது. சீக்கிரம் போய்விடலாம்" என்றான் குமரன். பின்பு சபேசனிடம், 'இப்போது ஸ்டார்ட் செய்து பாருங்கள்' என்றான்.

விசையை இழுத்து இழுத்து எஞ்சினை முடுக்கிவிடச் சபேசன் செய்த முயற்சிகள் வீணாயின. எஞ்சின் அசைந்து கொடுக்க மறுத்தது.

"சரிதான் பாட்டரியும் பழுதாயிருக்கிறது. தள்ளிவிட்டுத் தான் ஸ்டார்ட் செய்ய வேண்டும் போலிருக்கிறது" என்றான் சபேசன்.

"பரவாயில்லை. பாதை சற்று இறங்கினாற் போலத்தான் இருக்கிறது. நான் ஒருவனாகவே காரைத் தள்ளுகிறேன்" என்று கூறினான் குமரன். காருக்குப் பின் பக்கமாகச் சென்று ஒரு பக்கத்து ஜன்னல் சட்டத்தைப் பிடித்துக் கொண்டு முழு மூச்சுடன் காரைத் தள்ள ஆரம்பித்தான். கார் மெதுவாக நகர ஆரம்பித்தது. அந்த அசைவைப் பயன்படுத்திக் கொண்டு சபேசன் எஞ்சினை முடுக்கிவிட முயற்சி செய்து கொண்டிருந்தான்.

கார் பத்தடி தூரம் கூடப் போயிருக்காது. திடீரென்று குமரனுக்கு ஏதோ பளு குறைந்தது போன்ற உணர்ச்சி. யாரோ மறுபக்கத் திலிருந்து காரைத் தள்ளுவதை உணர்ந்தான். தான் தள்ளுவதை நிறுத்தாமல் ஜன்னல் வழியாக உள் பக்கம் தலையை விட்டு எட்டிப் பார்த்தான். தள்ளுபவரின் கை மட்டும்தான் தெரிந்ததே ஒழிய ஆளைப் பார்க்க முடியவில்லை. ஒரு பெண்ணினுடைய கை என்பது மட்டும் புரிந்தது. தலையைப் பின்னுக்கு இழுத்து காரின் பின்புறத்து வழியாகப் பார்க்க முயன்றான். அந்தப் பெண் தலையைக் குனிந்து மூச்சைப் பிடித்துக் கொண்டு காரைத் தள்ளிக் கொண்டிருந்ததால் அவள் முகம் அவனது கண்களுக்குப் புலனாகவில்லை.

சட்டென்று எஞ்சின் இயங்க ஆரம்பித்து விட்டது. அதன் இயக்கத்தைத் தீவிரப்படுத்துவதற்காகப் பலத்த சத்தத்துடன் காரைக் கிளப்பிக் கொண்டு சிறிது வேகமாக முன்னே சென்றான் சபேசன். குமரன் காரிலிருந்து கையை எடுத்துவிட்டுப் பின் தங்கி நின்றான். ஆனால் அந்தப் பெண் மட்டும் காரைப் பிடித்த பிடியை விடாமல் அதன் போக்கிலேயே சிறிது தூரம் சென்ற பிறகு காரின் வேகம் குறைந்ததும் அதை விட்டுவிட்டு நின்றாள். தட்டாமாலை சுற்றிவிட்டு நின்றவள் போல் நிலை கொள்ளாமல் தள்ளாடியவாறே உரக்கச் சிரிக்க ஆரம்பித்தாள் அந்தப் பெண். அப்போது தான் அவள் யாரென்று குமரனால் கண்டு கொள்ள முடிந்தது.

"மங்கா, நீ எப்படி இங்கே வந்தாய்?" என்று கேட்டுக் கொண்டே அவளருகே சென்றான்.

மங்காவும் அப்போதுதான் குமரனைப் பார்த்தாள்.

"ஐயாவா? நான் வேறே யாரோ காரைத் தள்ளறாங்கன்னு நெனச்சி வெளயாட்டுக்காச்சும் கூடத் தள்ளினேன்" என்றாள்.

"நீ விளையாட்டுக்காகத் தள்ளினாலும் உண்மையிலேயே அது எனக்கு உதவியாகத்தான் இருந்தது" என்று கூறிய குமரன், "அதுசரி, நீ இவ்வளவு தூரம் எதற்காக வந்தாய் என்று சொல்லவில்லையே!" என்று கேட்டான்.

"இங்கே பக்கத்திலே ஒரு கொய்யாத் தோட்டம் இருக்கறதைக் கண்டுபிடிச்சு வச்சிருக்கேன். இது கொய்யாப் பழக் காலமாச்சே. பழம் சாப்பிடணும்னு தோணிச்சுன்னா நேரே இங்கே ஓடி வந்திடு வேன். இந்தா பாருங்க, எவ்வளவு பறிச்சு வந்திருக்கேன்னு என்று கூறி மடி நிறையப் பறித்து வைத்திருந்த கொய்யாப் பழங்களைக் காட்டினாள் மங்கா.

"இதிலே பாதி வள்ளிக்கு, பாதி எனக்கு. என்ன இனிப்பு இது தெரியுமா? நீங்க ஒண்ணு சாப்பிட்டுப் பாருங்க" என்றாள்.

குமரன் சிரித்தான்.

"இதுக்கெல்லாம் இப்போது நேரமில்லை. அவர்கள் காத்திருக்கிறார்களில்லையா?' என்று கார் பக்கம் கையைக் காட்டினான்.

"அடேடே, உங்க ஆள்களா அவுங்க, எனக்குத் தெரியாதே" என்றாள் மங்கா.

"உனக்குத் தெரியாதவங்க இல்லே. பார்த்தால் நீயே புரிந்து கொள்வாய்" என்று குமரன் கூறிக் கொண்டிருந்தபோதே காரைப் பின்னுக்கு ஓட்டிக்கொண்டு வந்து அவர்களெதிரே நிறுத்தினான் சபேசன்.

காரில் கனகா உட்கார்ந்திருப்பதைப் பார்த்த மங்கா, "அடேடே இந்தம்மாவா? இவங்களுக்கு என்னைக் கண்டாலே புடிக்காதே" என்றாள்.

கனகா, மங்காவை முறைத்துப் பார்த்தாள்.

"இது யார் கனகா?" என்று கேட்டான் சபேசன்.

"யாரோ காட்டுமிராண்டிப் பெண்" என்று கூறிவிட கனகாவின் நாவு துடிதுடித்தது. அதற்குள் குமரன் குறுக்கிட்டான். "மங்காவைப் பற்றி அப்புறம் எல்லாம் விவரமாகச் சொல்கிறேன். இப்போது நாம் புறப்படலாமே! மங்கா, நீயும் ஏறிக்கொள்" என்றான்.

"நானுமா?" என்றாள் மங்கா வியப்புடன் கண்களை உருட்டி விழித்தவாறு.

“நீயும் சேர்ந்து தள்ளியதால்தானே கார் புறப்பட முடிந்தது. ஏறிக்கொள். உன்னை உச்சிக்கடவு வரை கொண்டு விட்டுவிட்டே நாங்கள் வீட்டுக்குப் போய்க் கொள்கிறோம்“ என்றான் குமரன்.

மங்கா குதூகலத்துடன் சிரித்தாள்.

“இன்னிக்குத்தான் மொதமொதல்லே எனக்குக் கார் சவாரி கிடைச்சிருக்கு” என்று கூறிக்கொண்டே காரில் ஏறி பின் சீட்டில் தொப்பொன்று விழுவது போல் உட்கார்ந்தாள்.

குமரனும் ஏறப்போவதைப் பார்த்ததும், “என்னங்க சார், நீங்களும் இங்கேயேவா உக்காரப் போறீங்க? எவ்வளவு பெரியவங்க நீங்க. உங்க பக்கத்திலே நான் உக்காந்தா நல்லாவே இருக்காதே” என்று கூறிக்கொண்டே மறுபக்கத்துக் கதவைத் திறந்து கொண்டு கீழே இறங்கி விட்டாள்.

“மங்கா, என்ன அது. சும்மா உட்கார்ந்து கொள்” என்றான் . குமரன்.

“ஊஹூம், நான் மாட்டேன். உங்களுக்குச் சரிசமமா நான் உங்க பக்கத்திலே உக்கார்றதாவது!” என்று கூறிய மங்கா கண்டிப்பாக மறுத்துவிட்டாள்.

கடைசியில் சபேசனைக் கனகா பக்கமாக நகர்ந்து உட்காரச் சொல்லிவிட்டுக் குமரனே டிரைவர் சீட்டில் அமர்ந்து கொண்ட பிறகு தான் மங்கா பின்சீட்டில் உட்காரச் சம்மதித்தாள். அவள் பக்கத்துக் கதவைச் சரியாக அழுத்திச் சாத்தியபிறகு காரைக் கிளப்பிக்கொண்டு புறப்பட்டான் குமரன்.

சற்று நேரம் மௌனமாகக் கார் சவாரியை அனுபவித்துக் கொண்டிருந்த மங்கா சட்டென்று முன் பக்கம் குனிந்து, “ஏங்கா, இந்த ஐயா யாருங்க? இந்தம்மா பக்கத்திலே இவ்வளவு நெருக்கமா உக்காந்திருக்காரே?” என்றாள் சபேசனைக் காட்டி.

குமரன் சிரித்தான். “உரிமையோடுதான் உட்கார்ந்திருக்கிறார், வீட்டுக்காரராயிற்றே.”

“அப்படியா? இந்தம்மாளுக்குக் கண்ணாலம் ஆயிடுச்சா! ஏம்மா, எங்களுக்கெல்லாம் சொல்லாமத்தானே கண்ணாலம் செய்துக்கிட்டீங்க இருக்கட்டும், இருக்கட்டும் என்று கூறியவாறே பின்னுக்குச் சாய்ந்த மங்கா, மடியிலிருந்து ஒரு கொய்யாப் பழத்தை எடுத்து வெடுக்கென்று கடித்தாள்.

உமாசந்திரன்

சட்டென்று நினைவுக்கு வந்தவள் போல், "அடே அடே உங்களுக் கெல்லாம் குடுக்காமே நான் மட்டும் சாப்பிடறேனே? இந்தாங்கம்மா, நீங்களும் சாப்பிடுங்க" என்று நாலைந்து கொய்யாப்பழங்களை இடது கையால் அள்ளி முன்பக்கம் நீட்டினாள்.

அருவருப்புடன் முகத்தைச் சுளித்துக் கொண்டாள் கனகா.

"பரவாயில்லை, மங்கா நீ சாப்பிடு" என்றான் குமரன்.

"சரி சரி, இதெல்லாம் நீங்க சாப்பிடுவீங்களா? என்ன? எனக்குத் தான் அதிசயம்" என்று கூறித் தன் கையிலிருந்து பழத்தைக் கடித்துச் சுவைத்தவாறு பின்னுக்குச் சாய்ந்தாள் மங்கா.

சம்பா நீர்த்தேக்கத்துப் பாதையோடு வேலன் கடவுப் பாதை இணைந்த பிறகு ஒரு கல்லுக்கப்பால் இடப்புறமாக அணைக்கரை வீட்டுக்குப் பிரிந்து செல்லும் பாதை இருந்தது. இயல்பான பழக்கத்தால் குமரன் அந்தப் பாதையில் காரைத் திருப்பிக் கொஞ்ச தூரம் சென்றவுடன், மங்கா, "சார் சார், காரைக் கொஞ்சம் நிறுத்திக் குங்க. நான் இங்கேயே எறங்கிக்கிடறேன்" என்று பரபரப்புடன் கூறினாள். அப்போதுதான் குமரனுக்குத் தன் தவறு புரிந்தது.

"பொறு மங்கா, நான் உன்னை முதலில் உச்சிக் கடவுக்குக் கொண்டு விட்ட பிறகே இங்கு வர வேண்டுமென்றிருந்தேன். பாதை திரும்பும்போது அந்த நினைவு இல்லை" என்றான் காரின் வேகத்தைக் குறைத்தவாறு.

"இப்போது ஒன்றும் குறைந்துவிடவில்லை. ஐந்து நிமிஷத்தில் உன்னைக் கொண்டுவிட்டுவிட்டு வந்துவிடுகிறேன்" என்றான்.

"வேண்டாம் சார். இவ்வளவு தூரத்துக்குக் கார் சவாரி குடுத்தீங்களே, அதுவே போதும். இனிமே நான் நடந்தே போய்க் கிடறேன்" என்று கூறிக்கொண்டே காரிலிருந்து இறங்கினாள் மங்கா.

"விசித்திரமான பெண்" என்று சிந்தனைப் புன்னகையுடன் எண்ணியவாறு குமரன் காரை அணைக்கரை வீட்டை நோக்கி ஓட்டிச் சென்றான்..

மங்கா இன்னொரு கொய்யாப் பழத்தை எடுத்துக் கடித்தபடியே உச்சிக்கடவுப் பாதை வழியே நடக்க ஆரம்பித்தாள். சிறிது தூரம் கூடப் போயிருக்க மாட்டாள். இரட்டைக் கிளைப் பாக்குமரத் திருப்பத்தில் அவள் திரும்பியபோது எதிரே வள்ளி பரபரப்புடன் ஓட்டமும், நடையுமாக வந்து கொண்டிருந்ததைக் கண்டு

வியப்படைந்தாள். மங்காவைக் கண்டதும் வள்ளி ஓரே ஓட்டமாக அவளருகே ஓடிவந்தாள்.

“மங்கா, உன்னை எங்கெல்லாம் தேடறேன் தெரியுமா? நல்ல வேளை, இங்கேயே கிடைச்சிட்டே.”

“என்ன சமாசாரம் வள்ளியக்கா?”

“ஆத்தாவுக்கு மறுபடியும் மயக்கமா வந்திடுச்சாம். வேலைக்கு லீவு போட்டுட்டு வீட்டிலே வந்து படுத்திருக்கு. மங்கா எங்கே, மங்கா எங்கேன்னு புலம்பிக்கிட்டிருக்கு” என்றாள் வள்ளி.

“சரியாச் சாப்பிட்டாத்தானே மயக்கம் வராமே இருக்கும், வயத்தைக் கட்டி வாயைக் கட்டி எதுக்குத்தான் பணம் சேக்குதோ என்று கூறிய மங்கா, “சரி வா போகலாம்” என்று கொய்யாப் பழத்தை கடித்துச் சுவைத்துக் கொண்டே வள்ளியுடன் நடந்தாள்.

16

மாயாண்டியை ஒருவிதத்தில் முதிர்ந்த தத்துவஞானி என்றுதான் சொல்ல வேண்டும். எந்த அவமானத்தையும் வாய் திறவாமல் தாங்கிக் கொள்ளும் சகிப்புத்தன்மை அவனிடம் இருந்ததல்லவா? இல்லாவிட்டால் எந்த நிமிஷமும் இந்த உலகம் அவனைக் கீழே தள்ளி துவைக்கத் தயாராயிருந்தும் அதைச் சிறிதும் பாராட்டாமல், சிறிதும் மனக் கசப்புக்கு இடம் கொடாமல், முகமலர்ச்சியுடன் தன் வேலைகளைச் செய்து கொண்டிருக்க அவனால் முடியுமா?

மாயாண்டியை அவ்வளவு தூரத்துக்குத் தத்துவஞானியாக்கிய பெருமை அவனுடைய அருமை மனைவி அங்காயியைத்தான் சேர வேண்டும். குளவி கொட்டிக் கொட்டியே புழுவையும் குளவியாக்கி விடுமென்று சொல்வார்கள். இதற்கு நேர்மாறாக அங்காயி கொட்டிய கொட்டலில் மனிதனாயிருந்த மாயாண்டி புழுவுக்கும் கேவலமான நிலைக்கு மாறி யிருந்தான். புழுக்கூட எப்போதாவது ஒரு திரும்புத் திரும்பித் தாக்க முயற்சி செய்யுமாம். ஆனால் அந்த அளவு தன்மானத்தைக் கூட மாயாண்டிப்

புழுவிடம் மிச்சம் வைக்காமல் கொட்டித் துரத்தியிருந்தாள் அங்காயி.

இத்தனைக்கும் அங்காயி தன்னுடைய ஆடம்பரச் செலவுகளுக் கெல்லாம் மாயாண்டியின் சம்பாத்தியத்தையே எதிர்பார்த்திருந்தாள். அவளையொத்த மற்ற பெண்களெல்லாம் ஏதாவது வேலை செய்து ஒரு நாளைக்கு ஒன்றோ இரண்டோ சம்பாதிக்காமலிருப்பதில்லை. — ஆனால் அங்காயி நாசூக்குக்காரி. மேனி மினுக்கித் திரிவதற்குத்தான் அவளுக்குப் பொழுது சரியாயிருக்கும்.

ஒவ்வொரு நாளும் மாயாண்டியைக் காயக்காய வேலைக்குத் துரத்திவிட்டுத் தலை சீவிக் கொண்டை போட்டுக் கொள்வதற்காக ஒரு மணி நேரம் செலவழிப்பாள். முகத்திற்குப் பவுடரும், கொண்டைக்குப் பூவும் இல்லாமல் அவளுக்குச் சரிப்படாது. இப்படியெல்லாம் சிங்காரம் செய்துகொண்ட பிறகு நாயர் டீக்கடைக்குப் போய் ஒரு புரை ரோட்டியோ, பன்னோ, டீயுடன் சாப்பிட்டுவிட்டு அங்கேயே கொஞ்ச நேரம் உட்கார்ந்து அங்கே சாப்பிட வரும் தொழிலாளிகளிடம் வாய் ஓயாமல் அரட்டையடித்துக் கொண்டிருப்பாள்.

தனக்கு எழுதப்படிக்கத் தெரியும் என்பதைப் பற்றி அங்காயிக்கு ரொம்பப் பெருமை. அதனாலேயே மற்ற பெண்களைப் போல் சிற்றாள் வேலை செய்வதை அவள் இழிவாகக் கருதி வந்தாள். வீட்டில் விழுந்து கிடக்கும் நேரங்களில் தினப் பத்திரிகை எதையாவது வைத்துக்கொண்டு எழுத்துக் கூட்டிக் கூட்டிப் படித்து அக்கப் போருக்குரிய விஷயங்கள் ஒன்று பாக்கிவிடாமல் மண்டையில் ஏற்றிக் கொள்வாள். அந்த அறிவுக் களஞ்சியத்தை அவள் அள்ளி வீசும்போது அவளைத் தட்டிப் பேச யாருக்கு வாய் இருக்கும். வாயில் ஈ புகுந்தது கூடத் தெரியாமல் அண்ணாந்த நிலையில் அவளுடைய சாமர்த்தியத்தை வியந்து கொண்டு உட்கார்ந்திருப்பார்கள்.

அடுப்புப் பற்ற வைத்து ஆக்கிப் போடுவதென்ற வேதனையை அங்காயி ஆடிக்கொரு தரம் ஆவணிக்கொரு தரம் என்றுதான் வைத்துக் கொள்வாள். சாப்பாட்டைப் பற்றி அவள் அதிகமாக அலட்டிக் கொள்வதில்லை. நாயர் கடையில் கணக்கு வைத்துக் கொண்டு காய்ந்ததோ கருக்கலோ அங்கு எது கிடைத்தாலும் அதை வாங்கிச் சாப்பிட்டுவிட்டு இருந்து விடுவாள். மாயாண்டிக்கும் அதே கதைதான். வீட்டுக்கு வந்தால் சாப்பாடு கிடைக்குமென்ற நம்பிக்கை அவனுக்கு என்றுமே கிடையாது. வேலையிலிருந்து திரும்பி வரும் வழியிலேயே நாயர் கடையில் கடனுக்கென்று எதையாவது வாங்கித் தின்றுவிட்டுத்தான் வீட்டுக்கு வருவான். அவன் வந்துவிட்டால்

அங்காயிக்குப் பொழுது போவதை பற்றிக் கவலை இருக்காது. ஒன்று மாற்றி ஒன்று அவன் மீது ஏதாவது குற்றப் பத்திரிக்கை படித்து குறை நேரமும் கொட்டிக் கொட்டியே தீர்த்து விடுவாள்.

இப்படியே நாயர் விதித்த விதியென்று எதையாவது சாப்பிட்டு வயிற்றை நிரப்பிக் கொள்வதற்கும் எல்லை உண்டல்லவா? நாக்கு என்னும் அசுரன் சில சமயம் அங்காயியைப் படாதபாடு படுத்தி வைத்துவிடுவான். அப்போது அவளுடைய சோம்பேறித்தனமெல்லாம் போன இடம் தெரியாமல் பறந்து போய்விடும். வட்டியும் முதலுமாக வாய்க்கு ருசியான பண்டங்களைச் செய்து நாள் முழுதும் சாப்பிட்டுக் கொண்டேயிருப்பாள். மாயாண்டிக்கும் அவ்வப்போது ஏதாவது கொஞ்சம் கொஞ்சம் கிடைத்துக் கொண்டிருக்கும்.

அந்த மாதிரி வெறிதான் அன்று அங்காயியை ஆட்கொண்டிருந்தது போலும். காலையிலேயே கமகமவென்று வாசனை வீட்டில் நிரம்பியிருந்தது. அங்காயி அடுப்படியில் உட்கார்ந்து தோசை சுட்டுக் கொண்டிருந்தாள். அங்காயி அடுப்படிக்குப் போவதுதான் அபூர்வமே ஒழிய, போய் விட்டால் ஒவ்வொன்றும் வயணமாகத்தான் தயார் செய்வாள். அதைப் பற்றி மாயாண்டிக்கு ஒரே பெருமை. அவனுக்காகவென்று வட்டிலில் போட்டிருந்த இரண்டு குட்டித் தோசைகளைச் சாப்பிட்டுக் கொண்டே அவன் கூறினான்.

“இதில்லே தோசை! நாயர் கடைத் தோசையும் ஒரு தோசையா?”

“ஆமாம், ஆக்கிப் போடறவ ஆக்கிப் போட்டா துன்ற ஆளுக்குத் தொக்குத்தான்” என்றாள் அங்காயி. அவளுக்குப் பூர்வீகம் சென்னையை அடுத்த வில்லிவாக்கம். தான் மதராஸ்காரி என்று சொல்லிக் கொள்வதில் அவளுக்கு ஒரு பெருமை.

குட்டித் தோசையின் கடைசி விள்ளலை வாயில் போட்டுச் சுவைத்துக் கொண்டே மாயாண்டி கூறினான், “இவ்வளவு நல்லா ஆக்கிப் போடறியே, நாயர் கடையிலே துன்னு துன்னு ஏன் சாவணும்” என்றான். மாயாண்டி மதுரைக்காரனாயிருந்தாலும் மனைவியிடம் பேசும்போது அவளுடைய கொச்சையைத்தான் கையாள முயற்சி செய்வான். அப்படியாவது அந்த வங்கிணியுடைய நல்ல எண்ணத்தைச் சம்பாதிக்க முடியாதா என்ற நப்பாசைதான், வேறென்ன?

“நெதமுமே நீ ஆக்கிப் போட்டா எவ்வளவு நல்லாருக்கும், ஏன் அங்கி?”

“ அங்கியுமாச்சு , சொக்காயுமாச்சு. உனக்கு ஆக்கிப் போட அடிமை ஓலை எழுதி வாங்கியிருக்கயா, என்ன? போனாப் போகுதுன்னு

முள்ளும் மலரும்

நான் துன்றதிலே ஏதோ குடுத்தா, ஆக்கிப் போடணுமாம் ஆக்கி, ஆசையைப் பாரு! போய்யா, போய்யா. உனக்குக் கொடுப்பினை இருக்கறது தானய்யா உனக்குக் கிடைக்கும்" என்று மூஞ்சியில் இடிக்காத குறையாக அங்காயி சட்டுவத்தை ஆட்டி ஆட்டித் தன் சொல்லம்புகளைத் தொடுக்கவே, மாயாண்டி வாலைக் குழைத்துக் கொண்டு எழுந்து வெளியே செல்ல ஆரம்பித்தான்.

"இந்தாய்யா, இந்தக் காப்பித் தண்ணியையும் கொட்டிக்கினு நடய்யா" என்று ஒரு அலுமினிய டம்ளரை அதிலிருந்த காப்பித்.தண்ணியில் பாதி சிதறித் தெறிக்கும்படியாக 'ணங்' என்று வைத்தாள் அங்காயி.

மறு பேச்சில்லாமல் அதைக் குடித்தான் மாயாண்டி.

"இன்னிக்கு டூட்டி ஓர்க்ஷாப்பிலே இல்லே. காளியண்ணனோட உடும்புக் கொட்டகையிலேதான்" என்றான் தனக்குத்தானே சொல்லிக் கொள்வது போல்.

"அதுக்கு என்னய்யா? எங்கே டூட்டி போடறாங்களோ அங்கே போய்ச் செய்ய வேண்டியதுதானே? எனக்கு எதுக்கய்யா நோட்டீசு? பகலைக்குச் சோறு சொமந்துக்கினு வருவேன்னு நெனைச்சியா?" என்று சீறினாள் அங்காயி..

"அதெல்லாம் ஒண்ணுமில்லே அங்கி. நான் வரேன்" என்று கூறிவிட்டு வெளியே நடந்தான் மாயாண்டி.

மூலைக்கடைத் திருப்பத்தில் திரும்பி அவன் சென்றபோது அவனுக்கு முன்னே சற்றுத் தூரத்தில் காளியண்ணன் சென்று கொண்டிருப்பதைப் பார்த்தான். வலது கையில் மூங்கில் கூடையும், தூண்டில் குச்சியும் எடுத்துக்கொண்டு மதகுக் கரைக்கு மீன்பிடிக்கச் சென்று கொண்டிருந்தான் காளியண்ணன். அவனுக்கு உடம்பு சரியாகி வேலையில் வந்து சேர்ந்த பிறகு முதலாவது வார விடுமுறை இன்றுதான். பழைய வழக்கத்தை விடாமல் விடுமுறையை அனுபவிப்பதற்காக அவன் மதகுக் கரைக்குச் சென்று கொண்டிருப்பதைப் பார்த்து மாயாண்டியின் பூஞ்சை மனது பொங்கி வந்தது. கண்களைத் துடைத்து விட்டவாறு வேகமாக நடந்து காளியண்ணனின் அருகே சென்றான்.

"என்ன காளி, கருக்கல்லேயே புறப்பட்டாப்பலே" என்றான்.

"கருக்கலா இது? வெயில் ஏறிப் போச்சேன்னு நான் துடிச்சிக் கிட்டிருக்கேன். தண்ணி சூடாக ஆக மீனெல்லாம் கலைஞ்சு போயிடும் தெரியுமில்லே?" என்றான் காளி.

மாயாண்டி பெருமூச்செறிந்தான்.

“இந்த மாதிரி நீ மீன் பிடிக்கப் போறதைப் பாத்து எவ்வளவு நாளாயிடுச்சு” என்றான்.

“பழசை நினைச்சு இப்ப என்னய்யா அங்கலாய்ப்பு! இப்பப் பாக்கறேல்லே? அது போதாதா?” என்றான் காளியண்ணன்.

“அது சரித்தான் காளி. என்னவோ என் மனசுக்குக் கஷ்டமா யிருந்திச்சு, சொல்லிட்டேன்.”

“கஷ்டம் என்னய்யா கஷ்டம். எனக்கு என்ன குறைச்சல் இப்போ? கை இல்லேன்னா மனுசன் செத்தா போயிடுவான்? மனசிலே தெம்பு இல்லாத கோழைதான் இல்லாததை நெனைச்சு மூக்காலே அழுவான். எனக்கு இன்னொரு கை முழுசா இருக்கே. அதை நெனைச்சு சந்தோஷப்படு. ரெண்டு காலும் முழுசா இருக்கே. அதை நெனைச்சு சந்தோஷப்படு” என்றான் காளி.

தன்னைத்தானே நொந்து கொண்டே மாயாண்டி, காளியண்ணன் கூறுவதற்கெல்லாம் தலையை ஆட்டியவாறு அவனுடன் நடந்தான்.

உடும்புக்கொட்டகைக்குக் கூப்பிடு தூரத்தில் மதகுக் கரைக்குச் செல்லும் பாதை பிரிந்தது. அங்கிருந்தே அத்திமர மேட்டருகே கார் நிற்பதைக் கண்டுவிட்ட மாயாண்டி பரபரப்படைந்தான்.

“அந்த ஐயாக்க ரெண்டு பேரும் வந்திட்டாங்க! எனக்காகத்தான் காத்திருக்காங்க போலிருக்கு” என்று கூறியவாறு வேகமாக நடக்க ஆரம்பித்தான்.

“ஏன்ய்யா பயந்து சாகறே? அவங்க காத்திருந்தா என்ன முழுகிப் போயிடும்? டூட்டி நேரம் தவறிவிடலையே நீ, இதோ பாரு” என்று வலக்கையில் கட்டியிருந்த கடிகாரத்தை அவன் முகத்துக்கு நேரே நீட்டிய காளி, “பார்த்தியாய்யா, இன்னும் பத்து நிமிஷம் பாக்கியிருக்கு. அதுக்குள்ளே பத்து தரம் உடும்புக் கொட்டகைக்குப் போய் வந்திடலாமே” என்றான்.

“சரி காளி, நான் வரேன்.”

“கொஞ்சம் பொறு, கொட்டகைத் தோட்டத்தைக் கொத்திவிட்டு நாளாகுது. இன்னிக்கு ஓய்வு நேரம் கிடைக்கும்போது அந்த வேலையைக் கவனி. பூச்செடிக்குக் கீழே எல்லாம் களையில்லாமே கொத்திவிட்டு உரம் போட்டுடு. முட்டைக்கோஸ் பாத்தியையும் காரட் பாத்தியையும் லேசாகக் கிளறிக் குடுத்தாப் போதும்” என்று கூறினான் காளியண்ணன்.

முள்ளும் மலரும்

"சரி சரி, ஒண்ணு விடாமே கவனிக்கறேன்" என்று கூறிய மாயாண்டி ஓட்டமும் நடையுமாக உடும்புக் கொட்டகையை நோக்கி விரைந்தான்.

"பூஞ்சைப்பய" என்று தனக்குள் கூறியவாறே மதகுக் கரையை நோக்கி நடந்தான் காளியண்ணன்.

மீன் பிடிக்கும் பொழுதுபோக்குக்குக் காளியண்ணன் மதகுக் கரையைத் தேர்ந்தெடுத்ததற்குக் காரணம் இருந்தது. நாற்புறமும் மரங்கள் செறிந்திருந்த அந்த மதகுக் கரையில் வெயில் ஏறுவதைப் பற்றிய கவலையேயில்லாமல் மணிக்கணக்காக உட்கார்ந்திருக்க முடிந்தது. அந்தக் குளிர்ந்த நிழலை நாடி மீன்களும் கூட்டம் கூட்டமாக அங்கு வந்து வட்டம் போட்டுக் கொண்டிருக்கும். தூண்டிலைப் போட்ட சில நிமிஷங்களுக்குள்ளேயே ஏதாவது ஒரு மீன் வந்து சிக்காமலிருப்பதில்லை. காலையில் சாப்பிட்ட நாயர் கடைத் தோசை ஜீரணமாகி நன்றாகப் பசி எடுப்பதற்குள் மூங்கில் கூடையில் முக்கால் வாசிக்கு மீன் சேர்ந்துவிடும். பொழுதுபோக்குக்குப் பொழுதுபோக்கு. லாபத்துக்கு லாபம்தானே!

மூங்கில் கூடையையும் தூண்டில் குச்சியையும் கரையில் வைத்து விட்டுத் தனது வழக்கமான இடத்தில் காலைத் தொங்கப் போட்டுக் கொண்டு உட்கார்ந்த காளியண்ணன் சட்டைப் பையிலிருந்து ஒரு பீடியை எடுத்து வாயில் வைத்துக் கொண்டு நெருப்புப் பெட்டியைக் கையில் எடுத்தான். இரண்டாவது கை இல்லையென்ற குறையை அப்போதுதான் அவன் உணர்ந்தான். சட்டையின் இடது கை அனாதையாகத் தொங்கிக் கொண்டிருந்ததைப் பார்த்து ஒரு வெறுமைச் சிரிப்புச் சிரித்தவன், நெருப்புப் பெட்டியைக் கால் விரல்களுக்கிடையே பிடித்துக் கொண்டு குச்சியை அதில் கிழித்துப் பீடியைப் பற்ற வைத்துக் கொண்டான்.

தூண்டில் முள்ளில் மண் புழுவைக் கோர்ப்பதற்கும் ஆரம்பத்தில் அவன் சிறிது கஷ்டப்பட வேண்டியிருந்தது. மதகுக் கரையில் சிறிதளவு சிமெண்ட் பெயர்ந்து போன ஒரு பள்ளத்தில் புழுவை வைத்து தூண்டில் முள்ளால் அதை குத்தியெடுக்க முயற்சி செய்தபோது முள்ளில் எடுபடாமல் புழு வழுக்கி வழுக்கி நகர்ந்து அவனுக்குச் சிறிது எரிச்சலை ஊட்டியது. ஆனால் விரைவிலேயே அந்தக் கலை அவனுக்குக் கைவந்ததாகி விட்டது. முள்ளில் சரியாக ஏற்றப்படாததால் முதலில் நாலைந்து புழுக்கள் மீனுக்கு இரையாகி வீணாகிவிட்டாலும், அதன் பிறகு மீன்கள் சிக்க ஆரம்பித்துவிட்டன. ஐந்துக்கு மூன்று பழுதில்லாமல் அடுத்தடுத்து மீன்களைப் பிடித்துக் கூடையில் போட முடிந்தது.

சிக்கிய மீன்களைத் தூண்டிலிலிருந்து விடுவிப்பதற்கும் அவன் முதலில் சிரமப்பட வேண்டியிருந்தது. ஒவ்வொரு தடவையும் மீன் சிக்கியதும், தூண்டில் குச்சியைக் கரையில் வைத்துவிட்டுத் தூண்டில் கயிற்றின் நுனியைக் கால் விரலில் சுற்றிக்கொண்டு துடித்துக் கொண்டிருக்கும் மீனை முள்ளிலிருந்து விடுவிக்க வேண்டியிருந்தது. ஆனால் நாலைந்து தடவை இவ்வாறு செய்து பழக்கப்பட்டதும் அதுவே அவனுக்கு இயல்பாகிவிட்டது. பழைய சுவாரசியம் குன்றாமல் அந்தப் பொழுதுபோக்கில் ஈடுபட்டிருந்தான்.

உடும்புக் கொட்டகை வேலையைப் பற்றி அவனுக்குக் கவலை யில்லை. ஒரு கையாலேயே அதைச் சமாளிக்க முடிந்தது. ஆயிற்று, ஒரு வாரமாகிவிட்டதே மறுபடியும் டூட்டிக்குப் போக ஆரம்பித்து ! இரண்டாவது கைக்குத் தேவையே ஏற்படவில்லை. என்ன பிரமாத வேலை அது? விசையை அழுத்துவதற்கு ஒரு கை போதாதா? கவனம்தான் தேவை. அந்தப் பக்கம் இந்தப் பக்கம் நகராமல் எப்போதும் விழிப்புடனிருந்து பாராக் கொடுத்துக் கொண்டிருக்க வேண்டும். இந்த நான்கு வருஷங்களாக அவனுடைய வலது கை மட்டும்தான் அந்த வேலைக்குத் தேவையாயிருந்தது என்ற உண்மையை இந்த ஒருவார அனுபவத்தில் தெரிந்து கொண்டதை நினைத்த போது காளியண்ணனுக்குச் சிரிப்பு வந்தது. ஒரு கை போனதால் நான் அரை ஆளாகிவிடவில்லை. எப்போதும் போல் முழு மனிதனாகத்தான் இருக்கிறேன் என்று நினைத்துக் கொண்டான்.

சட்டென்று தூண்டிலில் ஒரு மீன் சிக்கியது. தூண்டிலை சுண்டியிழுத்தான் காளி. துள்ளித் துடிக்கும் மீனுடன் தூண்டில் மேலே பறந்தது. பறந்த மீனை மறுபடியும் தன் பக்கம் இழுப்பதற் காகக் காளி தூண்டில் குச்சியைத் தணித்தபோது பின்னாலிருந்து ஏதோ பிடித்திழுப்பது போன்ற உணர்வு ஏற்படவே, வியப்புடன் திரும்பிப் பார்த்தான். கையில் பிடித்த மீனைத் தூண்டிலிலிருந்து விடுவித்தவாறு நின்று கொண்டிருந்தாள் மங்கா.

“மங்கா என்ன இது? என்ன செய்யறே?”

‘பார்த்துக்கிட்டுத்தானே இருக்கே. உன்மீனைப் பச்சையாகத் தின்னிட மாட்டேன். பயப்படாதே” என்று கூறிக்கொண்டே விடுவித்த மீனைக் கூடையில் போட்ட மங்கா அப்படியே மதகுக் கரையில் குத்துக்கல்லில் உட்கார்ந்தாள்.

“புழு எங்கே வச்சிருக்கே?”

“நானே கோத்துக்கிடறேன் புள்ளே.”

முள்ளும் மலரும்

"ஏன் நான் கோத்தா மீன் கடிக்காமே மொகத்தை திருப்பிக்கிட்டுப் போயிடுமோ?" என்று கூறிய மங்கா, காளியண்ணனின் இடுப்பில் தொங்கிக் கொண்டிருந்த புழுப் பையை வெடுக்கென்று பிடுங்கிக் கையிலெடுத்துக் கொண்டாள். அதிலிருந்து ஒரு புழுவைத் தூண்டிலில் கோத்துக் காளியண்ணன் பக்கமாக எறிந்து, "இப்ப வீசு தண்ணியிலே ஒரே நிமிஷத்திலே மீன் சிக்கலேன்னா ஏன்னு கேளு" என்றாள் தன் கைவிரல்களுக்கு முத்தம் கொடுத்தவாறு.

"அட கைராசிக்கு முத்தம் வேறயா?" என்று புன்னகையுடன் கூறிக் கொண்டே காளி, தூண்டிலைத் தண்ணீரில் வீசினான்.

மங்கா சொன்னது பொய்த்துப் போகவில்லை. தூண்டிலைப் போட்ட மறு நிமிஷத்திற்குள் மீன் கடிக்கும் உணர்வு ஏற்படவே காளி தூண்டில் கயிற்றைச் சுண்டியிழுத்தான். வெள்ளி மயமான விரால் மீன் ஒன்று துள்ளித் துடித்தவாறு தூண்டிலில் பறந்து வந்தது. லாகவமாக அதைக் கையில் பிடித்துக் காளியின் முகத்துக்கு நேரே காட்டினாள் மங்கா..

"இதுக்கென்ன சொல்லறே?"

"பரவாயில்லே புள்ளே! மொகராசியில்லாட்டாலும் கைராசி பிரமாதமாத்தான் இருக்கு" என்றான் காளி.

"மொகராசியிலே என்னய்யா கொறைச்சலைக் கண்டுட்டே?" என்றாள் மங்கா, தூண்டிலில் புழுவைக் கோத்தவாறு.

"உன்னைக் கண்டு பயந்து ஓடறவங்களைக் கேளு."

"அவங்களைப் பத்தி இப்ப என்ன? நீ பயந்த ஓடறியா சொல்லு."

"நானா? பயந்து ஓடறதா? உன்னைக் கண்டா? ஆளைப் பாரு" என்று சிரித்துக் கொண்டே காளி தூண்டிலைத் தண்ணீரில் வீசினான்.

சற்று நேரம் மீன் பிடிப்பு வேலை மௌனமாக நடந்து கொண்டிருந்தது. ஒவ்வொரு தரம் மீன் சிக்கியதும் மங்கா மீனை எடுத்துக் கூடையில் போட்டு விட்டுத் தூண்டிலில் புழுவைக் கோத்துக் கொடுத்துக் கொண்டிருந்தாள். அவளுடைய இந்த ஒத்துழைப்பினால் கூடையில் மீன்கள் மளமளவென்று நிறைந்து கொண்டிருந்தன.

திடீரென்று காளியண்ணன் மௌனத்தைக் கலைத்தான்.

"ஏன் மங்கா, இந்த மாதிரி உன்னாலே எப்படி வர முடிஞ்சது?"

"எப்படி வர முடிஞ்சுதுன்னா? நடந்துதான் வந்தேன்."

உமாசந்திரன்

"அதுக்கில்லே புள்ளே. வீட்டிலே உங்க ஆத்தா உடம்பு முடியாமப் படுத்திருக்கும்போது நீ ஊர் சுத்திக்கிட்டுத் திரியறியே எப்படி?"

"நான் வீட்டிலே உக்கார்ந்து என்ன செய்யணும்? நான் உக்காந்திருக்கறதைப் பார்த்தாலே ஆத்தாவுக்குக் கோவம் வந்திடுது. ஏதாவது தொண தொணன்னு என்னைத் திட்ட ஆரம்பிக்குது. அதைக் கேக்க எனக்குப் பொறுமை இல்லே."

"ஆஸ்பத்திரியிலிருந்து மருந்து வாங்கிக் குடுக்கறேல்லே?"

"முனியாண்டியண்ணன் தான் கீழூர் டாக்டர்கிட்டே சொல்லி மருந்து வாங்கிட்டு வந்து குடுத்தது. இப்ப குணம் தான். நேத்து டாக்டர் அய்யாவே நேரிலே வந்து ஆத்தா உடம்பை ரப்பர்க் குழாயும், அதுவும் இதுவும் வச்சு சோதனை செய்தாரு. ஆத்தாவுக்கு நெஞ்சிலே பலமே இல்லையாம். இனிமே வேலைக்கே போகக் கூடாதுன்னு கண்டிப்பாச் சொல்லிட்டாரு டாக்டரய்யா. அவ்வளவுதான். ஆத்தா அழுவறதுக்குக் கேக்கணுமா? டாக்டரய்யா போனபிறகு ரொம்ப நேரம் வரைக்கும் அழுது க்கிட்டிருந்திச்சு" என்றாள் மங்கா.

கொஞ்ச நேரத்துக்குக் காளியண்ணன் எதுவுமே பேசவில்லை. மௌன யோசனையில் ஆழ்ந்தவனாக மீன் பிடிக்கும் வேலையைச் செய்து கொண்டிருந்தான்.

"மங்கா, ஒண்ணு சொல்லறேன் கேப்பியா?"

"என்ன?"

"ஆத்தாவை அழைச்சிக்கிட்டு எங்க வீட்டுக்கு வந்திடு."

"எதுக்கய்யா?"

"ஆத்தா வேலைக்குப் போகலைன்னா உன்னை யாரு காப்பாத்துவாங்க?"

"அட, நீதான் என்னைக் காப்பாத்திடப் போறயா? உனக்கு என்னய்யா அக்கறை?"

"அக்கறையோடத்தான் பேசறேன் புள்ளே. அதுக்கு வேண்டிய உரிமையையும் தேடிக்கிட முடியும். உன்னை நானே கலியாணம் கட்டிக்கிறேன்."

குத்துக்கல்லில் உட்கார்ந்திருந்த மங்கா சட்டென்று எழுந்தாள்.

"என்னய்யா, பேச்சு எப்படியெப்படியோ போகுது. கையில்லாத ஆளுக்கு கலியாணம் என்னய்யா கலியாணம்!"

முள்ளும் மலரும்

"மங்கா, கையில்லேன்னு இன்னொரு தரம் சொன்னே, வெட்டிப் போடுவேன் வெட்டி."

"வெட்டற ஆளைப்பாரு! பாவம், கையில்லாமே கஷ்டப்பட்டுக்கிட்டிருக்கியேன்னு மீன் பிடிக்கறதிலே ஒத்தாசை செய்ய வந்தால், அதைச் சாக்கு வச்சுக்கிட்டு ஏதேதோ பேச ஆரம்பிக்கிறயே மங்கா ஏமாந்தவன்னு நெனைச்சயா?"

"சீ வாயை மூடு. போனாப் போகுதுன்னு உனக்கு நல்லதைச் சொல்ல வந்தா, என்னமோ எகிறிக் குதிக்கிறியே. ஆத்தாவும் வேலைக்குப் போகாமே, நீயும் ஊர் சுத்திக்கிட்டிருந்தா உங்க பொழைப்பு நடக்கறது எப்படி?"

"ஏன் நடக்காது? ஆத்தா வேலைக்குப் போகாட்டி என்ன? நான் என்ன நொண்டியா, மொடமா? இந்த மங்காவை என்னான்னு நெனைச்சேய்யா? ரெண்டு கையாலேயும் உழைச்சு எங்காத்தாவுக்குச் சோறு போட்டுக் காப்பாத்துவேன். உன்னைப் போலே ஒரு கையை வைச்சுக்கிட்டு ஊரை ஏமாத்திக்கிட்டுத் திரிய மாட்டேன்."

"என்ன சொன்னே?" என்று உக்கிரமாகக் கத்திக் கொண்டே ஒற்றைக் கையை ஊன்றிக் கொண்டு எழுந்தான் காளியண்ணன்.

"போய்யா சரித்தான்! உருட்டி முழுச்சிட்டா ஒத்தக் கையி ரெட்டைக் கையாயிடுமா?" என்று சிரித்தாள் மங்கா.

"உன்னைத் தொலைச்சிடறேன் தொலைச்சு" என்று கறுவிக் கொண்டே காளியண்ணன் கையை நீட்டி அவளை எட்டிப் பிடிக்க முயன்றான்.

விரால் மீனைப்போல் வளைந்து துள்ளி அவன் பிடிக்கு எட்டாமல் ஓடினாள் மங்கா.

சிறிது தூரம் அவளைத் துரத்திச் சென்ற காளியண்ணன் சட்டென்று தூண்டில் கயிற்றைச் சுழற்றி அவளை நோக்கி வீசினான். தூண்டில் முள் குருவிக் கூடாயிருந்த அவள் கூந்தலில் மாட்டிக் கொண்டு அவளை நிறுத்தி இழுத்தது. மங்காவின் திகைப்பு அடங்குவதற்குள் காளியண்ணன் முன்னே பாய்ந்து அவள் கூந்தலைப் பற்றிக் கொண்டான்.

"கை இல்லேன்னு இன்னொரு தரம் சொல்லுவியா?" என்று அவள் கூந்தலைப் பிடித்து உலுக்கினான்.

"சொல்லுவேன், சொல்லுவேன், நூறு தரம் சொல்லுவேன். விடய்யா தலையை!" என்று திமிறிய மங்கா சட்டென்று தலையைத் திருப்பி அவன் கையை வெடுக்கென்று கடித்துவிட்டாள்.

“ஆ” வென்று கத்திக்கொண்டே கூந்தலை விட்டுவிட்டு கையை உதறிய காளி, சட்டென்று குனிந்து தூண்டில் குச்சியைக் கையில் எடுத்துக் கொண்டு, இடமும் வலமும் அந்தக் குச்சியாலேயே அவளை அடிக்க ஆரம்பித்தான்.

“அண்ணே, என்ன இது? ஏன் மங்காவை அடிக்கறே” என்று கேட்டுக்கொண்டே அங்கே ஓடிவந்தாள் வள்ளி.

“அவளையே கேளு” என்று அலட்சியமாகக் கூறிய காளி மீண்டும் மதகுக் கரையில் போய் உட்கார்ந்தான்.

“மங்கா, என்ன நடந்தது?” என்று அவளை அணைத்தவாறு கேட்டாள் வள்ளி.

“ஒண்ணும் நடக்கலே அக்கா. வெறகுக் கட்டையாலே அடி தாங்கற உடம்பு. இது தூண்டில் குச்சி எம்மாத்திரம்“ என்று கூறிச் சிரித்துக் கொண்டே அங்கிருந்து நடக்க ஆரம்பித்தாள் மங்கா.

வள்ளி அவளைத் தொடர்ந்து சென்றாள்.

காளி மறுபடியும் தூண்டிலைத் தண்ணீரில் வீசி மீன் அதைக் கொத்துவதற்காகக் காத்துக் கொண்டு அதிலேயே கவனமா யிருந்தான்.

“காளி, காளி” என்று அழைத்துக் கொண்டே அவனை நோக்கி ஓடி வந்தான் மாயாண்டி...

“தண்ணீரிலிருந்து கண்களை எடுக்காமலே காளி, “என்ன?” என்றான் அதட்டலாக.

“நடக்காத அதிசயம் நடந்திடுச்சு. அங்கி எனக்குச் சாப்பாடு கொண்டு வந்து குடுத்திடுச்சு. பிரமாதமான புலவுச் சோறு. உன்னை விட்டுட்டுத் துன்னப்புடிக்கல்லே. இந்தா” என்று இலையில் எடுத்து வந்த புலவுச் சோற்றை அவனருகே வைத்தான் மாயாண்டி. அந்த அப்பாவியின் சந்தோஷத்தில் பங்கெடுத்துக் கொள்ளும் மனநிலை காளிக்கு அப்போது ஏது? குச்சியாலேயே அந்த இலையைச் சோற்றுடன் தண்ணீரில் தள்ளிவிட்டு மீன்கள் அதைச் சாப்பிடப் போட்டி போட்டுக் கொண்டு நாலா பக்கத்திலிருந்தும் வந்து மொய்ப்பதைப் பார்த்தவாறு உட்கார்ந்திருந்தான்.

மாயாண்டி. திகைப்புடன் விக்கித்துப் போய் நின்றான்.

17

அடுப்படியை அடுத்தாற்போல் தரையில் ஓலைத் தடுக்கைப் போட்டுக் கொண்டு சுவரில் சாய்ந்தவாறு உட்கார்ந்திருந்தாள் வெள்ளாத்தாள். அடுப்பு திகுதிகுவென்று எரிந்து கொண்டிருந்தது. அடுப்பெதிரே உட்கார்ந்து சட்டியில் தவிட்டைப் போட்டு வறுத்துக் கொண்டிருந்த வள்ளியின் சாந்தம் நிறைந்த முகத்தையே வெள்ளாத்தாள் வைத்த கண் வாங்காமல் பார்த்துக் கொண்டிருந்தாள். காய்ந்த சுளுந்துக்குச்சிகள் ஜ்வாலைவிட்டு அடுப்பில் எரிந்து கொண்டிருந்தன. அந்த ஜ்வாலைகள் வள்ளியின் முகத்தில் தவழ விட்டிருந்த ஒளிக் கோலம் வெள்ளாத்தாளின் கண்களுக்கு வள்ளியின் ஒளிமயமான உள்ளத்தையே பிரதிபலிப்பது போல் தோன்றியது.

வறுபட்ட தவிட்டில் மணம் எங்கும் நிரம்ப ஆரம்பித்தவுடன் வள்ளி அந்தத் தவிட்டைக் கீழே விரித்திருந்த ஒரு துணியில் கொட்டினாள்.

"அத்தை முதுகை இந்தப் பக்கமாத் திருப்பிக்கிட்டு உக்காரு. அப்பத்தான் ஒத்தடம் குடுக்கச் சௌகரியமாயிருக்கும்" என்று கூறிக்

கொண்டே வள்ளி துணியோடு சேர்த்து அந்தத் தவிட்டை ஒரு கிழியாக சுருட்டியெடுத்துக் கொண்டு வெள்ளாத்தாளின் முதுகில் ஒத்தடம் கொடுக்க ஆரம்பித்தாள்.

"அப்பாடா, எவ்வளவோ எதமாயிருக்கு வள்ளி, நோவெல்லாம் பறந்து போயிட்ட மாதிரி இருக்கு. என் வேதனையறிஞ்சு இவ்வளவு கருத்தோட எங்க வள்ளியைத் தவிர வேறே யாரு எனக்குச் செய்யப் போறாங்க?" என்றாள் வெள்ளாத்தாள்.

"இதுகூடச் செய்யாட்டி நான் இங்கே வந்துதான் என்ன பிரயோசனம்?" என்றாள் வள்ளி.

"நாள் தவறாமே இங்கே வந்து போறயே, அதைச் சொல்லு. நான் உடம்பு முடியாமே படுத்த நாளிலேருந்து ஒருநாள் கூடக் குறைவைக்காமே என்னைப் பார்க்க வந்திடறே. மனசிலே எவ்வளவு தூரத்துக்குப் பரிவும் பாசமும் நெறைஞ்சிருந்தா அப்படி வரத் தோணும்?" என்றாள் வெள்ளாத்தாள்.

"நீயும் மங்காவும் என்கிட்டே கொஞ்சமாத்தான் பாசம் காட்டறீங்களா?" என்று கூறிக்கொண்டே ஆறிப் போன தவிட்டைத் துணியிலிருந்து சட்டியில் கொட்டினாள் வள்ளி.

மறுபடியும் தவிட்டை வறுப்பதற்காகச் சட்டியை அவள் அடுப்பில் வைக்கப் போன போது வெள்ளாத்தாள் கூறினாள். "போதும் வள்ளி. நோவெல்லாம் விட்டுப் போயிடுச்சு. இனிமே தேவையில்லை. அடுப்பை அணைச்சிடு."

"எதுக்கு அணைக்கணும்? இதிலேயே உலைப் பானையை வச்சிடறேன்" என்று கூறிய வள்ளி உலைப் பானையில் தண்ணீரை ஊற்றி அடுப்பின் மேல் வைத்தாள்.

"இதெல்லாம் எதுக்கு வள்ளி உக்காந்தாப் போலேயே நான் செய்துக்கிடமாட்டேனா?"

"செய்துக்குவே செய்துக்குவே. நேத்துதான் தலைக்கு ஊத்திக் கிட்டுருக்கே. இன்னிக்கு முதுகைப் பிடிச்சுக்கிட்டு அந்த நோவு வேறே. உனக்கு நான் செய்தா கொறைஞ்சா போயிடும்?"

"அதுக்கில்லை வள்ளி. இன்னும் கொஞ்ச நேரம் போனா மங்காவும் வந்திடும். நாங்க ரெண்டு பேரும் சேந்து செய்துக்கிட மாட்டோமா?" என்றாள் வெள்ளாத்தாள்.

"இதோ பாரு அத்தை, மங்காவுக்கு இந்த வேலையெல்லாம் குடுக்கக் கூடாது. இன்னிக்குத்தான் மொத மொதல்லே வேலைக்குப் போயிருக்கு பாவம்."

"பாவமென்ன பாவம். இத்தனை நாளும் நான் உழைச்சு அதை உக்காத்தி வச்சுச் சோறு போடலே? இப்பவாச்சும் அது உடம்பு வணங்கி உழைக்கட்டுமே. வேலை வெட்டியில்லாம் தும்பறுத்த மாடு மாதிரி கத்திக்கிட்டிருந்திச்சில்லே? இனிமேலாவது படிமானமா ஆத்தாவுக்கு ஒத்தாசையாயிருக்கட்டுமே" என்றாள் தாயார்.

ஆனால் வள்ளியின் மனம் மங்காவுக்காகக் கரைந்தது. பவர் ஹவுஸ் பகுதியில் வெள்ளாத்தாள் எந்த வேலையைப் பார்த்து வந்தாளோ அதே வேலையை இப்போது மங்கா ஏற்றுக் கொண்டிருந்தாள் என்றால் சாமானியமா? நாள் முழுதும் இடுப்பொடிய உழைத்தாக வேண்டுமே, "பொறுப்பில்லை, பொறுப்பில்லை" என்று ஆத்தாள் போகவர அவளைக் கரித்துக் கொட்டிக் கொண்டிருந்தாளே! இப்போது அவளுக்கு எப்படி இவ்வளவு பொறுப்புணர்ச்சி வந்தது தனக்காக மட்டுமில்லை, ஆத்தாளை மற்றவர் கையில் காட்டிக் கொடுக்கக்கூடாது என்ற வீராப்புத்தானே அவளை அந்த வேலைக்குப் போக வைத்திருக்கிறது! காளியண்ணனைப் போல் மங்காவுக்கும் ஓர் அண்ணன் இருந்தால் இப்படியெல்லாம் நடந்திருக்குமா?

"ஏன் வள்ளி, காளித்தம்பி இப்ப வழக்கம் போலே வேலைக்குப் போய் வருதில்லே?" என்று கேட்டாள் வெள்ளாத்தாள்.

"போய்க்கிட்டிருக்கு அத்தை. கை போச்சேங்கிற கவலையே அதுக்கில்லை. யாராவது அதைப் பத்திப் பேசினாக் கூட அதுக்குக் கோவம் வந்திடுது."

"என்னமோ வள்ளி, உயிருக்கு வந்தது கையோட போச்சேன்னு மனசைத் தேத்திக்கிட வேண்டியதுதான், காளித் தம்பியைத் சும்மாச் சொன்னாப் போதாது. கை போன பிறகும் அதே வேலையை முன்னைப் போலவே பழுதில்லாமே செய்துகிட்டிருக்கே."

"அது விஷயத்திலே நம்ம குமரய்யாவைத்தான் மனசார வாழ்த்திக்கிட்டிருக்கேன். அந்த அய்யா தான் அண்ணனுக்கு அந்த வேலை நெலைக்கும்படியாகச் செய்தாங்க. ஒத்தைக் கையாலேயே அண்ணன் அந்த வேலையைத் திறமையாச் செய்ய முடியும்னு

உமாசந்திரன்

சிபாரிசு செய்து மேலதிகாரிகளைச் சம்மதிக்க வைத்ததே அந்த அய்யாதான்" என்றாள் வள்ளி, நன்றிப் பெருக்குடன்.

பின்பு ஒரு பெருமூச்சுடன் கூறினாள். "என்ன காரணமோ, இன்னமும் அண்ணனுக்கு அந்த ஐயாவைப் பத்தி நல்ல அபிப்பிராயம் ஏற்படலே. தனக்குக் கைபோனதே அந்த ஐயாவாலேதான்னு இன்னமும் சொல்லிக்கிட்டிருக்கு. எப்ப அந்த ஐயாவைப் பத்திப் பேச்சு வந்தாலும் ஆங்காரத்தோடதான் பேசுது."

"அதிசயமா இருக்கே! அப்படியென்ன ஆங்காரம்? அந்த அய்யாவைப் பத்தி அப்படியெல்லாம் மனசாலே நெனைக்கிறது கூடப் பாவமாச்சே."

"ஆனா அண்ணனுக்கு யாரு எடுத்துச் சொல்றது? எப்படியாவது அதோட மனசு மாறணுமேன்னு நான் கௌரித்தாயை வேண்டிக் கிடாத நாள் கிடையாது" என்றாள் வள்ளி.

உலைப்பானையிலிருந்து கொதி ஓசை வந்தது. அரிசியை அலம்பிப் பானையில் போட்ட வள்ளி குடத்தை எடுத்துக்கொண்டு எழுந்தாள்.

"எங்கே புறப்படறே வள்ளி?"

"குடத்திலே தண்ணி தீந்து போச்சு. அருவித் தடாகத்திலேருந்து எடுத்துக்கிட்டு வந்திடறேன்" என்றாள் வள்ளி.

"உனக்கு ஏன் இந்தத் தொல்லையெல்லாம்?" என்றாள் வெள்ளாத்தாள்.

"தொல்லையா இது" என்று கூறியவாறு வள்ளி அருகில் கரையை நோக்கி நடந்தாள்.

அருவித் தடாகத்தில் தண்ணீர் மொண்டு கொண்டிருந்தபோது மேலே மேம்பாறைக் கசத்தருகேயிருந்து பேச்சுக்குரல் கேட்டதும் வள்ளி நிமிர்ந்து பார்த்தாள். இரு ஆடவரும், ஒரு பெண்ணும் அங்கே நின்று கொண்டிருந்தது தெரிந்தது. பெண் கனகா என்பதையும், ஆடவரில் ஒருவர் குமரன் என்பதையும் வள்ளி பார்த்ததுமே புரிந்து கொண்டாள். கனகாவுக்கு மணமாகித் தன் கணவருடன் வந்திருக்கும் விஷயத்தை மங்கா ஏற்கெனவே அவளுக்குக் கூறி யிருந்தாளாகையால் இன்னொரு ஆடவர்தான் கனகாவின்

கணவராயிருக்க வேண்டும் என்பதையும் அவளால் ஊகிக்க முடிந்தது.

மேம்பாறைக் கசத்துக்கு அவர்கள் ஏன் செல்ல வேண்டும்? பொழுதுபோக்காகச் சுற்றிப் பார்க்கச் சென்றிருந்தாலும் அந்தக் கசம் ஆபத்து நிறைந்ததாயிற்றே? விவரம் தெரியாமல் அந்தக் கசத்திலே இடுப்பளவு தண்ணீர்தான் இருக்கிறதென்று நினைத்து யாராவது இறங்கி விட்டால்... அந்தக் கற்பனையே வள்ளியின் மனத்தில் திகிலை நிரப்பியது.

“ஐயா, ஐயா” என்று உரக்கக் கூவினாள்.

அவள் குரல், மேலே இருப்பவர்களின் செவிகளுக்கு எட்டியதாக தெரியவில்லை .

மேலும் குரலை உயர்த்தி, “ஐயா, உங்களைத் தானே ... இங்கே பாருங்க” என்று கத்தினாள்.

இந்தத் தடவை அவளது அழைப்பு தகுந்த பலனையளித்தது. குமரன் திரும்பிப் பார்த்தான். அருவித் தடாகத்தின் கரையில் வள்ளி நிற்பதைக் கண்டதும் அவனது முகம் மலர்ந்தது. பாறைகளில் தாண்டித் தாண்டி அருவியின் விளிம்பு வரை வந்து நின்றான். “இங்கே என்ன செய்கிறாய் வள்ளி” என்று கேட்டான் உரக்க. அந்தக் கேள்வி அனாவசியம் என்று உணர்ந்ததும், “என்னையா கூப்பிட்டாய்? எதற்கு?” என்றான் தொடர்ந்து.

“அந்தக் கசத்துக்கிட்டே போகாதீங்க. பாக்கத்தான் ஆழமில்லாதது போலத் தோணும். மூணு ஆளைச் சேர்ந்தாப்பலே அமுக்கற ஆழம் அது” என்றாள் வள்ளி.

“எனக்கும் அது தெரியும். வள்ளி. அதைத்தான் இருவருக்கும், விளக்கிச் சொல்லிக் கொண்டிருக்கிறேன்” என்று சிரித்தான் குமரன்.

“நீங்க அங்கே நிக்கறதைப் பார்த்ததும் எனக்குப் பயமாப் போச்சு. உங்களுக்குத் தெரியுமோ தெரியாதோன்னு கூச்சல் போட்டுட்டேன். தப்பாயிருந்தா மன்னிச்சிடுங்க” என்றாள் வள்ளி.

“இதெல்லாம் மன்னிக்க வேண்டிய தப்பில்லே. கொண்டாட வேண்டிய தப்பு” என்று கூறிய குமரன் “சரி சரி, எத்தனை நேரம் குடத்தை இடுப்பில் சுமந்து கொண்டு நிற்கப் போகிறாய்?” என்று கேட்டான். உண்மையில் அவள் அப்படி நின்ற நிலையை எவ்வளவு

உமாசந்திரன்

நேரம் வேண்டுமானாலும் பார்த்துக் கொண்டிருக்கலாமென்று அவனுக்குத் தோன்றியது. சட்டென்று தன்னைச் சமாளித்துக் கொண்டு, "மங்காவின் வீட்டுக்குத்தானே? நானே அவள் தாயாரைப் பார்க்க வருவதாகத்தான் இருக்கிறேன்" என்றான்.

இதற்குள் குமரன் யாருடனோ பேசிக் கொண்டிருப்பதைக் கண்ட கனகா, யாரென்று பார்க்க வேண்டுமென்ற ஆவல் தாங்காமல் அவனருகே வந்து நின்றாள். வள்ளியைப் பார்த்ததும், அவள் முகத்திலிருந்த ஆவல் மறைந்து அலட்சியம் தோன்றியது. துடுக்காக ஏதாவது பேசிவிட அவள் நாவு துடித்தது. ஆனால் வள்ளி முந்திக் கொண்டாள்.

"வணக்கம் அம்மா... நீங்க வந்திருக்கிறதா மங்கா சொல்லிச்சு. உடனே உங்களை வந்து பார்க்க முடியலே. மன்னிச்சுக்குங்க" என்றாள்.

வள்ளியின் இந்தக் கனிவான வார்த்தைகள் கனகாவின் அலட்சியத்தைக் கொஞ்சம் குறைத்தன.

"உன் வீடு வேறு எங்கோ அல்லவா இருக்கிறது? தண்ணீர் எடுப்பதற்கு இவ்வளவு தூரம் வருவானேன்?" என்று கேட்டாள்.

"தண்ணி எங்க வீட்டுக்கு இல்லீங்க. மங்கா வீட்டுக்கு" என்றாள் வள்ளி.

"அதோ இருக்கிறதே அதுதான் மங்காவின் வீடு கனகா" என்றான் குமரன்.

"அந்தக் குடிசையா?"

"நமக்குக் குடிசையாகத் தோன்றுவதுதான் அவர்களுக்கு மாளிகை. மங்காவின் தாயாருக்கு உடம்பு சரியாயில்லை. அதனால்தான் வள்ளி அவர்களுக்கு ஒத்தாசைக்காக வந்திருக்கிறாள்" என்று விவரித்த குமரன், "நான் சொல்வது சரிதானே வள்ளி?" என்று கேட்டான்.

புன்னகையுடன் தலையசைத்த வள்ளி, "நான் போய் வரேனுங்க மறுபடியும் சொல்லி வைக்கறேன். கசத்துக்கிட்டே மட்டும் போகாதீங்க" என்று கூறியவாறு இடுப்பில் ஏந்திய குடத்துடன் அங்கிருந்து நகர்ந்தாள்.

முள்ளும் மலரும்

வள்ளி நடந்து சென்ற அந்த அழகை ரசித்துக் கொண்டு மெய்மறந்து நின்ற குமரனைத் தன் நினைவுக்கு வரச் செய்தன கனகாவின் வெடுக்கென்ற வார்த்தைகள். "இன்னும் எவ்வளவு நேரம் இங்கேயே நிற்க வேண்டும்? அவர் அங்கே காத்துக் கொண்டிருக்கிறாரே!"

சட்டென்று திரும்பிய குமரன், சபேசன் நின்ற இடத்தை நோக்கி நடக்க ஆரம்பித்தான்.

தண்ணீர்க்குடத்துடன் வள்ளி வீட்டு வாயிலை நெருங்கியபோது மங்கா அவளை எதிர்கொண்டாள்.

"நல்ல அக்கா நீ. இதெல்லாம் நீதான் செய்யணுமா?" என்று கேட்டவாறு தண்ணீர்க் குடத்தை வள்ளியின் இடுப்பிலிருந்து தன் கையில் வாங்கிக் கொண்டாள்.

"நீ வேலையிலேருந்து எப்போ வந்தே மங்கா?"

"இப்பத்தான் வந்தேன். என்ன வேலையோ! இடுப்பெல்லாம் விட்டுப் போகுது. ஆனா அதுக்காச்சு எனக்காச்சு. புடிச்சாலும், புடிக்காட்டாலும் செய்யாமே விடப் போறதில்லே" என்று கூறியவாறே மங்கா உள்ளே சென்று குடத்தை ஒரு பக்கமாக வைத்தாள்.

அவள் கூறிய வார்த்தைகள் வெள்ளத்தாளின் காதிலும் விழுந்தன.

"புடிக்கறதென்ன, புடிக்காததென்ன? ஏதோ வேலைன்னு கெடைச்சிருக்கே, அதைச் சொல்லு. இல்லேன்னா உன்னையும் என்னையும் யாரு உக்காத்தி வெச்சுச் சோறு போடுவாங்க" என்றாள்.

"ஏன் ஆத்தா, அந்த அறிவு இருக்கத் தொட்டுத்தான் நான் வேலைக்குப் போறேன். இல்லாட்டி லேசிலே வணங்கக் கூடிய ஒடம்பா என் ஒடம்பு?" என்றாள் மங்கா.

"சொல்லு மங்கா, வேலை ரொம்பக் கஷ்டமாயிருந்திச்சா?" என்றாள் வள்ளி, பரிவு நிறைந்த ஆவலுடன்.

"கஷ்டமில்லாமே? வேலை செய்யாமே இருக்கறதுதான் சொகம். வேலைன்னா கஷ்டம்னுதானே அர்த்தம்!"

"ஏன்? உனக்காவது உடம்பிலே தெம்பு இருக்கு. நான் இத்தனை நாளும் உடம்பிலே தெம்பு கூட இல்லாமத்தானே அந்த வேலையைச் செய்துக்கிட்டிருந்தேன்" என்றாள் வெள்ளாத்தாள்.

"யாரு இல்லேன்னாங்க. அதுக்காக அதையே திரும்பத் திரும்பச் சொல்லிக்கிட்டிருக்கணுமா? இத்தனை நாளும் நீ உழைச்சதுக்குப் பதிலாகத்தான் இனிமே நான் உன்னை உக்காத்தி வெச்சுச் சோறு போடறதுன்னு தீர்மானிச்சுட்டேனே" என்றாள் மங்கா.

"நீ என்ன தீர்மானிக்கிறது? டாக்டரைய்யா சொன்னதைக் கேட்டுக்கிட்டிருந்தேல்லே? ஆத்தா இந்த ஒடம்போட வேலைக்குப் போனா எங்கே செத்துடுவாளோன்னு பயந்து போய்த்தானே நீ வேலைக்குப் போகச் சம்மதிச்சே. எனக்கா தெரியாது?" என்றாள் வெள்ளாத்தாள்.

"அப்படியேதான் வச்சுக்கயேன். யாரு வேண்டாம்னது. எப்படியோ ஒடம்பு வணங்கி வேலைக்குப் போறேனே, அதை நெனைச்சுச் சந்தோசப்படுவியா, என்னமோ."

சோறும் கஞ்சியுமாகப் பொங்கி வழிந்து அடுப்பை அணைத்து விடும் போலிருந்தது. அடுப்பைச் சிறிது தணித்து வள்ளி கொட்டாங்கச்சி அகப்பையால் பானையில் கொதித்துக் கொண்டிருந்த சோற்றைக் கிண்டிக் கொடுத்தாள்.

மங்கா ஒரு பக்கமாகத் தரையில் உட்கார்ந்து கொண்டாள்.

"ஏன் மங்கா, நீ இப்ப வரும்போது அண்ணன் உன்னைப் பார்த்திருக்குமே" என்று கேட்டாள் வள்ளி.

"இப்ப மட்டுமென்ன? காலையிலே வேலைக்குப் போகும்போதும் பாக்கத்தான் பாக்குது. அதுக்கு எம்மேலே எவ்வளவு கோவம்னு உனக்குத் தான் தெரியுமே! காலையிலே லேசிலே என்னை. ட்ராலியில் ஏற விடலே. கடேசி வரையிலே என்னைக் காக்க வச்சு வம்பு குடுத்தது. மொத நாளா இருக்கேன்னு நான் சும்மா விட்டேன். நாளைக்கும் இதே மாதிரி வம்பு குடுக்கட்டும், தெரியும் சேதி" என்றாள் மங்கா.

வள்ளி மௌனமாயிருந்தாள். மங்காவைப் பற்றி அண்ணனின் கோபதாபங்களுக்கெல்லாம் காரணம் என்னவென்று அவளுக்கு

முள்ளும் மலரும்

ஓரளவு புரிந்திருந்தது. ஆனால் மங்காவிடம் அதை எப்படிக் கூற முடியும்?

வெளியே பேச்சுக்குரல் கேட்டது.

"யாரோ இங்கே வராப்பலே இருக்கு" என்றாள் வெள்ளாத்தாள்.

"குமரய்யாவும், அவரைச் சேர்ந்தவங்களும் மேம்பாறைக்கசத்தைப் பாக்க வந்திருந்தாங்க. அந்த அய்யா உன்னோட உடம்பைப் பத்தி விசாரிக்க இங்கே வரதாச் சொன்னாங்க" என்று வெள்ளாத்தாளுக்கு விவரித்த வள்ளி பரபரப்புடன் குடிசை வாயிலை நோக்கிச் சென்றாள்.

"அடியாத்தே, அந்த அய்யாவுக்குத்தான் எவ்வளவு நல்ல மனசு" என்று கூறியவாறு மங்காவும் அவளைத் தொடர்ந்தாள்.

கனகா குடிசைக்கு வர விரும்பாததால் அவளையும் சபேசனையும் அனுப்பிவிட்டு குமரன் மட்டும் குடிசையை நோக்கி வந்து கொண்டிருந்தான்.

"வணக்கம் சார்" என்றாள் மங்கா அவனைப் பார்த்ததும்.

"உன் தாயாருக்கு உடம்பு சுகம்தானா, மங்கா?" என்று கேட்டான் குமரன்.

"யாருக்கு? ஓ, ஆத்தாவுக்குத்தானே கேக்கறீங்க? உடம்பு சொகத்துக்கொண்ணும் கொறைச்சல் இல்லே. ஓடியாடி வேலை செய்யறதுக்குத் தெம்பு இல்லைங்கற கொறைதான் அதுக்கு. ஆனா அதைப்பத்தி இனிமே எதுக்குக் கவலைப்படணும். நான்தான் வேலைக்குப் போக ஆரம்பிச்சிட்டேனே!" என்றாள் மங்கா.

"அப்படியா? அது எனக்குத் தெரியாதே!" என்றான் குமரன்.

"இன்னிக்குத்தான் மொதமொதல்லே வேலையிலே சேந்திருக்கு. கொஞ்ச நேரத்துக்கு முன்னேதான் வேலையிலேருந்து திரும்பி வந்திச்சு" என்றாள் வள்ளி.

"நம்பவே முடியவில்லையே" என்றான் குமரன்.

"எனக்கே நம்பிக்கை ஏற்படலே சார். வேலைன்னா காத தூரம் ஓடறவளாச்சே நானு. இந்த ஒரே நாள்லே எப்படி விழுந்து

விழுந்து உழைச்சிருக்கேன் தெரியுமா? பம்பரம் மாதிரி ஓடியாடி ஒண்ணொண் ணும் எடுத்துக் குடுத்துக்கிட்டிருந்தேன். அப்ப ஒண்ணும் தெரியலே. இப்பதான் ஒடம்பு பூட்டுப் பூட்டா வலிக்க ஆரம்பிச்சிருக்கு" என்று அங்கங்கே எலும்பு மூட்டுக்களைப் பிடித்துவிட்டுக் கொண்டாள் மங்கா.

குமரன் உள்ளே சென்றபோது வெள்ளாத்தாள் எழுந்திருக்க முயன்றாள். ஆனால் குமரன் அவளைக் கையமர்த்தினான்.

"நீங்க எதுக்கு எழுந்திருக்கணும்? அன்று நான் டாக்டருடன் வந்ததற்குப் பிறகு இந்தப் பக்கம் வரவே இல்லையே. அதனால்தான் இப்போது பார்த்துவிட்டுப் போகலாமென்று வந்தேன்" என்றான். .

"ஏதோ உங்க புண்யம்தாங்க. நீங்க கவனம் எடுத்துக்கிட்டிருக் காட்டி என் உடம்பு இவ்வளவு சீக்கிரம் குணமாகி இருக்காதே" என்றாள் வெள்ளாத்தாள்.

"எப்படியும் இன்னும் இரண்டு மூன்று மாதங்களுக்கு நீங்கள் வேலைக்குப் போகக் கூடாது என்று டாக்டர் சொல்லியிருக்கிறார். அதன் பிறகு கூட நீங்கள் ஜாக்கிரதையாக இருக்க வேண்டும். வேலைக்குப் போகலாம் என்று டாக்டர் சொன்னாலொழிய நீங்கள் வேலைக்குப் போவது ஆபத்து" என்றான் குமரன்.

"நீங்க, ஏன் சார் கவலைப்படறீங்க. நான் வேலைக்குப் போக ஆரம்பிச்சிட்டேனில்லே? இனிமே ஆத்தாவாவது வேலைக்குப் போறதாவது சொப்பனத்திலே கூட அது நடக்காது" என்றாள் மங்கா.

அங்கிருந்து தனது மோட்டார் சைக்கிளில் அணைக்கரை வீட்டுக்குப் புறப்பட குமரன் கொஞ்ச தூரம் செல்வதற்குள் காரியாலயத்தில் உடனடியாகக் கவனித்துக் கையெழுத்துப் போட வேண்டிய கடிதம் ஒன்று இருப்பது நினைவுக்கு வரவே தனது வாகனத்தைக் காரியாலயத்தை நோக்கித் திருப்பினான். காரியாலயத்தில் ஒரு மணி நேரம் இருந்து அந்த வேலையைக் கவனித்து முடித்த பிறகுதான் வீட்டுக்குப் புறப்பட்டான்.

அருவிக்கரைப் பாதை வழியே மீண்டும் வந்து மூலைக் கடைத் திருப்பத்தைத் தாண்டி அவன் சிறிது தூரம் சென்றதும் சற்று முன்னால் வள்ளி தனியே நடந்து சென்று கொண்டிருப்பதைப் பார்த்து அவனுக்கு வியப்பு ஏற்பட்டது. வள்ளியும் அதற்குள்

அவனுடைய மோட்டார் சைக்கிளின் ஒலி கேட்டுச் சற்றுத் தயங்கி ஒதுங்கி நின்றாள்.

தனது வாகனத்தின் வேகத்தைக் குறைத்து அவளருகே வந்து நிறுத்தினான் குமரன். "ஏன் வள்ளி, நீ வீடு செல்வதற்குள் நன்றாய் இருட்டி விடுமே. இன்னும் கொஞ்சம் முன்னதாகவே புறப்பட்டிருக்கக் கூடாதா?" என்றான்.

"அங்கே அவங்களுக்குச் சோறாக்கி முடிச்சு வரதுக்குள்ளே நேரமாயிடுச்சு. ஆனா இது பழக்கப்பட்ட வழிதானே, இருட்டினாக் கூடப் பரவாயில்லே" என்றாள் வள்ளி.

பாதையோரமாகச் சிலுசிலுவென்று ஓடிக் கொண்டிருந்த ஓர் ஓடையை அடுத்தாற்போல் இருவரும் நின்று கொண்டிருந்தனர்,

தென்றலின் போதையில் கிறங்குவது போல் அந்தி மெதுவாக மயங்கிக் கொண்டிருந்தது. இனம் புரியாத மலர்களின் இனிய கதம்ப மணம் எங்கும் நிரம்பியிருந்தது. மரங்களிலும் புதர்களிலும் இரவுக்கான ஆதரவைத் தேடி அடையத் துடித்துக் கொண்டிருந்த பறவையினங்கள் பலவித மழலை மொழிகளைத் திசையெங்கும் வாரிச் சிதறிக் கொண்டிருந்தன.

இனத்திலிருந்து பிரிந்து வழி தவறிய ஒற்றைக் குயிலொன்று "குஹ்ஹூ" என்று தனது தேன் குரலில் தீனமாகக் கூவியவாறு இங்குமங்கும் பறந்து கொண்டிருந்தது.

"வள்ளி, நான் ஒன்று கேட்பேன், பதில் சொல்லுவாயா?" என்று கேட்டான் குமரன்.

"என்ன?"

"மேம்பாறைச் கசத்தின் கரையில் நான் நின்றிருந்தபோது நீ ஏன் அப்படிக் கூச்சல் போட்டாய்?"

"நீஞ்சத் தெரியாதவங்க கசத்திலே எறங்கினா ஆபத்தில்லையா?"

"எனக்குத் நீந்தத் தெரியாது என்று உனக்கு எப்படித் தெரியும்?"

"பட்டணத்திலேயே வளந்தவங்களுக்கு நீச்சல் எப்படித் தெரியும்?"

"நான் பட்டணத்திலேயே வளர்ந்தவன் என்று உனக்கு எப்படித் தெரியும்?"

உமாசந்திரன்

"நீங்க அன்னிக்கு உங்க கதையெல்லாம் போலா தாத்தாகிட்டே சொல்லிக்கிட்டிருந்தீங்களே, அதை நான் கேட்டுக்கிட்டுத்தான் அங்கே நின்னிருந்தேன்."

"அப்படியா? என்னைப் பத்தின எல்லாச் சமாசாரமும் உனக்குத் தெரிந்து போயிற்றா?"

"மன்னிச்சுக்குங்க, நான் அதெல்லாம் கேட்டுகிட்டு அங்கே நின்னிருக்கக் கூடாதுதான்" என்று கூறிய வள்ளி சற்று நேரம் மௌனமாயிருந்தாள். பின்பு கூறினாள்.

"சொந்தம்னு சொல்லிக்கிட உங்களுக்கு உலகத்திலே யாருமே கிடையாதுன்னு மொத மொதல்லே உடும்புக் கொட்டகைக்கு வந்திருந்த போது சொன்னீங்களே.. அது கேலிக்குன்னு நெனைச்சேன். ஆனா அது உண்மைன்னு தெரிஞ்சதிலேருந்து."

"தெரிஞ்சதிலிருந்து..."

"ஒண்ணுமில்லே" என்று கூறித் தலையைக் குனிந்து கொண்டாள் வள்ளி.

"நீ நினைத்துக் கொண்டிருப்பது உண்மையில்லை வள்ளி."

"அப்படியானா அன்னிக்கு நீங்க சொன்னது கேலிக்குத்தானே?" என்று கேட்டாள் வள்ளி.

"அது கேலிக்கு இல்லை. உண்மைதான்."

"ஒரே விஷயம் உண்மையாயும், உண்மையில்லாமலும் எப்படி இருக்க முடியும்?"

"அன்று உண்மையாயிருந்தது. இன்று உண்மையாயில்லை. அவ்வளவுதான்" என்றான் குமரன் சிரித்துக் கொண்டே...

"நீங்க படிச்சவங்க, புதிர் போடற மாதிரிப் பேசினா எனக்குப் எப்படிப் புரியும்?"

"இந்தப் புதிரைப் புரிந்து கொண்டால், என் மனத்தைப் புரிந்து கொண்ட மாதிரி" என்று புன்னகையுடன் கூறிய குமரன், "சொந்தம் கொண்டாட எனக்கு இப்போது யாருமே இல்லையா? நீயே சொல்" என்று கேட்டான்.

"உண்மைதான் கனகா! அம்மா, அவங்கண்ணன், அவங்க புருசன் எல்லோரும் உங்க சொந்தம்தானே!"

"அவர்களெல்லோரையும் விடச் சொந்தம் கொண்டாடக் கூடிய ஒரு பெண் இப்போது என் வாழ்வில் தோன்றியிருக்கிறாள்" என்றான் குமரன், அவள் விழிகளில் தனது விழிகளைப் பதித்தவாறு. ஆனால் வள்ளியின் விழிகள் பதற்றத்தால் படபடக்கவில்லை. மாறாக அவற்றில் உவகை நிறைந்த மலர்ச்சி தோன்றியது.

"அப்படியா? ரொம்ப சந்தோசங்க" என்றாள்.

அவளது வெள்ளையுள்ளத்தைக் கண்டு குமரனுக்குச் சிரிப்பு வந்தது.

"அந்தப் பெண் யாரென்று உனக்குத் தெரியாதா வள்ளி."

"நீங்க சொன்னாத்தானே தெரியும்?"

"சொல்லித்தான் தெரிய வேண்டுமா?"

"பின்னே எப்படி சார்?" என்றாள் வள்ளி.

"இன்னும் விளக்கமாகச் சொல்ல வேண்டுமா? இப்போ நான் பேசிக் கொண்டிருப்பதே அவளோடுதானே!'' என்று குமரன் புன்னகையுடன் அவளையே பார்த்தவாறு கூறியதும் வள்ளி அதிர்ந்து போய் நின்றாள்.

"என்னங்க.. நீங்க சொல்றது.."

"உண்மைதான். வள்ளி. உயிருக்கு உயிராக என் உள்ளத்தில் இடம் பெற்றுவிட்டவள் நீயேதான். அன்று சுருளியாற்றில் வெள்ளம் பொங்கி வந்த போது என் உயிருக்காக உன் உயிரையே கொடுக்கத் துணிந்து வந்தாயே, அன்றே உன்னைவிடச் சொந்தம் எனக்கு இந்த உலகத்தில் யாருமே கிடையாதென்று நான் தீர்மானித்துவிட்டேன்."

"இல்லிங்க, இல்லிங்க.. நீங்க எவ்வளவோ பெரியவங்க. நான் உங்க கால் தூசுக்குக் கூடச் சமமாக மாட்டேன். என்னைப் பற்றி அப்படியெல்லாம் சொல்லாதீங்க" என்றாள் வள்ளி, பதட்டத்துடன்.

"வள்ளி, சூரிய வெளிச்சத்தை திரை போட்டு மறைக்க முடியுமா? அதேமாதிரிதான் உண்மையும். சம்பிரதாயத் திரையால் அதை மறைத்து வைக்க முடியாது. நீ அதை எப்படி ஏற்றுக் கொள்வாயோ என்ற அச்சத்தினால்தான் இத்தனை நாளும் அந்த உண்மையை என் உள்ளத்திலேயே பூட்டி வைத்திருந்தேன். இன்று என்னையும் மீறி அது வெளிவந்து விட்டது வள்ளி" என்று குமரன் உணர்ச்சி

உமாசந்திரன்

வேகத்தில் பேசிக் கொண்டு போன போது வள்ளி திகைப்புடன் அவன் முகத்தையே பார்த்துக் கொண்டு நின்றாள்.

சட்டென்று "இல்லிங்க. இது கூடாது. இது சரியில்லே... கொஞ்சம் கூடச் சரியில்லே?" என்று கூறிக்கொண்டே வேகமாக அங்கிருந்து நடக்க ஆரம்பித்தாள்.

அவள் செல்வதையே பார்த்தவாறு அசைவற்று நின்றான் குமரன்.

18

மாயாண்டிக்கு மறுபடியும் உடும்புக் கொட்டகையில் "டூட்டி" செய்ய வேண்டிய நாள். அன்று காலையில் எட்டு மணிக்கு ஆரம்பித்த வேலை ஓய்ச்சல் ஒழிவு இல்லாமல் பத்து மணி வரை இருந்து கொண்டே இருந்தது. பத்து மணிக்குப் பிறகுதான் மாயாண்டி ட்ராலியை நிலையில் கொண்டுவந்து நிறுத்திவிட்டுச் சற்று ஓய்வெடுத்துக் கொள்வதற்காக அத்திமர மேட்டில் வந்து உட்கார்ந்து கொண்டான்.

காளியண்ணனைப் போல் பீடி குடிக்கும் வழக்கம் அவனுக்குக் கிடையாது. காளியின் வழக்கத்தைப் பின்பற்றித்தான் அவன் ஓய்வு கிடைக்கும் நேரத்தில் அத்திமர மேட்டில் உட்கார்ந்து கொள்ளும் வழக்கத்தை மேற்கொண்டிருந்தான். அதுவே அவனுக்குப் பிடித்துப் போய்விட்டது. மலைச்சரிவில் அங்கங்கேயுள்ள பாறை முகடுகளில் மேகக் கூட்டங்கள் மோதித் திரிவதைப் பார்த்துக் கொண்டிருப்பதிலேயே அவனுக்குப் பொழுது போய்விடும்.

அவன் பார்க்க ஆரம்பித்த சில நிமிடங்களுக்குள்ளேயே அந்த மேகக்

கூட்டங்களெல்லாம் சிங்கம், புலி, சிறுத்தை, ஓநாய், நரி என்றெல்லாம் எண்ண முடியாத வனவிலங்குகளாக மாறித் தோற்றமளிக்கும் அவன் கண்களுக்குச் சாதாரண வன விலங்குகள், நரியும் சிங்கமும் மோதிக் கொண்ட மறுகணத்தில் நரி குதிரையாகவும் சிங்கம் காட்டெருமையாகவும் மாறிவிடும். காட்டெருமை பாறையில் மோதிக் கட்டெறும்புக் கூட்டமாகச் சிதறி ஓட ஆரம்பிக்கும். குதிரையும், சிறுத்தையும் மோதிக் கொண்டு இணைபிரியாத இரண்டு கருங்குரங்குகளாக மாறித் துள்ளியோடும். இவ்விதம் அந்த மேக விலங்குகள் காட்டும் விந்தைகளுக்குக் கணக்கே இருக்காது.

இன்று மாயாண்டி அத்திமர மேட்டில் உட்கார்ந்திருந்தபோது ஓர் ஒற்றை மேகம்தான் அந்த மலைச் சரிவில் எங்கோ தொலைவில் இரு குன்றுகளுக்கு நடுவே வழிதவறிய ராட்சஸ வௌவால் போல் தலைகீழாகத் தொங்கிக் கொண்டிருந்தது. வௌவாலின் கால்கள் இரு குன்றுகளையும் கெட்டியாகப் பற்றிக் கொண்டிருந்தன. தலைகீழாகத் தொங்கும் வௌவாலுக்கு இறக்கைகள் குவிந்திருக்குமே. ஆனால் இந்த வௌவால் இறக்கைகளைப் பரப்பியவாறே தொங்கிக் கொண்டிருந்தது. மாயாண்டியின் கவனம் அதில் பதிந்தது. இதென்ன! வௌவாலின் முகம் இப்படியா இருக்கும்? புலியின் முகம் போல் இருக்கிறதே!"

மாயாண்டி கூர்ந்து கவனிப்பதற்குள் அந்தப் புலி முகம் வௌவால் குன்றுகளின் பிடிப்பிலிருந்து கால்களை விடுவித்துக் கொண்டு இறக்கைகளை அடிக்காமலே பறக்க ஆரம்பித்துவிட்டது. இப்போது அது வௌவாலாக இல்லை. பெரிய பருந்தாக மாறியிருந்தது. புலித்தலை ஒரு வெள்ளை முயலாக மாறி ஓட பருந்து முயலைத் துரத்திக் கொண்டு ஓடியது. பருந்து முயலைப் பிடித்து விட்டது. அதே கணத்தில் இரண்டும் சேர்ந்து ஒட்டகச் சிவிங்கியின் வடிவத்தை எடுத்துக் கொண்டு மாயாண்டியை நோக்கியே துள்ளி வருவது போல் வந்தன. மாயாண்டிக்குச் சிரிப்புப் பொங்கியது. ஆனால் மறுகணமே அந்தச் சிரிப்பு அலறலாக மாறும் அளவுக்கு உருமாறி நின்றது. ஒட்டகச் சிவிங்கி, அவன் மனைவி அங்காயியேதான்! வெறும் கையுடன் அல்ல, ஓங்கிப் பிடித்த உலக்கையுடன்!

பயந்து போய் கணநேரம் கண்களை மூடிக் கொண்ட மாயாண்டி மறுபடியும் கண்களைத் திறந்து பார்த்தபோது அங்காயி மறைந்து விட்டிருந்தாள். கிருதா மீசை முனியாண்டி கூனல் நடையுடன் தூரத்திலே ஒரு குன்றைப் பிடிக்கச் சென்று கொண்டிருந்தான். அவன் இருமுவது கூட மாயாண்டியின் காதில் ஒலிப்பது போலிருந்தது.

முள்ளும் மலரும்

"மாயாண்டி..."

திடுக்கிட்டுத் திரும்பிப் பார்த்தான் மாயாண்டி. காளியண்ணன் நின்று கொண்டிருந்தான். மேகம்தான் அந்த உருவில் வந்து நிற்கிறதோ என்று ஒரு கணம் அதிர்ந்த மாயாண்டி கண்களைத் துடைத்துவிட்டுக் கொண்டான்.

"என்ன காளி இன்னிக்கு மதகுக்கரைக்கு மீன் பிடிக்கப் போகலே" என்றான் வியப்புடன்.

"இல்லே. இன்னிக்குப் பவர்ஹவுஸ் பக்கம் போக வேண்டிய வேலை இருக்கு. இப்பச் சும்மாத்தானே உக்காந்திருக்கே. என்னைக் கீழே எறக்கிவிட்டுடு" என்றான் காளி.

மாயாண்டி காளியை வியப்புடன் பார்த்தான். ஆனால் காளியின் பேச்சுக்கு மறுபேச்சுப் பேச அவனுக்குத் துணிவு ஏது?

"சரி, வா காளி. அஞ்சே நிமிஷத்திலே உன்னைக் கீழே எறக்கி விட்டுடறேன்" என்று எழுந்தான்.

"அஞ்சே நிமிஷத்திலேயோ? நீ நினைச்சாலும் முடியாது. ட்ராலி பவர்ஹவுஸ்க்குப் போய்ச் சேரக் கணக்கா இருபது நிமிஷம் பிடிக்கும், தெரியுமில்லே?" என்றான் காளி.

ட்ராலியில் ஏறிக் கொள்வதற்காக உடும்புக் கொட்டகையை அடுத்த சரிவில் இறங்குவதற்கு முன் காளி கேட்டான். "ஏன் மாயாண்டி இன்னிக்கு அந்த மங்காக் குரங்கு வேலைக்குப் போயிருக்கில்லே?"

"போயிருக்கு காளி, காலையிலே எட்டு மணிக்கே சுருக்கா வீட்டிலேருந்து வந்திடுச்சு. அது வாய்க்குப் பயந்து மொத ட்ரிப்பிலேயே அதுக்கு எடத்தைக் குடுத்து அனுப்பிச்சிட்டேன்" என்றான் மாயாண்டி.

"உம்" என்று உறுமிய காளி, 'வேலைக்குப் போகுதாம் வேலைக்கு. அது என்ன வேலை செய்யுதுன்னு நானும் பாத்திடறேன்" என்று முணுமுணுத்தவாறு ட்ராலியில் போய் உட்கார்ந்து மாயாண்டிக்குச் சைகை செய்தான்.

ட்ராலி பவர்ஹவுஸ் நிலையில் போய் நிற்கும் வரை கூட அவனுக்குப் பொறுமையில்லை. ட்ராலி ஓடிக் கொண்டிருக்கும் போதே குதித்துவிடத் துடித்தான். நல்லவேளையாக அந்தச் சமயத்தில் ட்ராலி நிலைக்கு வந்துவிட்ட தகவலை மாயாண்டிக்குத்

தெரிவிக்க வேண்டுமென்ற உணர்வு ஏற்பட்டதால்தான் தன்னைக் கட்டுப்படுத்திக் கொண்டு உட்கார்ந்திருந்தான். ட்ராலி நிலைக்கு வந்ததும், கம்பியைக் கழியால் தொட்டு மாயாண்டிக்குத் தகவல் மணி அடிக்கச் செய்துவிட்டு பவர் ஹவுஸ் வேலைகள் நடந்து கொண்டிருந்த இடத்துக்கு அவன் விரைந்தான்.

பவர் ஹவுஸில் ஏற்கெனவே மூன்று பெரிய மின் யந்திரங்கள் வேலை செய்து கொண்டிருந்தன. மேலும் மூன்று மின் யந்திரங்களை அமைப்பதற்குத் தேவையான கட்டட வேலைகளும் மற்ற வேலைகளும் முறைப்படி அங்கே நடந்து கொண்டிருந்தன. ஏறக்குறைய ஐந்நூறுக்கு மேற்பட்ட தொழிலாளிகள் அந்த வேலைகளில் ஈடுபட்டிருந்தார்கள். எங்கே பார்த்தாலும் தேனீக்கள் போல் உழைத்துக் கொண்டிருந்த அத்தனை பேருக்கிடையே மங்காவை எப்படித் தேடுவது?

பெண் சிற்றாட்களில் மங்காவும் ஒருத்தி என்பதைத் தவிர வேறு எந்தத் தகவலும் காளியண்ணனுக்குத் தெரியாது. வெள்ளாத்தாள் வேலை செய்து கொண்டிருந்த அதே வேலையில்தான் மகளும் சேர்ந்திருக்கிறாள் என்ற விஷயம் மட்டும் அவனுக்குத் தெரிந்திருந்தது. ஆனால் என்ன பயன்? வெள்ளாத்தாள் எந்தப் பகுதியில் வேலை செய்து வந்தாள் என்ற தகவல் அவனுக்குத் தெரிந்திருந்தால் தானே? பெண் சிற்றாட்கள் எல்லோரும் தலையில் சும்மாடு கட்டிக் கொண்டு வேலை செய்தார்களாதலால் யாரைப் பார்த்தாலும் ஒரே மாதிரியாகத்தான் தோற்றமளித்தார்கள்..

. மங்காவை எதற்காக அவன் தேடினான்? அவள் என்ன வேலை செய்தால் அவனுக்கு என்ன? அவள் வேலை செய்வதோ வேலை செய்யாதிருப்பதோ அவள் இஷ்டம். அது விஷயத்தில் தலையிட அவன் யார்? அவன் பேச்சை மங்கா கேட்டுவிடப் போகிறாளா என்ன? ஆனால் இந்தக் கேள்விகளெல்லாம் அவன் மனத்தில் எழவில்லை. உள்ளூர அவனைத் தின்று கொண்டிருந்த வேதனை தாங்காமல்தான் அவன் அன்று அவ்வளவு ஆத்திரத்துடன் புறப்பட்டு வந்திருந்தான்.

உச்சிக் கடவுப் பகுதியிலிருந்து ட்ராலியில் வழக்கமாக வரும் தொழிலாளிகள் ஓரிருவர் காளியண்ணனைப் பார்த்ததும் வியப்புடன், "என்ன அண்ணே, இந்தப் பக்கம்?" என்று நிற்காமலே கேட்டுக் கொண்டு சென்றனர். காளியண்ணனுடைய பதிலை எதிர் பார்த்து நிற்பதற்கு அவர்களுக்குப் பொழுது ஏது? காளியண்ணனும் அவர்களிடம் மங்காவைப் பற்றிக் கேட்க விரும்பவில்லை.

மங்காவைத் தேடித்தான் அவ்வளவு தூரம் வந்ததாகக் காட்டிக் கொள்வதையே அகௌரவமாக அவன் நினைத்தான். மங்கா எங்காவது தென்படுகிறாளா என்று பார்த்துக் கொண்டு அந்தத் தொழிலாளர் கும்பலிடையே அவன் இங்குமங்கும் நடந்து கொண்டிருந்தான்.

“யோவ் ஏன்ய்யா வழியிலே நின்னு வம்பு குடுக்கறே?” என்று ஒரு குரல் அவனை அதட்டியதும்தான் அவன் நிதி கிடைத்தவன் போல் திரும்பிப் பார்த்தான். கூடை நிறைய ஜல்லிக்கற்களைத் தலையில் ஏந்திய ஒரு சிற்றாள் அவனெதிரே நின்று கொண்டிருந் தாள். முகமெல்லாம் தூசி படிந்த நிலையிலும் அவள் மங்காதான் என்பதைப் புரிந்து கொள்ள காளியண்ணனுக்கு நேரம் பிடிக்க வில்லை. அவனது சிவந்த கண்களில் கலக்கம் தோன்றியது.

“மங்கா, கல் சுமக்கற வேலையா நீ இங்கே செய்துக்கிட்டிருக்கே?” என்று கேட்டான்.

“கல் சுமக்காமே? பூவைச் சுமக்கவா சித்தாளுக்குச் சம்பளம் குடுப்பாங்க? சரி சரி எட்டி நில்லு. நான் உன் கூட பேசிக்கிட்டு நிக்கறதைப் பார்த்தா அந்த மேஸ்திரி கூச்சல் போடப் போகுது” என்றாள் மங்கா.

“யாரவன் மேஸ்திரி?” என்றான் காளி சட்டென்று பொங்கிய கோபக் கொதிப்புடன்.

மங்கா சிரித்தாள். “மேஸ்திரியோட மல்லுக்கு நிக்கப் போறயா இப்போ? போய்யா போய்யா. உன் சூரத்தனத்தையெல்லாம் உன்னோட உடும்புக் கொட்டகையோடே வச்சுக்க” என்று கூறியவாறு மங்கா தன் வழியே நடந்தாள்.

ஓரிரு அடிகள் அவளைத் தொடர்ந்து நடக்க ஆரம்பித்த காளி, சட்டென்று மனத்தை மாற்றிக்கொண்டு ஒரு பக்கமாக ஒதுங்கிச் சென்று ஜல்லிக் குவியலுக்கருகே வாகை மர நிழலில் உட்கார்ந்து கொண்டான். ஓர் ஆண் சிற்றாள் மண் வெட்டியால் ஜல்லிக் கற்களை அள்ளி அள்ளிக் கூடைகளில் போட்டுக் கொண்டிருக்க, ஒருவர் பின் ஒருவராக வந்த பெண் சிற்றாட்கள் தாங்கள் கொண்டு வந்த காலிக் கூடையைக் கீழே போட்டுவிட்டு ஜல்லிக்கூடையைத் தூக்கித் தலையில் வைத்துக் கொண்டு சென்று கொண்டிருந்தனர். மங்கா மறுபடியும் அங்கு வந்துதானே தீர வேண்டும்!

அவன் எதிர்பார்த்தது வீண் போகவில்லை. சிறிது நேரத்திற் கெல்லாம் காலிக் கூடையை வீசிக் கொண்டு வந்த மங்கா,

மண்வெட்டி ஆளின் காலடியில் அதை அலட்சியமாக எறிந்துவிட்டு ஜல்லிக் கூடையைத் தூக்கித் தலையில் வைத்துக் கொண்டு திரும்பி னாள். அப்போது அவள் பார்வை காளியண்ணன் மீது விழுந்தது. ஆனால் அவள் நிற்கவில்லை. ஒரு வெட்டு வெட்டுவது போல் முகத்தைத் திருப்பிக் கொண்டு சென்று விட்டாள்.

"மறுபடியும் வரட்டும், பேசிக்கிடறேன்" என்று மனத்திற்குள் நினைத்துக் கொண்டான் காளியண்ணன்.

ஆனால் அதற்குச் சந்தர்ப்பமே கொடுக்காமல் சில நிமிஷங்களுக்குள்ளே சாப்பாட்டுச் சங்கு ஒலித்தது. அவரவர் போட்டது போட்டபடி விட்டுவிட்டு வயிற்றுப் பாட்டைக் கவனிக்க விரைந்தனர்.

வாகை மரத்தடியே தனித்து விடப்பட்ட காளியண்ணன் ஓர் ஆத்திரப் பெருமூச்சுடன் எழுந்தான். அதே சமயம் அவன் மனத்தில் ஒருவிதப் பரபரப்பும் ஏற்பட்டது. மங்காவிடம் மனம் விட்டுப் பேச வேண்டுமென்றால் அதற்கு இதுதான் சரியான சமயம். ஆனால் அவள் எங்கே உட்கார்ந்து சாப்பிடுவாள் என்று அவனுக்குத் தெரியாதே!

மறுபடியும் அவளைத் தேடும் படலத்தைத் துவக்கியாக வேண்டுமே என்ற எரிச்சலுடன் அங்கிருந்து இரண்டடி நடக்க ஆரம்பித்த காளி மறுகணம் அப்படியே ஸ்தம்பித்து நின்று விட்டான். மங்காவே கையில் சாப்பாட்டுப் பாத்திரத்துடன் அவனை நோக்கி வந்து கொண்டிருந்தாள்.

"ஏன் வள்ளியண்ணே ? வாகைமர நிழல் ஒடம்புக்கு ஒத்துக் கலையா? ஏன் எழுந்திட்டே" என்று கேட்டுக் கொண்டே அவனருகே வந்து நின்றாள் அவள்.

"இங்கேயே உட்கார்ந்திருந்தா எப்படி? நீ சாப்பாடு சாப்பிட எங்கேயாவது போய்த் தொலைஞ்சா அப்புறம் உன்னைத் தேடறது கஷ்டமாச்சே!" என்றான் காளி.

"ஏன்ய்யா, உன்னை இங்கே காயக்காய உக்காத்தி வச்சிட்டு நான் வேறே எங்கேயாவது சாப்பிடப் போவேனா?"

"நான் ஒண்ணும் காயக்காய இங்கே வரல்லே. நாயர் கடையிலே நிமிரச் சாப்பிட்டுட்டுத்தான் வந்திருக்கேன்."

"ஆமாம். நாயர் கடையிலே என்ன கிடைக்கும்னு எனக்குத் தெரியாது பாரு" என்று கூறிய மங்கா தூக்குப் பாத்திரத்திலிருந்த

புளியஞ்சோற்றில் பாதியைப் பாத்திரத்து மூடியில் எடுத்து போட்டுக் காளியண்ணனிடம் நீட்டினாள். பின்பு ஏதோ நினைத்துக் கொண்டவள் போல் “வா, மரத்தடியிலே உக்காந்து சாப்பிடலாம்“ என்று மரத்தடியில் போய் உட்கார்ந்து கொண்டாள். அவளெதிரே ஒரு கல்லில் உட்கார்ந்து கொண்டான் காளி.

“சாப்பிடு” என்று சோற்றுத் தட்டை அவனெதிரே வைத்த மங்கா பாத்திரத்திலிருந்து ஒரு பிடிச் சோற்றை அள்ளி எடுத்துக் கொண்டாள்.

காளியண்ணன் ஒன்றும் பேசவில்லை. மௌனமாகத் தன் எதிரே யிருந்த சோற்றில் ஒரு பிடி எடுத்து வாயில் போட்டுக் கொண்டான்.

மங்கா பசி மிகுதியில் பாத்திரத்தில் மிச்சமிருந்த சோற்றை அள்ளி அள்ளிச் சாப்பிட ஆரம்பித்தாள். அவளையே பார்த்துக் கொண்டு உட்கார்ந்திருந்த காளி சட்டென்று மௌனத்தைக் கலைத்தான். “மங்கா, நான் எதுக்கு வந்திருக்கேன்னு நீ கேக்கவே இல்லையே.”

“ஆமாய்யா, கேக்க மறந்திட்டேன். டூட்டி இல்லாத நாளைக்கு நீ மதகுக் கரையிலே மீன் பிடிக்கத்தான போவே. இன்னிக்கு மீனெல்லாம் உன்னைக் கண்டு ஓடிடுச்சா?”

‘கேலியா இருக்கா உனக்கு? எவ்வளவு கோவத்தோட நான் இங்கே வந்திருக்கேன்னு உனக்குத் தெரியாதில்லே.”

“ஆமாம். நீ கோவமாயில்லாமே குணமாயிருந்த நாள்தான் என்னிக்கு?”

“மங்கா, நீ இங்கே வந்து வேலை செய்யறது எனக்குக் கொஞ்சங்கூடப் பிடிக்கலே” என்றான் காளி.

“எனக்கு ரொம்பப் பிடிச்சிருக்கு” என்றாள் மங்கா.

“ஏட்டிக்குப் போட்டி பேசி என் கோவத்தை அதிகப்படுத்தப் போறயா?”

“உன் கோவத்துக்கு நான் பயந்து கிடக்கேன்னு நெனைச்சியா?”

“மங்கா, எம்மனசு எப்படிக் கொதிச்சுக்கிட்டிருக்குன்னு உனக்குத் தெரியாது. என் பேச்சைக் கேக்காமே, என்னைக் கொஞ்சம் கூட மதிக்காமே இந்த வேலைக்கு வந்திருக்கியே, உனக்கு என்ன நெஞ்சழுத்தம் இருக்கணும்.”

“நெஞ்சழுத்தம் இல்லேய்யா, வயித்துப்பசி, ரெண்டு பேர் வயித்துக்கு யாராவது ஒருத்தர் வேலை செய்துதானே ஆகணும்?”

“நீ செய்ய வேண்டிய வேலையா இது?”

“ஏன், புதிசா ஒண்ணும் செய்திடலையே, மாசக் கணக்கா ஆத்தா செய்துக்கிட்டிருந்த வேலைதானே இது?”

“ஆத்தா மாதிரிதானா நீயும்? வயசுப் பொண்ணு இங்கெல்லாம் வந்து வேலை செய்யறதாவது!”

“நான் ஒரு பொண்ணுதானா இங்கே வேலை செய்யறேன்? என்னைப் போல எத்தனையோ பொண்ணுங்க.”

“மத்தப் பொண்ணுகளும் நீயும் ஒண்ணாயிட முடியுமா மங்கா?” என்று காளி உண்மையான கனிவுடன் கூறியதும் மங்கா சிரித்து விட்டாள்.

“ஏன்? எனக்கென்ன தலையிலே கொம்பா முளைச்சிருக்கு?” என்றாள்.

காளியண்ணனுக்குச் சட்டென்று கோபம் வந்தது.

“உனக்குத் தலையிலே ஏதாவது இருந்தா, இதுக்குள்ளே என் மனசைப் புரிஞ்சுக்கிட்டிருப்பே” என்றான்.

“உம் மனசை நான் ஏன் புரிஞ்சுக்கிடணும்?”

காளியண்ணனின் கண்கள் இன்னும் பயங்கரமாகச் சிவந்தன.

“மங்கா, மறுபடியும் மறுபடியும் என் கோவத்தைக் கிளப்பி விடற மாதிரியே பேசிக்கிட்டிருக்கே நீ” என்று சீறினான்.

“நல்ல ஆளய்யா நீ, என்கூடச் சண்டை போடறதுக்குத்தான் வேலை மெனக்கிட்டு உச்சிக்கடவிலிருந்து வந்திருக்கியா?”

“ஆமாம், சண்டை போடத்தான் வந்திருக்கேன். உன்னை வேலை செய்ய வொட்டாமே அடிச்சு தரதரன்னு இழுத்துக்கிட்டுப் போகலே, எம்பேரு காளி இல்லே.”

“அப்படியெல்லாம் சொல்லாதே வள்ளியண்ணே. நீ பேரை மாத்தி வச்சுக்கிட்டா ஒலகம் தவிச்சுப் போயிடுமே” என்று மங்கா போலி பயத்துடன் கண்களை உருட்டிக் கொண்டு கூறியதும் காளியண்ணனின் எரிச்சல் எல்லையை மீறியது.

“சே..சே… சுத்த மோசம். போக்கத்துப் போய் உன் கூடப் பேச வந்தேன் பாரு என் புத்தியைத்தான் செருப்பாலே அடிச்சுக்கிடணும்“ என்று கூறிச் சட்டென்று எழுந்தான்.

முள்ளும் மலரும்

"தட்டிலே போட்ட சோறு அப்படியே இருக்கேய்யா."

"சோறாம் சோறு .. யாருக்கு வேணும் உன் சோறு?' என்று உறுமிக் கொண்டே காளி அங்கிருந்து நடக்க ஆரம்பித்தவுடன் மங்கா, "உனக்கு வேண்டாம்னா நான் சாப்பிட்டுடவா?" என்று கத்தினாள்.

"சாப்பிடு, சாப்பிடு" என்று எரிச்சலுடன் கூறிய காளி வேகமாக அங்கிருந்து நடந்தான். பத்தடி சென்ற பிறகு அவன் திரும்பிப் பார்த்தபோது மங்கா தட்டிலிருந்து சோற்றை அள்ளி அள்ளிச் சாப்பிட்டுக் கொண்டிருந்ததைக் கண்டு அவன் மனத்தில் ஆத்திரம் மூண்டது.

"ஏன்தான் இவ இப்படி இருக்காளோ?" என்று பொடு பொடுத்த வாறு முகத்தைத் திருப்பிக் கொண்டு நடந்தான்.

உண்மையிலேயே அப்போது அவனுக்குப் பசியெடுக்க ஆரம்பித்திருந்தது. ஆனால் தோல்வியை ஒப்புக் கொண்டு உடனே வீட்டுக்குத் திரும்பிவிட அவன் மனம் இடம் கொடுக்கவில்லை. வெற்றியை எதிர்பார்த்து வந்திருந்தானா என்றால் அதுவும் இல்லை. பின் எதற்காக அவன் அங்கேயே சுற்றிக் கொண்டிருக்க வேண்டும்? காலா காலத்தில் வீட்டுக்குத் திரும்பிச் செல்ல வேண்டியதுதானே? ஆனால் அவனுடைய மனக்குரங்கு தன் பிடிவாதத்தை விட்டுக் கொடுக்க மறுத்தது.

மறுபடியும் வேலை ஆரம்பிப்பதற்கான சங்கு ஒலித்தது. அங்கங்கே சிதறிக் கிடந்த தேனீக்கள் மறுபடியும் சுறுசுறுப்படைந்து ஒன்றுகூடி இயங்க ஆரம்பித்தன. மீண்டும் மங்காவின் திசையில் திரும்பிப் பார்த்தான் காளி. தூக்குப் பாத்திரத்தைக் கையில் எடுத்துச் சுழற்றிக் கொண்டு மாங்கா வேலைக்குத் திரும்பிச் சென்று கொண்டிருப்பது தெரிந்ததும் ஒரு பெரு மூச்சுடன் மேலே நடக்க ஆரம்பித்தான்.

பவர்ஹவுஸ் பகுதியிலிருந்து சற்று ஒதுங்கினாற்போல் நிழற் பாங்கான ஒரு சிற்றோடையின் கரையில் ஒரு தகரக் கொட்டகை போட்டுக் கொண்டு சங்கர குருப் நடத்தி வந்த டீக்கடை இருந்தது. பகல் வேலைக்குக் கையோடு சாப்பாடு எடுத்து வர வசதியில்லாத தொழிலாளிகளுக்கு அந்த டீக்கடைதான் பசியாற்றும் அமுதசுரபி யாக இருந்து வந்தது. மற்ற டீக்கடைகளைப் போல் காய்ந்த புரை ரொட்டியையும் பன்னையும் கொடுத்து டீ வியாபாரம் செய்வதோடு சங்கர குருப் திருப்தி அடைந்து விடுவதில்லை. தொழிலாளிகளின் பசியறிந்து அந்த வேளைக்குச் சூடாக ஏதாவது சித்திரான்னமோ, இட்டலியோ, உப்புமாவோ தயார் செய்து வைத்திருப்பான். அந்த

அரை மணி நேரத்தில் அவனுக்கு ஐம்பது ரூபாய்க்குக் குறையாமல் வியாபாரம் ஆனதில் ஆச்சரியம் இல்லை.

கால் இழுத்த போக்கில் நடந்து சென்ற காரியண்ணன் அந்த டீக்கடையை அடைந்தபோது அன்று தயாரான சிற்றுண்டிகளை யெல்லாம் அறவே தீர்ந்துவிட்டிருந்தன. தொழிலாளரின் பசிக்குத் தப்பி அங்கு மிஞ்சியிருந்தவை இரண்டு காய்ந்த பன்களும் ஒரு பழமும்தான். ஆனால் காளியண்ணன் அதைப் பற்றிக் கவலைப்பட வில்லை. சங்கர குருப் அவற்றைத் தட்டில் போட்டுக்கொண்டு வைத்ததும் யந்திரம் போல் அவற்றைச் சாப்பிட்டுத் தீர்த்தான். அடுத்து வந்த டீயையும் அதே போன்று லயிப்பில்லாமலே குடித்து முடித்தான். பின்பு ஒரு மூலையில் சங்கர் குருப் தொங்கவிட்டிருந்த கயிற்றுச் சுருளின் நுனியில் கனிந்து கொண்டிருந்த நெருப்பில் பீடியையும் பற்ற வைத்துக் கொண்டு அதைப் புகைத்தவாறு அங்கேயே ஒரு பெஞ்சியில் உட்கார்ந்திருந்தான்.

இப்போது அவன் மனம் ஓரளவு சாந்தமடைந்திருந்தது. நெடுநேரம் கழித்து நெஞ்சிலேறிய பீடிப்புகை அவனுக்கு இதமாயிருந்தது.

“இருக்கட்டும், அந்த மங்காவைச் சரியானபடி பழி வாங்கறேன்” என்று நினைத்தவாறு எழுந்து மீண்டும் அந்த வாகை மரப் பகுதியை நோக்கிச் சென்றான்...

இப்போது ஜல்லியை வாரிக் கூடைகளில் கொட்டுவதற்கு வேறொரு ஆள் அங்கு வந்துவிட்டிருந்தான். முந்திய ஆளைவிட இவன் சற்று முரட்டு ஆசாமி என்று பார்த்தாலே தெரிந்தது. சிற்றாள் பெண்களிடம் அவன் நடந்து கொண்ட முறையும் எரிச்சலூட்டுவதா யிருந்தது. ஒவ்வொரு கூடையிலும் அதிகப்படியான

ஜல்லிக்கற்களை அள்ளிப் போட்டுச் சிற்றாட்கள் அவற்றைத் தூக்கக் கஷ்டப்படுவதைப் பார்த்துச் சிரித்துக் கொண்டிருந்தான் அந்த ஆசாமி.

‘இருக்கட்டும், மங்காகிட்டேயும் இப்படியே நடந்துக்கிட்டா தகுந்தபடி விசாரிக்கிறேன்’ என்று மனத்தில் கறுவிக் கொண்டான் காளி..

ஆனால் மங்கா வரவே இல்லை. ஜல்லிக் கூடைகளைத் தூக்கிச் செல்வதற்கு வேறு சிற்றாள் பெண்கள் திரும்பத் திரும்ப வந்து போய்க் கொண்டிருந்தார்களே ஒழிய மங்கா வரும் வழியாயில்லை. ஒருவேளை வேறு ஏதாவது பகுதியில் வேலை செய்வதற்கு அவளை அனுப்பி விட்டார்களா என்ன?

மேஸ்திரியைக் கேட்டுத் தெரிந்து கொள்ளலாம் என்ற எண்ணத் துடன் அந்தத் திசையை நோக்கிச் சென்றான். ஜல்லிக் கூடைகளைச்

முள்ளும் மலரும்

சுமந்து சென்ற பெண்கள் இருபது முப்பது கஜ தூரத்திற்கப்பால் அமைக்கப்பட்டிருந்த கலவை யந்திரம் ஒன்றில் ஜல்லியைக் கொட்டி விட்டு வந்து கொண்டிருந்தார்கள். கட்டைச் சுருட்டு ஒன்றைப் பிடித்துக் கொண்டு அங்கு நின்றிருந்த மேஸ்திரியைக் கண்டதுமே காளியண்ணன் புரிந்து கொண்டான். நாலைந்து வருஷங்களுக்கு முன்னால் சுருளியாற்றில் அணைக்கட்டு வேலை நடந்து கொண்டிருந்தபோது இதே மேஸ்திரி அங்கே சாதாரணக் கொல்லத்து மேஸ்திரியாகத்தான் அங்கு வந்து சேர்ந்திருந்தார். இப்போது பதவியும் வருமானமும் உயர்ந்து விட்டன என்பதை அவர் அணிந்திருந்த வெள்ளைச் சட்டையும் கைவிரல்களில் டால் வீசிய மோதிரங்களும் பறை சாற்றின.

மேஸ்திரி அவனைப் புரிந்து கொள்ளவில்லை. "யாரய்யா.. என்ன வேணும்?" என்றார் அவனைப் பார்த்ததும்.

"இங்கே மங்கான்னு ஒரு சித்தாள் பொண்ணு..." அதைக் கூறுவதற்கே அவனுக்குக் கஷ்டமாயிருந்தது.

"யாரு? வெடுக்கு வெடுக்குன்னு துடுக்குத்தனமாப் பேசுமே அந்தப் பொண்ணுதானே? அவங்க ஆத்தாவுக்காக தான் அதை வேலையிலே சேத்துக்கிட்டேன். அது என்னடான்னா நம்மை நட்டாத்திலே நிறுத்திடும் போலேருக்கு."

"என்ன நடந்திருச்சு?"

"ஒண்ணும் நடக்கலே. சாப்பாட்டு நேரம் வரைக்கும் ஒழுங்காத் தான் வேலை செய்துக்கிட்டிருந்திச்சு. அதுக்கப்புறம் என்ன நெனைச்சுக்கிட்டுதோ, தெரியலே. அரை நாள் லீவு வேணும்னு அடிக்க வராப்பலே கேட்டுது. குடுக்க முடியாதுன்னு சொன்னேன். லீவு குடுக்கலேன்னா வேலையிலேர்ந்தே நின்னுக்குவேன்னு பயம் காட்டிச்சு. நின்னா நிக்கட்டுமே, நமக்கா நட்டம்? ஆனா அது அறியாத பொண்ணு, ஆத்தா வேலைக்கு வர முடியாமத்தானே அது வந்திருக்கு. பாவம், அது மொறைக்கற மாதிரியே நாமும் முறைச்சுக்கிட்டா எப்படி? கொஞ்ச நாளைக்கு விட்டுப் பிடிக்க வேண்டியதுதானே. சரி போய்த் தொலைன்னு லீவு கொடுத்து அனுப்பிட்டேன்" என்று சளசளவென்று நிறுத்தாமல் பேசிய அந்த மேஸ்திரி அதற்குள் அணைந்து விட்டிருந்த சுருட்டை மீண்டும் பற்ற வைப்பதில் முனைந்தார்.

காளி அதற்கு மேலும் அங்கே நிற்கவில்லை. மனத்தில் துளிர்விட்ட நம்பிக்கையுடன் வேகமாக அங்கிருந்து நடந்தான்.

19

மங்கா, மேஸ்திரியிடம் அரை நாள் லீவு வேண்டுமென்று பிடிவாதமாகக் கேட்டு வாங்கிக் கொண்டாளே ஒழிய நேரே வீட்டுக்குப் போய் விடவில்லை.

உண்மையில் அன்று லீவு வாங்கிக் கொள்ள வேண்டுமென்ற எண்ணமே முதலில் அவளுக்குக் கிடையாது.

சாப்பாட்டு நேர முடிவைக் குறிக்கும் சங்கு ஒலித்ததுமே அவள் மறுபடியும் தன்னை வேலைக்கு ஆயத்தப்படுத்திக் கொண்டு தான் சென்றாள். சாப்பாட்டுப் பாத்திரத்தை அதற்குரிய இடத்தில் வைத்துவிட்டுத் தலையில் சும்மாடு கட்டிக் கொண்டு கையில் பிடித்த காலிக் கூடையுடன் அவள் ஜல்லியைச் சுமந்து வரப் புறப்பட்டு விட்டாள்.

இரண்டு மூன்று கூடைகள் ஜல்லியைச் சுமந்து வந்து கலவை யந்திரத்தில் கொட்டவும் கொட்டினாள்.

முள்ளும் மலரும்

அடுத்த நடைக்காக அவள் சென்று கொண்டிருக்கும் போது நடுவழியில் இன்னொரு பெண் சிற்றாள் அவளை நிறுத்தி வைத்துப் பேச்சுக் கொடுத்தாள்.

"ஏன் மங்கா, உன் கூட மரத்தடியிலே உக்காந்து பேசிக் கிட்டிருந்தாரே, ஒத்தக்கை ஆளு.. உச்சிக்கடவுலே ட்ராலி ஓட்டற ஆளுதானே அவரு?" என்று கேட்டாள்.

"ஆமாம்... அதுக்கென்ன?"

"ஒண்ணுமில்லே, அவருக்குக் கை போயிடுச்சுங்கற சமாசாரத்தை நான் கேள்விப்பட்டிருக்கேன். இவருக்குக் கையில்லாததைப் பார்த்ததும் சந்தேகம் தட்டிச்சு."

"இப்ப சந்தேகம் தீர்ந்திடுச்சில்லே?" என்றாள் மங்கா.

"அது சரி, அவருக்கு நீ சாப்பாடு ஒண்ணும் குடுக்கலியா? ஓடைக்கரை டீக்கடையிலே உக்காந்து அங்கே மிச்சம் மீந்தது எதையோ சாப்பிட்டுக்கிட்டிருந்தாரே?" என்றாள் அந்த சிற்றாள்.

"அப்படியா? அங்கே போய் ஏன் சாப்பிடுது? இந் நேரம் வீட்டுக்குப் போயிருக்கும்னு நெனைச்சேனே."

"ஒரு வேளை உனக்கு வேலை முடியற வரையிலே இங்கேயே சுத்திக் கிட்டிருக்கணும்னு திட்டம் போட்டிருக்காரோ என்னவோ?" என்று கண்ணைச் சிமிட்டியவாறு அந்தச் சிற்றாள் தலைச்சுமையுடன் அங்கிருந்து நடந்தாள்.

மங்காவுக்கு ஆத்திரம் ஆத்திரமாக வந்தது. காளியண்ணன் எதற்காக அங்கேயே சுற்றிக் கொண்டிருக்க வேண்டும்? மாலையில் அவளுக்கு வேலை முடிந்து வீட்டுக்குப் போகும் சமயத்தில் அவளுடன் வந்து வம்பு கொடுத்தால் தொந்தரவாயிற்றே? மற்றவர்களைப் பற்றி அவளுக்கு லட்சியமில்லையென்றாலும் நாலு பேர் எதிரில் வீண் தகராறு எதற்காக?

அவள் வேலை செய்து கொண்டிருக்கிறாள் என்று காளியண்ணன் நினைத்துக் கொண்டிருந்த போதே அவனுக்கு டிமிக்கி கொடுத்து விட்டுப் போய்விட்டால் என்ன? மாலையில் காளியண்ணனுக்கு அதனால் ஏற்படும் ஏமாற்றத்தை நினைத்துப் பார்த்து மங்காவுக்குச் சிரிப்பாக வந்தது. எல்லோரும் வீட்டுக்குத் திரும்பிச் செல்லும்போது

உமாசந்திரன்

காளியண்ணன் மூலைக்கு மூலை அவளைத் தேடித் திரிவான். அவளை எங்கும் காணவில்லையென்றதும் அவனுக்குக் கோபம் கோபமாக வரும். எரிச்சலும் புடைச்சலுமாக உச்சிக்கடவுக்குத் திரும்பி வருவான். அவளைப் பழிவாங்குவதற்காக அவளுடைய குடிசைக்கே அவளைத் தேடி வந்தாலும் வருவான். வரட்டுமே, அவளுக்கென்ன பயமா?

அரை நாளுக்கு லீவு எடுத்துக் கொள்ளலாமா என்ற எண்ணம் அப்போதுதான் அவள் மனத்தில் தோன்றியது. ஜல்லி அள்ளிப் போடும் ஆள் வேறு அந்த எண்ணத்தை வலுப்படுத்துவது போல் நடந்து கொண்டான். அவள் தூக்க வேண்டிய கூடையில் விளிம்பு வரை அவன் ஜல்லியை அள்ளிக் கொட்டியதைப் பார்த்தபோது மங்காவுக்குக் கோபம் வந்தது.

"இவ்வளவு அள்ளிப் போட்டா என்னாலே தூக்க முடியாதய்யா, பாதி எடுத்திடு."

"சம்பளம் பாதி குடுத்தா வாங்கிப்பியா?"

"ஏய்யா, நீதான் எனக்குப் படியளக்கறியா? சொன்னா எடுக்க வேண்டியதுதானே?"

"எடுக்க முடியாது."

"நீ எடுக்காட்டி நான் கொட்டிக்கறேன்" என்று கூடையைச் சரித்து பாதி ஜல்லியைக் கொட்டப் போனாள் மங்கா.

அந்த ஆள் கூடையின் மறுபக்கத்தைப் பிடித்துக் கொண்டான்.

"கொட்டக் கூடாது. நான் அள்ளிப் போடறதை அப்படியே தூக்கிக் கிட்டுப் போகணும்."

"அதிகாரம் தூள் பறக்குதே, நீயே மேஸ்திரின்னு நெனைச்சுக் கிட்டாயா?"

"மேஸ்திரிதான் சொல்லியனுப்பிச்சாரு. இத்தனை ஆளுங்க குறுக்கும் நெடுக்கும் நடந்தும் மெஷினுக்கு ஜல்லி ஒழுங்கா வந்து சேரலேன்னு திட்டறாரு"

"அவரு என்ன வேணும்னாலும் திட்டட்டும். இவ்வளவு ஜல்லி என்னாலே தூக்க முடியாது. அவ்வளவுதான்."

முள்ளும் மலரும்

"இதெல்லாம் என்கிட்டே சொல்லி பிரயோசனமில்லே மேஸ்திரி கிட்டே போய்ச் சொல்லிக்க."

"சொல்லிக்கறேன், சொல்லிக்கறேன். உன்னைப் போலே மேஸ்திரிக்குக் கொடை பிடிக்கற நாலு ஆளுங்க இருந்திட்டா உருப்பட்டுப் போயிடும்" என்று முணுமுணுத்தவாறு மேஸ்திரியிடம் சென்றாள் மங்கா.

"இந்தப் பாருங்கய்யா, இந்த ஜல்லி தூக்கற வேலையை எனக்குக் குடுக்காதீங்க, வேறே எந்த வேலையாச்சும் குடுங்க."

"அதெல்லாம் உன் இஷ்டமா? நாங்க குடுக்கற வேலையைத்தான் நீ செய்யணும்."

"வேலை செய்யத்தானேய்யா வந்திருக்கோம். அதுக்காக ஒரே நாள்லே இடுப்பை ஒடிச்சு அனுப்பிட்டா மறுநாளைக்கு வேலைக்கு வர வேண்டாமா?" என்றாள் மங்கா.

"ஜல்லி கொட்டற வேலையைத் தவிர வேறே வேலை கைவசம் கிடையாதே இப்போ."

"அந்த ஆளையாவது மாத்தித் தொலையுங்க. அவன்கூட என்னாலே மல்லுக்கு நிக்க முடியாது."

மங்காவின் வார்த்தைகளை மேஸ்திரி வேறுவிதமாகப் புரிந்து கொண்டார்.

"இதோ பாரம்மா. இந்த வேலைக்குன்னு வந்திட்டா இதெல்லாம் பாத்தா முடியாது. ஒவ்வொருத்தன் ஒவ்வொரு மாதிரித்தான் இருப்பான். ஆளுக்குத் தகுந்த மாதிரி நீதான் சாமர்த்தியமா நடந்திக்கிடணும். தெரியுதா?" என்று சிரித்தார் மேஸ்திரி.

"அந்த சாமர்த்தியமெல்லாம் எனக்கு வராதய்யா. ஒண்ணு வேறே வேலை குடுங்க, இல்லாட்டி அரை நாள் லீவு குடுங்க."

"என்ன புள்ளே விவரம் தெரியாம பேசறே? கேக்கறவங்களுக்கெல்லாம் லீவு குடுத்து அனுப்பிக்கிட்டிருந்தா எங்க வேலை நடந்தாப்போலேதான்" என்று கூறியவாறே சுருட்டைப் பற்ற வைத்தார் மேஸ்திரி.

"இதோ பாருங்கய்யா, அந்த ஆளு அங்கே இருக்கிற வரையிலே எனக்கு வேலை செய்யப் புடிக்காது. ஏதோ மரியாதைக்காக உங்க

கிட்டே லீவு கேக்கறேன். குடுத்தா குடுங்க, இல்லாட்டி நானே எடுத்துக்கிட்டுப் போயிடுவேன். நாளையிலேர்ந்து வேலைக்கு வராதேன்னு சொல்லப் போறீங்க. அவ்வளவுதானே. இந்த வேலை இல்லாட்டி இன்னொரு வேலை" என்று கூறிய மங்கா, தலைச் சும்மாட்டை அவிழ்த்து உதறிப் போட்டுக் கொண்டாள்.

மங்காவின் பேச்சைக் கேட்டு மேஸ்திரிக்குப் கோபம் வரவில்லை. சிரிப்புதான் வந்தது. வாழ்க்கையில் அடிபட்ட ஆள். அன்பும், அனுதாபமும் அவர் நெஞ்சிலிருந்து ஒரேயடியாக வறண்டு போய் விடவில்லை.

வெள்ளாத்தாள் அவரிடம் வேலை செய்து கொண்டிருந்தபோது தன் மகளைப் பற்றிக் குறைப்பட்டுக் கொண்டு அடிக்கடி அவரிடம் அங்கலாய்த்திருக்கிறாள். அவள் விவரித்ததிலிருந்து உடம்பு வணங்கி வேலை செய்வதறியாத பெண் என்றுதான் அவர் மங்காவைப் பற்றி நினைத்துக் கொண்டிருந்தார். ஆனால் மங்கா வேலையில் வந்து சேர்ந்த பிறகு அவர் அந்த அபிப்ராயத்தை அடியோடு மாற்றிக் கொள்ளும்படி ஆகிவிட்டது.

மற்ற எல்லாச் சிற்றாட்களையும் விட மங்காதான் ஒரு நிமிஷம் கூட வீணாக்காமல் உடம்பு வணங்கி உழைத்தாள் என்பதை அவர் நேரில் காண முடிந்தது. அவளுடைய வஞ்சனையற்ற உழைப்பை இழந்துவிட அவர் மனம் இணங்கவில்லை. அப்போதைக்கு விட்டுப் பிடிப்பதுதான் புத்திசாலித்தனம் என்று தீர்மானித்தார்.

ஆனால் மங்கா அவருடைய அனுமதிக்காகக் காத்திருக்கவில்லை. சாப்பாட்டுப் பாத்திரத்தைக் கையில் எடுத்துக் கொண்டு புறப்படத் தயாராகிவிட்டாள்.

மேஸ்திரி சுருட்டைப் புகைத்து கொண்டே அ்வளருகே வந்தார். "மங்கா, நீ என் பொண்ணு மாதிரி. உங்காத்தா உன்னைப் பற்றி நிறையச் சொல்லியிருக்கா. அறியாத பொண்ணுதானே, அனுபவம் பத்தலே. உனக்கு எல்லாம் போகப் போகச் சரியாயிடும். இன்னிக்கு மனசு புடிக்கலேன்னா பரவாயில்லை. அதுக்காக நாளைக்கு மட்டம் போட்டுடாதே. ஒழுங்கா வேலைக்கு வந்திடு" என்றார்.

"இருக்கட்டும். அந்தப் பழனிப்பயலைச் சரியானபடி கண்டிச்சு வைக்கறேன்'' என்று மனத்தில் நினைத்துக் கொண்டார் அதே சமயம்.

அப்போதைக்கு வேலையிலிருந்து விடுதலை பெற்றுச் செல்ல வேண்டுமென்ற பிடிவாதத்தை மங்கா நிறைவேற்றிக் கொண்டாளே ஒழிய அதன்பிறகு நேரத்தை எப்படிச் செலவிடுவது என்று அவளுக்குத் தெரியவில்லை. அப்போதே வீட்டுக்குச் சென்றுவிட அவள் விரும்பவில்லை. இவ்வளவு சீக்கிரம் வீட்டுக்குப் போய்த்தான் என்ன செய்ய?

தவிரவும், ஆத்தாளின் கேள்விகளுக்கு யார் பதில் சொல்லிக் கொண்டிருப்பது? லீவு எடுத்துக்கொண்டு வந்தேன் என்று சொன்னால் குடிமுழுகிப் போய்விட்ட மாதிரிக் கூச்சல் போட ஆரம்பிப்பாளே ஆத்தாள்!

ஒரு வாரமாகத் தானாக விதித்துக் கொண்ட கட்டுப்பாட்டுக்கு உட்பட்டு இயங்கி வந்த அவள் உள்ளம் திடீரென்று விட்டு விடுதலையாகி விண்ணுயரப் பறப்பது போன்ற உணர்வைப் பெற்றது.

ஆத்தாளுக்கு உடம்பு சரியாயிருந்த நாட்களில் அவள் மனத்தில் பொங்கித் ததும்பிக் கொண்டிருந்த பொறுப்பற்ற பூரிப்பு மீண்டும் திரும்பி விட்டது போல் அவளுக்குத் தோன்றியது. ஒரு வாரமாக அவளுக்குப் பழக்கப்பட்டுப் போயிருந்த பல்வேறு யந்திரங்களின் ஒலிகளும், தொழிலாளர் கும்பலின் கூச்சலும், சிமெண்ட் நெடியுடன் கூடிய புழுதியும், தூசியும் திடீரென்று அவள் மனத்தில் தாங்க முடியாத எரிச்சலைக் கிளப்பி விட்டன. அவற்றிலிருந்து விலகி நெடுந்தூரம் செல்ல வேண்டுமென்ற துடிப்புடன் வேகமாக நடந்தாள்.

சுருளியாற்றுப் படுகையை ஒட்டினாற் போலிருந்த சமதரைப் பகுதியொன்றில் பவர்ஹவுஸ் அமைந்திருந்தது. பென்ஸ்டாக் குழாய்களில் பாய்ந்து வந்த தண்ணீர், பவர் ஹவுசிலுள்ள மின் யந்திரங்களை இயக்குவதற்குப் பயன்பட்ட பிறகு சுருளியாற்றுப் படுகையில் போய்க் கலந்திருந்தது. அதன்பிறகு சுருளியாறு சிறையிலிருந்து விடுபட்ட கைதியைப் போன்ற களிப்புடன் பாறைகளினூடே துள்ளிக் குதித்துச் சென்று கொண்டிருந்தது.

ஆற்றுத் தண்ணீரின் அந்தத் துள்ளலை ரசித்தவாறு கரையோர மாக நடந்து சென்றாள் மங்கா. ஆனால் ஆற்றின் இந்தத் துள்ளல் கொஞ்ச தூரத்துக்குத்தான் இருந்தது. அதன்பிறகு அந்த ஆறு அடக்கம் நிறைந்த அமைதியுடன் நிதானமாகச் செல்ல

உமாசந்திரன்

ஆரம்பித்திருந்தது, கரையிலும் நிழல் தரும் மரங்கள் நெருங்கித் தோன்ற ஆரம்பித்திருந்தன.

ஓரிடத்தில் கரை சற்று மேடாக உயர்ந்து அப்பால் தணிந்து சென்றிருந்தது. அந்த மேட்டின் உச்சியை அடைந்த மங்கா அதற்கப்பால் தெரிந்த கண்கொள்ளாக் காட்சியைக் கண்டதும், அப்படியே சொக்கிப் போய்விட்டாள்.

கிண்ணம் போன்று அமைந்திருந்த பள்ளத்தாக்கு அது. அடுக்கடுக்காக தேவதாரு மரங்கள் அந்தக் கிண்ணத்தின் விளிம்பி லிருந்து மையத்திலிருந்து ஒரு சிறிய ஏரியின் விளிம்பு வரை ஒரே ஒழுங்காக வளர்ந்திருந்தன. ஏரியிலிருந்து பிரிந்து சென்ற ஒரு சிற்றோடை கிண்ணத்தின் வலப்புறத்திலிருந்து ஒரு சிறிய பிளவு வழியே சுருளியாற்றில் சென்று கலந்து கொண்டிருந்தது. ஏரியின் கரை நெடுகிலும் வண்ண வண்ண மலர்களைத் தாங்கிய வகை வகையான செடி கொடிகள், ஏரியின் நீரிலும் அங்கங்கே பச்சையும், நீலமும், சிவப்புமாக வாரிச் சிதறியது போல் பூத்துப் படர்ந்திருந்த நீர்ப் பூண்டுகள். அவற்றின் இடையிடையே வெள்ளை வெளேரென்று ஒயிலாக நின்றிருந்த நாரைக் கூட்டங்கள்.

இவ்வளவு அழகு இங்கே கொட்டிக் கிடப்பது யாருக்குமே தெரியாதா? மனிதச் சுவடே படாத மாதிரியல்லவா காட்சியளிக்கிறது இந்த இடம். பவர்ஹவுஸ் பகுதியில் வேலை செய்பவர்களுக்கு அந்தச் சந்தடிகளையும், தும்பு தூசிகளையும் விட்டு இம்மாதிரி ஓரிடத்துக்கு வர வேண்டுமென்றே தோன்றவில்லை போலிருக்கிறது. ஆனால் வேலை வேலையென்று எப்போதும் மாய்ந்து கொண்டிருப்பவர்களுக்கு இங்கெல்லாம் வருவதற்குப் பொழுது ஏது?

அந்த ஏரியில் அமிழ்ந்து குளிக்க வேண்டும் போலிருந்தது மங்காவுக்கு. ஆசை தீரக் குளித்துவிட்டுத் துணிகளையெல்லாம் அழுக்குப் போகக் கசக்கி அலசி உலர்த்திக் கொண்டு அந்த ஏரியைச் சுற்றியவாறு மாலை நேரம் வரை பொழுதைப் போக்கிவிட வேண்டும் என்று அவள் நினைத்தாள்.

பள்ளத்தாக்கின் சரிவில் இறங்கி, ஏரிக்கரையை அவள் நெருங்கியதுமே கரையோரமாக நின்றிருந்த நாலைந்து நாரைகள் விசுக்கென்று அங்கிருந்து பறந்து சிறிது தூரம் எட்டிப் போய் நின்று கொண்டன.

மங்கா சிரித்தாள். "ஏன் அப்படிப் பயந்து ஓடறீங்க? உங்களைக் கடிச்சா தின்னு போடுவேன்? வெள்ளை வெளேர்ன்னு இவ்வளவு அழகாயிருக்கீங்களே. உங்களைக் கழுத்தோட சேத்து அணைச்சுக் கிட்டு கொஞ்சணும் போல ஆசையாயிருக்கு. ஆனா நீங்க என்கிட்டே எங்கே வரப்போறீங்க" என்று அவற்றைப் பார்த்துக் கூறிக் கொண்டே தண்ணீரில் இறங்கினாள்.

ஜில்லென்று குளிர்ந்திருந்த அந்த மலைத் தண்ணீர் பகல் முழுவதும் உழைத்துக் களைத்துப் போயிருந்த அவளது உடம்புக்கு இதமா யிருந்தது. அந்தத் தண்ணீரை விட்டு வெளியே வர மனமில்லாமல் அதிலேயே அமிழ்ந்தவாறு கரையையொட்டினாற்போலவே சுற்றிச் சுற்றி வந்து கொண்டிருந்தாள்.

நாரைகள் பயத்தை மறந்து அவளது கைக்கெட்டினாற் போலவே வந்து நிற்க ஆரம்பித்தன. அவற்றின் கழுத்தைப் பிடித்து விடுவது போல் மங்கா கையை நீட்டியதும் அவை பயந்து அலறிக் கொண்டு ஓடின. சிரித்துக் கொண்டே அவற்றின் மீது தண்ணீரை வாரிஅடித்தாள் மங்கா.

நெடுநேரம் இவ்வாறு விளையாடிய பிறகு மங்கா தண்ணீரை விட்டுக் கரைக்கு வந்து கரையில் காயப் போட்டிருந்த துணிகளை எடுத்து உடுத்திக் கொண்டாள். குளிக்கும் போது மேலே சுற்றிக் கொண்டிருந்த சும்மாட்டுத் துணியை நன்றாக அலசிக் கரையில் காயப்போட்டு விட்டு அருகேயே ஒரு புல் மேட்டில் உட்கார்ந்து கொண்ட நேரத்தில்...

"மங்கா."

காளியண்ணன் அவளெதிரே நின்று கொண்டிருந்தான்.

"இங்கே வந்து குளிக்கறதுக்காகத்தான் வேலைக்கு லீவு போட்டாயா?"

"லீவு போட்டது குளிக்கறதுக்காக இல்லே. உனக்கு டிமிக்கி குடுக்கறதுக்காக."

"என்ன பிரயோசனம் டிமிக்கி குடுக்க முடிஞ்சுதா உன்னாலே?" என்று சிரித்தான் காளி.

"இந்த எடத்துக்கு நான் வந்திருக்கேன்னு உனக்கு எப்படித் தெரிஞ்சுதய்யா?"

உமாசந்திரன்

"நீ லீவு எடுத்தாலும் வீட்டுக்குப் போகாம இங்கேயே தான் சுத்திக்கிட்டிருப்பேன்னு எனக்கு நல்லாத் தெரியும். உன்னைத்தான் நான் அளந்து வச்சிருக்கேனே. உன் மனசு இப்படித்தான் வேலை செய்யும்னு எனக்கா தெரியாது?"

"என்னமோ என் மனசுக்குள்ளே புகுந்து பாத்த மாதிரி பேசிக் கிடறியே. உன்னைப் பத்தி நான் என்ன நெனைக்கறேன்னு சொல்லு பார்க்கலாம்" என்றாள் மங்கா சிரித்துக் கொண்டே.

"நான் சொல்லணுமா என்ன? நீயே எத்தனையோ தரம் நேருக்கு நேர் சொல்லியிருக்கியே. மனசிலே ஒண்ணு வாயிலே ஒண்ணுங்கற பேச்சே உன்கிட்டே கிடையாதே?"

"தெரிஞ்சிருக்கில்லே? பின்னே ஏனய்யா என்னையே தொரத்தித் தொரத்தி வந்துக்கிட்டிருக்கே?"

"நான் ஒண்ணும் உன்னைத் தொரத்திக்கிட்டு இங்கே வரலே. எனக்குக் குளிக்கணும் போல இருந்திச்சு. அதுக்காகத்தான் வந்தேன்."

"அப்படின்னா ஏன் நிக்கறே? போய்க் குளியேன்."

"இப்பக் குளிக்கணும் போல இல்லே."

"என்ன புதிர் போடறே?"

"உன்னைப் பாத்ததும் மனசு குளுந்து போச்சு. உடம்பிலே இருந்த எரிச்சலும் தீர்ந்து போச்சு. தண்ணீரில் எறங்கினா குளிர் நடுக்கியெடுத்திடும்."

"வேடிக்கைதான்."

"என்ன?"

"என்னைப் பார்த்தா உன் மனசு குளுந்து போகுதா? ஆனா உன்னைப் பாத்தா எனக்கு எப்படியிருக்குத் தெரியுமில்லே?"

"எப்படி இருக்கு?"

"பத்திக்குது."

"பத்த வைக்கணும்தானே திரும்பத் திரும்ப உன்னைத் தொரத்திக்கிட்டு வந்துக்கிட்டிருக்கேன்."

மங்கா சிரித்தாள். "உன் வாயாலேயே உண்மை வெளிவந்திடுச்சே இப்போ. என்னைத் தொரத்திக்கிட்டுத்தானே நீ இங்கே வந்திருக்கே?"

"இதிலே ஒளிவு மறைவு என்ன புள்ளே? உன்னை எனக்குப் புடிச்சிருக்கு. எப்பவும் உன்னைப் பார்த்துக்கிட்டிருக்கணும் போலே இருக்கு. அதுக்காகத்தான் உன்னை வேலை செய்ய விடாமே எங்க வீட்டுக்கே அழைச்சுக்கிட்டுப் போயிடணும்னு ஆசைப்படறேன். அதுக்காகத்தான் உன்னைத் தொரத்தித் தொரத்தி வந்துக்கிட்டிருக்கேன், போதுமா?"

ஒரு கேலிப் புன்னகையுடன் புல் தரையில் நிமிர்ந்து சாய்ந்தாள் மங்கா. காளியண்ணன் அப்படியே நின்றான். சில நிமிஷங்களுக்கு இருவரும் ஒன்றுமே பேசவில்லை.

அந்த ஏரியின் எதிர்க்கரைக்கு அப்பால், பள்ளத்தாக்கில் விளம்புக்கு அப்பால், நீல மலைகளுக்கு அப்பால், நீல வானத்துக்கும் அப்பால் எதையோ பார்ப்பவை போலிருந்தன மங்காவின் விழிகள். சட்டென்று அவள் மௌனத்தைக் கலைத்தாள்.

"உன்னை எனக்குப் புடிச்சிருக்கய்யா."

"சரி நம்பறேன்" என்றான் காளி ஒரு வறண்ட சிரிப்புடன்.

"விளையாட்டுக்குச் சொல்லலேய்யா, மெய்யாத்தான்" என்றாள் மங்கா, அவனை நேருக்கு நேர் பார்த்தவாறு.

காளியண்ணனின் சிவந்த விழிகளில் ஆவல் குமிழியிட்டது.

"என் சத்தியமா சொல்லுவாயா மங்கா?" என்று கேட்டுக் கொண்டே அவளருகே மண்டியிட்டமர்ந்தான்.

"ஆமாய்யா... உன் சத்தியமாகச் சொல்றேன். உன்னை எனக்குப் புடிச்சிருக்கு. ஏன் புடிச்சிருக்குன்னு என்னைக் கேக்காதே. நீ மொரட்டு ஆளு. ஒத்தைக் கைமொடமான ஆளு. மிச்சமிருக்கிற ஒத்தைக் கையை நீட்டி என்னை அடிக்கறதுக்கும் தயங்காத ஆளு. இவ்வளவெல்லாம் இருந்தும் உன்னை எனக்குப் புடிச்சிருக்கு. அவ்வளவுதான் நான் சொல்லுவேன்" என்று கூறிய மங்கா சட்டென்று எழுந்தாள்.

கரையில் காயப்போட்டிருந்த சும்மாட்டுத் துணி உலர்ந்திருக்கிறதா என்று அதை எடுத்துக் கன்னத்தில் வைத்துப் பார்த்துவிட்டு அதைச் சுருட்டிச் சாப்பாட்டுப் பாத்திரத்துக்குள் திணித்துக் கொண்டாள்.

உமாசந்திரன்

"புறப்பட்டுட்டயா மங்கா?"

"பின்னே, சங்கு புடிக்கறதுக்குள்ளே ட்ராலியை வரவழைச்சு அதிலே ஏறிக்கிட்டுப் போயிட வேண்டாம். இல்லாட்டி கும்பல் சேர்ந்து போகுமே! அதிலே கிடந்து யாரு அவதிப்படறது?" என்று கூறிக் கொண்டே அங்கிருந்து நடக்க ஆரம்பித்தாள்.

துடிக்கும் நெஞ்சுடன் அவளைத் தொடர்ந்து நடந்தான் காளி.

20

கனகாவுக்குக் கோபம் கோபமாக வந்தது. தினமும் காலை பத்து மணியிலிருந்து மாலை ஆறு மணி வரை தன்னந்தனியாக அந்த அணைக்கரை வீட்டில் மொட்டு மொட்டென்று உட்கார்ந்திருப்ப தென்றால் அவளுக்குக் கோபம் வராமல் என்ன செய்யும்? மணவாழ்க்கையின் ஆரம்ப நாட்களைக் கலகலப்பேயில்லாத இப்படியொரு காட்டுப் பிரதேசத்தில் கழிக்க வேண்டியிருக்குமென்று அவள் கனவிலாவது நினைத்துப் பார்த்திருப்பாளா?

தனிமையைப் பற்றி கனகாவுக்கு அலுப்புத் தட்டக் கூடாதென்பதற்காகவே வீரமணி கையோடு ரேடியோப் பெட்டியை அனுப்பி வைத்திருந்தான். ரேடியோ இயங்காத நேரங்களில் தானாகவே இசைத் தட்டுகளை மாற்றி மாற்றி வைத்துக் கொண்டு, இயங்கக் கூடிய கிராம் போன் அமைப்பு கொண்ட ரேடியோ பெட்டி அது. கனகாவின் சமையல் திறமையை அனுபவிக்கும் தண்டனை சபேசனுக்கும் குமரனுக்கும் இருக்கக் கூடாதென்று கருணையுணர்ச்சியுடன் சமையற்கார ஆளையும் அந்தப் புதுமணத் தம்பதிகள் சென்னையிலிருந்து புறப்பட்டுச் சென்ற மறுநாளே விஜயபுரத்துக்கு

ரயிலேற்றி அனுப்பி அங்கிருந்து அடுத்த பஸ்ஸிலேயே உச்சிக்கடவுக்குப் பயணமாகும்படி பணித்திருந்தான் வீரமணி.

கனகாவுக்கு எந்தவிதத்திலும் மனக்குறை இருக்கக் காரணமில்லை. எல்லா வசதிகளும் அந்த வீட்டில் நிரம்பியிருந்தன. கூப்பிட்ட குரலுக்கு ஏனென்று கேட்க தவசிப் பிள்ளையும், போலாவும் எந்த நிமிஷமும் காத்திருந்தார்கள். பொழுது போக்குக்கு ரேடியோ கிராம் இருந்தது. பத்திரிகைகள் இருந்தன. வெளியிலோ, மணிக்கணக்காகப் பார்த்துக் கொண்டிருந்தாலும் அலுக்காத எழில் வளம் எங்கே திரும்பினாலும் கொட்டிக் கிடந்தது. இவ்வளவெல்லாம் இருந்தும் கனகாவுக்கு சபேசனும், குமரனும் காலை பத்து மணிக்குப் புறப்பட்டுப் போனதிலிருந்து மாலை ஆறு மணிக்கு அவர்கள் திரும்பி வரும் வரை அந்த எட்டு மணி நேரத்தைப் பிடித்துத் தள்ளுவது பெரும்பாடாயிருந்தது.

ரேடியோகிராம் மாற்றி மாற்றி இசைத் தட்டுகளை இசைத்துக் கொண்டிருக்க, கட்டிலில் ஒய்யாரமாக ஒருக்களித்துச் சாய்ந்த நிலையில் கதைப் பத்திரிகையொன்றைப் படித்துக் கொண்டிருந்த கனகா, கதையை முடிக்கக் கூடப் பொறுமையில்லாமல் சலிப்புடன் பத்திரிகையை மூடி ஒரு மூலையிலிருந்த மேஜை மீது வீசியெறிந்தாள். நீண்டதொரு கொட்டாவியுடன் சோம்பல் முறித்துக் கொண்டே ஹாலிலிருந்த கடிகாரத்தைப் பார்த்தாள். மணி இன்னும் நான்கு கூட அடித்தபாடில்லை.

“சே, சே, சே! பொழுது ஏன் தான் இப்படி ஆமை வேகத்தில் நகர்கிறதோ தெரியவில்லை” என்று முணுமுணுத்துக் கொண்டே வெளிவராந்தாவுக்கு வந்தாள்.

வெளியே தோட்டத்துப் புல் தரையில் வெயில் நன்றாக உறைக்கக் கூடிய இடமாகப் பார்த்து உட்கார்ந்திருந்த போலா, ஹுக்காவைப் புகைத்தவாறு தவசிப் பிள்ளையுடன் ஏதோ கதை பேசிக் கொண்டிருந்த காட்சியைப் பார்த்ததும், கனகாவின் எரிச்சல் இன்னும் அதிகமாயிற்று.

“போலாவுக்குக் கூடப் பேச்சுத் துணைக்கு ஆள் இருக்கிறான். நான்தான் இப்படித் தனியாக உட்கார்ந்து மணிக்கணக்காகப் பொழுதைப் போக்க வேண்டியிருக்கிறது.” என்று மனத்துக்குள் சிடுசிடுத்தவாறு மீண்டும் உள்ளே சென்று கட்டிலில் தொப்பென்று சாய்ந்தாள்.

சட்டென்று அவளுக்கு ஒரு யோசனை தோன்றியது. அவர்கள் திரும்பி வரும்வரை இங்கேயே அடைந்து கிடப்பானேன்?

முள்ளும் மலரும்

போலாவைத் துணைக்கு அழைத்துக்கொண்டு உச்சிக்கடவுக்கே சென்று விட்டால் என்ன?

"போலா .. போலா"

ஹுக்காவின் இன்பத்தில் தன்னை மறந்து தவசிப்பிள்ளையுடன் பேசிக் கொண்டிருந்த போலா, எஜமானியின் அழைப்பு காதில் விழுந்ததும் தூக்கி வாரிப்போட்டுக் கொண்டு எழுந்தான்.

"என்னம்மா?" என்று கேட்டுக் கொண்டே அவன் கூனல் முதுகைக் குலுக்கியவாறு வராந்தா வாயிலுக்கு வருவதற்கும், கனகா வெளியே வருவதற்கும் சரியாயிருந்தது.

"அம்மா, எங்கேயாவது, புறப்படறீங்களா?" என்று கேட்டான் போலா.

"நீயும் என்னோடு வா, உச்சிக்கடவுக்குப் போகணும்" என்று கூறியவாறு தோட்டத்தில் இறங்கி நடக்க ஆரம்பித்தாள் கனகா.

"முத்தையா, நாங்க திரும்பி வர வரையிலே வீட்டைப் பார்த்துக் கொண்டே இங்கேயே இருங்கய்யா" என்று தவசிப் பிள்ளைக்கு உத்தரவிட்டு விட்டு கனகா வேகமாக வெளியே நடக்கத் தொடங்கியதும் போலா, அவசர அவசரமாக ஹுக்காத் தணலைக் கொட்டிக் குழாயைக் காலி செய்து பையில் சுற்றியெடுத்துக் கொண்டு அவளைத் தொடர்ந்து ஓடினான். போகிற இடத்தில் எவ்வளவு நேரமாகுமோ! கையோடு ஹுக்காவும் அதற்கு வேண்டிய பொருள்களும் இல்லாவிட்டால் அவனுக்குப் பைத்தியம் பிடித்து விடுமே!

சாதாரணமாகக் காலையில் குமரனும், சபேசனும் ஒன்றாகத்தான் காரில் உச்சிக்கடவுக்குப் புறப்பட்டுச் செல்வது வழக்கமா யிருந்தது. சபேசனின் வேலை பவர்ஹவுஸ் பகுதியில் இருந்ததால் குமரனை முதலில் உச்சிக்கடவுக் காரியாலயத்தில் கொண்டு விட்டுவிட்டுப் பிறகு உடும்புக் கொட்டகைக்கு வந்து காரை அங்கே நிறுத்தி விட்டுட்ராலியில் பவர்ஹவுஸ் பகுதிக்குச் சென்று கொண்டிருந்தான். சில நாட்களில் வழக்கமான நேரத்துக்கும் சற்று முன்னதாகவே காரியாலயத்துக்குச் செல்லும்படியாயிருக்கும் குமரனுக்கு. அம்மாதிரி நாட்களில் அவன் தனது மோட்டார் சைக்கிளிலேயே புறப்பட்டுச் சென்றுவிடுவான். திரும்பி வரும்போது அவன் மோட்டார் சைக்கிளிலும், சபேசன் காரிலுமாக ஒன்றாகவே திரும்பி வருவார்கள்.

உமாசந்திரன்

அன்று காலையும், குமரன் சபேசனுக்கு முன்னதாகவே காரியாலயத்துக்குப் புறப்பட்டுச் சென்றிருந்தான். அந்த விஷயம் கனகாவுக்கு உடும்புக் கொட்டகையை நெருங்கியபோதுதான் நினைவுக்கு வந்தது. ஒரு மரத்தடியில் நிறுத்தப்பட்டிருந்த சபேசனின் காருக்கு அருகே குமரனின் மோட்டார் சைக்கிளும் நிறுத்தப்பட்டிருந்ததைப் பார்த்த போலா.

"அம்மா, குமரய்யா கூட இங்கேதான் வந்திருக்காங்க போலிருக்கு" என்று கூவினான்.

அதேசமயம் உடும்புக் கொட்டகைக்குள்ளிருந்து வெளியே வந்த குமரனும் அவர்களைப் பார்த்துவிட்டு வியப்புடன் அவர்களை நெருங்கி வந்தான்.

"என்ன கனகா, நீ எப்படி இங்கே வந்தாய்?"

"வீட்டில் தனியே மொட்டு மொட்டென்று உட்கார்ந்திருக்கப் பிடிக்கவில்லை. நீங்கள் திரும்பி வரும்வரை காத்திருப்பதற்குப் பதிலாக நானே உங்களிருவரையும் எதிர் கொண்டழைத்துப் போக வந்துவிட்டேன்" என்றாள் கனகா.

"அம்மாவுக்கும் ஒரு வேலை போட்டுக் குடுத்திடுங்கோ ஸாப். அவங்களும் உங்க கூடவே வந்திடுவாங்கோ" என்றான் போலா பொக்கை வாயைத் திறந்து சிரித்துக் கொண்டே.

"அவன் சொல்வதிலும் அர்த்தமிருக்கிறது. வேலை போட்டுக் கொடுக்க வேண்டாம். என்னையும் உங்களுடன் அழைத்துக் கொண்டு வந்துவிடுங்கள் போதும்" என்றாள் கனகா.

"சபேசன் வேலை செய்யும் இடத்திற்கு ஒருநாள் போய்ப் பார்த்தால் அப்போது தெரியும்" என்று சிரித்தான் குமரன்.

"அதிருக்கட்டும், நீங்கள் இங்கே எதற்காக வந்தீர்கள்? கீழே பவர்ஹவுஸுக்குப் போக வேண்டிய வேலை இருக்கிறதா?" என்று கேட்டாள் கனகா.

"அங்கே வேலையொன்றுமில்லை. ஆனால் இன்று முன்னதாகவே வந்துவிட்டேனல்லவா? காரியாலயத்தில் என் வேலை சீக்கிரமாகவே முடிந்துவிட்டது. அதன்பிறகு அங்கே உட்கார்ந்திருப்பானேன்? பவர்ஹவுஸ் பகுதிக்குப் போய் கொஞ்ச நேரம் சபேசனுடன் பொழுதைப் போக்கலாமென்று நினைத்தேன்" என்று குமரன் கூறியதும் கனகா பிடித்துக் கொண்டாள்.

“பார்த்துக் கொள்ளுங்கள். உங்களுக்கே பொழுது போவது. கஷ்டமாயிருக்கிறதே, எனக்கு எப்படியிருக்காது?” என்றாள்.

“நீ வந்ததும் நல்லதாகப் போயிற்று கனகா, உன்னையும் அழைத்துக் கொண்டே பவர் ஹவுஸுக்குப் போகிறேன். சபேசன் ஒரேயடியாக ஆச்சரியப்படட்டும்” என்றான் குமரன்.

“ஸாப், நீங்க திரும்பி வர வரையிலே நான் இங்கேயே இருந்துடறேன். அந்த ட்ராலியிலே நம்மாலே கீழே இறங்க முடியாது” என்றான் போலா.

“நீ இங்கேயே இருக்கலாம் போலா, நீ எதுக்குக் கீழே வர வேண்டும்?” என்று குமரன் கூறியதும், போலா ஹுக்காப் பையை அவிழ்த்தவாறு அங்கிருந்து அகன்றான்.

“அதுசரி, இன்னும் எதற்குக் காத்திருக்கிறோம்? ட்ராலி எங்கே?” என்று கேட்டாள் கனகா.

“ட்ராலி கீழிருந்து யாரையோ ஏற்றிவரப் போயிருக்கிறது. அது திரும்பி வருவதற்காகத்தான் காத்திருந்தேன். நீயும் வந்தாய்” என்று கூறியவாறு குமரன் ட்ராலிச் சரிவின் விளிம்பை நோக்கி நடக்கவும்,

கனகாவும் அவனுடன் நடந்தாள்.

கொட்டகையிலிருந்து மாயாண்டி அவர்களருகே ஓடி வந்தான்.

“ட்ராலி பவர்ஹவுஸ் நிலையிலிருந்து புறப்பட்டாச்சு சார், இன்னும் கொஞ்ச நேரத்திலே இங்கே வந்துடும்” என்று தகவல் தெரிவித்தான்.

“ட்ராலி வந்து கொண்டிருக்கும் போது நீ அந்த இடத்தைவிட்டு நகரக் கூடாது. போய் உன் வேலையைக் கவனி” என்றான் குமரன்.

“இதோ ஓடறேன் சார்” என்று மீண்டும் கொட்டகையை நோக்கி ஓடினான் மாயாண்டி.

ட்ராலி நன்றாகக் கண்ணுக்குத் தெரிய ஆரம்பித்தபோது, அதில் உட்கார்ந்து வருபவர் யாரென்று கண்டதும் மாயாண்டியின் வியப்புக்கும் பதற்றத்துக்கும் அளவே இல்லை. காளியண்ணனும், மங்காவும் மட்டும் அந்த ட்ராலியில் வருவார்கள் என்று அவன் எப்படி எதிர்பார்த்திருக்க முடியும்? இந்தச் சமயம் பார்த்து இந்த எஞ்சினியர் ஐயா வேறு இங்கு வந்து காத்துக் கொண்டிருக்கிறாரே! காளியண்ணனால்தான் அவர் காத்திருக்க வேண்டியிருந்தது என்பதைக் கண்கூடாகக் காணும்போது அந்த ஐயா எப்படிக் கோபித்துக் கொள்ளப் போகிறாரோ? அவருடைய கோபமெல்லாம்

அவன் மேலேயே திரும்பினால்? ட்ராலியைக் கீழே அனுப்பியது தவறு என்று அவனுக்குக் கெட்ட பெயர் வந்துவிடுமே! ட்ராலி நிலைக்கு வந்து நிற்பதற்குள் மாயாண்டியின் பூஞ்சை மனது ஏதேதோ அச்சங்களுக்கு ஆளாகித் தவித்தது.

ஆனால் குமரன் ட்ராலிக்காகக் காத்துக் கொண்டிருந்ததைப் பற்றி காளியண்ணன் சிறிதும் கவலைப்பட்டதாகத் தெரியவில்லை. குமரனைக் கண்டும் காணாதவன் போல் வேறு பக்கமாகப் பார்த்துக் கொண்டு ட்ராலியிலிருந்து இறங்கினான். மங்காவோ வழக்கமான துள்ளலுடன் ட்ராலியிருந்து கீழே குதித்துச் சரிவு வழியே மேலே ஓடி வந்தாள்.

"வணக்கம் சார்" என்றாள் குமரனைப் பார்த்ததும். "அம்மா, உங்களுக்கும் வணக்கம்" என்று கனகாவுக்கு ஒரு கும்பிடு போட்டாள்.

"என்ன மங்கா? இன்னிக்கு உன் வேலை சீக்கிரமே முடிந்து விட்டதா?" என்று கேட்டான் குமரன்.

"இந்த வள்ளியண்ணன் என்னை வேலை செய்ய விட்டாத்தானே? அது குடுத்த தொந்தரவு பொறுக்காமத்தான் நான் அரை நாள் லீவு போட்டுட்டு வரும்படி ஆயிடுச்சு" என்றாள் மங்கா.

"இவர்கள் இரண்டு பேருக்காகவா டராலி கீழே போயிருந்தது?" என்றாள், கனகா எரிச்சலுடன்.

"அதனாலென்ன கனகா? ட்ராலி கீழே போய்விட்டு மேலே வருவதற்கு அவ்வளவு நேரம் ஆகத்தானே ஆகும்" என்றான் குமரன்.

"அதெப்படி? இவர்களுடைய சௌகரியத்துக்காக நாம் காத்துக் கொண்டிருக்க வேண்டுமா?" என்று சிடுசிடுத்தாள் கனகா.

"ஏம்மா... நாங்கன்னா அவ்வளவு எளப்பமா? வேலை செய்யற எங்களுக்கு உபயோகப்படாத ட்ராலி வேற யாருக்காக இருக்கு? காத்துக் கிடந்ததாகச் சொல்றீங்களே. நீங்க கீழே போய் என்ன செய்யப் போறீங்க. இடுப்பு முறிஞ்சு போகும்படியா ஜல்லிக்கூடையைத் தலையில் தூக்கிக்கிட்டுச் சுத்தறோமே நாங்க, உங்களாலே முடியுமா?" என்றாள் மங்கா.

"நீ வாயை மூடு, உன் கூடப் பேச வரவில்லை" என்று சீறி விழுந்தாள் கனகா.

மங்கா கண்களை உருட்டி அவளை முறைத்துப் பார்த்தாள். ஆனால் அவள் துடுக்குத்தனமாகப் பேச ஆரம்பிப்பதற்குள் குமரன் குறுக்கிட்டான்.

“கனகா, இந்த இடத்தினுடைய சட்ட திட்டங்கள் உனக்குப் புதியவையாயிருக்கலாம். ஆனால் பலவிதமான இடைஞ்சல்களுக்கும் அசௌகரியங்களுக்கும் இடையே எல்லோரும் ஒன்றாகச் சேர்ந்து உழைக்க வேண்டியிருக்கும். இந்தப் பிரதேசத்தில் உயர்ந்தவர், தாழ்ந்தவர் என்ற பேதங்கள் பாராட்டிக் கொண்டிருப்பது சாத்தியமல்ல. வசதிகள் குறைவாக இருப்பதால் ஏற்றத்தாழ்வுகளுக்கு இடம் கொடாமல் அவரவர் தேவை ஒன்றையே பிரதானமாகக் கருதுகிறோம். ஒருவருக்காக இன்னொருவர் காத்திருப்பது என்ற பேச்சுக்கே இதில் இடமில்லை” என்றான்.

“என்னவோர் குமரண்ணா, உங்கள் மனம் இதற்கெல்லாம் ஒத்துப் போய்விடுகிறது. ஆனால் அவ்வளவு பரந்த மனப்பான்மை எனக்குக் கிடையாதென்று ஒப்புக் கொண்டு விடுகிறேன்” என்றாள் கனகா.

காளியண்ணன் அப்போதுதான் மேலே வந்தான். மங்கா ட்ராலியில் மறந்துவிட்டிருந்த சாப்பாட்டுப் பாத்திரத்தை எடுத்து வருவதற்காக அவன் மறுபடியும் ட்ராலிக்குப் போய்வர நேரிட்டது.

“வணக்கம் சார். உங்க புண்ணியத்தாலே நான் உங்களுக்கு ஒத்தைக்கையாலேதான் வணக்கம் தெரிவிக்க வேண்டியிருக்கு” என்றான் காளி குமரனைப் பார்த்து.

“ஏன்? உனக்குக் கை போனதுக்கு ஐயாதான் பொறுப்பாளியா? மொதல்லேயே அவங்க பேச்சைக் கேட்டிருந்தா உனக்கு இப்போ ரெண்டு கையும் முழுசா இருந்திருக்கும் தெரிஞ்சுக்க” என்றாள் மங்கா .

காளியண்ணனின் குத்தல் பேச்சைக் குமரன் பாராட்டவில்லை. “ஏன் காளி, இன்று உனக்கு விடுமுறையாயிருக்கிறதே என்று பவர் ஹவுசுக்குப் போயிருந்தாயா?” என்று கேட்டான்.

“வழக்கமா விடுமுறை நாள்கள்லே மீன் பிடிக்கறதுலே பொழுதைப் போக்குவேன். ஆனா இந்த ஒத்தைக் கையை வச்சிக்கிட்டு மீன் பிடிக்கிறது எப்படி? அதனாலேதான் பவர்ஹவுஸுக்குப் போயிட்டேன்” என்றான் காளி.

“இந்த ஆளு சொல்றதை நம்பாதீங்க சார். போன வார விடுமுறையிலே கூட இது மீன் பிடிக்கறதை என் கண்ணாலே பார்த்தேன். அதுக்குத் தூண்டில்லே புழுவைக் கோத்துக் கோத்துக் குடுத்து ஒத்தாசையும் செய்தேன். அந்த விசுவாசம் இதுக்குக் கொஞ்சமாவது இருந்திச்சுன்னு நெனைக்கிறீங்களா? தூண்டில் குச்சியாலேயே என்னை அடிச்சு நொறுக்கிடுச்சு சார்.”

“ஏ, மங்கா, அதெல்லாம் இந்த ஐயாவுக்குத் தெரிஞ்சு என்ன ஆகணும்? நட வீட்டைப் பாக்க” என்றான் காளி.

மங்கா அலட்சியமாக அவனைப் பார்த்தாள்.

“ஏதய்யா, பிரமாதமா வெரட்டிறியே, உன்னைப் புடிச்சிருக்குன்னு ஒரு வார்த்தை சொன்னேனில்லே. ஒடனே என்னை வேலைக்கு வாங்கிட்டதாகவே நெனைப்பு வந்திருச்சா உனக்கு?”

“மங்கா, நீ வாயை மூடிக்கிட்டு சும்மா இருக்க மாட்டே” என்று கத்தினான் காளி.

“பார்த்தீங்களா சார்! எப்படிக் கூச்சல் போட்டு என்னை மெரட்டுதுன்னு. இந்த லச்சணத்திலே நான் வேலையை விட்டுட்டு ஆத்தாவையும் அழைச்சுக்கிட்டு இவங்க வீட்டுக்கே வந்திடணுமாம். எந்த மூஞ்சியை வச்சுக்கிட்டு இப்படியெல்லாம் சொல்லுதோ தெரியலே.”

மங்காவின் இந்த இயல்பான பேச்சைக் கேட்டு குமரன் சிரித்து விட்டான். அவனுடைய சிரிப்பு காளியண்ணனுக்கு ஆத்திரமூட்டியது. “இத பாரு மங்கா, நீ எங்க வீட்டுக்கு வந்துதான் ஆகணும்னு யாரும் உன்கிட்டே மல்லுக்கு நிக்கலே, தெரிஞ்சுக்க” என்று கத்தினான்.

“மல்லுக்கு நிக்காத ஆள்தான் வேலை நடக்கற எடத்திலே என்னைத் தொரத்தித் தொரத்தி வந்து தொந்தரவு குடுத்தியா? ஆனா ஒண்ணு மட்டும் சொல்லி வைக்கிறேன் கேட்டுக்க. உன்னைப் புடிச்சிருக்குன்னு சொல்லிட்டேன். உண்மைதான். ஆனா அதுக்காக வேலையை விட்டுட்டு உங்க வீட்டுக்கே வந்திடுவேன்னு மட்டும் எதிர்பார்க்காதே” என்றாள் மங்கா.

“வராட்டா வேண்டாமே. அதைப் பத்தி நான் கவலைப்பட போறேன்னு நெனைச்சியா? நீயும் உங்காத்தாவும் எக்கேடு கெட்டா எனக்கென்ன?” என்று வெறுத்தாற் போல் கூறிய காளியண்ணன், மங்காவின் சாப்பாட்டுப் பாத்திரத்தைக் கீழே எறிந்துவிட்டு வேகமாக அங்கிருந்து சென்றுவிட்டான்.

“கோவம் வந்தா வரட்டுமே, நல்லா வரட்டும். நான் சொன்னதிலே ஏதாவது தப்பு இருந்திச்சா, நீங்களே சொல்லுங்க சார்” என்று கூறிக் கொண்டே மங்கா கீழே உருண்டு கிடந்த சாப்பாட்டுப் பாத்திரத்தைக் கையில் எடுத்துக் கொண்டாள்.

முள்ளும் மலரும்

மாயாண்டி, குமரனை நோக்கி விரைந்து வந்தான். "ட்ராலி ரெடியாயிருக்குங்க. ஐயா இப்பப் புறப்பட்டாத்தான் சரியாயிருக்கும்" என்றான்.

"நான் போய் வரேன்" என்று குமரனுக்கு வணக்கம் தெரிவித்து விட்டு மங்கா அங்கிருந்து அகன்றாள்.

"வா கனகா, நாம் புறப்படலாம்" என்று ஒரு பெருமூச்சுடன் கூறிய குமரன், கனகாவை உடனழைத்துக் கொண்டு ட்ராலியில் போய் உட்கார்ந்தான்.

ட்ராலி புறப்பட்டது.

சிறிது நேரத்திற்கு இருவரும் ஒன்றுமே பேசவில்லை. மங்காவும், காளியண்ணனும் பேசிக்கொண்ட பேச்சுக்கள் இருவர் மனத்திலும் வெவ்வேறு விதமான சிந்தனைகள் நிரப்பியிருந்தன.

திடீரென்று குமரன் சிரித்ததும், கனகா வியப்புடன் அவனைப் பார்த்தாள்.

"ஏன் சிரிக்கிறீர்கள் குமரண்ணா ?"

"மங்காவின் ஒளிவுமறைவு இல்லாத பேச்சை நினைத்துக் கொண்டேன். என்னால் சிரிப்பை அடக்க முடியவில்லை" என்றான் குமரன்.

"போதுமே, அந்தப் பெண்ணை நினைத்துக் கொண்டாலே எனக்கு ஆத்திரம்தான் வருகிறது. சுத்த அநாகரிகம்" என்றாள் கனகா அருவருப்புடன்.

"அநாகரிகம் என்று நீ எதை நினைக்கிறாயோ அதில்தான் மாசுபடியாத மன இயல்பின் அழகு நிறைந்திருப்பதாக எனக்குத் தோன்றுகிறது" என்றான் குமரன்.

"நீங்கள் தான் மெச்சிக்கொள்ள வேண்டும். மங்காதான் அப்படி யென்றால் அந்த காளியண்ணன் அதற்கு மேல் இருக்கிறான். அதுவும் ஒரு கை போன பிறகு அவனைப் பார்ப்பதற்கே பயமா யிருக்கிறது" என்றாள் கனகா.

குமரன் சிரித்தான். இரண்டு பேரைப் பற்றியும் உன் அபிப்பிராயத்தைச் சொல்லிவிட்டாய். மூன்றாவது ஆளைப் பற்றியும் உன் அபிப்பிராயம் என்னவென்று நான் அறிந்து கொள்ளலாமா? என்றான்.

"மூன்றாவது ஆளா? அது யார்?"

"வள்ளிதான்."

"ஓ... அந்தப் பொண்ணா ? அவளைப் பற்றி என்னுடைய அபிப்பிராயத்தை நீங்கள் எதற்காகத் தெரிந்து கொள்ள வேண்டும்?

"முக்கியமான காரணம் இருக்கிறது கனகா. உன்னை என் தங்கையாகவே நான் நினைத்துக் கொண்டிருக்கிறேன் என்று உனக்குத் தெரியாதா?"

"நானும் உங்களை என் அண்ணாவாகத்தான் நினைத்துக் கொண்டிருக்கிறேன். ஆனால் அதற்கும் வள்ளிக்கும் என்ன சம்பந்தம்?"

"தனக்கு வரப்போகும் அண்ணியைப் பற்றித் தங்கை என்ன நினைக்கிறாள் என்று அண்ணன் தெரிந்து கொள்ள நினைப்பது இயற்கைதானே."

கனகா திடுக்கிட்டாள்.

"என்ன சொல்கிறீர்கள் குமரண்ணா ? எனக்கு வரப் போகும் அண்ணியா? யார்? வள்ளியா?"

"ஆம் கனகா, என் வாழ்க்கைத் துணைவியாக நான் என் மனத்தில் வரவேற்கக்கூடிய ஒரே பெண் வள்ளிதான் என்று நான் தீர்மானித்து விட்டேன். என் விருப்பத்தை வள்ளியிடம் சொல்லியும் விட்டேன்" என்று குமரன் அமைதியாகக் கூறியதும் கனகா சில கணங்களுக்கு அப்படியே திகைத்துப் போய் உட்கார்ந்திருந்தாள். சட்டென்று ஏதோ ஆவேசம் கொண்டவள் போல், "இல்லை குமரண்ணா ... நீங்களாவது வள்ளியை வாழ்க்கைத் துணைவியாக ஏற்பதாவது. இது ஒருநாளும் நடக்க முடியாது. நடக்கக் கூடாது" என்று கத்தினாள்.

குமரன் கலங்காத குரலில் சாந்தமாகக் கூறினான். "கனகா, நீ இப்படி ஆத்திரப்படுவாயென்று நான் எதிர்பார்க்காமலில்லை. ஆனால் என்றாவது ஒருநாள் நான் அதற்குத் தயாராயிருந்துதானே ஆக வேண்டும். உன் ஆத்திரத்துக்குக் காரணமும் எனக்குப் புரிகிறது. வேண்டாத ஏற்றத்தாழ்வுகளை மனத்தில் கற்பனை செய்து கொண்டு நீ பொங்கிச் சீறுகிறாய். ஆனால் என் வரையில் அந்த ஏற்றத் தாழ்வுகளுக்கு அர்த்தம் ஏது?"

"நீங்கள் அப்படி நினைக்கலாம். ஆனால் அவ்வளவு பரந்த மனப்பான்மை எனக்குக் கிடையாதென்பது உங்களுக்குத் தெரியாததில்லையே! வள்ளியைப் பற்றி என் அபிப்பிராயத்தை இனிமேல் தான்

நீங்கள் புரிந்து கொள்ள வேண்டுமா? உங்களுக்குக் கீழே சாதாரண வேலையில் இருக்கும் ஒரு முரட்டு ஆளின் தங்கை. படிப்புக் கிடையாது. குலமோ, குடும்ப கௌரவமோ எதுவும் கிடையாது. அப்படிப்பட்ட ஒரு பெண்ணை வாழ்க்கைத் துணைவியாகத் தேர்ந்தெடுக்க உங்கள் மனம் ஒப்பினாலும் அவளை அண்ணியாக ஏற்க என் மனம் ஒப்ப வேண்டாமா?"

குமரன் சிரித்தான்.

"ஏன்? நான் பேசுவதெல்லாம் உங்களுக்குச் சிரிப்பாக இருக்கிறதா?"

"அப்படியில்லை கனகா. நான் சிரித்தது வேறொன்றை நினைத்து."

"எதை நினைத்து?"

"வாழ்வில் நான் தனிக்கட்டைதானே, என் வரைக்கும் என்ன தீர்மானம் செய்தாலும் தட்டிப் பேச ஆள் கிடையாது என்று நம்பிக்கொண்டிருந்தேன். ஆனால் தனிக்கட்டைக்குக் கூடத் தங்கையின் முட்டுக்கட்டை உண்டு என்று நினைத்ததும் சிரிப்பு வந்துவிட்டது."

"தங்கையென்று பாசம் இருந்தால் முட்டுக்கட்டையாக நினைக்க மாட்டீர்கள்."

"அப்படி நினைக்கவில்லை கனகா. உன்னுடைய எதிர்ப்பெல்லாம் தற்காலிகமாகத்தான் இருக்குமென்று எனக்குத் தெரியும். வள்ளியைப் பற்றி நீ என்னதான் தவறான அபிப்பிராயம் கொண்டிருந்தாலும், சீக்கிரத்திலேயே அதை மாற்றிக்கொண்டு விடுவாய் என்பதில் எனக்குச் சந்தேகமே கிடையாது. அதுமட்டுமல்ல, இது விஷயத்தில் நான் கேட்கும் உதவியைச் செய்யவும் நீ பின் வாங்க மாட்டாய் என்று உறுதியாக நம்புகிறேன்."

"உதவியா?"

"ஆம் கனகா, சமயம் வரும்போது அது என்னவென்று சொல்லுகிறேன்" என்று குமரன் கூறிக் கொண்டிருக்கும்போதே ட்ராலி நிலைக்கு வந்து நின்றது.

இருவரும் ட்ராலியிலிருந்து இறங்கினர்.

''வா கனகா, முதலில் உன்னைச் சபேசனிடம் அழைத்துப் போய் அவனை ஆச்சரியத்தில் ஆழ்த்த வேண்டும்" என்று குமரன் புதியதொரு குதூகலத்துடன் கூறவும், கனகா மற்றதெல்லாம் மறந்து அவனுடன் பவர் ஹவுஸை நோக்கி நடக்க ஆரம்பித்தாள்.

21

சம்பா நீர்த் தேக்கத்தில் புதுமணப் பெண்ணின் மனத்தில் அலை மோதி நிற்கும் உவகையைப் போல் தண்ணீர் அலை மோதி நின்றது. மூன்று பக்கங்களிலும் உயர்ந்து நின்ற குன்றுகள்தான் அந்த நீர்த் தேக்கத்தின் இயற்கையான கரைகளாக அமைந்திருந்தன.

அந்த மூன்று குன்றுகளுக்கும் நடுநாயகமாக நிமிர்ந்து நின்றிருந்தது சம்பா தேவிக் குன்று. அந்தக் குன்றின் மேல் கோயில் கொண்டு, தலைமுறை தலைமுறையாக அப்பகுதியைச் சேர்ந்த எளிய மக்களின் பிணி தீர்க்கும் தெய்வமாக விளங்கி வந்த சம்பா தேவி, நீர்த்தேக்கம் ஏற்பட்ட பின்பு அந்த நீர்த் தேக்கத்தின் காவல் தெய்வமாகவும் விளங்க ஆரம்பித்திருந்தாள்.

சம்பாதேவிக் குன்றுக்கும், வைரவன் குன்றுக்கும் நடுவே இருந்த இடைவெளியை ஓர் உயர்ந்த அணைக்கட்டால் அடைத்த பின்புதான் கடல் போன்ற அந்த நீர்த்தேக்கம் உருவாக முடிந்தது. அதற்கு முன்பெல்லாம் அங்கே பெய்த மழை நீர்

முழுவதும் அந்த இடைவெளி வழியே ஒரு காட்டாறாகப் பாய்ந்து வீணாகிக் கொண்டிருந்தது.

இப்போது நீர்த் தேக்கத்தில் நிரம்பியிருந்த தண்ணீரை வைரவன் குன்றின் அடிப்பாகத்தைக் குடைந்து அமைக்கப்பட்டிருந்த ஒரு சுரங்கத்தின் வழியே பாய்ச்சி சுருளியாற்று நீர்த் தேக்கத்தில் நீர் மட்டம் ஒரே சீராயிருப்பதற்கு உதவியாக அமைந்திருந்தது சம்பா நீர்த்தேக்கம்.

அன்று ஆடிச் செவ்வாய். சம்பா தேவிக்கு விசேஷமான நாள். அதோடு காளியண்ணனின் நட்சத்திரமும் சேர்ந்திருந்தது. காளியண்ணன் ஆஸ்பத்திரியிலிருந்து வீட்டுக்கு வந்து மீண்டும் வேலையில் சேர்ந்த நாளிலிருந்தே அஞ்சலையத்தை சம்பா தேவிக்குப் படையல் படைத்து வர வேண்டுமென்று சொல்லிக் கொண்டிருந்தாள்.

இன்று எல்லாம் சேர்ந்து அமைந்திருக்கவே இவ்வளவு நல்ல நாளை இழக்க அவள் விரும்பவில்லை. வள்ளியையும் அழைத்துக் கொண்டு அன்று அதிகாலையிலேயே புறப்பட்டு வந்திருந்தாள்.

அன்று சுதந்திர தினமாகையால் பொதுவான விடுமுறை நாளாகவும் அமைந்திருந்தது. காளியண்ணனையும் கூட வரும்படி அஞ்சலையத்தை எவ்வளவோ சொல்லிப் பார்த்தாள். ஆனால் காளியண்ணன் அவ்வளவு தூரம் தன்னால் நடந்துவர முடியாதென்று சாக்குச் சொல்லித் தட்டிக் கழித்துவிட்டான். சுதந்திர தினத்தை அவன் வேறெந்த விதத்தில் கொண்டாட நினைத்திருந்தான் என்று கேட்க அஞ்சலையத்தைக்குத் துணிவு வரவில்லை. கடைசியில் அவளும், வள்ளியும் மட்டுமே புறப்பட்டு வரும்படி ஆயிற்று.

சம்பா தேவிக் கோயில் உண்மையில் ஒரு கோயிலின் தோற்றத்தைக் கொண்டிருக்கவில்லை. சின்னஞ்சிறிய கல்மண்டபம் என்றுதான் அதைச் சொல்ல முடியும். கஷ்டப்பட்டுக் குனிந்து உள்ளே சென்றால் ஓர் ஆள் நிற்கும்படியான குறுகிய இடம்தான் வாயிலுக்கும் சம்பாதேவியின் சிலைக்கும் மத்தியில் இருந்தது.

அங்கே பிரார்த்தனை செய்ய வருவோர் சிலையின் மேல் அப்பிய குங்குமத்தால் சிலையின் வடிவமே மறைந்து ஒரே குங்குமச் சிலையாகக் காட்சியளித்தாள் சம்பா தேவி.

பூசாரியின் தயவை எதிர்பார்க்காமல் அங்கே தனியாட்சி புரிந்து கொண்டிருந்தாள் அவள்.

படையல் படைத்துக் குங்குமம் சாத்தி வணங்கிய பின் வள்ளி தலையைத் தாழ்த்தியபடியே வாயிலைக் கடந்து வெளியே வந்தபோது அஞ்சலையத்தையின் அருகே மங்காவும் நிற்பதைப் பார்த்து வியப்படைந்தாள்.

"நீ எப்போ வந்தே மங்கா?"

"எப்ப வந்தா என்ன? நீங்க ரெண்டு பேரும் என்கிட்டே ஒரு வார்த்தை கூடச் சொல்லாமே புறப்பட்டு வந்திட்டீங்களே, எனக்கு இன்னிக்கு லீவுன்னு தெரியாதா? ஒரு வார்த்தை சொல்லியனுப்பி யிருந்தா நானும் உங்ககூட ஓடி வந்திருப்பேனா மாட்டேனா?" என்றாள் மங்கா.

"ஏன் மங்கா நீ தினமும் தான் அலையறே. இடுப்பொடிய வேலை செய்யறே. இன்னிக்காவது நீ நிம்மதியா வீட்டிலேயே இருந்து ஓய்வு எடுத்துக்கிடலாமில்லையா? அதனாலேதான் உன்னைத் தொந்தரவு செய்ய வேண்டாம்னு நான் வள்ளிகிட்டே சொல்லியிருந்தேன்" என்றாள் அஞ்சலையத்தை.

"தொந்தரவாம் தொந்தரவு. வேலை இல்லாத நாள்லே கூட வீட்டிலே உக்கார்ந்திருக்க எனக்குப் புடிக்குமா என்ன? காலை யிலே தூக்கம் கலைஞ்சதும் முகம் கழுவின சுருக்கோட உங்க வீட்டுக்குத் தான் கிளம்பினேன். அதுக்குள்ளே ஆத்தாவுக்கு டீ வாங்கி வரணும்ங்கிற நெனைப்பு வந்திடுச்சு. நான் ஒரு டீ குடிச்சிட்டு ஆத்தாவுக்கும் ஒரு டீ வாங்கிக் குடுக்கலாம்னு நாயர் கடைக்குப் போனேன் பாரு, அங்கே உங்கண்ணன் உக்காந்து அந்த நாயர் கொண்டு வச்சதையெல்லாம் வளைச்சுத் தின்னுக்கிட்டிருந்திச்சு. "ஏன்ய்யா இங்கே கண்டதையும் சாப்பிட்டு ஒடம்பைக் கெடுத்துக்கிடறேன்னு" கேட்டேன். அப்பத்தான் ஆங்காரத்தோட அது சொல்லிச்சு நீங்க ரெண்டு பேரும் அதைப் பட்டினி போட்டுட்டு சம்பா தேவிக்குப் படையல் படைக்க வந்திருக்கீங்கன்னு."

"நல்ல ஆங்காரம். அதும் பேரைச் சொல்லித்தானே படையல் படைக்கறோம். படையல் படைச்சிட்டு வீட்டுக்குத் திரும்பினப்பறம் தான் எதுவும் ஆக்கிப் போட முடியும்னு சொல்லியிருந்தேன். இன்னிக்கு ஒரு நாளைக்குக் கொஞ்சம் கட்டுப்பாடாயிருந்தா கொறைஞ்சா போயிடும்? எங்க தலை மறைஞ்சதுமே நாயர்

கடைக்கு ஓடாட்டி என்ன? என்று அலுத்துக் கொண்டாள் அஞ்சலையத்தை.

"அண்ணனுக்குப் பசி தாங்காதுன்னு உனக்குத் தெரியாதா அத்தை? அண்ணனுக்கும் சேத்து நாம் கட்டுப்பாடா இருந்தாப் போச்சு" என்றாள் வள்ளி.

"பிரமாதமா அண்ணனுக்குப் பரிஞ்சுக்கிட்டு வரதைப் பாத்தீங்களா அத்தை? ஏ வள்ளியக்கா, உன்னோட விரதத்தையும் கட்டுப்பாட்டையும் இனிமேல் மூட்ட கட்டி வச்சிடணும். படையல் படைச்சாச்சில்லே படையல் சோறு இனிமே நமக்குத்தான். மூணு பேரும் எங்கேயாவது நல்ல எடமாப் பாத்து உக்காந்து சாப்பிடலாம்" என்றாள் மங்கா.

சற்றுத் தூரத்தில் நாலைந்து தேவதாரு மரங்கள் சேர்ந்தாற் போல் வளர்ந்திருந்தன. அங்கே சென்று நீர்த் தேக்கத்தைப் பார்த்தவாறு மூவரும் உட்கார்ந்து கொண்டு படையல் பொங்கலைப் பகிர்ந்து சாப்பிட ஆரம்பித்தனர்.

"அக்கா, அதோ பாரு" என்றாள் மங்கா திடீரென்று.

வள்ளி, அவள் காட்டிய திசையில் பார்த்தபோது தூரத்தில் நீர்த்தேக்கப் பரப்பிலே சென்று கொண்டிருந்த உல்லாசப் படகு அவள் கண்களுக்குப் புலனாயிற்று.

"யாரோ நீர்த் தேக்கத்தைப் பார்க்க வந்தவங்க போலருக்கு. உல்லாசப் படகிலே வேடிக்கையாகப் புறப்பட்டிருக்காங்க" என்றாள்.

"அவங்க யாரு தெரியுமில்லே?"

"யாரு?"

"குமரய்யாவும், அவரைச் சேர்ந்தவங்களும். நான் மேலே வரும் போது அவங்க கார் அந்தப் படகுத் துறைக்குப் பக்கத்திலே நின்னுக் கிட்டிருந்ததைப் பாத்தேன்" என்றாள் மங்கா.

வள்ளி சட்டென்று பரபரப்படைந்தாள்.

"அத்தை, நாம் இங்கிருந்து சீக்கிரம் புறப்பட்டுடணும்" என்றாள்.

"ஏன்?"

உமாசந்திரன்

அவங்க எப்படியும் இந்தக் கோயிலைப் பாக்க வராமே இருக்க மாட்டாங்க."

"வந்தா என்னாவாம்?" என்றாள் மங்கா.

"நம்மைப் பாத்திட்டாங்கன்னா!"

மங்கா சிரித்தாள்.

"நல்ல அக்கா நீ? அவங்க யாராவது வேத்து மனுசங்களா? இன்னிக்குத்தான் நம்மைப் புதிசாப் பார்க்கறாங்களா?"

"உனக்குத் தெரியாது மங்கா. அவங்க கண்ணிலே படாமே நாம் இங்கேருந்து போயிடறதுதான் நல்லது" என்றாள் வள்ளி.

"ஏன் அக்கா, உனக்கு என்ன வந்திடுச்சு. அவங்களைப் பத்தி ஏன் இவ்வளவு பயப்படறே?"

இந்தக் கேள்விக்கு வள்ளி என்ன பதில் சொல்வாள்? அன்று குமரன் அவளிடம் மனம் விட்டுப் பேசியதிலிருந்து அவள் மனம் என்ன பாடு பட்டுக்கொண்டிருந்தது என்பது அவளுக்குத்தானே தெரியும் மற்றவருக்கு விளக்கிச் சொல்லக்கூடிய விஷயமா அது?"

வள்ளி எழுந்துவிட்டாள். அத்தைக்கும் வியப்புத் தாங்கவில்லை.

"என்ன வள்ளி இது, பொங்கல் இன்னும் அப்படியே இருக்குது. அதுக்குள்ளே எழுந்திட்டியே" என்றாள்.

"எனக்குப் போதும் அத்தை. நான் முன்னாலே போயிடறேன். நீயும் மங்காவும் இருந்து சாப்பிட்டுட்டு மெதுவா வாங்க" என்று கூறியவாறே, அங்கிருந்து விரைந்தாள் வள்ளி.

"அக்கா, கொஞ்சம் பொறு. நாங்களும் வந்திடறோம் என்று மங்கா, உரக்கக் கூறியதைக் கூடக் காதில் வாங்கிக் கொள்ளாமல் வேகமாக நடந்தாள் அவள்.

அவள் மனத்தில் எல்லையில்லாத பரபரப்பு இனம் புரியாத பயம். அன்று குமரன் அவ்வளவு வெளிப்படையாக அவளிடம் பேசியதிலிருந்தே அந்தப் பரபரப்பும் பயமும்தானே அவள் மனத்தை வாட்டிக் கொண்டிருக்கின்றன!

அன்று அவன் கூறிய வார்த்தைகளை மறந்துவிடத்தான் அவள் துடியாய்த் துடித்துக் கொண்டிருந்தாள். ஆனால் அந்த வார்த்தைகள் தானே மீண்டும் மீண்டும் அவள் மனத்தைச் சுற்றிச்

சுற்றி வட்டமிட்டு அவளை வதைத்துக் கொண்டிருந்தன. அவற்றின் கருத்தை எண்ணிப் பார்க்கவே அவள் மனம் நடுங்கியது.

எட்ட முடியாத பீடத்தில் ஏற்றி வைத்துப் போற்றி வந்த தெய்வம் திடீரென்று பீடத்திலிருந்து இறங்கி வந்து, பக்தையின் கழுத்திலேயே மாலையிட வந்தால் அந்தப் பேதையின் மனம் என்ன பாடுபடும். வள்ளியின் மனமும் இத்தனை நாளும் அந்தப் பாடுதான் பட்டுக் கொண்டிருந்தது.

அன்றைய நிகழ்ச்சிக்கு முன்பு குமரனைப் பற்றி அவள் மனத்தில் நிறைந்திருந்ததெல்லாம் அளவு கடந்த பக்திதான். எல்லா வகையிலும் உத்தமமான குணம் படைத்த அபூர்வ மனிதர் என்ற முறையிலேயே அந்த ஐயாவை அவள் மனம் போற்றி வந்தது. அந்த ஐயாவுக்கு ஏற்ற உத்தமமான மனைவி எப்படி இருப்பாள் என்று சில சமயங்களில் அவள் எண்ணிப் பார்த்ததுண்டு.

அந்தக் கற்பனை மனைவியை ஒருவிதமாக அவள் தன் மனத்தில் உருவகப்படுத்திக் கொண்டிருந்தாள். அந்தக் கற்பனையெல்லாம் ஊதியெறிந்துவிட்டாரே அந்த ஐயா! அந்த இடத்தில் அமரும் தகுதி என்றாவது அவளுக்கு ஏற்பட முடியுமா? அதைப் பற்றி நினைப்பதற்கே அவள் மனம் கூசியதே!

அதேசமயம்... இல்லை, அது பொருத்தமில்லாத நினைவு. கை கூடாத கனவு. அது ஒருகாலும் நடக்காது!

இன்று குமரனை நேருக்கு நேர் சந்தித்தால் இத்தனை நாளும் அவள் மனத்தில் குமைந்து கொண்டிருந்த எண்ணச் சுழல்களெல்லாம் எந்த விதத்தில் வெளிப்பட்டு அவளைக் காட்டிக் கொடுத்து விடுமோ என்ற அச்சத்தினால்தான் அவள் அங்கிருந்து விரைந்து சென்று கொண்டிருந்தாள்.

சம்பாதேவிக் கோயிலிலிருந்து குன்றின் சரிவில் கீழ் நோக்கிச் செல்லும் ஒற்றையடிப் பாதை படகுத் துறையின் அருகிலேதான் அணைக்கரைச் சாலையில் வந்து சேர்ந்திருந்தது. அங்கிருந்து படகுத் துறையைக் கடந்துதான் அவள் அந்தச் சாலை வழியே செல்ல வேண்டியிருந்தது.

மங்கா கூறியபடியே படகுத்துறை ஓரமாக நின்று கொண்டிருந்த காரைப் பார்த்ததுமே அது யாருடையது என்பதை அவள்

புரிந்துகொண்டு விட்டாள். நல்ல வேளையாக இன்னும் அவர்கள் உல்லாசப் படகிலேயே நீர்த் தேக்கத்தைச் சுற்றி வந்து கொண்டிருந்தார்களாகையால் வள்ளி, பயமில்லாமல் அந்த இடத்தைக் கடந்து செல்ல முடிந்தது.

ஆனால் பாவம்... வள்ளி! எதைத் தவிர்க்க வேண்டுமென்று அவ்வளவு அவசரமாக அங்கிருந்து ஓடினாளோ அதுவே அடுத்த சில நிமிஷங்களுக்குள் நிகழ்ந்து விடுமென்று அவள் எப்படி எதிர் பார்த்திருக்க முடியும்? அந்த விஷயத்தில் அவள் போட்ட கணக்கு தப்பாகத்தான் முடிந்தது.

உல்லாசப் படகில் மற்றவர்களுடன் அந்த ஐயாவும் இருப்பார் என்று அவள் நினைத்தது சரியல்ல. காரில் வந்திருந்தவர்கள் உண்மையில் சபேசனும், கனகாவும் மட்டுமே.

சுதந்திர தினத்தை முன்னிட்டுக் காரியாலயத்தில் நடந்த கொடியேற்று விழாவில் கலந்து கொள்வதற்காகத் தான் குமரன் அதிகாலையிலேயே அங்கு செல்ல வேண்டியிருந்தது. அந்த விழா முடிந்த பிறகே மோட்டார் சைக்கிளிலேயே சம்பா நீர்த் தேக்கத்துக்கு வந்துவிடுவதாகக் கூறிச் சென்றிருந்தான்.

ஏதோ ஆபத்தைக் கடந்து வந்துவிட்டோமென்று நிம்மதியுடன் சாலை வழியே வேகமாக நடந்து சென்று கொண்டிருந்த வள்ளி, மூவிலைப் புதர்கள் செறிந்து வளர்ந்திருந்த ஒரு மேட்டுப் பகுதியின் திருப்பத்தைக் கடந்து செல்லவிருந்தபோது, எதிரே மோட்டார் சைக்கிளின் சத்தத்தைக் கேட்டுத் திகைத்து நின்றுவிட்டாள். அதேசமயம் மோட்டார் சைக்கிளின் ஹாரனை ஒலித்தவாறே அந்தத் திருப்பத்தில் திரும்பி வந்த குமரனும் அவளைப் பார்த்து விட்டான்.

ஒரே கணத்தில் அவளைக் கடந்து செல்லவிருந்தவன் சட்டென்று தன் வாகனத்தின் வேகத்தைக் குறைத்து அதைத் திருப்பிக் கொண்டு வந்து அவளருகே நிறுத்தினான். வள்ளி வெலவெலத்துப் போய்ச் சற்று ஒதுங்கினாள்.

“வள்ளி, உன்னை நான் எதிர்பார்க்கவே இல்லையே” என்றான் குமரன் வியப்புடன்.

“நானும் அப்படித்தான். படகிலே ஐயாவும் இருந்தீங்கன்னு நெனைச்சுத்தான் அவ்வளவு அவசர அவசரமா ஓடி வந்தேன்” என்றாள் வள்ளி அவனை நிமிர்ந்து பார்க்கக் கூடத் துணிவில்லாமல்.

முள்ளும் மலரும்

"ஓடி வந்தாயா?"

"ஐயா கண்ணிலே பட்டுடக் கூடாதுன்னு ஓடி வந்தேன். நான் நெனைச்சதுக்கு நேர்மாறாக ஐயாவே எதிரே வந்திட்டீங்க."

"ஏன் வள்ளி, என்மேல் உனக்குக் கோபமா?"

பதறிப் போய்த் தலை நிமிர்ந்த வள்ளி, "ஐயோ! எவ்வளவு பெரிய வார்த்தை. அந்த மாதிரி நெனைச்சாலே பாவமாச்சே" என்றாள்.

"அப்படியானால் என் கண்ணில் பட்டுவிடக் கூடாதென்று நீ ஏன் ஓடிவர வேண்டும்? நான் உன்னைப் பார்த்து எத்தனை நாள் ஆயிற்று தெரியுமா? எங்காவது கண்ணில்பட மாட்டாயா என்று நான் தவித்துக் கொண்டிருக்கிறேன். நீயானால் என் பார்வைக்குத் தப்பி ஓடிவிட நினைக்கிறாய்!"

"பார்வையைச் சந்திக்கத் துணிச்சல் இருந்தால்தானே?"

"முன்னாலெல்லாம் இருந்த துணிச்சல் இப்போது எங்கே போய் விட்டது?"

"அப்போ மாதிரியா இப்போ?"

"வள்ளி, அன்று நான் மனம் விட்டுப் பேசியதை நீ விரும்பவில்லையா?"

"நான் என்ன சொல்லட்டும், நீங்க எவ்வளவோ பெரியவங்க. உங்க மனசிலே என்னைப் பத்தி இப்படியெல்லாம் இருக்கும்னு நான் கனவிலேயாவது நெனைக்க முடியுமா?"

வள்ளிக்கு ஏனோ திடீரென்று அழுகை பொங்கி வந்தது.

குமரன் திடுக்கிட்டான்.

"ஏன் அழுகிறாய் வள்ளி?"

"நான் உங்களுக்கு என்ன தப்புச் செய்தேன்?"

"வள்ளி, இதென்ன கேள்வி"

"ஏதோ பேசி என் மனசை ஒரேயடியாகக் குழம்பச் செய்திட்டீங்களே!"

"நீ ஏன் குழம்பணும் வள்ளி? என் பேச்சிலே உனக்கு நம்பிக்கை இல்லையா?

"ஐயையோ! அப்படியெல்லாம் சொல்லாதீங்க. உங்க மனசு அப்பழுக்கில்லாததுன்னு எனக்குத் தெரியாதா? ஆனா இவ்வளவு பெரிய அதிர்ஷ்டத்தைத் தாங்கற சக்தி எனக்கு ஏது? என் நெலைமையை யோசிச்சுப் பாக்க வேண்டாமா? உங்களுக்குச் சரிசமமான அந்தஸ்து எனக்கு என்னிக்காவது ஏற்பட முடியுமா?"

"அந்தஸ்துக்கும் இதுக்கும் ஒரு சம்பந்தமும் கிடையாது."

"சம்பந்தம் இல்லேன்னு நீங்க நினைக்கலாம். ஆனா என்னாலே நெனைக்காமே இருக்க முடியலியே. இந்த விஷயம் நாலு பேருக்குத் தெரிஞ்சா என்னைப் பத்தித்தானே தப்பாப் பேசுவாங்க."

"தப்பாப் பேசறதுக்கு என்ன இருக்கு இதிலே?"

"கண்ணியமான ஒரு நல்ல மனுஷரை எப்படியோ மயக்கிட்டேன்னு உலகம் எம்மேலேதானே பழி சொல்லும்!"

குமரன் சிரித்துவிட்டான்.

"அந்தப் பழியை நீ ஏற்றுக்கொள்ளத்தான் வேண்டும் வள்ளி. மயக்கியதும் பொய்யில்லை. நான் மயங்கியதும் பொய்யில்லை" என்றான் சிரித்துக்கொண்டே.

"நீங்க சிரிக்கிறீங்க. ஆனா எனக்கு எவ்வளவு பயமாயிருக்குத் தெரியுமா?"

"என்ன பயம்?"

"மற்றவங்களைப் பற்றியெல்லாம் நான் பயப்படலே. ஆனா எங்கண்ணனை நெனைக்கும்போது..."

"கவலைப்படாதே வள்ளி. உன் அண்ணனைச் சம்மதிக்கச் செய்வது என் பொறுப்பு."

"அது சுலபம்னு நீங்க நெனைக்கறீங்க! ஆனா."

"ஏன் தயங்குகிறாய் வள்ளி? ஆனால்?"

"ஒண்ணுமில்லை" என்று தலையைத் தாழ்த்திக் கொண்டாள் வள்ளி.

முள்ளும் மலரும்

சாதாரணமாகவே குமரனைப் பற்றிப் பேசும் போதெல்லாம் அர்த்தமில்லாத ஆத்திரத்தையும் துவேஷத்தையும் கொட்டும் அண்ணன் இந்த விஷயம் தெரியும் போது எப்படி விசுவரூபம் எடுப்பானோ என்று நினைத்துப் பார்க்கவே அவள் மனம் நடுங்கியது.

ஆனால் அதைக் குமரனிடம் எப்படிச் சொல்ல முடியும்?

"வள்ளி, என் மனத்தை நீ புரிந்து கொண்டுவிட்டாய். உன் மனத்தையும் நான் புரிந்து கொண்டு விட்டேன். எல்லாம் நல்லபடியாக நடக்கும். நீ கவலைப்படாதே" என்று கூறிய குமரன் மோட்டார் சைக்கிளை இயக்கி அங்கிருந்து புறப்பட்டுச் சென்றான்.

அந்த ஒலி அடங்குமட்டும் பூரிக்கும் நெஞ்சுடன் அதைக் கேட்டவாறு நின்றிருந்தாள் வள்ளி. பின்பு மெதுவாக அங்கிருந்து நடக்க ஆரம்பித்தாள்.

திருப்பத்தைக் கடந்து அவள் கொஞ்ச தூரம்தான் சென்றிருப்பாள். "அக்கா, வள்ளியக்கா" என்று மங்கா அழைக்கும் குரல் கேட்டதும் அவள் சட்டென்று நின்றாள்.

மங்கா அவளை நோக்கி ஓடி வந்தாள்.

"ஏன் வள்ளியக்கா, அந்த ஐயா உன்னைப் பாத்திடக் கூடாதுன்னு பயந்து ஓடிவந்தாயே, வழியிலேயே பாக்கும்படி ஆயிடுச்சில்லே?" என்றாள் சிரித்துக் கொண்டே

"உனக்கு எப்படித் தெரிந்தது?"

"இப்பத்தான் அந்த ஐயா மோட்டார் சைக்கிள்ளே போறதைப் பாத்தோமே" என்றாள் மங்கா.

அதற்குள் அஞ்சலையத்தையும் அருகில் வந்தாள்.

"முன்னாலேயே புறப்பட்டு வந்திட்டயே வள்ளி, வழியிலே என்ன ஆச்சு?" என்று கேட்டாள்.

"அந்த ஐயாவைப் பாத்ததும் நின்னு பேசும்படி ஆயிடுச்சு. அப்படித்தானே அக்கா?" என்றாள் மங்கா.

"அப்படியா வள்ளி?"

உமாசந்திரன்

"ஆமாம் அத்தை..."

"இவ்வளவு நேரம் அந்த ஐயா கூட என்ன பேசிக்கிட்டிருந்தே? என்று கேட்டாள் அத்தை.

"வீட்டிலே அண்ணன் காத்திருக்கும். முதல்லே வீட்டுக்குப் போகலாம். அப்புறம் எல்லாம் விவரமாகச் சொல்றேன்" என்றாள் வள்ளி.

22

அன்று நெடுநேரம் வரை காளியண்ணன் வீட்டுக்கே திரும்பி வரவில்லை. வள்ளியும், அஞ் சலையத்தையும் அவன் வரவுக்காகக் காத்துக் காத்துச் சோர்ந்து போய்விட்டனர். சம்பாதேவிக்குப் படையல் படைத்ததை முன்னிட்டு அஞ்சலையத்தை அன்று விசேஷமாக வடை பாயசத்துடன் சமையல் செய்திருந்தாள். அதெல்லாம் ஆக்கி முடிப்பதற்குள்ளாவது காளியண்ணன் வீட்டுக்கு வந்து விடுவானென்று இருவரும் எதிர்பார்த்தனர். ஆனால் அதெல்லாம் ஆறி, அவலாகப் போகும் வரையில் கூடக் காளியண்ணன் வரும் வழியாய் காணோம்.

"வள்ளிக்கண்ணு, இப்படியே காத்திருந்தா எப்படி? அவன் வரபோது வந்துக்கிடட்டும். நீ காலா காலத்திலே சாப்பிட்டுடு கண்ணு" என்றாள் அஞ்சலையத்தை.

"எனக்கொண்ணும் அவசரமில்லை அத்தை. ஆனா அண்ணன் எங்கே போயிருக்கும்? அதுவே எனக்குக் கவலையாயிருக்கு! காலையிலேயே அதுக்கு வேளையிலே ஒண்ணும் கெடைக்கலேன்னு

கோவம். கோவிச்சுக்கிட்டு நாயர் கடையிலேயே உக்காந்திருக்குமோ ஒருவேளை...”

“அதுக்காக கவலைப்பட்டா முடியுமா? கோவம் தணிஞ்சா தன்னாலே திரும்பி வரட்டும்னு இருக்க வேண்டியதுதான்.”

“அந்த மாதிரி எப்படி இருக்க முடியும் அத்தை. நான் ஒரு நடை நாயர் கடைக்கே போய்ப் பாத்திட்டு வந்திடறேன்” என்று வள்ளி புறப்பட்டதும் அத்தை குறுக்கிட்டாள்.

“ரொம்ப நேரமா காயக்காய இருக்கியே வள்ளி! இப்ப அங்கெல்லாம் போயி அலையாட்டி என்ன?”

“இல்லே அத்தை. என் மனசு கேக்காது” என்று கூறிவிட்டு வள்ளி அவசர அவசரமாக அங்கிருந்து சென்றாள்.

நாயர் டீக்கடையில் அன்று வழக்கத்தைவிட வியாபாரம் மந்தமாகவேயிருந்தது. சுதந்திர தின விடுமுறையைக் கொண்டாடும் தொழிலாளர்கள் அங்கங்கே சிதறிப் போய் இருந்ததால் ஒற்றை சொத்தையாகத்தான் யாராவது வந்து போய்க் கொண்டிருந்தனர். நாயர் கூட அன்று காலை பத்து மணிக்குள்ளேயே கல்லாப் பெட்டியைக் காலி செய்து கொண்டு கடையைத் தன் கையாள் குட்டப்பனின் பொறுப்பில் விட்டுவிட்டுப் புறப்பட்டுப் போயிருந்தான்.

ஆனால் அன்றுகூட மாயாண்டியின் மனைவி அங்காயி அங்கு ஆஜராகத் தவறவில்லை. சுதந்திர தினமும் அதுவுமாக அடுப்படியில் கிடந்து அவளா அவதிப்படுவாள்? மாயாண்டியைப் பற்றி அவளுக்கு என்ன கவலை? எங்கெங்கோ மனம் போனபடி சுற்றியலைந்து விட்டு அவள் அந்த நாயர் கடையில் அடைக்கலம் புகுந்திருந்தாள்.

காளியண்ணனைத் தேடி வள்ளி அங்கே சென்றபோது அங்காயி மட்டும்தான் குட்டப்பனை ஏதேதோ அதிகாரம் செய்துகொண்டு அங்கே உட்கார்ந்திருந்தாள். வள்ளி கடைக்குள்ளே எட்டிப் பார்த்து விட்டுப் போகத் திரும்பியபோது, அவள் எழுந்து வள்ளியருகே வந்தாள்.

“ஏது வள்ளி, நீ கூட இந்தக் கடைக்கெல்லாம் வந்திட்டாயே. உள்ளே எட்டிப் பாத்தே, என்னைக் கண்டதும் பயந்து ஓடறியே? என்ன சமாசாரம்?”

முள்ளும் மலரும்

"ஒண்ணுமில்லே அக்கா, அண்ணன் ரொம்ப நேரமா வீட்டுக்கு வரலே. இங்கே உட்கார்ந்திருக்கான்னு பார்க்கத்தான் வந்தேன்."

"அண்ணன் இல்லேன்னதும் அப்படியே போயிடணுமா? என்கிட்டே ரெண்டு வார்த்தை பேசினா உன் வாயிலிருந்து முத்தா உதுந்து போயிடும்?"

"அப்படியில்லே அக்கா, உண்மையிலேயே நீ உள்ளே உக்காந்திருக்கறதை நான் கவனிக்கலே."

"நீ எப்படி கவனிப்பே, நான்ல்லாம் ஒரு கணிசமாத் தோணுவேனா உன் கண்ணுக்கு? பெரிய எடத்தைப் புடிச்சிட்டேல்லே?" என்று அங்காயி எகத்தாளமாகக் கூறியதும் வள்ளி திடுக்கிட்டாள்.

"என்னென்னமோ சொல்லறியே அக்கா, எனக்கு ஒண்ணுமே புரியலியே" என்றாள் திகைப்புடன்.

"பாவம் ஒண்ணுமே புரியாது. சாதுமாதிரி நடிக்கிற நடிப்பைப் பாரு! ஏ வள்ளி, இந்த நடிப்பையெல்லாம் வேறே யார்கிட்டேயாவது வச்சுக்க. இந்த அங்காயிகிட்டே வேண்டாம். சென்னைப் பட்டணத்து உப்பங்காத்திலே உருவான மூளை இது. இதுக்குத் தப்பி எதுவும் நடந்திட முடியாது. ஆமாம்" என்று தன் மண்டையைத் தொட்டுக் காட்டினாள் அங்காயி.

"மன்னிச்சுக்க அக்கா. நின்னு பேச எனக்கு நேரமில்லே. அண்ணன் வீட்டுக்கே திரும்பி வந்தாலும் வந்திருக்கும்" என்று கூறிவிட்டு அங்கிருந்து விரைந்தாள் வள்ளி.

"இரு இரு... உன்னைக் கவனிக்கற விதமா கவனிச்சுக்கிட்றேன்" என்று விஷம் கலந்த நோக்குடன், வள்ளி சென்ற திசையைப் பார்த்தவாறு கூறிக்கொண்டே மீண்டும் குட்டப்பனை அதிகாரம் செய்ய உள்ளே சென்றாள் அங்காயி.

வீடு திரும்பிய வள்ளியின் மனம் பீதியால் படபடத்துக் கொண்டிருந்தது. அங்காயியின் வார்த்தைகளுக்கு அர்த்தமென்ன? வானுக்கும் மலைக்கும், மரம் செடிகளும், தென்றலுக்கும் தவிர மனிதர் யாருக்கும் தெரியாதென்று அவள் நினைத்திருந்த ரகசியம் எந்த விதத்திலாவது அங்காயிக்குத் தெரிந்துவிட்டதா? அதைவிட ஆபத்து வேறு என்ன இருக்க முடியும்? இத்தனை நாளும் அந்த அங்காயியைப் பற்றிய எண்ணமே அவள் மனத்தில் எழவில்லையே!

வேலிக்கதவைத் திறந்து கொண்டு அவள் வீட்டுக்குள் சென்ற போது, "என்ன வள்ளி, காளித்தம்பி அங்கேயும் இல்லையா?"

என்று கேட்டுக்கொண்டே அஞ்சலையத்தை உள்ளிருந்து வந்தாள். அதே சமயம் வள்ளியின் முகத்திலிருந்த கலவரத் தோற்றம் அவள் கண்களில் பட்டுவிட்டது.

“என்ன நடந்தது வள்ளி? ஏன் இப்படிப் பேயறைஞ்ச மாதிரி இருக்கு உன் முகம்?” என்று கலக்கத்துடன் கேட்டாள்.

“அண்ணன் அங்கே இல்லை அத்தை” என்றாள் வள்ளி சம்பந்தமில்லாமல்.

“அதுதான் புரியுதே. ஆனா அதுக்காக என்னமோ பிசாசைக் கண்ட மாதிரி நடுங்கணும்னு அவசியமில்லையே.”

“டீக்கடையில் அங்காயி அக்கா மட்டுந்தான் இருந்திச்சு.”

“சரித்தான்... வேறே பிசாசைப் பார்க்க வேண்டிய அவசியமே இல்லை. உங்கண்ணனைப் பத்தி ஏதாவது சொல்லி உன் மனசைக் குழப்பி விட்டுடுச்சா அந்தப் பீடை? அதெல்லாம் நம்பாதே வள்ளி. காளித் தம்பி வேறே எங்கேயும் போயிருக்காது. லீவு நாளாயிருக்கில்லே, முள்ளி மலைக்குத்தான் சவாரி விட்டிருக்கும். வெளக்கு வைக்கற நேரத்திலே தன்னைப் போலே திரும்பி வருதா இல்லையா பார்த்துக்கிட்டே இரு” என்று கூறிய அஞ்சலையத்தை அடுப்படியில் அரை குறையாக விட்டிருந்த வேலையைக் கவனிக்கச் சென்றாள்.

ஓர் ஓலைத் தடுக்கை எடுத்துப் போட்டுக் கொண்டு அங்கேயே ஒரு பக்கமாக உட்கார்ந்தாள் வள்ளி.

“அத்தை.”

“என்ன வள்ளிக்கண்ணு?”

“சம்பாதேவிக் கோயில்லேருந்து திரும்பி வரும்போது நீ ஒரு கேள்வி கேட்டயே, நினைவிருக்கா அத்தை?”

“ஆமாம். வழியிலே அந்த ஐயாகூட அத்தனை நேரம் என்ன பேசிக்கிட்டிருந்தேன்னு கேட்டேன்.”

“அதைப் பத்தி அப்புறம் விவரமாச் சொல்லறேன்னு உன்கிட்டே நான் சொன்னேன் இல்லையா?”

“அதுக்கென்ன கண்ணு. உனக்கு எப்பத் தோணுதோ அப்பச் சொல்லு.”

“இப்ப அதைச் சொல்லித்தான் ஆகணும்ங்கற நெலைமை வந்திடுச்சு அத்தை” என்று கூறும் போதே வள்ளிக்கு விம்மல்

வெடித்துவிடும் போல் ஆகிவிட்டது. எப்படியோ தன்னைச் சமாளித்துக் கொண்டு கூற ஆரம்பித்தாள். அவள் கூறக்கூற அஞ் சலையத்தையின் கண்கள் ஆச்சரியத்தால் அகன்றன. நம்பிக்கையை மீறிய அதிசய உணர்ச்சி அவளைப் பேச்சிழக்கச் செய்துவிட்டது. திறந்த மூடாமல் அசைவற்று உட்கார்ந்து கேட்டுக் கொண்டிருந்தாள்.

ஒன்றுவிடாமல் ஆதியோடந்தமாகக் கூறி முடித்த வள்ளி அத்தை, நீயே சொல்லு, இப்படியெல்லாம் நடந்திடுச்சே, இது சரிதானா? அந்த ஐயா மேலே அப்பழுக்குச் சொல்ல முடியாது. நான்தான் தப்பா நடந்துக்கிட்டேனா? என் மனசே என்னைக் குத்தம் சாட்டிக்கிட்டிருக்கு அத்தை. சரியோ தப்போ எதுவானாலும் உன் வாயிலேருந்து கேட்டாத்தான் என் மனசு நிம்மதிப்படும். சொல்லி ஆறத் தாயாருக்குச் சமமா நீதானே எனக்கு இருக்கே" என்று கூறியவாறு அத்தையின் கழுத்தைக் கட்டிக் கொண்டு விம்ம ஆரம்பித்தபோதுதான் அஞ்சலையத்தைக்குத் தன்னுணர்வு ஏற்பட்டது.

வள்ளியை அன்புடன் அணைத்துக் கொண்டாள். "வள்ளிக் கண்ணு, ஏம்மா அதைரியப்படறே? நீ சின்னப் பொண்ணா இருக்கச்சே புடிச்சு உன்னைப் பத்தி காளித் தம்பிக்குப் பெருமை புடிபடாது. சீமான் வீட்டிலே பொறக்க வேண்டிய பொண்ணு நம்ம வீட்டிலே பொறந்திருக்குன்னு சொல்லிச் சொல்லி உன்னைத் தலை யிலே தூக்கி வச்சுக்கிட்டுக் குறுக்கும் நெடுக்கும் ஓடிக்கிட்டிருக்கும். நீ சீமான்வீட்டிலே பொறக்காவிட்டாலும் சீமான் வீட்டிலே வாழ்க்கைப்படற அதிர்ஷ்டம் உனக்குக் கட்டாயம் உண்டுன்னு அந்தப் புலியூர் ஜோசியர் அடிக்கடி சொல்லுவாரு. அதும்படியேதான் நடந்திருக்கு. குறையும் நல்லபடியா நடந்து உன்னோட மனசு போலே உனக்கு மாங்கலியமும் கிடைக்கணும்" கனிவு நிறைந்த குரலில் அஞ்சலையத்தை இவ்வாறு கூறிக் கொண்டிருக்கும்போதே காளியண்ணனின் குதூகலமான குரல் கேட்டது.

"வள்ளி, வள்ளி..."

"அண்ணன் வந்திடுச்சு" என்று பரபரப்புடன் எழுந்த வள்ளி வாயிலுக்கு ஓடினாள்.

ஒற்றைக் கையில் ஏந்திய நாலைந்து பொட்டலங்களுடன் வேலிக்கு வெளியே நின்று கொண்டிருந்த காளியண்ணன் வள்ளியைப் பார்த்ததும், "வள்ளிக்குட்டி, இப்படி வா, வேலிக் கதவைத் திறந்துவிட்டுடு கண்ணு" என்று அன்பு பொங்கக் கூறினான்.

தழுதழுக்கும் நெஞ்சுடன் ஓடிச் சென்று வேலிக் கதவைத் திறந்து விட்ட வள்ளி, அவன் கையிலிருந்த பொட்டலங்களை வாங்கிக் கொள்ளக் கையை நீட்டினாள்.

காளியண்ணன் ஏனோ ஒரே உற்சாகமாயிருந்தான். "இப்பவே குடுத்திடுவேன்னு நெனைச்சயா வள்ளிக்குட்டி? அதெல்லாம் முடியாது. உள்ளே வா, அப்புறம் பேசிக்கிடலாம்" என்று கூறிக் கொண்டே கேசச் சுருள்களை சிலிப்பியவாறு உள்ளே பாய்ந்து சென்றான்.

"வா தம்பி" என்று அவனை வரவேற்ற அஞ்சலையத்தை "உனக்காக எவ்வளவு நேரமாகக் காத்திருக்கோம் தெரியுமா? எங்கே முள்ளி மலைக்கே போயிட்டாயோன்னுகூட நான் சொல்லிக் கிட்டிருந்தேன்" என்றாள்.

காளியண்ணன் சிரித்தான். "காலையிலே இருந்து ஆத்திரத்திலே முள்ளிமலைக்கே போயிடலாமான்னுதான் நெனைச்சேன். புறப்படக் கூடப் புறப்பட்டுட்டேன். அப்பத்தான் முனியாண்டியண்ணன் லாரியிலே உக்காந்து டீக்கடைப் பக்கமா வந்திச்சு. கீழுருக்குப் போயிட்டு உடனே திரும்பிடப் போறேன், நீயும் வரயான்னு கேட்டுச்சு. சரின்னு லாரியிலே ஏறி உக்காந்திட்டேன்" என்றான்.

"இத்தனை நேரமும் கீழுருக்கா போயிருந்தே அண்ணே?"

"பின்னே, முள்ளிமலையிலிருந்து இந்தச் சாமானெல்லாம் வாங்கி வர முடியுமா? இப்ப வாங்கிக்க வள்ளிக்குட்டி. உனக்காகத்தான் இதெல்லாம்."

"எனக்காகவா? என்ன பொட்டலங்க இதெல்லாம்?"

"பிரிச்சுப் பார்த்தாத்தானே தெரியும்!" என்று சிரித்தான் காளியண்ணன்.

வள்ளி பிரித்துப் பார்த்தாள். சிறிய பொட்டலங்களில் ஒன்றில் கண்ணாடி வளையல்கள். இன்னொன்றில் கழுத்துச் செயினும், காதணியும், கில்ட் நகைகள் தான் என்றாலும் பளிச்சென்று கண்ணைப்பறிக்கிற மாதிரி இருந்தன. பெரிய பொட்டலங்கள் இரண்டில் ஒன்றைப் பிரித்தபோது வள்ளியின் வியப்புக்கும், மகிழ்ச்சிக்கும் அளவேயில்லை.

அவள் வெகு நாளாக விரும்பிய மயில் வர்ணப் புடவையை அந்த மாதிரிப் புடவை வேண்டுமென்று மூன்று நான்கு மாதங்களுக்கு

முன்பு எப்போதோ காளியண்ணனிடம் சொல்லியிருந்தாள் அவள். இப்போது அதை ஞாபகம் வைத்துக்கொண்டு வாங்கி வந்திருக்கிறானே, இந்த அண்ணனின் அன்புக்கு இணையேது?

“இது அந்த மங்காக் குரங்குக்கு” என்று கூறிக்கொண்டே இன்னொரு பொட்டலத்தை வள்ளியிடம் கொடுத்தான் காளி.

“தம்பி... தேவலையே, மங்காவை மறக்காமே அதுக்கும் வாங்கி வந்திருக்கியா?” என்று கேட்ட அஞ்சலையத்தைத் தொடர்ந்து கூறினாள். “அதை இருந்து சாப்பிட்டுட்டுப் போகச் சொன்னேன். என்னமோ பாவம், ஆத்தாவை நெனைச்சுக்கிட்டு வீட்டுக்குப் போயிடுச்சு. இருந்திருந்தா ரொம்ப சந்தோஷப்பட்டிருக்கும்.”

“அதுவும் உங்களைத் தொரத்திக்கிட்டுச் சம்பா தேவிக் கோயிலுக்கு வந்திருச்சில்லே? தெரியும் எனக்கு!” என்றான் காளியண்ணன் சிரித்துக்கொண்டே...

“அண்ணே, எல்லாம் சேத்து ரொம்பப் பணம் புடிச்சிருக்குமோ?” என்றாள் வள்ளி.

“பணத்துக்கென்ன பிரமாதம் கைக்கெடியாரத்தை வித்திட்டேன்” என்றான் காளியண்ணன் அலட்சியமாக.

“கடியாரத்தை வித்திட்டயா? என்ன தம்பி சொல்லறே? அந்தக் கடியாரத்தை ரொம்ப ஆசையா வச்சுக்கிட்டிருந்தியே, ஏன் வித்தே?”

“கடியாரத்தைக் கட்ட வேண்டிய கைதான் போயிடுச்சே. இனிமே அந்தக் கடியாரம் இருந்தா என்ன, இல்லாட்டா என்ன?” என்றான் காளி.

“போ அண்ணே, நீ இப்படியெல்லாம் பேசினா எனக்கு எவ்வளவு கஷ்டமாயிருக்கு தெரியுமா? எனக்கு இதெல்லாம் வாங்கணும்னு அவசியமா இப்போ? இதற்காகவா கடியாரத்தை விப்பாங்க” என்றாள் வள்ளி.

“ஏ வள்ளிக்குட்டி, உன்னை விடவா எனக்கு அந்தக் கெடியாரம் பெரிசு! நீ உன் வாயைத் திறந்து ஒண்ணும் கேட்கமாட்டே. அதுக்காக நான் சும்மா இருந்திடறதா? இதெல்லாம் வேணும்னு உனக்கு ஆசை இல்லையா, நீயே சொல்லு. உன் மனசைப் புரிஞ்சுக்கிட்டு நானே செய்யணுமா வேண்டாமா?”

“செய்ய வேண்டாம்னு நான் சொல்லலே அண்ணே, இப்ப என்ன அவசரம்னுதான் கேக்கறேன்.”

“என்னமோ திடீர்னு தோணிச்சு வள்ளி. கீழூர்க் கடை வீதியிலே நின்னுக்கிட்டிருந்தபோது மேளதாளத்தோட பொண்ணும், மாப்பிள்ளையும் கார்லே உக்காந்து ஊர்கோலமா வந்துக்கிட்டிருந்தாங்க. அந்தப் பொண்ணைப் பார்த்ததும் நான் அப்படியே திகைச்சுப் போயிட்டேன். அசப்பிலே உன் மாதிரியே இருந்திச்சு அந்தப் பொண்ணு.

“உன்னையும் அந்த மாதிரி ஒருத்தன் கையிலே ஒப்படைச்சு ஊர்கோலம் நடத்திப் பார்க்க வேண்டிய அண்ணன் இல்லையா நான்! அதைப் பத்தி இதுவரைக்கும் கொஞ்சமாவது நெனைச்சுப் பார்த்திருப்பேனா? ஒண்ணுமில்லாவிட்டாலும் உனக்குப் புடிச்ச துணிமணியாவது என் கையாலே வாங்கிக் குடுத்திருப்பேனா?

“அந்தக் கல்யாண ஊர்கோலத்தைப் பார்த்தபோது இந்த எண்ணமெல்லாம் என் நெஞ்சிலே பொங்கி வரவும் எனக்கு மூச்சே அடைக்கிற மாதிரி ஆயிடுச்சு வள்ளி.”

அந்த முரட்டு அண்ணனின் மென்மையுணர்ச்சிகள் சாதாரண நேரமாயிருந்தால் வள்ளியைத் தழுதழுக்கச் செய்திருக்கும். ஆனால் இப்போது அவை அவள் மனத்தில் பீதியைக் கிளப்பி விட்டன.

அவள் முக தோற்றத்தைக் கவனித்த காளி சட்டென்று கேட்டான் “ஏ வள்ளிக் குட்டி ஏன் ஈயாடலே உன் முகத்திலே? எதை நெனைச்சுக் கவலைப்பட்டுக்கிட்டிருக்கே?”

“ஒண்ணுமில்லே அண்ணே” என்றாள் வள்ளி, சிரிப்பை முகத்தில் வலிய வரவழைத்துக் கொண்டு.

“ஆ... இப்பத்தான் நல்லாயிருக்கு, உன் முகத்திலே இந்தச் சிரிப்பைத்தான் எப்போதும் பாக்கணும்னு நான் ஆசைப்படறேன் வள்ளி. கோடி குடுத்தாலும் இதுக்கு ஈடாகுமா? என்ன அத்தை அப்படிப் பார்க்கறே?”

“உனக்குத்தான் உன் தங்கச்சியைப் பத்தி என்ன பெருமை” என்று சிரித்தாள் அஞ்சலையத்தை.

“சந்தேகமென்ன? பெருமைப்பட வேண்டிய தங்கச்சி இல்லையா இது? இந்த மாதிரித் தங்கச்சி என்னைத் தவிர வேறே யாருக்குக் கிடைக்க முடியும். ஆனா நான்தான் இதுக்குக் கொஞ்சமும் தகுதியில்லாத அண்ணானப் போயிட்டேன்.”

“ஏண்ணே இப்படியெல்லாம் சொல்லறே?”

முள்ளும் மலரும்

"என் மனசு என்னை எப்படிக் குத்தம் சாட்டிக்கிட்டிருக்கு தெரியுமா வள்ளி? ஏண்டா பாவிப்பயலே, கிடைக்கக் கூடாத ரத்தினம் தனக்குத் தங்கச்சியாக் கிடைச்சும் அதோட அருமை தெரியாமே சுத்திக்கிட்டிருக்கியே. காலா காலத்திலே அதுக்குச் செய்ய வேண்டிய ஒண்ணையும் செய்யாமே அண்ணன்னு நீ ஒருத்தன் இருந்து என்ன பிரயோசனம்?" அப்படின்னு என்னை இடிச்சுக்காட்டிக்கிட்டு இருக்கு.

"ஆனா இனிமே அப்படி இருக்க மாட்டேன் வள்ளி. இந்த ஒத்தக் கை அண்ணன் கூடிய சீக்கிரம் உனக்கு என்னெல்லாம் செய்யப் போகுதுன்னு நீயே பார்க்கப் போறே?" என்று கூறிய காளியண்ணன் முகம் கழுவி வரத் தோட்டத்தில் இறங்கி வாய்க்காலை நோக்கிச் சென்றான்.

கண்ணைத் துடைத்துவிட்டுக் கொண்ட வள்ளி, சாப்பாட்டுக் கான ஆயத்தங்களைச் செய்வதில் முனைந்தாள்.

சாப்பிட்டு எழுந்து கை கழுவிய சுருக்கோடு காளியண்ணன் கேட்டான்.

"வள்ளிக்குட்டி அந்த மங்காக் குரங்குக்கு வாங்கி வந்த புடவை எப்படி இருக்கு."

"நல்லா இருக்கு அண்ணே, ஆனா மங்காவை நீ ஏன் குரங்கு குரங்குன்னு கரிச்சுக்கொட்டறே?" என்றாள் வள்ளி.

"அது குரங்கில்லாமே வேறே என்னவாம்?"

அத்தை சிரித்தாள். "ஏன் தம்பி, அது கொரங்குன்னா அதைப் பத்தி உனக்கு என்ன இவ்வளவு கரிசனம்? அதை மறக்காமே ஒண்ணொன்னும் வாங்கி வந்ததில்லே கொறைச்சல் இல்லே!" என்றாள்.

"வள்ளி, அந்தப் பொட்டலத்தைக் கொண்டா, நானே அதும் மூஞ்சியிலே எறிஞ்சிட்டு வந்திடறேன்" என்றான் காளி.

"கேட்டேல்லே வள்ளி, மூஞ்சியிலே எறியப் போகுதாம்!" என்று சிரித்தாள் அத்தை.

புடவைப் பொட்டலத்துடன் காளியண்ணன் உள்ளே வந்தபோது வெள்ளாத்தாளால் தன் கண்களையே நம்ப முடியவில்லை.

உமாசந்திரன்

"வா தம்பி, இன்னிக்குத்தான் முதல் தடவையா நீ இந்த வீட்டுக்குள்ளே அடியெடுத்து வச்சிருக்கே, உக்காரு தம்பி" என்று ஒரு கோரைத் தடுக்கை எடுத்துப் போட்டாள்.

சுற்றுமுற்றும் பார்த்த காளி, "எங்கே அது? காட்டுலச் செடியச் சுத்தப் போயிடுச்சா?" என்று கேட்டான்.

"இல்லே. தம்பி நான் தான் ஒரு பன்னும் டீயும் வாங்கி வரச் சொல்லி நாயர் கடைக்கு அனுப்பிச்சேன்."

"எப்பப் பாத்தாலும் பன்னையும், டீயையும் சாப்பிட்டு உடம்பைக் கெடுத்துக்கிடறீங்களே ஏன்? லட்சணமா வீட்டிலே சோறாக்கிச் சாப்பிடக் கூடாது?"

"ஆக்கி முடியறதுக்குள்ளே பசி தாங்க முடியாது போலே இருந்திச்சு. கெடந்து எழுந்திருச்ச ஒடம்பு பாரு. நீ உக்காரு தம்பி, மங்கா இப்ப வந்திடும்" என்றாள் வெள்ளாத்தாள்.

"பரவாயில்லை, வள்ளிக்குச் சேலை எடுக்கும் போது அதுக்கும் ஒண்ணு எடுத்து வந்தேன். அது வந்ததும் குடுத்திடுங்க" என்று புடவைப் பொட்டலத்தைத் தடுக்கின் மீது போட்டுவிட்டு வெளியே நடந்தான் காளியண்ணன்.

"என்ன அவசரம் தம்பி? ஒண்ணுமே சாப்பிடாமே போறியோ". என்று வெள்ளாத்தாள் கூறியதை அவன் காதில் வாங்கிக் கொள்ளவில்லை.

மங்காவிடம் நேரில் கொடுக்க வேண்டுமென்று அந்தப் புடவையைக் கொண்டு வந்திருந்தானே ஒழிய, உண்மையில் அவள் வீட்டில் இல்லாதது ஒருவிதத்தில் அவனுக்கு நிம்மதியாகவே இருந்தது.

நேரில் கொடுக்கும் போது என்ன சொல்லிக் கொடுப்பது? எது சொன்னாலும் மங்கா அதைத் தூக்கியெறிந்தாற்போல் எதிர்ப் பேச்சு பேசமாட்டாளென்று என்ன நிச்சயம்? அந்தச் சங்கடமெல் லாம் இப்போது இல்லையில்லையா?

அவன் நாயர் கடையைச் சமீபித்த போதுதான் மங்கா கடையிலிருந்து வெளியே வந்து கொண்டிருந்தாள்.

"ஏ மங்கா, ஒரு டீயும் பன்னும் வாங்கிட்டுப் புறப்பட இவ்வளவு நேரமா?" என்று கேட்டான் காளி.

“அட எப்படிய்யா அவ்வளவு கணக்காச் சொல்லிட்டே” என்று கேட்டாள் மங்கா..

“இப்ப உங்க வீட்டுக்குத்தான் போயிட்டு வரேன்.”

“எங்க வீட்டுக்கா? ஏது, ஒருநாளும் இல்லாத அதிசயமா இருக்கே.”

“கீழூர்லே வள்ளிக்குச் சேலை எடுத்தேன். அப்ப ஒனக்கும் சேத்து ஒண்ணு எடுத்து வந்தேன். நேரிலேயே குடுக்கலாம்னு வீட்டுக்குப் போனா நீ அங்கே இருந்தாத்தானே?”

“எனக்குச் சேலை வாங்கிக்குடுக்க நீ யாரைய்யா?”

“கழுத்திலே தாலி கட்டப்பேற ஆளு சேலை வாங்கிக் குடுத்தா என்னவாம்?”

“தாலி கட்டற ஆளைப் பாரு, அதுக்கு ரெண்டு கை வேணுமய்யா?” என்றாள் மங்கா.

“மூணு முடிச்சுப் போட வேண்டியது நானில்லே, என் தங்கச்சி” என்றான் காளி.

“மெய்யாவாய்யா? வள்ளியக்காவா மூணு முடிச்சுப் போடும். அப்ப நான் உன்னையே கட்டிக்கிடறேன்?” என்றாள் மங்கா.

இந்தப் பேச்சைக் கேட்டுக்கொண்டு அங்காயி டீக்கடையிலிருந்து வெளியே வந்தாள்.

“நடுத் தெருவிலே நல்ல பேச்சு நடக்குது! தங்கச்சியைத் தறி தலையா அலைய விட்டுட்டுத் தாலி கட்டக் கழுத்தைத் தேடி அலையறாரு இவரு!”

“ஏ அங்கி, யாரோட தங்கச்சியைப் பத்தித் தப்புத் தண்டாவா பேசறே?”

“உன் தங்கச்சியில்லாமே ஊரார் தங்கச்சியைப் பத்தியா அவன்கிட்டே பேச வருவேன்?”

“எங்க வள்ளியக்காவையா தறிதலைன்னு சொல்லறே!” என்று ஆத்திரத்துடன் கேட்டாள் மங்கா.

“நீ எப்படி இருக்கயோ, அப்படித்தானே உன் வள்ளியக்காவும் இருப்பா?”

“என்னை என்ன வேணும்னாலும் சொல்லிக்க, வள்ளியக்காவை ஏதேனும் சொன்னே...”

“என்ன பிரமாதமா மெரட்டறே? வள்ளி ஒண்ணும் தெய்வப் பிறவி இல்லே. அது போடறதெல்லாம் வெறும் வேஷம். நல்ல பொண்ணு மாதிரி நடிச்சு அந்தக் குமரய்யாவையே கைக்குள்ளே போட்டு வெச்சிருக்கு.”

“ஏ அங்கி, நீ மட்டும் பொம்பளையா இல்லே, இதுக்குள்ளே..?” என்று பல்லைக் கடித்தான் காளியண்ணன்.

“கோவத்தை எங்கிட்டே காட்டி என்ன பிரயோசனம்? அடக்கற விதமா தங்கச்சியை அடக்கி வச்திருந்தா இவ்வளவு தூரத்துக்கு வந்திருக்குமா?”

“ஏய், இன்னொரு தரம் எங்கக்காவைப் பத்தித் தப்பாப் பேசினே, நான் சும்மா இருக்க மாட்டேன்!” என்று கத்தினாள் மங்கா.

“”உனக்கு ஏண்டி ஆத்திரம் பொத்துக்குது? சம்பாதேவிக் கோயில் லேருந்து அதோட நடவடிக்கையை நான் பாத்துக்கிட்டுத்தானே வரேன். உன்னையும் அத்தையையும் தனியே விட்டுட்டு அவசர அவசரமா ஓடிச்சே, எதுக்குன்னு நெனைச்சே?”

“நெனைக்கறதென்ன நெனைக்கறது? எனக்குக் கூடத்தான் தெரியும். பாவம், அந்த ஐயா கண்ணிலே படக் கூடாதுன்னு ஓடிச்சு அக்கா, நடுவழியிலே அவரே எதிரே வந்திட்டாரு. பாத்தப்பறம் நின்னு பேசாமே என்ன செய்யும்?”

“இதெல்லாம் உண்மைதானா மங்கா?” என்றான், காளி கனல் கக்கும் விழிகளுடன்.

“ஏன்? அதிலே என்ன தப்புன்னு கேக்கறேன்” என்றாள் மங்கா புரியாமல்.

அங்காயி வெற்றிச் சிரிப்புச் சிரித்தாள்.

“அந்த மூவிலைப் புதர்த் திருப்பத்து மறைவிலே அந்தக் குமரய்யா கூடக் குழைஞ்சு குழைஞ்சு, இளிச்சு, இளிச்சு, அது பேசிக்கிட்டு நின்ற கண்றாவியை நெனைச்சாலே பத்திக்குது. சீ, இது போடற சாது வேஷமெல்லாம் இவ்வளவுதானா? அப்படின்னு வெறுத்துப் போச்சு எனக்கு?'' என்று கூறியதோடு நிறுத்தாமல் அங்காயி ஆங்காரத்துடன் ‘தூ’ என்று துப்பியதைப் பார்த்த போது மங்காவின் ஆத்திரம் எல்லை மீறியது.

கையிலிருந்த டீயையும் பன்னையும் ஒரு பக்கமாக வைத்துவிட்டு, “எங்க வள்ளியக்காவைத் தூத்திப் பேசினது போதான்னு துப்பவுமா

முள்ளும் மலரும்

துணிஞ்சிட்டே?" என்று கத்திக்கொண்டே அவள் மீது பாய்ந்த மங்கா, அங்காயி தன்னைச் சமாளித்துக் கொள்வதற்குள் ஆத்திரம் தீர அவளை அடித்து நொறுக்கிவிட்டாள்.

ஆனால் அவர்களுடைய சண்டையைப் பார்த்துக் கொண்டு காளியண்ணன் அங்கே நிற்கவில்லை. எல்லையில்லாது மனத்தில் குமுறும் கோபத்துடன் வீட்டை நோக்கி வேகமாக நடந்தான்.

23

கிருதா மீசை முனியாண்டிக்கு அன்று வழக்கத்தை விட அதிகமாகத் தன் கிருதா மீசை மீது மோகம் பெருகிவிட்டது. கண்ணாடியைப் பார்த்துப் பார்த்து ரசித்துக் கொண்டிருந்தான். விற்பனைக்காக இரண்டொரு முகம் பார்க்கும் கண்ணாடிகள் எப்போதும் அவன் கடையில் தொங்கிக் கொண்டிருக்கும். ஏதாவது ஒன்றைக் கையில் எடுத்து கிருதா மீசைக்குரிய களை தன் முகத்தில் தாண்டவமாடுகிறதா என்று அடிக்கடி அழகு பார்த்துக் கொள்வது முனியாண்டியின் வழக்கம்தான். ஆனால் இன்று அவன் பார்த்துக் கொண்டதற்கும் மற்ற நாட்களில் பார்த்துக் கொண்டதற்கும் வித்தியாசம் இருந்தது. அந்த மீசை மட்டும் அவன் முகத்தில் இல்லாதிருந்தால் அன்று காளியண்ணனே வாய்விட்டு அவனைப் பற்றி அவ்வளவு உயர்வான அபிப்பிராயத்தைத் தெரிவித்திருப்பானா?

கீழூரிலிருந்து இருவரும் உச்சிக்கடவுக்குத் திரும்பி வந்து கொண்டிருந்தபோது அந்தப் பேச்சு நிகழ்ந்தது.

வழியில் வேலன் கடவு டீக்கடையைக் கண்டதும், லாரி டிரைவர் லாரியை அங்கேயே நிறுத்திவிட்டுக் கீழே இறங்கினான்.

"ஏன் பாய்.. ரேடியேட்டருக்கு, தண்ணி ஊத்தணுமா?" என்று கேட்டான் முனியாண்டி.

"இல்லை, எனக்கு ஒரு சாயா ஊத்திக்கிடணும். அப்பத்தான் வண்டி மேலே ஓடும் போலே இருக்கு" என்று கூறிய டிரைவர் பாஷா, டீக்கடையை நோக்கி நடந்தான்.

முனியாண்டியும், காளியும் காலாற லாரியை விட்டிறங்கி ஒரு மரத்தடியில் போய் நின்று பீடியைப் பற்ற வைத்துக் கொண்டனர்.

"லாரியிலே ஒரு கண்ணு வச்சுக்கிடணும், நான் கீழூரிலே வாங்கின சாமான் பொட்டலங்க எல்லாம் அப்படியே வச்சிருக்கு. எவனாவது அசத்திவிட்டுப் போயிடப் போறான்" என்று கூறிய காளியண்ணன் லாரிப் பக்கம் திரும்பி நின்று கொண்டான்.

"இன்னிக்கு உனக்கு ஒரேயடியா தங்கச்சி ஞாபகம்தான். போலிருக்கு" என்று சிரித்தான் முனியாண்டி திகைப்புடன்.

"பின்னே என்ன? என் தங்கச்சியை யாரு கையிலேயாவது புடிச்சுக்குடுக்கணும்னு சொல்ல நீ யாரு? உனக்கெல்லாம் முகத்திலே கிருதா மீசை எதுக்குன்னு கேக்கறேன்."

"இத பாரு காளி, மறுபடியும் என் மீசையைப் பழிச்சே எனக்குப் பொறுக்காது."

''கோவம் வந்து என்ன பிரயோசனம்? வெத்திலை பாக்கு பழத்தோட பரிசுப் பொருளை தட்டிலே எடுத்து வச்சுக்கிட்டு என் வீடு தேடிவந்து, 'காளி, நான் நல்லபடியாக கடை வச்சு நடத்திக் கிட்டிருக்கேன். கையிலே நாலு காசு கிடைச்சுக்கிட்டிருக்கு. உன் தங்கச்சியை வச்சுக் காப்பாத்த எனக்குத் திராணி உண்டு. எனக்கே வள்ளியைக் கட்டிக் குடுத்திடு' அப்படின்னு கேக்கத் துப்பில்லே, நூத்துக்கிழவி மாதிரி பேச வந்திட்டான்!"

தன் செவிகளையே நம்பாமல் திகைத்து நின்றான் முனியாண்டி.

"காளி, நிசமாத்தான் சொல்லறியா?"

"அந்த அளவுக்குக் கூடத் துணிச்சல் இல்லாத பசங்கள்லாம் சாதாரண மீசை வச்சுக்கிடறதுக்கே லாயக்கில்லே. இந்த லட்சணத் திலே கிருதா மீசை என்ன வேண்டிக்கிடக்கு?"

உமாசந்திரன்

"காளி, சத்தியமா சொல்லறேன், இந்த மாதிரி அபிப்பிராயம் உன் மனசிலே இருக்குன்னு மட்டும் தெரிஞ்சிருந்தா."

"இப்பத் தெரிஞ்சிருச்சில்லே! இனிமேலேயாவது உனக்குத் துணிச்சல் பொறக்குதா இல்லையான்னு நானும் பார்க்கறேன்" என்று கூறிய காளியண்ணன் கையிலிருந்த பீடித் துண்டைக் கீழே போட்டுக் காலால் தேய்த்துவிட்டு லாரியில் போய் உட்கார்ந்தான்.

ஏதோ கனவுலகத்தில் நடப்பவன் போல் தள்ளாடியவாறே அவனைத் தொடர்ந்து நடந்து சென்ற முனியாண்டியும் அவனருகே உட்கார்ந்து கொண்டான். இதற்குள் ட்ரைவர் பாஷாவும் டீத் தண்ணியை ஊற்றிக்கொண்ட சுறுசுறுப்போடு வந்து உட்கார்ந்து கொள்ளவே லாரி புறப்பட்டது.

மறுபடியும் காளியண்ணன் அந்த விஷயத்தைப் பற்றிப் பேச்சுக் கொடுப்பானென்று, மீண்டும் மீண்டும் அவன் முகத்தைப் பார்த்தான் முனியாண்டி. ஆனால் காளியண்ணன் அவன் பக்கம் திரும்பிக் கூடப் பார்க்கவில்லை. உச்சிக்கடவையடைந்து அவன் இறங்க வேண்டிய இடம் வந்த பிறகும்கூட அவன் அதைப்பற்றி ஒன்றும் பேசாமல் சாதாரணமாக விடைபெற்றுக் கொண்டு சென்றுவிட்டான்.

இப்போது முகக் கண்ணாடியில் தனது கிருதா மீசையின் அழகைப் பூரிப்புடன் பார்த்தவாறே தன் அதிர்ஷ்டத்தை நினைத்து மகிழ்ந்து கொண்டிருந்தான் முனியாண்டி. வள்ளிக்கேற்ற பரிசுப் பொருளாக என்ன எடுத்துப் போகலாம் என்று கற்பனைகள் ஓடவிட்டுக் கொண்டிருந்த போது திடீரென்று அவன் சிந்தனையில் ஒரு சந்தேகம் தலைதூக்கியது. இவ்வளவும் காளியண்ணன் கேலிக் காகச் சொன்ன வார்த்தைகளாயிருக்குமோ? உண்மையென்று நம்பி அவன் வீட்டுக்குப் பரிசம் போடப் போய் முகத்தில் கரியைப் பூசிக் கொண்டு திரும்பினால் என்ன செய்வது?

இந்தக் குழப்பம் அவன் குதூகலத்தைக் குட்டிச்சுவராக அடிக்க ஆரம்பித்த சமயத்தில்தான் காளியண்ணன் வேகமாக அந்த வழியே வந்து கொண்டிருப்பது முனியாண்டிக்குக் கையில் பிடித்திருந்த கண்ணாடியில் தெரிந்தது. சட்டென்று வியப்புடன் அந்த திசையில் திரும்பிப் பார்த்தான். உண்மையிலேயே காளியண்ணன் முகத்தில் ஆவேசம் அலைமோதிக் கொண்டிருந்தது.

"என்ன காளியண்ணே ?"

"புறப்படு."

"எங்கே?"

"எங்க வீட்டுக்கு. இன்னிக்கு பரிசும் போட்டாகணும்."

"மெய்யாவா காளியண்ணே ... இத்தனை நேரமும் அதைப் பத்தித் தான் யோசிச்சுக்கிட்டிருந்தேன்.

"இந்த நிமிஷமே என் கூடப் புறப்பட்டாகணும். மறுபேச்சுப் பேசினே, இந்த எடத்திலேயே உன் மென்னியைத் திருகிடுவேன். என் ஒத்தைக் கையே போதும் அமுக்குறதுக்கு."

"ஏ அப்பா! என்ன கெடுபிடி பண்ணறே? பரிசுப் பொருள், வெத்திலைப் பாக்குப் பழம் எல்லாம் சேகரம் செய்ய வேண்டாமா?"

"அதுக்குக் கூட வகையில்லாத கடையாவா வச்சிருக்கே? கடையையே அலாக்காத் தூக்கி மேம்பாறைக் கசத்திலே போட்டுடுவேன் ஜாக்கிரதை!" என்று கத்தினான் காளி.

பரக்கப் பரக்க ஏதேதோ சாமான்களை அள்ளியெடுத்து ஒரு பையில் போட்டுக் கொண்டே முனியாண்டி, கல்லாப்பெட்டியைப் பூட்டிச் சாவியைக் கையிலே எடுத்துக் கொண்டு உதவி ஆள் மூக்கன் பக்கம் திரும்பினான். ஒரு மூலையில் உட்கார்ந்து தூங்கிவிழுந்து கொண்டிருந்தான் மூக்கன். முனியாண்டி ஒரு வாழைக் காம்பை அவன் மேல் வீசியெறிந்ததும் அவன் திடுக்கிட்டு விழித்துக் கொண்டான்.

"கடையைப் பார்த்துக்கடா கழுதை! தூக்கி வழிஞ்சே தொலைச்சிடுவேன் தொலைச்சி" என்று அவனைப் பார்த்து ஆத்திரம் தீரக் கத்திவிட்டுக் காளியண்ணனுடன் புறப்பட்டான் முனியாண்டி

"அத்தை வந்திருக்கறது யாரு பாரு.." என்று குரலில் குதூகலத்தை வரவழைத்துக் கொண்டு கூறியவாறே உள்ளே நுழைந்த காளியண்ணன் ஒரு பாயை உதறி நடுக் கூடத்தில் விரித்துப் போட்டான்.

"உக்காரு முனியாண்டி, மாயாண்டி. நீயும்தான்" வரும் வழியிலேயே எதிர்ப்பட்ட மாயாண்டியையும் தங்களுடன் இழுத்து வந்திருந்தான் காளி.

உள்ளிருந்து வந்த அஞ்சலையத்தை வந்திருப்பவர்களைப் பார்த்ததும் திகைத்து நின்றாள்.

"என்ன பாக்கறே அத்தை? முனியாண்டியண்ணன் நம்ம வள்ளிக் குட்டிக்கு பரிசம் போட வந்திருக்கு. எங்கே அது? வெத்திலை பாக்குப் பழமெல்லாம் எடுத்து வைக்க ஒரு தட்டு எடுத்து வரச் சொல்லு" என்று கூறிக்கொண்டே தானும் உட்கார்ந்தான்.

அஞ்சலையத்தைக்குக் கைகால் ஓடவில்லை. வள்ளி அப்போது தான் வாய்க்காலில் பாத்திரங்களைக் கழுவி எடுத்துக் கொண்டு அடுப்பறைக்கு வந்திருந்தாள். யாரோ வந்திருக்கும் உணர்வு ஏற்பட்டதும் இயல்பாக நிலைப்படியருகே வந்து நின்று எட்டிப் பார்த்தாள்.

முனியாண்டி அவளைப் பார்த்து அசட்டுச் சிரிப்புச் சிரித்தான். எந்த காளியண்ணனுக்காகப் பயந்து கொண்டு இத்தனை நாளும் அந்த இளிப்பை அடக்கி வைத்திருந்தானோ, அந்தக் காளியண்ணனே இப்போது பரிசம் போடச் சொல்லிக் கட்டாயப்படுத்தி அவனை அழைத்து வந்திருக்கிறான் என்ற நினைப்பில் முனியாண்டியின் பற்கள் தாமாகவே இளித்தன.

"வள்ளிக்குட்டி, ஒரு பெரிய தட்டாப் பாத்து எடுத்து வா கண்ணு" என்றான் காளியண்ணன்.

வாய்க்காலில் கழுவியெடுத்து வந்த பாத்திரங்களைக் கையிலேந்தியவாறே நிலைப்படிக்கு வந்த வள்ளி, அவற்றை உள்ளே கவிழ்த்து வைத்துவிட்டு அண்ணன் கொண்டு வரச் சொன்ன தட்டைத் தேடினாள். இதற்குள் அஞ்சலையத்தையும் உள்ளே வந்து அவளருகே நின்றாள்.

"அத்தை, அண்ணன் எதுக்காகப் பெரிய தட்டு வேணும்னு சொல்லிச்சு?"

"வெத்திலை பாக்குப் பழமெல்லாம் எடுத்து வைக்க.."

"என்ன விசேஷம்?"

"முனியாண்டி உனக்குப் பரிசம் போடப் போகுதாம். காளித்தம்பி வரும்போது கூடவே அழைச்சுக்கிட்டு வந்திடுச்சு. பொதுவுக்கு மாயாண்டியையும் கையோட அழைச்சுக்கிட்டு வந்திடுச்சு."

வள்ளிக்குத் திக்கென்றது.

"அப்படியானா அண்ணனுக்கு என்னைப் பத்தின எல்லா விஷயமும் தெரிஞ்சு போயிடுச்சா?"

"அப்படித்தான் தோணுது."

"இப்ப என்ன செய்யறது அத்தை."

"அது புரியாமத்தான் நானும் முழிச்சுக்கிட்டிருந்கேன்" என்றாள் அஞ்சலை.

"ஏ, வள்ளி, ஒரு தட்டு எடுத்து வர்றதுக்கா இவ்வளவு நேரம்?" என்று காளை மாட்டுக்குரலில் உரக்கக் கத்தினான் காளி.

"இதோ கொண்டு வந்திட்டேண்ணே" என்று குரல் கொடுத்த வெள்ளி, அஞ்சலையத்தை எடுத்துக் கொடுத்த தட்டையெடுத்துக் கொண்டு நடுக்கூடத்துக்கு ஓடிப் போய் அண்ணனெதிரில் வைத்து விட்டு மீண்டும் அத்தையிடம் ஓடிவந்தாள்.

"அத்தை, அண்ணன் முகத்தைப் பார்த்தாலே பயமாயிருக்கு, அதுக்கெதிராக ஒரு வார்த்தை கூடச் சொல்ல எனக்குத் தைரியமில்லையே அத்தை" என்றாள் தழுதழுக்கும் குரலில்.

"அந்த அங்காயிப் பிசாசு டீக்கடையில் ஏதேதோ கேட்டுதுன்னு சொன்னியே. அதுதான் மூட்டி விட்டிருக்கும்னு நெனைக்கறேன். தம்பி மூஞ்சியைப் பார்த்தாலே அது ஒரே ஆவேசத்திலே இருக்குன்னு நல்லாத் தெரியுது. இந்த நிலைமையிலே நாம் என்ன சொன்னாலும் அது காதிலே போட்டுக்கிடாதே" என்று பதைபதைத்தாள் அத்தை.

"அத்தை, நானும் பேசப்பயப்படறேன். நீயும் பேசப் பயப்படறே. பின்னே எப்படித்தான் இதைத் தடுக்கறது!" என்று கூறும் போதே வள்ளியின் கண்களில் நீர் முட்டியது.

"அத்தே, அத்தே! வீட்டுக்குப் பெரிய மனுஷி நீ இருந்துதானே நடத்தி வைக்கணும்! நீ உள்ளேயே பதுங்கிக் கிட்டிருந்தா எப்படி?" என்று காளியண்ணன் உரக்கக் கூறியதைக் கேட்டதும், அஞ்சலை யத்தை வள்ளியைத் தேற்றும் முறையில் அவள் முதுகில் தட்டிக் கொடுத்துவிட்டு மற்றவர்கள் இருந்த பக்கமாக விரைந்தாள்.

நிலைப்படியருகே நின்றவாறே அவள் கூறினாள்.

"எல்லாம் சரித்தான் தம்பி. முனியாண்டித் தம்பி பரிசம் போட வந்திருக்கறதைப் பத்தி ரொம்ப சந்தோஷமாகத்தான் இருக்கு. ஆனா, வள்ளிக்குட்டியையும் இதைப் பத்தி ஒரு வார்த்தை கேட்க வேண்டாமா?

"என்ன கேக்கணும்?'' காளியண்ணனின் சிவந்த விழிகள் கடுமையாக உருண்டன.

"கலியாணம், நாலு நாளைய சேதி இல்லையே தம்பி. ஆயிரங்காலத்துப் பயிராச்சே. அது வாழ வேண்டிய பொண்ணு.

மனசு எப்படியிருக்குன்னு தெரிஞ்சுக்கிடாமே எப்படிப் பாக்கு வெத்திலை மாத்திக்கிட முடியும்?"

"அனாவசியம். அறியாத பொண்ணு அறிஞ்சவங்க மனசுப்படித்தான் நடக்கணும். என் தங்கச்சிக்கு எது நல்லது, எது கெட்டதுன்னு எனக்குத் தெரிஞ்சதை விடவா அதுக்குத் தெரியப் போகுது?" என்று கண்டிப்பான குரலில் கூறிய காளியண்ணன் தன் கையில் பாக்கு வெற்றிலையை அள்ளியெடுத்தவாறு முனியாண்டியின் பக்கம் திரும்பி, "ஏ மாப்பிள்ளே, என்ன முழிக்கறே. எடு பாக்கு வெத்திலையை" என்று அதட்டினான்.

உதறும் கையால் பாக்கு வெற்றிலையைத் துழாவியவாறே பதற்றத்துடன் அவன் முகத்தைப் பார்த்தான் முனியாண்டி.

அதேசமயம் மங்கா, திடும் பிரவேசமாக உள்ளே வந்தாள். அவளைப் பார்த்ததுமே காளியண்ணனின் விழிகள் இன்னும் பயங்கரமாகச் சிவந்தன.

"ஏ மங்கா, நீ எங்கே வந்தே இப்போ?" என்று க்த்தினான்.

விறைப்பாக இரு கைகளையும் இடுப்பில் வைத்துக் கொண்டு நின்ற மங்கா, பாயில் வைக்கப்பட்டிருந்த தாம்பாளத்தை நோட்டம் விட்டாள். "என்ன நடக்குது இங்கே? அடடே, இந்த மூக்கம் பய சொன்னது சரித்தான்" என்று ஏளனக் குரலில் கூறிய அவள், சட்டென்று முனியாண்டியின் பக்கம் திரும்பினாள்.

"ஏய்யா, எங்க வள்ளியக்காவுக்குப் பரிசம் போடவா வந்திருக்கே நீ?" என்று கேட்டுவிட்டுக் குலுங்கிக் குலுங்கிச் சிரித்தாள். "ஏய்யா, உன் கடையிலே மூலைக்கொண்ணா மூணு, மொகம் பார்க்கற கண்ணாடி தொங்குதே. எதிலேயாவது உன் மூஞ்சியைப் பார்த்துக் கிடக் கூடாது? இந்தக் குரங்கு மூஞ்சிக்கு எங்க வள்ளியக்காவா கேக்குது! என்ன துணிச்சலய்யா உனக்கு" என்று மீண்டும் கடகட வென்று சிரித்தாள்.

"ஏ குரங்கு இங்கேருந்து போறயா இல்லையா?" என்று கத்தினான் காளியண்ணன்.

"எதுக்குப் போகணும்? எங்க வள்ளியக்காவுக்கு நான் இல்லாம கலியாணப் பேச்சு நடத்திட முடியுமா? ஏய்யா, என்ன அண்ணன்ய்யா நீ. எப்படிப்பட்ட தங்கச்சிக்கு எப்படிப்பட்ட மாப்பிள்ளை பாத்து வந்திருக்கே? வெக்கமாயில்லே உனக்கு?"

“மங்கா, என் கோவம் எந்த அளவுக்குப் போகும்னு எனக்கே தெரியாது. நீ இன்னமும் இந்த விஷயத்திலே தலையிட்டே, இந்த இடத்திலேயே உன்னைக் குழி தோண்டிப் புதைச்சிடுவேன்.”

“புதைச்சிடு. அதும் மேலே எனக்குச் சமாதியெழுப்பி அந்த மேடை மேலேதான் இந்தக் கல்யாணம் நடக்க முடியும். துப்புக் கெட்ட ஆளு, யாரோ சொன்ன பேச்சைக் கேட்டுக்கிட்டு, தங்கச்சி வாழ்விலேயே கொள்ளி வைக்கப் பாக்கறியே. நீயும் ஒரு அண்ணனா? என்று சீற்றத்துடன் கத்தினாள் மங்கா.

திகைப்புடன் ஓரடி முன் வந்தாள் அஞ்சலையத்தை. “மங்கா, அந்த அங்காய்ப் பிசாசு மூட்டி விட்டுத்தான் இவ்வளவும் நடக்குதா?” என்று கேட்டாள்.

“ஆமா அத்தே. இதோ உக்காந்திருக்கிறாரே நாட்டாமை ஸ்தானத்திலே, அவர் வீட்டுப் பிசாசு மூட்டிவிட்ட கொள்ளிதான் இது. பொஞ்சாதியை அடக்கி வைக்கத் துப்பில்லாமே பரிசத்துக்கு நாட்டாமை நடத்த வந்திருக்கற மூஞ்சியைப் பாரு. த்தூ?”

மங்காவின் இந்த நேரடித் தாக்குதலால் மாயாண்டி வெல வெலத்துப் போனான். “காளிதம்பி, எனக்கு ஒண்ணும் தெரியாது. என்னை இதிலே இழுக்காதே தம்பி. நான் போயிடறேன்” என்று எழுந்திருக்க முயன்றான்.

அவன் கையைப் பிடித்துச் சுண்டியிழுத்து அவனை உட்கார வைத்த காளியண்ணன், உக்கிரமாக மங்காவை நோக்கினான்.

“ஏ, மங்கா, பொஞ்சாதியை அடக்கி வைக்க மாயாண்டியண்ணனுக்குத் துப்பு இருக்கோ, இல்லையோ, என் தங்கச்சியை அடக்கி வைக்க எனக்குத் துப்பு இருக்கு. இந்த விஷயத்திலே என் தீர்ப்புதான் முடிவானது. முனியாண்டி தான் அவ கழுத்திலே தாலி கட்டணும். ஏ. மாப்பிளே, இன்னும் ஏன் திருதிருன்னு முழிச்சிக்கிட்டிருக்கே? பிடி பாக்கு வெத்திலை’’ என்று தன் கையிலிருந்து பாக்கு வெற்றிலையை அவன் பக்கம் நீட்டினான். முனியாண்டி தயக்கத்துடன் அதை வாங்கக் கையை நீட்டப் போன அதேசமயத்தில் மங்கா சட்டென்று பாய்ந்து காளியண்ணனின் கையை ஒரே தட்டாகத் தட்டி விட்டாள். பாக்குகளும் வெற்றிலைகளும் நாலாபக்கமும் சிதறின.

தாங்க முடியாத ஆவேசத்துடன் அவள் கூந்தலைப் பற்றிய படியே எழுந்த காளியண்ணன், “துரோகி, அவ்வளவு திமிரா உனக்கு? உன்னை என்ன செய்யறேன் பாரு” என்று கர்ஜித்தவாறு

உமாசந்திரன்

அவளைப் பின்னுக்குத் தள்ளிக் கொண்டு போய் அவள் தலையைச் சுவரில் மோத ஆரம்பித்தான்.

"தம்பி! வேண்டாம்... வேண்டாம்...." என்று கத்திக்கொண்டு முன்னே பாய்ந்து அவனைத் தடுக்க முயன்றாள் அஞ்சலையத்தை.

"தடுக்காதீங்க அத்தை. இந்த ஆளு என்னைக் கொன்னாலும் கொல்லட்டும். ஆனா இவங்க பாக்கு வெத்திலை மாத்திக்கிடறது மட்டும் ஒருநாளும் நடக்காது. என் உயிரே போனாலும் சரி" என்று பல்லைக் கடித்துக் கொண்டு கூறினாள் மங்கா.

"மங்கா...மங்கா..."

வள்ளியின் குரல் கேட்டதும் ஒரு கணம் திகைத்து காளியண்ணன் மங்காவைப் பிடித்திருந்த பிடியைச் சற்றுத் தளர்த்தி, அவள் பக்கம் திரும்பினான். உள்ளிருந்து ஓடிவந்த வள்ளி, சட்டென்று பாய்ந்து மங்காவின் தோள்களைப் பற்றித் தன் பக்கம் இழுத்துக் கொண்டு படீரென்று கன்னத்தில் ஓர் அறைவிட்டாள்.

"அக்கா!" என்று திகைப்புடன் கத்தி விட்டாள் மங்கா...

"அக்காவாம் அக்கா! உனக்குக் கொஞ்சமாவது புத்தி இருக்கா? எனக்கும் எங்கண்ணனுக்கும் மத்தியிலே தலையிடறதுக்கு நீ யாரு?"

"நான் யாரா? அக்கா, நீதான் இந்தக் கேள்வி கேக்கறியா?"

"சந்தேகமில்லாமே. எங்கண்ணன் வார்த்தையை நான் என்னிக்காவது தட்டி நடந்திருக்கேனா? அதைப் புரிஞ்சிக்கிடாமே எனக்காக உயிரைக் குடுக்க வந்திருக்காளாம் உயிரை! பைத்தியம்."

கலங்கிய கண்களுடன் தீனமாக அவளைப் பார்த்தாள் மங்கா.

"அக்கா, மெய்யாத்தான் சொல்லறியா? நீயும் சம்மதிச்சுத்தான் இதெல்லாம் நடக்குதா?"

"நான் சம்மதிக்கலேன்னு உனக்கு யாரு சொன்னது? எது நல்லதுன்னு அண்ணன் நெனைக்குதோ அதையே மனப்பூர்வமா ஒத்துக்கிட நான் என்னிக்குமே தயங்கினது கிடையாதே."

அஞ்சலையத்தை, வள்ளியை வியப்புடன் பார்த்தாள். காளியண்ணன் பெருமையுடன் பார்த்தான்.

துவண்டு வள்ளியின் தோளில் சாய்ந்த மங்கா, விம்மலுக்கிடையே கூறினாள்... "வள்ளியக்கா, ஒவ்வொரு வெள்ளிக்கிழமை தவறாமே கௌரியம்மனுக்குப் படையல் படைச்சு பிரார்த்தனை செலுத்தினியே. நானும் ஒரு வெள்ளிக்கிழமை தவறாமே உன் கூட

முள்ளும் மலரும்

வந்து, உனக்காக கௌரியம்மனை வேண்டிக்கிட்டேனே. எல்லாம் இதுக்குத்தானா? கௌரியம்மனே கண்ணை மூடிக்கிடுச்சா?"

"அப்படியில்லை மங்கா. கௌரியம்மன் மேலே நமக்கு உண்மையான பக்தி இருந்தா நடக்கறது எதுவும் நல்லதுக்குத்தான் நடக்குதுன்னு நம்பணும்" என்று நெஞ்சு தழுதழுக்கக் கூறியவாறே அவள் கன்னத்தைத் தடவிக் கொடுத்தாள் வள்ளி.

அவள் கையை மெதுவாக விலக்கிய மங்கா, "நீ நம்பு அக்கா, ஆனா நான் நம்பத் தயாரில்லை. நான் வெறும் காட்டுமிராண்டி. என் மனசுக்கு அவ்வளவு பக்குவம் வரல்லே" என்று கூறிக்கொண்டே தள்ளாடும் நடையுடன் வெளியே சென்றாள்.

"மாப்பிள்ளே, மாயாண்டி, மாத்துங்க பாக்கு வெத்திலை" என்று உற்சாகமாகக் கத்தினான் காளி.

நெஞ்சையடைக்கும் துக்கத்துடன் உள்ளே சென்றாள் வள்ளி.

24

அவ்வளவு சீக்கிரமே சென்னையிலிருந்து அழைப்பு வருமென்று சபேசன் சற்றும் எதிர்பார்க்கவில்லை. பவர் ஹவுஸ் அமைப்பு வேலைகளில் அவன் மேற்கொண்டிருந்த பொறுப்பு பெரும்பாலும் நிறைவேறி விட்டதென்றாலும், இன்னும் இரண்டொரு மாதங்களாவது அந்தப் பகுதியிலேயே தங்க வேண்டியிருக்குமென்றுதான் அவன் எதிர்பார்த்தான். அத்தனை நாளும் அவனுக்கு இருந்த இடைவிடாத வேலை காரணமாக கனகாவுடன் அந்த ரம்மியமான மலைப்பிரதேசங்களில் மனம் போனபடி சுற்றித் திரிவதற்கு, அவனுக்கு வாய்ப்பு இல்லாமலே போய்க் கொண்டிருந்தது. இனித் தங்கியிருக்கும் நாட்களில் அவ்வளவு தீவிரமான உழைப்புக்கு அவசியமிராதாகையால் கிடைக்கும் ஓய்வு நேரத்தையெல்லாம் கனகாவைப் பல இடங்களுக்கும் அழைத்துச் சென்று அவளை மகிழ்விப்பதில் செலவிட முடியுமென்று அவன் நம்பிக் கொண்டிருந்தான். சம்பா நீர்த் தேக்கத்தில் செய்த உல்லாசப் படகுப் பிரயாணம் அத்தகைய இன்பப் பொழுது போக்குக்கு ஓர் ஆரம்பமென்றே அவன் நினைத்தான்.

முள்ளும் மலரும்

சம்பா நீர்த் தேக்கத்துக்குச் சென்று வந்த மறுநாள், வீட்டுக்கு வெளியே புல்தரையில் நாற்காலிகளைப் போடச் சொல்லி அமர்ந்து இதமான காலை வெயிலை நுகர்ந்தவாறே, தவசிப்பிள்ளை முத்தையா, பறந்து பறந்து பரிமாறிய சூடான சிற்றுண்டிகளைச் சாப்பிட்டுக் கொண்டு கனகாவுடனும், குமரனுடனும் மகிழ்ச்சி பொங்கப் பேசிக் கொண்டிருந்த சமயத்தில்தான் சென்னை யிலிருந்து அந்தத் தந்தி வந்தது.

அவசரத் தந்தியாயிருந்ததால் அதைக் கொண்டு வந்து கொடுப்பதற்காக உச்சிக்கடவுக் காரியாலயத்திலிருந்து ஜீப்பையே அனுப்பியிருந்தார்கள். போலா கிழவன்தான் ஓடிச்சென்று அந்தத் தந்தியை ஜீப் டிரைவரிடமிருந்து வாங்கிக் கொண்டுவந்து கொடுத் தான்.

"சபேசா, தந்தி உனக்குத்தான் வந்திருக்கிறது" என்று தந்தியை அவனிடம் கொடுத்தான் குமரன். இப்போதெல்லாம் குமரன் சபேசனிடம் ஒருமையிலேயே பேசி வந்தான்.

தந்தியைப் பிரித்துப் பார்த்த சபேசன் கடகடவென்று சிரித்தான்.

"கனகா, உனக்கும் இந்த மலைப்பிரதேசத்துக்கும் ராசியே இல்லை போலிருக்கிறது" என்றான் சிரித்துக்கொண்டே.

"ஏன்? என்ன சமாசாரம் தந்தியில்?" என்று கேட்டாள் கனகா.

"உடனே சென்னைக்குப் புறப்பட்டு வரச் சொல்லி மேலிடத் திலிருந்து உத்தரவு. நீயே தந்தியைப் படித்துப் பார்" என்று தந்தியை அவளிடம் கொடுத்தான் சபேசன்.

"பாக்கி வேலைகளுக்குப் பதில் எஞ்சினியரை அனுப்புகிறோம். நீங்கள் உடனே புறப்பட்டு வரவும். இங்கு அவசர வேலைகள் காத்திருக்கின்றன." தந்தியை உரக்கப் படித்த கனகாவின் முகம் சட்டென்று வாடியது போல் தோன்றியது.

"ஏன் கனகா? இந்தக் காட்டுப் பிரதேசத்திலிருந்து சென்னைக்குத் திரும்பிப் போவதென்றால் உனக்கு சந்தோஷம்தானே?" என்று கேட்டான் குமரன்.

"சந்தர்ப்பம் பார்த்து நன்றாகக் கேலி செய்யுங்கள் குமரண்ணா. உண்மையில் இந்த மலைப்பிரதேசத்து வாழ்க்கையை இப்போதுதான் நான் ரசிக்க ஆரம்பித்திருக்கிறேன். நேற்று சம்பா நீர்த் தேக்கத்தில் நாம் செய்த படகுப் பிரயாணம் லேசில் மறக்கக் கூடியதா? சென்னை வாழ்க்கையில் அதெல்லாம் ஏது?"

உமாசந்திரன்

"பலே, பலே. இதைத்தான் 'பாதரச மனப்பான்மை' என்று சொல்வது" என்று சிரித்தான் சபேசன்.

"தப்பு சபேசன். ஒன்றிலும் ஒட்டாத மனத்தைத்தானே பாதரசத் தோடு ஒப்பிட்டுச் சொல்ல முடியும்? கனகாவின் மனம் அப்படி யில்லை. எதையும் எளிதாக ஏற்றுக் கொள்ளாது. ஏற்றுக்கொண்டு விட்டால் இலகுவில் விடவும் விடாது" என்றான் குமரன்.

"அப்படியானால் அதற்கு எதை உவமையாகச் சொல்வது? என்று கேட்டுவிட்டு அதற்காகச் சிந்தனை செய்பவன் போல் நாற்காலியில் நன்றாகச் சாய்ந்து எதிரே தெரிந்த மலைமுகட்டைப் பார்க்க ஆரம்பித்தான் சபேசன்.

"போதும், போதும். உவமையைத் தேடிக் கொண்டு மூளையைக் குழப்பிக் கொள்ள வேண்டாம். நீங்கள் இந்தத் தந்தியிலிருப்பதை அப்படியே ஒப்புக்கொண்டு புறப்பட்டுவிடப் போகிறீர்களா?" என்று கேட்டாள் கனகா.

"வேறு என்ன செய்யச் சொல்லுகிறாய்? பதில் தந்தி கொடுத்து விடட்டுமா? நானும் என் மனைவியும் இன்னும் கொஞ்ச நாள் இந்த மலைப் பிரதேசத்தில் தேன்நிலவு கொண்டாட ஆசைப்படுகிறோம். ஆகையால் இப்போதே புறப்பட முடியாது. நீங்கள் செய்வதைச் செய்து கொள்ளுங்கள் என்று."

குமரன் உரக்கச் சிரித்து விட்டான். கனகாவின் முகம் குப்பென்று சிவந்தது.

"இப்படியெல்லாம் கேலி செய்தால் நான் எழுந்து உள்ளே போய் விடுவேன்" என்று சிணுங்கினாள்.

''கோபித்துக் கொள்ளாதே கனகா. உன் மனம் எனக்குப் புரியவில்லையா என்ன? ஏன்? எனக்குக் கூடத்தான் இங்கிருந்து மூட்டை கட்டிக் கொண்டு கிளம்ப வேண்டுமென்பதை நினைத்தாலே கஷ்டமாயிருக்கிறது. எதிர்பாராத திடீர் மாற்றங்களை யார்தான் சந்தோசமாக ஏற்றுக் கொள்ள முடியும்? ஆனால் கடமையென்று வரும்போது அதற்குத் தலைவணங்கித்தானே ஆக வேண்டும்" என்று அவளைச் சமாதானப்படுத்தினான் சபேசன்.

"ஏன் சபேசன், பதில் எஞ்சினியர் வந்து பொறுப்பேற்றுக் கொண்ட பிறகுதானே நீ இங்கிருந்து புறப்பட வேண்டும்?" என்று கேட்டான் குமரன்.

முள்ளும் மலரும்

"அப்படி அர்த்தமில்லையே. உடனே புறப்பட்டு வரவும் என்ற உத்தரவைத்தான் நான் எடுத்துக் கொள்ள வேண்டும். பதில் எஞ்சினியரை எப்போது அனுப்ப வேண்டுமென்பது மேலிடத்தார் பொறுப்பு."

"உன் வரைக்கும் இங்கு உன் பொறுப்புக்களில் முக்கால் வாசிக்கு மேல் முடித்து விட்டாயல்லவா?"

"கொஞ்ச உழைப்பா உழைத்திருக்கிறார். இத்தனை நாளும் என்னுடன் சரியாகப் பேசக் கூட அவருக்கு நேரமிருந்ததில்லையே" என்றாள் கனகா.

"பாவம், கனகாவுக்குத்தான் மிகுந்த ஏமாற்றம். நான் என்ன செய்ய முடியும்? எடுத்துக்கொண்ட வேலையை முழு மூச்சுடன் செய்து முடித்தாலொழிய வேறெதிலும் என் மனது செல்லாது" என்றான் சபேசன்.

"அது தெரிந்துதானே கலியாணமான புதிது என்றும் யோசியாமல் உன்னை இங்கே அனுப்பினார்கள்?" என்று சிரித்தான் குமரன்.

"இங்கு நடக்கும் வேலையைப் பற்றி நான் அவ்வப்போது மேலிடத்திற்கு ரிப்போர்ட் அனுப்பிவந்திருக்கிறேனில்லையா? பாக்கி வேலைகளுக்கு ஒரு சாதாரண உதவி எஞ்சினியரே போதும் என்று கூட அவர்கள் தீர்மானித்திருக்கலாம். எல்லாம் சென்னைக்குப் போனால் தான் தெரியும்" என்றான் சபேசன்.

"அதுசரி, நீங்கள் பேசுவதைப் பார்த்தால் இன்றைக்கே புறப்பட வேண்டுமென்று மூட்டை கட்டிவிடுவீர்கள் போலிருக்கிறதே" என்றாள் கனகா.

"அதற்கு அவசியமில்லை. இரண்டொரு நாட்கள் அவகாசம் எடுத்துக் கொண்டே புறப்படலாம்" என்றான் சபேசன்.

"நல்ல வேளை" என்றாள் கனகா. ஏனோ, அவள் மனம் அந்தத் திடீர் மாறுதலை ஏற்கவே மறுத்தது.

முத்தையா, சுடச்சுட ஆவி பறக்கும் இட்டிலிகளைத் தட்டில் எடுத்துக் கொண்டு வந்து மூவருக்கும் பரிமாறிவிட்டுப் போனான். சற்று நேரம் மூவரும் ஒன்றும் பேசாமல் அவற்றை ஒரு கை பார்ப்பதில் லயித்திருந்தனர்.

சட்டென்று குமரன் கனகாவைப் பார்த்துக் கூறினான். "கனகா, நீ இங்கிருந்து புறப்படுவதற்கு முன்னால் இந்த அண்ணனுக்காக முடித்து வைக்க வேண்டிய கடமையை மறந்துவிடாதே."

உமாசந்திரன்

கண நேரம் புரியாதவள் போல் அவன் முகத்தைப் பார்த்தாள் கனகா. சட்டென்று புரிந்து கொண்டு, "ஓ.. அதைச் சொல்கிறீர்களா? ஆனால் அது விஷயத்தில் நான் எந்த விதத்தில் உதவி செய்ய வேண்டுமென்று இதுவரை நீங்கள் எனக்குச் சொல்லவில்லையே?"என்றாள்.

இதற்கு தனது மனத்திலிருந்ததை எப்படிக் கூறுவதென்று தயங்குபவன் போல் குமரன் சில கணங்கள் மௌனமாக இருந்தான்.

அவனுடைய மௌனத்தை சபேசன் வேறுவிதமாகப் புரிந்து கொண்டான். "நீங்கள் பேசிக் கொண்டிருங்கள். அதற்குள் நான் தோட்டத்தை ஒரு சுற்றுச் சுற்றிவிட்டு வருகிறேன்" என்று கூறி எழுந்திருக்க முயன்றான்.

குமரன் அவன் தோளைப் பற்றி அவனை மீண்டும் உட்கார வைத்தான். "நமக்குள் இந்த மரியாதையெல்லாம் எதற்கு? உனக்கும் தெரிய வேண்டிய விஷயம்தான் இது. முன்னெச்சரிக்கை யில்லாமல் திருமணப் பத்திரிகையைக் கொடுத்துத் திகைக்க வைக்க வேண்டுமென்ற திட்டம் எனக்குக் கிடையாது" என்று கூறிச் சிரித்தான்.

"அடேடே... உங்களுடைய திருமண விஷயமாகவா பேசப் போகிறீர்கள்? எவ்வளவு அரிய சந்தர்ப்பத்தை இழப்பதற்கிருந்தேனே! மணப்பெண்ணாக வரப்போகும் அதிர்ஷ்டசாலி யார்?" என்று கேட்டான் சபேசன் உற்சாகத்துடன்.

"இந்த மலைப்பிரதேசத்துக்கேற்ற மணப்பெண்ணாகப் பார்த்துத் தான் குமரண்ணா தேர்ந்தெடுத்திருக்கிறார். இந்த விஷயத்திலெல்லாம் அவர் புரட்சிகரமான கருத்துக்கள் கொண்டவர் என்று உங்களுக்குத் தெரிந்திருக்குமே" என்றாள் கனகா.

"சரிதான்... மணப்பெண் யாரென்று கூறுவதற்கு இந்தப் பீடிகை தேவையா?"

"பெயர் விஷயத்திலும் ஒரு பொருத்தம் பார்த்திருக்கிறார் குமரண்ணா. அந்தப் பெண்ணின் பெயர் வள்ளி" என்று கனகா கூறியதும் சபேசன் புரிந்து கொண்டான்.

"ஓ... விஞ்ச் ஆப்பரேட்டர் காளியண்ணனுடைய தங்கையா? நான்கூட ஒரு தடவை அந்தப் பெண்ணைப் பார்த்திருக்கிறேன் குமரன். அதிர்ஷ்டசாலி வள்ளி மட்டுமல்ல, நீங்களும்தான்" என்று உற்சாகத்துடன் கூறிக் கொண்டே குமரனின் கையைப் பற்றிக் குலுக்கினான்.

முள்ளும் மலரும்

"கனகா, நேற்று நான் காரியாலயத்திலிருந்து சம்பா நீர்த் தேக்கத்துக்குத் தனியே வந்து கொண்டிருந்தேனல்லவா, வழியில் வள்ளியைச் சந்தித்தேன்" என்றான் குமரன்.

"அப்படியா? கவிதை நிறைந்த சூழ்நிலையில் தான் உங்கள் சந்திப்பு நிகழ்ந்திருக்கிறது" என்று சிரித்தான் சபேசன்.

"அதிருக்கட்டும், வள்ளியும் நேற்று சம்பா நீர்த் தேக்கத்துக்கு வந்திருந்தாளா என்ன?" என்று கேட்டாள் கனகா.

"அவளுடைய அத்தையுடன் சம்பாதேவிக் கோவிலுக்கு போயிருந்தாளாம். அங்கிருந்து நீர்த் தேக்கத்தில் நீங்கள் படகுப் பிரயாணம் செய்து கொண்டிருந்ததைப் பார்த்ததும் நானும் உங்களுடன் இருப்பேனோ என்ற பயத்துடன், தான் மட்டும் முன்னதாகவே அங்கிருந்து புறப்பட்டிருந்தாள்."

"என்ன பயம்? என்று கேட்டாள் கனகா.

"என்னை நேருக்கு நேர் சந்தித்துவிட்டால் என்ன செய்வது என்ற பயம்தான்!" என்று சிரித்தான் குமரன்.

"கடைசியில் அவளுடைய பயமே உங்களுடைய சந்திப்புக்குக் காரணமாயிருந்து விட்டதில்லையா?"

"பாவம். வள்ளியைப் போல் மென்மையான இயல்புடைய ஒரு பெண்ணின் மனத்தில் அம்மாதிரி இனம்புரியாத அச்சங்கள் தோன்றுவது இயற்கைதானே! ஆனால் நாங்கள் சந்தித்தது நல்லதாய்ப்போயிற்று. அவளுடைய அச்சங்கள் எவ்வளவு அர்த்த மற்றவை என்று அப்போது நான் அவளுக்கு விளக்கிச் சொல்ல முடிந்தது" என்றான் குமரன்.

"ஆமாம். இது விஷயத்தில் என்னிடமிருந்து என்ன உதவியை எதிர்பார்க்கிறீர்கள் என்று இன்னும் சொல்லவில்லையே நீங்கள்" என்றாள் கனகா.

"என் தங்கையின் ஸ்தானத்தில் இருக்கும் நீதான், சில சம்பிரதாயங்களை நிறைவேற்றி வைக்க வேண்டும்."

"சம்பிரதாயங்களைப் பற்றி உங்களுக்கும் நம்பிக்கை இருக்கிறதா?" என்று சிரித்தாள் கனகா.

"எனக்கு நம்பிக்கை இருக்கிறதோ இல்லையோ, வள்ளிக்காக அவற்றையெல்லாம் நடத்தித்தானாக வேண்டும். புரட்சிக் கருத்துக்களை அப்படியே ஏற்றுக்கொள்ளும் சூழ்நிலையில்

உமாசந்திரன்

வள்ளி வளரவில்லை. எந்தச் சம்பிரதாயங்களுக்கு அவள் பழக்கப்பட்டிருக்கிறாளோ அவற்றை நாம் ஏற்றுக் கொள்வதில் தவறு கிடையாது. அதுதான் நேர்மையான வழி?"

"உண்மைதான் குமரன். நீங்கள் சொல்வதை நான் மனப்பூர்வமாக வரவேற்கிறேன்" என்றான் சபேசன்.

"முக்கியமாக வள்ளியின் அச்சமெல்லாம் அவளுடைய அண்ணனின் சம்மதத்தைப் பற்றித்தான். சம்பிரதாயமான முறையில் அணுகினால்தான் காளியண்ணனின் சம்மதத்தை நாங்கள் பெற முடியும்."

"அது சரி... சம்பிரதாயமான முறை என்று எதைச் சொல்லுகிறீர்கள்?" என்று கேட்டாள் கனகா.

"பரிசம் போட்டுப் பெண் கேட்பது தான் சாதாரணமாக அவர்களிடையே ஒப்புக்கொள்ளப்படும் சம்பிரதாயம். நானும் பாக்கு வெற்றிலை பழம், புஷ்பம் முதலியவற்றுடன் வள்ளிக்கேற்ற பரிசுப் பொருளையும் எடுத்துக்கொண்டு வள்ளிக்குப் பரிசம் போடுவதற்காக அவர்களுடைய வீட்டுக்கே செல்வதாயிருக்கிறேன். அந்தச் சமயத்தில் என் தங்கையான நீயும் என்னுடன் வர வேண்டும்" என்று குமரன் கூறியதும் கனகாவும், சபேசனும் ஒருங்கே சிரித்துவிட்டனர்.

குமரனும் சிரித்தான். "எனக்குக் கூட அதை நினைத்தால் சிரிப்புத் தான் வருகிறது. ஆனால் வள்ளியைக் கருதி அந்த முறையையே பின்பற்றுவதென்று நான் தீர்மானித்து விட்டேன். வள்ளிக்கான பரிசுப் பொருளும் சென்னையிலிருந்து வரவழைத்தாயிற்று" என்றான்.

"அப்படியா அண்ணா? எங்களுக்கெல்லாம் சொல்லவே இல்லையே!" என்றாள் கனகா ஆவலுடன்.

"இரு. அதை எடுத்து வருகிறேன்" என்றவாறு எழுந்த குமரன், உற்சாகத்துடன் உள்ளே சென்று சில நிமிஷங்களுக்குள்ளேயே ஒரு நகைப் பெட்டியுடன் திரும்பினான்.

"எல்லா விவரமும் வீரமணிக்கு எழுதி அவனையே ஒரு நல்ல பரிசுப் பொருளைத் தேர்ந்தெடுத்து அனுப்பும்படி கேட்டிருந்தேன். வீரமணியின் செலக்ஷன் எப்படியிருக்கிறதென்று நீங்களே பாருங்கள்" என்று கூறிய குமரன், நகைப் பெட்டியைத் திறந்து அவர்களுக்குக் காட்டினான். பச்சைக் கற்களும், சிவப்புக்

கற்களும் பதித்த கலையழகு மிளிரும் கழுத்தாரமொன்று அந்தப் பெட்டிக்குள்ளே காட்சியளித்தது.

“ஏ அப்பா.. பிரமாதமாயிருக்கிறதே விலை இரண்டாயிரத்துக்குக் குறையாது போலிருக்கிறதே” என்றாள் கனகா பிரமிப்புடன்.

“விலை பெரிதில்லை, சந்தர்ப்பத்துக்கேற்ற பொருள்தானா என்பதுதான் கேள்வி” என்றான் குமரன்.

“உண்மையிலேயே வள்ளி அதிர்ஷ்டசாலிதான்!” என்றாள் கனகா.

அந்தச் சமயத்தில் போலா, யாரிடமோ அதட்டிப் பேசும் குரல் கேட்டது. குமரன் அந்தப் பக்கம் திரும்பிப் பார்த்தான். கோட்டைக் கடந்து புல் தரையில் அவர்களை நோக்கி வந்து கொண்டிருந்த மங்காவை நடுவில் நிறுத்தித்தான் போலா அப்படி அதட்டிக் கொண்டிருந்தான்.

“ஐயாகிட்டே இப்போ பேச முடியாது. அவங்க ஏதோ முக்கியமான சமாசாரம் பேசிக்கிட்டிருக்காங்கோ. நீ இப்போ போயிடு. அப்புறம் வந்து பாரு” என்று அவன் கூறிய வார்த்தைகளை மங்கா காதில் போட்டுக் கொண்டதாகவே தெரியவில்லை. அலட்சியமாக மற்ற மூவரும் உட்கார்ந்திருந்த இடத்தை நோக்கி வந்தாள்.

“என்ன மங்கா” என்று கேட்டான் குமரன் வியப்புடன்.

“ஏன் சார், நீங்க செய்தது கொஞ்சமாவது நியாயமாயிருக்கா? எங்க வள்ளியக்கா மனசிலே ஏதேதோ ஆசையை மூட்டிவிட்டுட்டு இப்படிச் சும்மாவே இருந்திட்டீங்களே. இதுதான் பெரிய மனுசத்தனமா?” என்று சற்றுக் கடுமையாகவே மங்கா கேட்டதும் குமரன் அதிர்ச்சியடைந்தான்.

“மங்கா, நீ பேசுவது என்னவென்று புரியாமலே பேசுகிறாயா?” என்றான் வியப்புடன்.

“எல்லாம் புரிஞ்சுக்கிட்டுத்தான் பேசறேன். சுயபுத்தியோடதான் பேசறேன். ஏன் சார், நீங்கல்லாம் படிச்சவங்களாச்சே, நீங்க கூடவா பொறுப்பில்லாம நடந்துக்கிடணும்?” என்று கேட்டாள் மங்கார்.

அந்த வார்த்தைகளைக் கேட்டு கனகாவுக்குப் பொறுக்கவில்லை, “ஏய் வாயாடி, தராதரம் தெரியாமல் என்ன உளறுகிறாய்?” என்று அதட்டினாள்.

மங்கா அவளை முறைத்துப் பார்த்தாள்.

உமாசந்திரன்

"நிறுத்துங்கம்மா. நீங்க ஏன் இதிலே தலையிடறீங்க? நான் பேச வந்த வழக்கு இந்த ஐயாகிட்டேல்லே" என்றாள்.

."வழக்கா?" என்றான் குமரன் திகைப்புடன்.

"ஆமாம் சார், வழக்குத்தான். எங்க வள்ளியக்கா மேலே நீங்க ஆசை வைச்சது தப்புன்னு நான் சொல்லலே. வள்ளியக்காவுக்கு அப்படியெல்லாம் அதிஷ்டம் தேடி வரணும்னுதான் நான் ஆசைப் பட்டுக்கிட்டிருந்தேன். ஆனா நீங்க செய்ய வேண்டியதென்ன? எப்போ வள்ளியக்கா மேலே ஆசை வச்சிங்களோ அப்பவே அவங்க வீட்டுக்குப் போய்ப் பரிசம் போட்டுப் பெண் கேக்க வேண்டியது தானே முறை. அந்தப் பொறுப்பைக் கூட நீங்க உணராமே இருந்தா எது என்ன அர்த்தம்னு கேக்கறேன்" என்று மங்கா கூறியதும் குமரன் சிரித்தான்.

"மங்கா, இதோ பார்த்தாயா?' என்று தன் கையிலிருந்த நகைப் பெட்டியைத் திறந்து காட்டினான்.

"இதை ஏன் என்கிட்டே காட்டறீங்க?" என்றாள் மங்கா அலட்சியமாக.

"உன் வள்ளியக்காவுக்கு நான் வரவழைத்திருக்கும் பரிசுப் பொருள் இது. இன்றைக்கே இந்த அம்மாவையும் அழைத்துக் கொண்டு நானே நேரில் அவர்கள் வீட்டுக்குப் போய்ப் பரிசம் போட்டுப் பெண் கேட்பதாயிருக்கிறேன்."

மங்கா கேலியாகச் சிரித்தாள்.

"சார், நீங்க நேரம் பொறுத்து முழிச்சிருக்கீங்க. பரிசம் போட வேண்டிய நாள் தாண்டிப் போயிடுச்சு" என்றாள்.

"என்ன சொல்கிறாய் மங்கா" என்று கேட்டான் குமரன் திகைப்புடன்.

"வள்ளியக்காவை நீங்க மறந்துட வேண்டியதுதான்."

"மங்கா !"

"நேத்தே வள்ளியக்காவுக்குப் பரிசம் போட்டு பாக்கு வெத்திலை மாத்திக்கிட்டாயிடுச்சு."

"ஒரு நாளும் இருக்காது. அது ஒரு நாளும் நடக்க முடியாது. நடக்கக் கூடாது."

"நடக்கக் கூடாததுதான் நடந்திடுச்சே."

“வள்ளியின் சம்மதமில்லாமல் எதுவுமே நடக்க முடியாது.”

“வள்ளியக்கா சம்மதிக்காமே இருந்தாத்தானே அந்தப் பேச்சு? அண்ணனாப் பாத்து எது செய்தாலும் அதுக்குச் சம்மதம்தானாம். அண்ணன் வார்த்தையைத் தட்டி எதுவுமே செய்யாதாம். இப்படியெல்லாம் சொன்னது மட்டுமில்லே, பாக்கு வெத்திலை மாத்தறதை நான் தடுக்கக் கூடாதுன்னு என்னைக் கன்னத்திலே அடிச்சு அங்கேருந்து போகச் சொல்லிடுச்சு சார், நீங்க வள்ளியக்காவை மனசாலே கூட நெனைக்க முடியாது. இந்த அட்டிகைக்கு வேறே எந்தப் பொண்ணு குடுத்து வச்சிருக்கோ, அதுங் கழுத்திலேயே போடுங்கள்” என்று விட்டாற் போல் கூறினாள் மங்கா. கனகாவின் இதழ்களில் கேலிச் சிரிப்பு தோன்றியது.

“நான் முன்னமேயே நினைத்ததுதான். இந்த மாதிரிப் பெண்களிடம் பண்பு ஏது, உண்மை ஏது?” என்றாள்.

“இல்லை, இதில் ஏதோ சூழ்ச்சி இருக்கிறது. வள்ளி ஒரு நாளும் இதற்குச் சம்மதித்திருக்கமாட்டாள்!” என்று ஆவேசத்துடன் கூறிய குமரன், தனது மோட்டார் சைக்கிளை நோக்கி ஓடிச்சென்று கணநேரத்தில் இயக்க வைத்து அங்கிருந்து காற்றாய்ப் பறந்து சென்றான்.

ஐந்தே நிமிஷங்களில் அவன் வள்ளி வீட்டை அடைந்துவிட்டான். மோட்டார் சைக்கிளை அந்த வீட்டு வாயிலில் கொண்டு நிறுத்திய அதே சமயம் காளியண்ணன் வேலிக் கதவைத் திறந்துகொண்டு வெளியே வந்தான்.

“எங்கே சார் வந்தீங்க?”

“வள்ளியுடன் ஒரு வார்த்தை பேச வேண்டும்.”

“அதுங்கூட உங்களுக்கு என்ன பேச்சு? அது இன்னொருத்த னோட உடைமையாகப் போகுது. பரிசம் போட்டு அடுத்த மாதம் கலியாணத் தேதியும் நிச்சயம் செய்தாச்சு.”

“வள்ளியின் சம்மதத்துடன் அது ஒருநாளும் நடந்திருக்காது.”

காளியண்ணன் ஏளனமாகச் சிரித்தான்.

“அட... அவ்வளவு நிச்சயமா உங்களுக்கு? வள்ளியோட சம்மதத்தோடுதான் இது நடந்திருக்கா இல்லையான்னு தெரிஞ்சிக் கிட்டுப் போவதற்குத்தான் வந்திருக்கிங்களா?”

“ஆமாம். வள்ளியிடமிருந்து நேருக்கு நேர் கேட்டாலொழிய நான் அதை நம்ப முடியாது.”

"ஏன் சார். என் பேச்சிலே அவ்வளவு கூட நம்பிக்கை இல்லையா? சரி, உங்க திருப்தியை நான் கெடுப்பானேன்? வள்ளியையே நேரில் கேட்டுத் தெரிஞ்சுக்குங்க" என்று கர்வம் நிறைந்த அமைதியுடன் கூறிய காளி, "வள்ளிக்குட்டி இப்படிக் கொஞ்சம் வா கண்ணு" என்று கனிவு நிரம்பிய குரலில் உரக்கக் கூப்பிட்டான்.

குமரன் ஆவலுடன் வீட்டுப்பக்கம் நோக்கினான். குமரனை நிமிர்ந்து பார்க்கக் கூடத் துணிவில்லாமல் தலைகுனிந்தவாறே வீட்டுக்குள்ளிருந்து வெளியே வந்த வள்ளி, நிதானமான நடையுடன் வேலியருகே வந்து நின்றாள்.

"வள்ளிக்குட்டி, நேத்துப் பரிசம் போட்டுப் பாக்கு வெத்திலை மாத்திக்கிட்டோமே, உன் சம்மதமில்லாமலா அது நடந்திடுச்சு?" என்று கேட்டான் காளி.

வள்ளி மெதுவாகத் தலைநிமிர்ந்து குமரனது முகத்தைப் பார்த்தாள். ஆவல்நிறைந்த விழிகளுடன் அவள் முகத்தைப் பார்த்தான் குமரன். சட்டென்று வள்ளி மீண்டும் தலையைத் தாழ்த்திக் கொண்டாள்.

"சொல்லு வள்ளி, நீ சம்மதிச்சுத்தானே அது நடந்திச்சு?" என்றான் காளி இடி போன்ற குரலில்.

"ஆமாம்". இலையுதிர் காலத்தில் மரத்திலிருந்து உதிரும் சருகு போல் அவளது உதட்டிலிருந்து உதிர்ந்தது அந்த வார்த்தை.

"வள்ளி" என்று கத்தினான் குமரன்.

"என் சம்மதமில்லாமே எதுவுமே நடக்கலே. நான் மனப்பூர்வமா அதுக்குச் சம்மதிச்சிட்டேன்" அமைதியான குரலில் வள்ளியின் வாயிலிருந்து வந்த ஒவ்வொரு வார்த்தையும் குமரன் நெஞ்சில் சம்மட்டி போல் தாக்கியது. திகைப்பின் எல்லையில் அவன் வாயடைத்து நின்றான்.

வள்ளி அதற்கு மேல் அங்கு நிற்கவில்லை. குமரனை மறுபடியும் நிமிர்ந்து பார்க்காமல் வந்தவிதமே திரும்பிச் சென்றுவிட்டாள்.

காளியண்ணன் கடகடவென்று சிரித்தான்.

"இப்போ நீங்க போகலாம் சார். ஏன் இதிலெல்லாம் தலையிடறீங்கன்னு ஒரு வார்த்தை கூட நான் உங்களைக் கேக்கப் போறதில்லை" என்று கூறியவாறே அலட்சியமாக அங்கிருந்து நடந்தான்.

முள்ளும் மலரும்

செய்வதறியாது சில விநாடிகள் அங்கேயே திகைத்து நின்றான் குமரன். பின்பு கனத்த நெஞ்சுடன் அங்கிருந்து வேகமாய்ப் புறப்பட்டுச் சென்றான்...

இரட்டைக்கிளை பாக்குமரத் திருப்பத்தருகே மங்கா எதிர்த்திசையிலிருந்து நடந்து வந்து கொண்டிருந்தாள். மோட்டார் சைக்கிளை அவளருகே கொண்டு நிறுத்திய குமரன், "மங்கா, எனக்காக நீ ஓர் உதவி செய்ய வேண்டும்" என்றான் தீனமாக.

"என்ன சார்?"

"இது வள்ளிக்காகவே வரவழைத்தது. அவளுடைய திருமணப் பரிசாக இதை அவளிடமே சேர்த்துவிட வேண்டும்" என்று கூறியவாறே தன் கையிலிருந்த நகைப் பெட்டியை அவளிடம் கொடுத்தான் குமரன். அவனது நெஞ்சுச் சுமை மேலும் கனத்துத் தோன்றியது.

"என்னவோ சார். ஏன் தான் இப்படியெல்லாம் நடக்குதோ, எனக்கே ஒண்ணும் புரியலே" என்று அங்கலாய்த்தவாறு அதைத் தன் கையில் வாங்கிக் கொண்ட மங்கா, மறுபேச்சில்லாமல் அங்கிருந்து நடக்க ஆரம்பித்தாள்.

ஏதோ ஆவேசம் கொண்டவன் போல் மோட்டார் சைக்கிளின் வேகத்தை அதிகரிக்கச் செய்து வீட்டை நோக்கி விரைந்தான் குமரன்.

வீட்டு வாயிலில் வீரமணியின் கார் நின்று கொண்டிருந்ததைப் பார்த்தபோது அவனுக்கு ஒரே வியப்பாகப் போயிற்று. வாகனத்திலிருந்து இறங்கி வேகமாக உள்ளே சென்றான்.

கூடத்தில் வீரமணி, கனகா, சபேசன் மூவரும் உட்கார்ந்து பரபரப்புடன் ஏதோ பேசிக் கொண்டிருந்தனர். குமரனைக் கண்டதும் வீரமணி எழுந்து அவனருகே விரைந்து வந்தான்.

"முன்னறிவிப்பில்லாமல் எப்படி வந்தேனென்று பார்க்கிறாயா? கடிதத்தில் எழுதுவதைவிட நேரில் வந்து சொல்வதுதான் சரியென்று எனக்குத் தோன்றியது. புறப்படுவதற்கு முன்னால் உங்களிடமெல்லாம் விடை பெற்றுக் கொண்டு போக வேண்டாமா?" என்றான்.

"என்ன புதிர் போடுகிறாய் வீரமணி?" என்றான் குமரன் வியப்புடன்.

உமாசந்திரன்

"குமரண்ணா, நமக்கெல்லாம் சொல்லாமலே அண்ணா இராணுவத்தில் சேர்ந்திருக்கிறார். ஒரு வாரத்திற்குள் பயிற்சி முகாமுக்குப் புறப்பட்டுச் செல்லப் போகிறாராம்?" என்றாள் கனகா கலக்கம் தோய்ந்த குரலில்.

"கனகா, இதற்காக நீயேன் வருத்தப்பட வேண்டும். எனக்கிருந்த ஒரே பொறுப்பையும் நான் நிறைவேற்றியாயிற்று. சுதந்திரப் பறவையாகிவிட்ட பிறகு நாட்டின் சுதந்திரத்தைப் பாதுகாக்க நான் சிறிதாவது பாடுபட வேண்டாமா? அனுமானாக முடியாவிட்டாலும் அணிலாகவாவது ஆக முயற்சிப்பதில் தவறென்ன?" என்றான் வீரமணி.

அவனது உவகை நிறைந்த முகத்தையே அசையாமல் பார்த்தவாறு அவன் கூறுவதைக் கேட்டுக் கொண்டிருந்த குமரன் சட்டென்று அவனது கரத்தைப் பற்றிக் குலுக்கினான்.

"வீரமணி, நீ என் வழிகாட்டி" என்றான் தழுதழுக்கும் குரலில்.

"என்ன சொல்கிறாய் குமரன்?"

"உன் உதாரணத்தை நானும் பின்பற்றப் போகிறேன். இனி குமரன் திட்டப்பகுதி எஞ்சினியரல்ல, ராணுவ எஞ்சினியர்!"

"குமரன்."

"இப்போதைக்குச் சில நாட்களுக்கு விடுமுறை எடுத்துக்கொண்டு நானும் உங்களுடனேயே சென்னைக்குப் புறப்படப் போகிறேன். சென்னையிலிருந்தே இந்த வேலைக்கு விடுதலைப் பத்திரம் எழுதிக் கொடுத்துவிட்டு ராணுவ சேவைக்கு என்னை அர்ப்பணித்துக் கொள்ளப் போகிறேன்" என்றான் குமரன்.

"இதென்ன திடீர்த் தீர்மானம் குமரன்?" என்று கூவினான் சபேசன்.

"திடீர்த் தீர்மானங்களில் தான் வாழ்க்கையின் சுவையே இருக்கிறது" என்றான் குமரன் சுருக்கமாக.

25

கடந்த சில நாட்களாகவே வெள்ளாத்தாளின் மனத்தில் ஒரு விஷயம் உறுத்திக் கொண்டே யிருந்தது. சாதாரணமாக, மங்கா காலையில் தானாகவே படுக்கையை விட்டு எழுந்திருந்தாள் என்ற பேச்சே கிடையாது. எட்டு மணிக்குள் வேலைக்குப் புறப்பட்டாக வேண்டுமென்ற உணர்வு கூட இல்லாமல் நிச்சிந்தையாகக் குறட்டை விட்டுக் கொண்டிருப்பாள். ஏழு மணியிலிருந்தே நாலைந்து தரம் அவளை உருட்டிப் புரட்டி அடித்துக் கிள்ளி எழுப்பினால்தான் அவள், சிறிதாவது உணர்வு வந்து சோம்பல் முறித்துக் கொண்டு சிணுங்கியவாறே எழுந்திருப்பாள். அப்படிப் பட்ட மங்கா, இப்போதெல்லாம் பல பலவென்று விடிவதற்கு முன்னால் இருட்டோடேயே எழுந்து விடுகிறாள். எழுந்த சுருக்கோடு அருவிக்கரைக்குப் போய் அரைமணி நேரம் கழித்துத் தான் திரும்பி வருகிறாள். குளித்துவிட்டு வருகிறாளா என்றால் அதுவும் இல்லை. அவ்வளவு அதிகாலையில் அருவிக்கரையில் அவளுக்கு அப்படியென்ன வேலை இருக்க முடியும்?

"ஏன் மங்கா, ஒரு நாளைப் போலே அவ்வளவு சீக்கிரம் எழுந்திடறியே... திடீர்னு உனக்கு எப்படி

உமாசந்திரன்

இவ்வளவு கரிசனம் வந்திச்சு?" என்று கேட்டாள் வெள்ளாத்தாள் அதுவும் மங்கா வேலைக்குப் புறப்பட்டுக் கொண்டிருந்த சமயத்தில்.

"எனக்குக் கரிசனமே கிடையாதுன்னு தானே இத்தனை நாளும் நினைச்சுக்கிட்டிருந்தே? இப்பவாவது தெரிஞ்சுக்க" என்று சிரித்து மழுப்பிவிட்டுப் போய்விட்டாள் மங்கா.

ஏதோ ஒரு விஷயத்தைத் தன்னிடமிருந்து அவள் மறைத்து வைக்கிறாள் என்ற வரைக்கும் வெள்ளாத்தாளுக்கும் புரிந்தது. ஆத்தாளிடமே அவ்வளவு ஒளிவு மறைவு என்ன வேண்டியிருக்கிறது என்ற கோபத்தோடு அதை எப்படியாவது கண்டுபிடித்துவிட வேண்டுமென்ற பிடிவாதமும் சேர்ந்து கொண்டது.

"இருக்கட்டும், இருக்கட்டும். நாளைக்கே அந்தக் குட்டை உடைக்காமல் விடப் போவதில்லை" என்று ஆத்திரத்துடன் கறுவிக் கொண்டாள்.

மறுநாள், மலைக்காடுகளில் முதல் குயில் கூவத் தொடங்கிய போதே வெள்ளாத்தாள் கண்விழித்து விட்டாள். மங்கா இன்னும் உறங்கிக் கொண்டுதானிருந்தாள். தூங்குவது போல் கண்களை மூடிய நிலையிலே நல்ல விழிப்புடன் படுத்திருந்தாள் வெள்ளாத்தாள்.

மலைக்காடுகளில் பலவிதமான பறவையொலிகள் கலந்தொலிக்க ஆரம்பித்தன. விரைவிலேயே வானதேவனின் பவனி ஆரம்பமாகப் போகிறதென்ற குதூகலத்தில் பறவையினங்கள் எழுப்பிய ஆரவாரம் திசையெங்கும் நிரம்பியது. மங்கா சட்டென்று கண்விழித்து சுற்றுமுற்றும் பார்த்தாள். அதிக நேரம் உறங்கிவிட்டோமென்று அவள் பரபரப்படைந்தது போல் தோன்றியது. வெள்ளாத்தாள் அசையாமல் படுத்திருந்தாள். மங்கா அவளருகே குனிந்து அவள் இன்னும் உறக்கத்தில்தானிருக்கிறாள் என்பதை ஊர்ஜிதம் செய்து கொண்ட பிறகு ஓசைப்படாமல் வெளியே நடக்க ஆரம்பித்தாள்.

அவள் வெளியே சென்ற சில கணங்களுக்கெல்லாம் வெள்ளாத்தாள் சட்டென்று எழுந்து சத்தம் செய்யாமல் குடிசையின் கதவு வரை சென்று எட்டிப் பார்த்தாள். வெளியே இருந்த மஞ்சு மூட்டத்தில் அருவிக்கரையை நோக்கிச் சென்று கொண்டிருந்த மங்காவின் நிழலுருவம் அவளுக்குத் தெரிந்தது. அடிமேலடி வைத்து அவள் தன் பார்வைக்குத் தப்பிவிடாமல் பார்த்தவாறு அவளைத் தொடர்ந்து நடக்க ஆரம்பித்தாள்.

மங்கா அதிக தூரம் செல்லவில்லை. அருவிக்கரையிலிருந்து மேம்பாறைக் கசத்தை நோக்கிச் செல்லும் ஒற்றையடித் தடமொன்று இருந்தது. இருபுறமும் குத்துச் செடிகளும், கோரைப்புதர்களும்

அடர்ந்த அந்தத் தடத்தின் வழியே மங்கா நடக்க ஆரம்பித்தபோது வெள்ளாத்தாளுக்குத் திக்கென்றது.

"அடிப்பாவி, புதருக்குள்ளேருந்து துஷ்டப் பிராணி ஏதாச்சும் மேலே விழுந்து பிடுங்கிடப் போகுதுடீ" என்று கத்திவிடத் துடித்தாள். மிகவும் கஷ்டத்துடன் தன்னைக் கட்டுப்படுத்திக் கொண்டு புதரில் சலசலப்பு செய்யாமல் மெதுவாகப் பதுங்கியவாறு அவளைப் பின் தொடர்ந்தாள்.

கோரைப் புற்கள் நெருங்கி வளர்ந்திருந்த ஒரு புதருக்கருகே மங்கா நின்றுவிட்டாள். வெள்ளாத்தாள் வேறொரு புதரில் மறைந்து நின்று அவள் என்ன செய்கிறாளென்று கவனிக்க ஆரம்பித்தாள்.

பஞ்சு மூட்டம் பெரும்பாலும் கலைந்து விட்டிருந்தது. பல பலவென்று விடிய ஆரம்பித்திருந்தது. மங்காவின் ஒவ்வொரு நடவடிக்கையையும் வெள்ளாத்தாள், மறைந்திருந்த இடத்திலிருந்து நன்றாகக் கண்காணிக்க முடிந்தது.

புதரை விலக்கிய மங்கா, முதலில் மூச்சைப் பிடித்துக்கொண்டு ஒரு பளுவான் கல்லைத் தூக்கி அப்பால் வைத்தாள். பின்பு அந்தக் கல்லுக்கடியேயிருந்த ஒரு பாறைப் பொந்தில் கையைவிட்டு மிகவும் ஜாக்கிரதையாக எதையோ கையில் எடுத்துப் பார்க்க ஆரம்பித்தாள். அந்தச் சமயத்தில் அவள் சற்றுத் திரும்பி நின்று கொண்டிருந்ததால் அவளது முதுகுப்புறமே வெள்ளாத்தாளுக்குத் தெரிந்தது. அவள் கையிலிருந்தது என்னவென்று அவளுக்குப் புலப்படவில்லை. இருந்தாலும் அது என்னவாயிருக்கும் என்று ஊகிப்பது அவளுக்குக் கஷ்டமா என்ன? பாவிமகள் ஆத்தாளுக்குத் தெரியாமல் பணத்தைப் பதுக்கி வைக்கத்தான் அந்த இடத்தைத் தேர்ந்தெடுத்திருக்கிறாள்! பதுக்கி வைத்த பணம் பத்திரமாயிருக்கிறதா என்று பார்க்கத்தான் ஒரு நாளைப் போல் அவ்வளவு அதிகாலையில் எழுந்து வந்துவிடு கிறாள்! இவ்வளவு சூதுவாது மனத்தில் இருக்கும் போது தூக்கம் எப்படிப் பிடிக்கும் ஒரு பெண்ணுக்கு. இதையா வெகுளிப் பெண் என்று நினைத்து இத்தனை நாளும் ஏமாந்து கொண்டிருந்தோம்" அந்த எண்ணமே வெள்ளாத்தாளின் மனத்தில் ஆங்காரம் அனல் பறக்கச் செய்தது.

தான் பதுக்கி வைத்த பொருள் பத்திரமாயிருக்கிறதென்ற திருப்தியுடன் மங்கா அதை மீண்டும் மறைவிடத்தில் வைக்கப் போன சமயம்,

"ஏ மங்கா 'திருட்டுக் கழுதை' என்ன வேலை இதெல்லாம்"என்று கத்திக் கொண்டே புதர் மறைவிலிருந்து முன்னே பாய்ந்த வெள்ளாத்தாள் ஒரே எட்டில் அவளருகே வந்து நின்றாள்.

எதிர்பாராத இந்தத் தாக்குதல் கண நேரத்துக்கு மங்காவை அதிர்ந்து நிற்கச் செய்தது.

“ஆத்தா... நீ எதற்கு வந்தே இங்கே?” என்று கத்திக்கொண்டே தன் கையிலிருப்பது ஆத்தாளுக்குத் தெரிந்துவிடாமல் திரும்பி நின்று கொண்டாள்.

“எதற்கு வந்தேனா? ஏண்டி, நீயா நாலு காசு சம்பாரிக்க ஆரம்பிச்சா உடனே பணத்தாசை பிடுச்சிக்கிடுச்சா? உனக்காக இத்தனை நாளும் உடம்பை ஓடாக்கி உழைச்சிருக்கேனே, அவ்வளவும் மறந்திடுச்சா உனக்கு? ஆத்தா கிட்டே பொய் சொல்லிப் பணத்தைப் பதுக்கி வைக்கறதும், அது பத்திரமாயிருக்கான்னு பதுங்கிப் பதுங்கி வந்து பார்க்கறதும், சீ இவ்வளவு திருட்டுப் புத்தி உனக்கு எங்கேருந்து வந்திச்சு?” என்று வெள்ளாத்தாள் ஆத்திரத்துடன் கத்தினாள்.

“ஆத்தா, வாயை மூடு. தப்பும் தவறுமா என்னமோ நெனைச்சுக்கிட்டு தான் வீணா கூச்சல் போடறே? இதுவரைக்கும் வாரா வாரம் எனக்குக் கிடைச்ச கூலியிலே ஒரு செப்புக் காசு கூட உனக்குத் தெரியாமே நான் எனக்குன்னு எடுத்துக்கிட்டது கிடையாது. உன் தலைமேலே ஆணை!”

“ஆணையா வைக்கறே? ஆத்தா தலைவெடிச்சா உனக்கென்ன வந்தது? நிம்மதியாயிருப்பேன். பதுக்கி வைக்க வேண்டியதுமில்லே, பதுங்கிப் பதுங்கி வந்து பாக்க வேண்டியதுமில்லே.”

“ஆத்தா, வீணாப் பழி வைக்காதே! நான் பணத்தைப் பதுக்கி வைக்கலேன்னு சத்தியமா சொல்லியாச்சு. நீ அதை நம்பினாலும் சரி, நம்பாட்டியும் சரி.”

“ஓகோ... அவ்வளவு லேசா விட்டுடுவேன்னு நெனைச்சியா? உன் கையிலே என்ன மறைச்சு வச்சிருக்கே? அதை நான் பாத்தாகணும்” என்று ஓரடி முன்னே பாய்ந்த வெள்ளாத்தாள் அவள் கையைப் பற்ற முயன்றாள்.

“ஆத்தா... அதை நீ பார்க்க வேண்டியதில்லை” என்று பதறியவாறு சற்றுப் பின்னுக்கு நகர்ந்தாள் மங்கா.

“பாக்காமே விடப் போறதில்லே. உனக்காச்சு எனக்காச்சு!” என்று வெள்ளாத்தாள் ஆவேசத்துடன் அவள் மேல் பாய்ந்த வேகத்தில் மங்காவின் கையிலிருந்த நகைப் பெட்டி நழுவிக் கீழே விழுந்தது. அந்த அதிர்ச்சியில் திறந்து கொண்ட அந்த நகைப் பெட்டிக்குள்ளேயிருந்து பச்சைக்கற்களும், சிவப்புக் கற்களும் பதித்த கழுத்தாரம் கதிரவனின் முதற்கிரணங்கள் பட்டு மின்னியது.

"அடி பாவிப் பெண்ணே... இதை எங்கேருந்து திருடிக்கிட்டு வந்தே ?"

"ஆத்தா, உன் மகளுக்குத் திருட்டுப் பட்டங்கட்டறதிலே உனக்கேன் இவ்வளவு சந்தோசம்? ஆனா நான் இதை எங்கேயிருந்தும் திருடிக்கிட்டு வரலே. வள்ளியக்கா கலியாணத்திலே வெகுமதியாக்குடுக்கச் சொல்லி குமரய்யா எங்கிட்டே இதைக் குடுத்திட்டுப் போயிருக்கு. வீட்டிலே வச்சா போயிடப் போகுதேன்னு தான் இங்கே பதுக்கி வச்சேன். இது பத்திரமா இருக்கணுமே. பத்திரமா இருக்கணுமேன்னு இத்தனை நாளும் வவுத்திலே நெருப்பைக் கட்டிக்கிட்டு நான் பட்டபாடு எனக்கில்லை தெரியும். இப்ப நீ இதுக்குச் சத்துருவா வந்து முளைச்சிருக்கே" என்று வெறுப்புடன் கூறிக் கொண்டே மங்கா, கீழே விழுந்து கிடந்த நகைப் பெட்டியைச் சரியாக மூடிக் கையில் எடுத்துக் கொண்டாள்.

வெள்ளாத்தாள் மனம் வெதும்பி நின்றாள். அவள் கண்களில் கரகரவென்று நீர் சுரந்தது.

"வள்ளிக்குக் குமரய்யா குடுத்திட்டுப் போன வெகுமதியா இது? அடி என் மங்காப் பொண்ணு, என்னென்னமோ சொல்லி உன் மனசை நோக்கப் பண்ணிட்டேனே!" என்று தழுதழுப்புடன் கூறிக் கொண்டே பரிவுடன் அவளை அணைத்துக் கொண்டாள்.

"ஆமாம்.. எனக்கும் மனசுன்னு ஒண்ணு இருக்குதுன்னு நீ என்னிக்குத்தான் நெனைச்சிருக்கே?" என்று சலிப்புடன் கூறியவாறே அவளது கையை விலக்கி விட்ட மங்கா, "ஆத்தா, இனிமேல் நான் இதை வச்சிருக்க லாயக்கில்லே" என்றாள்.

"அப்படின்னா ?"

"கலியாண நாள் வரையிலே நான் காத்திருக்கப் போறதில்லே. இன்னிக்கே வள்ளியக்கா கிட்டே இதைக் குடுத்திட்டு வந்திடப் போறேன்."

"இன்னிக்கேயா?"

"இன்னைக்கே இல்லே.. இப்பவே" என்று கூறியபடியே மங்கா வேகமாக அங்கிருந்து நடந்தாள்.

"மங்கா, ஒரு பேச்சு கேட்டுட்டுப்போ" என்று வெள்ளாத்தாள் அழைத்ததற்கு அவள் செவி சாய்க்கவேயில்லை.

அப்போதுதான் ஆட்டுப்பாலைக் கறந்தெடுத்துக் கொண்டு உள்ளே போகத் திரும்பிய வள்ளி, மங்கா வருவதைப் பார்த்துவிட்டு வியப்புடன் நின்றாள். அவ்வளவு அதிகாலையில் மங்காவை அவள் எதிர்பார்க்கவில்லை.

"என்ன மங்கா?"

"போ வள்ளியக்கா, உன்னாலே எனக்குப் பெரிய தொல்லையாப் போச்சு" என்றாள் மங்கா எடுத்த எடுப்பிலேயே.

"ஏன் மங்கா அப்படிச் சொல்றே? நான் எப்பவாவது உனக்குத் தொல்லை குடுத்ததுண்டா?"

"நீ குடுத்தாத்தானா? உன் பேரைச் சொல்லி அந்தக் குமரய்யா குடுத்திட்டுப் போன தொல்லையைத்தான் சொல்றேன். இதோ பாரு" என்று தன் கையிலிருந்த நகைப் பெட்டியை வள்ளிக்குக் காட்டினாள் மங்கா.

"என்ன இது?"

"உன் கலியாணத்திலே வெகுமதியாக் குடுக்கச் சொல்லிக் குமரய்யா இதை என்கிட்டே ஒப்படைச்சிட்டுப் போயிருக்கு. இனிமேலும் இதைக் கட்டிக்காக்க என்னாலே முடியாது. நீயே வச்சுக்க" என்று கூறிய மங்கா அதை வள்ளியின் கையில் திணித்தாள்.

வள்ளி அதிர்ந்து போய் நின்றாள்.

மங்கா அதற்கு மேல் அங்கே நிற்கவில்லை. "சரி, எனக்கு வேலைக்குப் போக நேரமாயிடுச்சு, நான் வரேன்" என்று அவள் பரபரப்புடன் அங்கிருந்து புறப்பட்டுச் சென்ற பிறகும் வள்ளி அப்படியே பிரமை பிடித்தாற்போல் நின்று கொண்டிருந்தாள்.

"வள்ளி, வள்ளி" என்று அஞ்சலையத்தை அழைக்கும் குரலைக் கேட்டபோதுதான் அவளுக்கு உணர்வு வந்தது. கண்களில் தேங்கி நின்ற கண்ணீரைத் துடைத்துக்கொண்டு வேகமாக வீட்டுக்குள்ளே சென்றாள்.

"வாசல்லே மங்காப் பொண்ணோட குரல் கேட்டுச்சே, உள்ளே வராமே அப்படியே போயிடுச்சா?" என்று கேட்டாள் அத்தை.

"ஆமாம் அத்தை. இதைக் குடுத்திட்டுப் போயிடுச்சு."

"என்ன இது? நகைப்பெட்டி மாதிரி இருக்கே!" என்று அதைக் கையில் வாங்கித் திறந்த அஞ்சலையத்தை உள்ளேயிருந்த கழுத்தாரத்தைக் கண்டதும் பிரமித்துப் போய்விட்டாள்.

"இது ஏது மங்காவுக்கு."

"எனக்குத் திருமணப் பரிசாகக் குடுக்கச் சொல்லி அந்த ஐயா குடுத்திட்டுப் போனாராம்."

அத்தை புரிந்து கொண்டாள். அவள் நெஞ்சிலிருந்து ஒரு நீண்ட பெருமூச்சு எழுந்தது. "என்னமோ வள்ளி, இப்படியெல்லாம் நடக்கும்னு யாரு எதிர்பார்த்தாங்க?" என்றாள்.

“நான் குடுத்து வச்சது எதுவோ, அதுதானே எனக்குக் கிடைக்கும்” என்றாள் வள்ளி.

“அந்த ஐயா பாவம், என்ன நெனைச்சுக்கிட்டாரோ? இங்கே இருந்த வேலையைக் கூட விட்டுட்டுப் பட்டாளத்திலே சேந்திட்டதா பேசிக்கிடறாங்க. எங்கே இருந்தாலும் நல்லாயிருக்கணும்” என்று பெருமூச்செறிந்தாள் அஞ்சலையத்தை.

அத்தையின் கையிலிருந்து அந்த நகைப் பெட்டியை வாங்கி மூடிய வள்ளி, அதைத் தன்னுடைய சிறிய இரும்புப் பெட்டிக்குள், காளியண்ணன் சமீபத்தில் வாங்கிக் கொடுத்த சேலைப் பொட்டலத் துக்கடியில் பத்திரப்படுத்தி வைத்துப் பெட்டியைப் பூட்டினாள்.

அதேசமயம் வாய்க்காலில் பல் துலக்கிவிட்டுத் திரும்பிய காளியண்ணன் அங்கு வந்தான். அத்தை பரபரப்புடன் கொண்டு வந்து கொடுத்த தேநீரைப் பருகியவாறே அவன் கூறினான். “அத்தை, அந்த முனியாண்டி தன் மனசிலே என்ன நினைச்சுக்கிட்டிருக்கான் தெரியலியே?”

“ஏன் தம்பி, நீயா நின்னு முடிச்சு வச்சதுதானே? அவன் மனசைப் பத்தி உனக்கா தெரியாது?” என்றாள் அத்தை மனக்கடுப்பை வெளிக்காட்டிக்கொள்ளாமல்.

“கலியாணத் தேதி நெருங்கிக்கிட்டிருக்கு. அந்த ஆள் இன்னும் இந்தப் பக்கமே எட்டிப் பாக்காம இருந்தா என்ன அர்த்தம்னு கேக்கறேன்.”

“அது அந்த ஆளையே கேக்க வேண்டிய கேள்வி இல்லே?”

“கேக்கத்தான் போறேன். மாலையிலே டூட்டியிலேருந்து திரும்பி வரும்போது கையும் மெய்யுமா அந்த முனியாண்டியைப் புடிச்சுக் கிட்டி போட்டு முடுக்காமே விடப் போறதில்லே” என்றான் காளியண்ணன் தீர்மானமாக.

அன்று மாலை சோதனை போல் அடுத்தடுத்து அவனுக்கு வேலை இருந்து கொண்டே இருந்தது. அன்று சனிக்கிழமையாதலால் பவர் ஹவுஸ் பகுதியிலிருந்து உச்சிக்காவுக்கு வரும் தொழிலாளர்களின் தொகை வழக்கத்தைவிட அதிகமாக இருந்தது. ஆறு மணிக்கே முடிய வேண்டிய டூட்டி ஏழு மணி வரை நீடித்தது. கடைசி முறையாக மேலே வந்து நின்ற ட்ராலியில் தான் மங்கா திரும்பி வந்திருந்தாள். காளியண்ணனைப் பார்த்தும் பாராதது போல் அவள் அங்கிருந்து போக ஆரம்பித்தபோது காளியண்ணன், “ஏ மங்கா” என்று அழைத்தவாறு வேகமாக அவளுக்கு முன்னே சென்று நின்று கொண்டான்.

“என்ன?” என்றாள் மங்கா, இரு கைகளையும் இடுப்பில் ஊன்றிக் கொண்டு

“நான் ஒரு ஆள் இருக்கறது தெரியலே, திரும்பிக் கூடப் பாராமே போறியே?” என்றான் காளியண்ணன்.

“பார்க்கும்படி நீ இருந்தாத்தானே?”

“என்ன கொறைச்சலைக் கண்டுட்டே?”

“உன் மனசையே கேட்டுக்க...”

“சரி, சரி, நாளைக்கு வள்ளியை அழைச்சுக்கிட்டு உங்க வீட்டுக்கு வரதா இருக்கேன்” என்றான் காளி.

“எதுக்கு?”

“ஓகோ... என் சம்மதமில்லாமே எதுவும் நடந்திட முடியாது. தெரியுமில்லே?”

“உன் சம்மதத்தைப் பத்தித்தான் எனக்குக் கவலையில்லையே.”

கண்களை உருட்டி அவனை ஒரு பார்வை பார்த்தாள் மங்கா. “இதோ பாரய்யா, வள்ளியக்காவும் நானும் ஒண்ணுன்னு நெனைச்சுக் கிடாதே! யாரும் என் இஷ்டத்துக்கு விரோதமா என்னைக் கட்டாயப்படுத்த முடியாது. ஆமாம்” என்றாள்.

“இஷ்டமில்லாமே இருந்தாத்தானே அந்தப் பேச்சு?” என்று சிரித்தான் காளி.

“நெனைச்சுக்கிட்டிரு” என்று நொடித்து விட்ட மங்கா, அங்கிருந்து நகர்ந்தாள்.

உடும்புக் கொட்டகையில் ஏறக்கட்ட வேண்டிய வேலைகளையெல்லாம் கவனித்துவிட்டுக் காளியண்ணன் அங்கிருந்து புறப்பட மேலும் அரைமணி நேரம் பிடித்தது. அதுவும் ஒருவிதத்தில் நல்லதாய்த்தான் முடிந்தது. காலையில் கீழூருக்குப் போயிருந்த முனியாண்டி அப்போதுதான் கடையில் வந்து உட்கார்ந்திருந்தான்.

“மாப்பிள்ளே...”

கடைக்கு வெளியே காளியண்ணன் நின்று கொண்டிருப்பதைக் கண்டதும் முனியாண்டி கல்லாப் பெட்டியை விட்டு வெளியே எழுந்து வந்தான்.

“என்னய்யா கண்ணிலேயே படறதில்லே?” என்றான் காளி.

“ஒருத்தர் கண்ணிலே படறதுக்காக ஒரே எடத்திலே உக்காந்திருக்க முடியுமா? ஓடியாடி உழைச்சாத்தானே வேலை நடக்கும்” என்றான் முனியாண்டி.

முள்ளும் மலரும்

"அடடே, மாப்பிள்ளை முறுக்கை இப்பவே காமிக்க ஆரம்பிச்சிட்டயா? பலே பலே" என்று சிரித்தான் காளி.

முகத்தை உர்ரென்று வைத்தவாறு முனியாண்டி ஒரு பீடியைப் பற்ற வைத்துக் கொண்டான்.

"எனக்கும் ஒரு பிடி" என்று காளியண்ணன் கேட்டதும் வேண்டா வெறுப்பாக ஒரு பீடியை அவன் கையில் கொடுத்து விட்டுச் சும்மா யிருந்தான் முனியாண்டி.

"ஏனய்யா, நான் ஒத்தக்கை ஆளாச்சே. பத்தவைக்காமே நின்னா எப்படி?" என்று காளி சிரித்தபோதும் அவன் கடுகடுப்பு மாறவில்லை. கனிந்து கொண்டிருந்த தன் பீடியைக் காளியின் முகத்துக்கெதிரே நீட்டி அவன் பீடியைப் பற்ற வைத்துக் கொண்ட பிறகு புகையை ஒரு தரம் உறிஞ்சி மூக்கிலேற்றிக் கொண்டு இருமினான்.

அவனது இருமல் அடங்கியதும் காளி கூறினான்.

"இன்னிக்குச் சனிக்கிழமை. அடுத்த வெள்ளிக்கிழமை கலியாணத்துக்குத் தேதி குறிச்சிருக்கு. நெனைப்பு இருக்கில்லே?"

"நெனைப்பு இல்லாமப் போயிட்டா கூட எவ்வளவோ நிம்மதியா யிருக்குமே" என்று முனியாண்டி கூறியதும் காளியண்ணனுக்குத் திக்கென்றது.

"என்ன சொல்லறே?"

"உள்ளதைத்தான் சொல்லறேன். ஊருக்கு எளைச்சவன் புள்ளை யார் கோயில் ஆண்டின்னு சொல்லுவாங்கல்லே? அது சரியாத்தான் போச்சு."

"மாப்பிள்ளே?"

"தெரியாத்தனமாத்தான் நான் தலையைக் குடுத்திட்டேன். உண்மை தெரிஞ்சப்புறம் சொல்லவும் முடியாமே, மெல்லவும் முடியாமே முழிச்சுக்கிட்டிருக்கேன்."

"என்ன உண்மையைக் கண்டுட்டேய்யா?" என்று கத்தினான் காளி.

"அதைச் சொல்ல வேறே வேணுமா? ஊரறிஞ்ச சேதியாயிடுச்சே. அது தங்கச்சிக்குக் கெட்ட பேர் வந்திடக்கூடாதேன்னுதான் என் தலையிலே கட்டியிருக்கே."

"என்ன சொன்னே?" என்று ஆவேசத்துடன் அவனுடைய சட்டைக் காலரைப் பற்றி முறுக்கினான் காளி.

"கழுத்தை நெரிச்சுக் கொன்னு போட்டுடு. அடுத்த வெள்ளிக்கிழமை வரைக்கும் உயிரோட இருக்கறதைவிட இப்பவே என் உயிர்

உமாசந்திரன்

போயிட்டா நல்லாத்தான் இருக்கும்" என்று குமுறினான் முனியாண்டி.

"கூடாது. அடுத்த வெள்ளி வரையிலே நீ உயிரோட இருந்துதான் ஆகணும். அன்னிக்கு மட்டும் ஏதாவது தப்புத் தண்டாவா நடந்துக்கிட்டே, அந்த எடத்திலேயே உன்னை உயிரோட புதைச்சிடுவேன்!" என்று உக்கிரமாகக் கூறியவாறு அவனை உலுக்கிய காளி அவனை அப்பால் தள்ளிவிட்டு வேகமாக அங்கிருந்து சென்றுவிட்டான்.

இரவு வெகு நேரம் வரை அவன் வீட்டிற்குத் திரும்பவில்லை. எங்கெங்கோ காலிழுத்த போக்கில் சுற்றியலைந்துவிட்டு அவன் வீடு திரும்பியபோது நடுநிசியாகிவிட்டது. யாருடனும் ஒரு வார்த்தை கூடப் பேசாமல் படுத்துவிட்டான். அதன் பிறகும் தூக்கம் அவன் இமைகளை மூட வெகு நேரம் பிடித்தது.

மறுநாள் காலையில் மாயாண்டியின் அவலக் குரலைக் கேட்டு அவன் கண் விழித்தான்.

"ஐயோ காளியண்ணே ... நடக்கக் கூடாதது நடந்து போச்சு! அந்த முனியாண்டிப் பய நமக்கெல்லாம் துரோகம் செய்திட்டுப் போயிட்டான்" என்று உணர்ச்சி மிகுதியில் உளறிக் கொட்டியவாறே மாயாண்டி அவனருகே ஓடிவந்தான்.

ஒன்றும் புரியாமல் அவனைப் பார்த்தான் காளி.

"நிதானமாகத்தான் சொல்லித் தொலையேன். என்ன நடந்திச்சு?" என்றான் எரிச்சலுடன்.

"முனியாண்டிப் பய நம்பிக்கைத் துரோகம் செய்திட்டான் காளி. என்னோட அங்கியை இழுத்துக்கிட்டு ஊரை விட்டே ஓடிப் போயிட்டான்!"

காளியின் திகைப்பு எல்லை மீறியது.

"என்ன சொல்லறே மாயாண்டி!" என்று கத்தினான்.

"நான் ஏமாந்திட்டேன் காளியண்ணே! அங்கிக்கும், அவனுக்கும் ரொம்ப நாளாகவே தொடர்பு இருந்திச்சாம். எனக்கு ஒண்ணுமே புரிஞ்சுக்கத் தெரியலே. படுபாவி என் குடும்பத்துக்கே கொள்ளி வைச்சிட்டுப் போயிட்டானே, இனிமே நான் என்ன செய்யப் போறேன், எப்படி வாழப் போறேன்!" என்று புலம்பினான் மாயாண்டி.

"ரெண்டு பேரும் ஊரை விட்டே ஓடிப் போயிட்டாங்கன்னா சொல்லறே?"

முள்ளும் மலரும்

"ஆமாம் காளியண்ணே. இதுக்குன்னு எத்தனை நாளாத் திட்டம் போட்டு வச்சிருந்தாங்களோ! நேத்துக் கீழூர்லேந்து லாரியை முனியாண்டியே ஓட்டி வந்தானாம். நடுராத்திரியிலே கடைச் சாமானையெல்லாம் அள்ளிச் சுருட்டி லாரியிலே போட்டுக்கிட்டு அங்கியையும் வரச் சொல்லி அழைச்சுக்கிட்டு லாரியிலேயே ஊரை விட்டு ஓடியிருக்கானே பாவி! இவன் வெளங்குவானா? நல்லாயிருப் பானா? இந்த ஏழையை அழவச்சிட்டு இவன் சொகமா வாழ்ந்திட முடியுமா?" என்று மாயாண்டி உரக்க ஒப்பாரியே வைக்க ஆரம்பித்து விட்டான்.

"சீ.. நீயும் ஒரு ஆம்பிள்ளையா? மூடு வாயை..." என்று காளியண்ணன் அதட்டியதும்தான் அவன் கூச்சல் அடங்கியது.

முதலில் கீழூர் போலீஸ் ஸ்டேஷனுக்கு டெலிபோனில் தகவல் தெரிவிப்பதென்ற முடிவுடன் இருவரும் உச்சிக் கடவு காரியாலயத் துக்குப் புறப்பட்டுச் சென்றனர்.

"அந்தப் பய மட்டும் என்கிட்டே உயிரோட சிக்கட்டும், அந்த எடத்திலேயே கண்டதுண்டமா வெட்டிப் போட்டுடறேன்" என்று ஆக்ரோஷத்துடன் கத்திவிட்டுத்தான் சென்றான் காளி.

வள்ளி சூனியத்தைப் பார்த்தவாறு நின்றாள்.

"ஐயோ வள்ளிக்கண்ணு.. தெய்வம் உன்னை ஏன்தான் இப்படியெல்லாம் வாட்டியெடுக்குதோ தெரியலியே" என்று அரற்றியவாறே அவளை அணைத்துக் கொண்டு கண்ணீர் வடித்தாள் அஞ்சலையத்தை.

26

ஓங்கியுயர்ந்த வெண்பனிச் சிகரங்களைப் பார்த்தவாறு ஊசியிலை மரங்கள் செறிந்து வளர்ந்திருந்த மலைச்சரிவின் சமதரையான விளிம்புப் பகுதியில் மலையோடு ஒட்ட வைத்திருந்தது போல் அமைந்திருந்தது அந்த ராணுவ ஆஸ்பத்திரி. மலையணங்குக்கு அணிவித்த ஒட்டியாணம் போல் அந்தச் சரிவோடு ஒட்டியமைந்திருந்த குறுகலான சாலை வழியே அவ்வப்போது ராணுவ லாரிகளும், ஜீப்களும் அந்த ஆஸ்பத்திரிக்கு வந்து போய்க் கொண்டிருந்தன. சண்டை எங்கோ இருபது மைல் தொலைவுக்கப்பால் நடந்து கொண்டிருந்தது. அங்கே விட்டுவிட்டு ஒலிக்கும் பீரங்கி முழக்கம், அந்தத் தொலைவிலிருந்து காற்றில் மிதந்து கரைந்து பசித்திருக்கும் கிழட்டுச் சிங்கத்தின் உரமிழந்த உறுமலைப் போல் காதில் வந்து விழுந்து கொண்டிருந்தது. யந்திரத் துப்பாக்கிகளோ, சாதாரணத் துப்பாக்கிகளோ ஒலிப்பதை இவ்வளவு தூரத்திலிருந்து எப்படிக் கேட்க முடியும்? ஆனால் கிழட்டுச் சிங்கத்தின் உறுமல் அடங்கும் வரை இந்த லாரிகள் ஜீப்களின் போக்குவரத்து இருந்து கொண்டு தானிருக்கும். காலை ஆரம்பித்த சங்கிலித்

தொடர் இன்னும் நீடித்துக் கொண்டிருந்தது. இன்னும் எவ்வளவு நேரமோ?

ஆஸ்பத்திரியின் மாடிப்பகுதி பால்கனியில் போடப்பட்டிருந்த நாற்காலியொன்றில் அமர்ந்து, வெண்பனி இமயத்தின் வீரத் தோற்றத்தை ரசித்தவாறு உட்கார்ந்திருந்த குமரன், ஆஸ்பத்திரி வாயிலில் ஒரு ஜீப் வந்து நின்றதைக் கண்டதும் சற்று முன்னுக்கு நகர்ந்து எட்டிப் பார்த்தான். ஆஸ்பத்திரி ஆர்டர்லிகள் ஜீப் அருகே விரைந்து சென்று பிரக்ஞையிழந்த நிலையில் ஸ்ட்ரெச்சரில் கிடத்தப்பட்டிருந்த ஒரு ஜவானைத் தூக்கிக் கொண்டு உள்ளே சென்றனர். ஒரு பெருமூச்சுடன் பின்னுக்குச் சாய்ந்தான் குமரன். இரண்டு வாரங்களுக்கு முன்னால் இதே மாதிரிதான் குற்றுயிரான நிலையில் அவன் அந்த ஆஸ்பத்திரிக்கு வந்து சேர்ந்திருந்தான். மார்பில் பட்ட குண்டு அணுப் பிசகியிருந்தால் அவன் உயிரையே குடித்திருக்கும். ஆனால் அவனுடைய ஆயுள்தான் கெட்டியா யிற்றே! மேலோடு உராய்ந்து சென்ற குண்டு விலாப் பக்கமாகப் பாய்ந்து அவனுக்கு உயிர் பிச்சையளித்துவிட்டது. குண்டையகற்றிச் சேதமான ரத்தத்திற்குப் பதில் ரத்தத்தை அவன் உடலில் செலுத்தியதும் ஒரே வாரத்தில் அவன் எழுந்து நடமாடும் சக்தியைப் பெற்றுவிட்டான். இப்போது காயம் நன்றாக ஆறிவிட்டது. பழைய பலமும் அநேகமாகத் திரும்பிவிட்டது. ஆனால் ஆஸ்பத்திரி டாக்டர் ரகுநாத் அவனுக்கு அங்கிருந்து விடுதலையளிக்க இசையாமல் நாட்களைக் கடத்திக் கொண்டிருந்தார்.

“காப்டன் குமரன், உங்கள் துடிப்பை நான் உணராமல் இல்லை. ஆனால் என்னுடைய பொறுப்பையும் நீங்கள் உணர வேண்டும். நீங்கள் இங்கு வந்து சேர்வதற்குள் எவ்வளவு ரத்தம் உங்கள் உடம்பிலிருந்து சேதமாயிருந்தது தெரியுமா? உங்கள் உடம்புக்கு ஏற்ற ரத்தம் தெய்வாதீனமாக எங்கள் சேமிப்பில் இருந்ததால்தானே உடம்பு சரியாயிருக்கிறது. உடம்பில் இன்னும் கொஞ்சம் நல்ல ரத்தம் ஊறட்டுமே என்று கூறித் தட்டிக் கழித்து வந்தார்.

தன் உடலில் ஓடிக் கொண்டிருந்த ரத்தத்தில் ஒரு பகுதி தன்னுடைய சொந்தமில்லை என்று நினைத்துப் பார்த்தபோது குமரனுக்குச் சிரிப்பு வந்தது. எந்தப் புண்ணியவான் எப்போது தானம் செய்த ரத்தமோ, இன்று அவன் உயிருக்கு அதுவே ஆதாரமாயிருந்ததென்பது விந்தையிலும் விந்தையல்லவா? அந்தப் புண்ணியவான் எங்கு இருக்கிறாரே அவர் ரத்த தானம் செய்தபோது, அது எங்கே எப்போது யாருடைய உயிரை மீட்டுக் கொடுக்க உதவப்

போகிறது என்று சிறிதாவது சிந்தித்துப் பார்த்திருப்பாரா? ஓர் உயிர் இன்னோர் உயிரின் தவிப்பையுணர்ந்து செய்த தானமல்லவா அது? இந்த விதத்தில் ஏற்பட்ட உயிர்த் தொடர்பு என்றாவது மறக்கக் கூடியதா? உயிருக்கு உயிர் பேதமில்லை என்ற நினைவில் குமரனின் நெஞ்சம் பொங்கி நின்றது. அதேசமயம் உயிரை உயிர் அழிக்கத் துடிக்கும் கொடுமையை நினைத்து அவன் இதயம் விம்மியது.

“காப்டன், நீங்கள் இங்கே உட்கார்ந்திருக்கிறீர்களா? உங்கள் வார்டில் உங்களைக் காணாததும் நான் எப்படித் திகைத்துப் போய்விட்டேன் தெரியுமா?” என்று சிரித்துக் கொண்டே குமரனுக் காகச் சூடான பானம் நிறைந்த கோப்பையுடன் அங்கு வந்த டாக்டர் அகிலா, கோப்பையைக் குமரனெதிரேயிருந்த மடாயில் வைத்துவிட்டுத் தானும் ஒரு நாற்காலியில் உட்கார்ந்து கொண்டாள்.

“சாப்பிடுங்கள்.”

“அதிருக்கட்டும். என்னைப் பற்றி என்ன திகைப்பு?” என்று கேட்டான் குமரன், கோப்பையைக் கையில் எடுத்துப் பருகியவாறு.

“எங்கே சொல்லாமல் கொள்ளாமல் போர் முனைக்கே புறப்பட்டுப் போய்விட்டீர்களோ என்ற திகைப்புத்தான், வேறென்ன?” என்று சிரித்தாள் அகிலா.

“அவ்வளவு துடிப்பு எனக்கு இருக்கத்தான் செய்கிறது. ஆனால் உங்களுடைய தகப்பனாரின் பொறுப்பைக் கருதித் தான் என்னுடைய துடிப்புக்கு அணை போட்டு வைத்திருக்கிறேன்” என்றான் குமரன், தானும் சிரித்தவாறு.

“சற்று முன்புதான் அப்பா உங்களைப் பார்த்துப் போக வேண்டுமென்று சொல்லிக் கொண்டிருந்தார். அதற்குள் புதுக் கேஸ் ஒன்று வந்துவிடவே அதைக் கவனிப்பதில் ஈடுபடும்படியாயிற்று” என்றாள் அகிலா.

“இது சீரியஸ் கேஸா?”

“இங்கு வரும் எந்தக் கேஸ்தான் சீரியஸ் இல்லை ? நீங்கள் மட்டும் சாதாரண நிலையிலா இங்கு வந்தீர்கள்? நீங்கள் பிழைத்ததே மறுபிழைப்பாயிற்றே!”

“எனக்கு ஆயுள் கெட்டியென்றுதான் நான் எவ்வளவோ தடவை சொல்லியிருக்கிறேனே!” என்று சிரித்தான் குமரன்.

“இருங்கள், நான்காவது வார்டில் ஒரு சிறிய வேலை இருக்கிறது. கவனித்துவிட்டு ஐந்தே நிமிஷத்தில் வந்து விடுகிறேன்” என்று கூறிய அகிலா, சுறுசுறுப்பே உருவாக அங்கிருந்து எழுந்து சென்றாள்.

முள்ளும் மலரும்

அவள் கொண்டுவந்து கொடுத்திருந்த பானம் இதமான சூட்டுடன் உடலுக்குத் தெம்பு ஊட்டுவதாக மட்டுமில்லை; உள்ளத் துக்குத் தெம்பு ஊட்டும் அவளது அன்பும் அதில் கலந்திருந்தது என்ற உணர்வுடன் அதைப் பருகி அதன் இனிமையை நெஞ்சில் நிறைத்துக் கொண்டபோது, அகிலாவின் உயர்ந்த பண்புகளைப் பற்றிய எண்ணங்கள் குமரனின் மனத்தில் வட்டமிட்டன.

பத்து வருஷங்களுக்கு முன்பே மனைவியைப் பறிகொடுத்து விட்ட மேஜர் ரகுநாத்துக்கு வாழ்க்கையில் இருந்த ஒரே பிடிப்பு அவரது ஒரே மகள் அகிலாதான். ஹாஸ்டலில் தங்கி சென்னை மருத்துவக் கல்லூரியில் படித்து வந்த அகிலா இரண்டு ஆண்டுகளுக்கு முன்புதான் படிப்பை முடித்துப் பட்டமும் பெற்றாள். அதன்பிறகு ஓராண்டு ஆஸ்பத்திரிப் பயிற்சிக்காக அவள் சென்னையிலேயே தங்கியிருக்க வேண்டியிருந்தது. அது முடிந்ததும் அவள் விரும்பியிருந்தால் ஒரு டாக்டரையே மணம் செய்து கொண்டு குடும்ப வாழ்க்கையையும், மருத்துவத் தொழிலையும் ஒருங்கே ஆரம்பித்திருக்கலாம். ஆனால் அகிலாவின் விருப்பம் வேறு விதமாயிருந்தது. இமய எல்லையில் சீனர் ஆரம்பித்த ஆக்கிரமிப்பினால் நாடெங்கும் இளம் உள்ளங்களில் தோன்றிய உணர்ச்சி வேகம் அகிலாவையும் ஆட்கொண்டது. உரிய தகுதி பெற்றதுமே தந்தை பணியாற்றி வந்த ஆஸ்பத்திரியில் அவருக்கு உதவி டாக்டராக அமர்ந்து, போர்க்களத்தில் ரத்தத்தைச் சிந்தும் ஜவான்களுக்குத் தொண்டு புரிய அவள் தீர்மானித்து விட்டாள்.

எப்போதும் சிரித்த முகத்துடன் கலகலவென்று பேசியவாறு ஓடியாடி ஒவ்வொருவர் தேவையையும் கவனித்து வந்த அகிலா, நோவும் பிணியும் துன்பமும் தவிர வேறெதையும் கண்டறியாத அந்த ராணுவ ஆஸ்பத்திரியின் வறண்ட சூழ்நிலையை ஒரேயடியாக மாற்றிவிட்டாள். படுகாயத்தின் நோவு பொறுக்க முடியாமல் துடிதுடித்துக் கொண்டிருக்கும் நோயாளியின் காதுகளில் அவளது வருகையை அறிவிக்கும் காலடிச் சத்தம் கந்தர்வ கீதமாக ஒலிக்கும். இனிய புன்னகை தவழும் அவளது முகத்தைப் பார்த்ததுமே நோவெல்லாம் பறந்துவிட்டது போல் தோன்றும்.

அளப்பரிய அன்புடன் அவள் கூறும் ஆறுதல் வார்த்தைகள் சோர்வுற்ற நரம்புகளில் புத்துயிரூட்டிப் புதிய சக்தி பரவச் செய்யும். அந்த ஆஸ்பத்திரிகளில் சிகிச்சை பெற வருவோருக்கு உடற்பிணியகற்றி உரமூட்டும் தந்தையாக மேஜர் ரகுநாத் இருந்து வந்தாரென்றால் உள்ளத்தின் சோர்வை நீக்கி உற்சாகமூட்டும்

உமாசந்திரன்

சகோதரியாக டாக்டர் அகிலா, தன் பங்கைச் செய்து வந்தாள். அங்கிருந்து குணமாகிச் செல்லும் ஒவ்வொரு ஜவானும், "சிஸ்டர், சிஸ்டர் என்று அன்பு ததும்ப அழைத்தவாறு அவளைத் தேடி வந்து அவளுக்கு நன்றியஞ்சலி செலுத்திவிட்டுப் போவதை குமரன் எவ்வளவு தடவை பார்த்திருக்கிறான். அப்போதெல்லாம் அகிலாவின் முகத்தில் தோன்றும் மலர்ச்சிக்கு ஈடேது? அத்தகைய உள்ள நிறைவை நாடித்தானே அவள் அங்கு வந்து சேர்ந்திருக்கிறாள்!

"என்ன காப்டன், கொஞ்ச நேரத்திற்கு உங்கள் தனிமையை நான் கலைக்கலாமா?" என்று கேட்டவாறு அவனெதிரில் வந்து உட்கார்ந்து கொண்டாள். அகிலா.

"தனிமையைக் கலைப்பதாவது. நல்ல கேள்வி!" என்று சிரித்தான் குமரன்.

"உங்களைப் பார்த்தால் அப்படித்தான் தோன்றியது."

"எப்படி?"

"தனிமையிலேயே இன்பம் காண்பவராக."

குமரன் சிரித்தான். சற்றுப் பொறுத்து ஒரு பெருமூச்சுடன் கூறினான், "நீங்கள் சொல்வது ஒருவிதத்தில் சரியாகக் கூட இருக்கலாம். தனிமையில் நான் இன்பம் காண்கிறேனோ இல்லையோ... ஆனால் ஒன்று மட்டும் நிச்சயம். தனிமையைத் துன்பமாக நான் என்றுமே கருதியது கிடையாது. எனக்கு நினைவு தெரிந்த நாளிலிருந்து தனிமைக்கே பழக்கப்பட்டுப்பட்டு அந்தத் தனிமை உணர்ச்சியே என்னுடைய இயல்பாக மாறிவிட்டதோ என்னவோ."

அகிலாவின் முகத்திலிருந்த மலர்ச்சி சட்டென்று மறைந்தது. அவளையும் மீறி ஒரு நீண்ட பெருமூச்சு அவள் நெஞ்சிலிருந்து எழுந்தது.

"மன்னிக்க வேண்டும். அனாவசியமாக உங்கள் மனம் நோகும்படி ஏதாவது சொல்லியிருந்தா.."

"இல்லை, இல்லை. என்னைப் பற்றி ஓரளவுக்கு நான் உங்களுக்குச் சொல்லியிருக்கிறேன். நினைவு தெரிந்த நாளிலிருந்து மனம் ஒருவிதமான நிலைமைக்குப் பழக்கப்பட்டு விட்டால் அதை மாற்றிக் கொள்வது கடினம்தானே! ஆனால் வாழ்வில் நான் தன்னந்தனியாக ஆகிவிட்டாலும் என் தனிமையுணர்ச்சி என்னைச் செயலற்றவனாக ஆக்கிவிடுவதற்கு ஒரு நாளும் இடம் கொடுத்தது கிடையாது. என்

மனத்தில் எங்கோ அந்தத் தனிமை உணர்ச்சி பதுங்கிக் கிடக்கிற தென்ற உண்மையை யாரும் கண்டுகொள்ளாத விதத்தில் தான், நான் மற்றவரெதிரில் நடந்து கொள்ளப் பாடுபட்டு வருகிறேன். என்னையும் மீறி அது தலை தூக்கும் போது எனக்கு அது வேதனை யளிப்பதைவிட, மற்றவருக்கு அதனால் ஏற்படக்கூடிய வேதனையை நினைத்துத்தான் என் மனம் நோகிறது."

அமைதியான மௌனத்தில் ஆழ்ந்திருந்த அகிலா சட்டென்று கேட்டாள், "உங்கள் தனிமை உணர்ச்சியை மறக்கடிப்பதற்காகத்தான் ராணுவ சேவையில் சேர்ந்தீர்களா?"

"இருக்கலாம். ஏதோ ஆவேசத்தில் நான் செய்த தீர்மானம்தான் அது. நாட்டுப்பற்று எவ்வளவு தூரம் அதற்குத் தூண்டுகோலாயிருந் தது என்று என்னால் சொல்ல முடியாது. வாழ்வுக்கு வேறெந்தப் பற்றுக்கோடும் இல்லாதபோது நாட்டுப்பற்று தீவிரமாகத் தலைதூக்கியதோ என்னவோ! ஆனால் ராணுவ வாழ்க்கை யினால் என் தனிமை உணர்ச்சியை மறக்கடித்துவிட்டதாக நான் நினைத்தால் என்னை நானே ஏமாற்றிக் கொள்வதாகத்தான் அர்த்தம். சென்ற மூன்று வருஷங்களாக ராணுவ வாழ்க்கையின் நெரிசல்களுக்கும், பரபரப்புகளுக்கும், ஆபத்துக்களுக்கும், திடீர்த் திருப்பங்களுக்கும் மத்தியில் கூட என் தனிமையுணர்ச்சி மாறாமலே இருந்து வந்திருக்கிறது என்பதுதான் உண்மை. நூற்றுக்கணக்கான சகாக்களுடன் தோளோடு தோள் சேர்த்து நின்று உயிரைப் பணயம் வைத்துக் கடமையை நிறைவேற்றிக் கொண்டிருக்கும் நிலைமையில் கூட 'நான் தன்னந்தனியன்' என்ற உணர்வை என்னால் மாற்றிக் கொள்ள முடியவில்லை என்பதுதான் நான் வருத்தத்துடன் ஒப்புக்கொள்ள வேண்டிய விஷயம்" என்று ஏதோ தனக்குத்தானே பேசிக் கொள்வது போல் குமரன் பேசிக் கொண்டு போனபோது அகிலா, அவன் முகத்தையே பார்த்தவாறு கேட்டுக் கொண்டிருந்தாள். அவள் கண்களில் ஏனோ கண்ணீர் துளிர்த்து நின்றது.

குமரன் தொடர்ந்து கூறினான், "இங்கே நான் உட்கார்ந்திருந்த போது எதிரே தெரியும் இந்த இமயச் சிகரங்களின் தனிமையைப் பற்றித்தான் சிந்தித்துக் கொண்டிருந்தேன். ஆயிரமாயிரம் ஆண்டுகளாக சமதரைப் பரப்பிலிருந்து வெகுதூரம் விலகி ஏதோ ஓர்உன்னத லட்சியத்தை எட்டத் துடிப்பது போல் வானை முட்டி நிற்கும் இந்தச் சிகரங்கள் கண்டதெல்லாம் தனிமையைத் தவிர வேறென்ன? அந்தத் தனிமையின் சில்லிப்புத்தான் யாரையும்

உமாசந்திரன்

நெருங்கவொட்டாத பனித்திரளாக அவற்றைப் போர்த்தியிருக்க வேண்டும் என்று நினைத்தாலும் தப்பில்லையல்லவா?"

அகிலா பெருமூச்செறிந்தாள், "இமயத்தின் அந்த நெருங்கமுடியாத தனிமை அதற்குப் பாதுகாப்பாக இருந்து வந்த காலம் தான் இப்போது மாறிவிட்டதே! மூன்று வருஷங்களாக இந்தப் பனிச்சிகரங்களில் இருந்து வந்திருக்கும் படை நடமாட்டத்துக்குக் கணக்கேது? பீரங்கிகள் கக்கிய நெருப்புக்குக் கணக்கேது? எத்தனையோ ஆயிரக்கணக்கான வருஷங்களுக்கு மாசு மருவில்லாமல் துல்லியமாக விளங்கிய பனிப் போர்வையில் எவ்வளவு ரத்தக்கறை படிந்துவிட்டது இந்த மூன்று வருஷங்களில்" என்றாள்.

"இதையெல்லாம் பார்க்கும்போது நமது உன்னதப் பண்புகளுக்கும், லட்சியங்களுக்கும் இதே கதி ஏற்பட்டுவிடக் கூடாதே என்று எனக்குக் கவலை தோன்றுவது இயற்கைதானே!"

"சீனர்களின் வெறியாட்டம் தணிந்ததென்று நிம்மதியாயிருந்த வேளையில் பாகிஸ்தான் கிளப்பிவிட்ட புதிய போராட்டம் இப்போது தோன்றியிருக்கிறது. இது இன்னும் எத்தனை நாட்களுக்கு நீடிக்குமோ! கவிதை நிறைந்த இந்த காஷ்மீரத்தை இன்னும் எப்படியெல்லாம் உருக்குலைக்குமோ" என்றாள் அகிலா கவலையுடன்.

"அதையெல்லாம் நினைத்துப் பார்க்க நமக்கு நேரம் ஏது? கடமையின் அழைப்பு எங்கிருந்து வந்தாலும் சரி, அது எவ்வளவு கடுமையானதாயிருந்தாலும் சரி, அதை ஏற்றுக் கொண்டுநிறைவேற்றுவதில் மற்ற நினைவையெல்லாம் நாம் மறந்துவிட முடிகிறதே" என்றான் குமரன்.

ஆஸ்பத்திரி வாயிலில் ஒரு ஜீப் வந்து நிற்கும் சத்தம் கேட்டது.

"மறுபடியும் ஒரு புதிய கேஸா?" என்று கேட்டவாறு குமரன் சற்று முன்னுக்கு நகர்ந்து எட்டிப் பார்த்தான். மறுகணம், "அடேடே, வந்திருப்பது என் கமாண்டரல்லவா!" என்று கூறினான்.

அகிலாவும் எட்டிப் பார்த்தாள். குமரன் பணிபுரிந்து வந்த எஞ் சினியரிங் அணியின் பிரதான அதிகாரிதான் ஜீப்பிலிருந்து இறங்கி ஆஸ்பத்திரிக்குள் சென்று கொண்டிருந்தார்.

"உங்கள் உடல் நிலையைப் பற்றித்தான் விசாரிக்க வந்திருக்கிறார் போலிருக்கிறது" என்றாள் அகிலா.

முள்ளும் மலரும்

"என்னை நேரில் பார்த்தால் அவரே புரிந்து கொள்வார். உடனடியாக எனக்கு ஏதாவது பொறுப்பைக் கொடுத்து இங்கிருந்து அனுப்பி வைக்கும்படி அவரிடமே கேட்டுக் கொள்ளப் போகிறேன்" என்று குமரன் கூறிக் கொண்டிருக்கும் போதே ரகுநாத்துடன் காமண்டர் கன்னா, மாடிப்படி ஏறிவரும் மிடுக்கான பூட்ஸ் ஒலி கேட்டது.

குமரனும் அகிலாவும் மரியாதையுடன் எழுந்து நின்றனர். கமாண்டருக்கு குமரன் ராணுவ முறையில் வணக்கம் தெரிவித்ததும் அன்புடன் பதில் வணக்கம் தெரிவித்தவாறு அருகில் வந்த அவர், குமரனைத் தட்டிக் கொடுத்து, "ஹலோ காப்டன், எப்படி இருக்கிறீர்கள்?" என்று கேட்டுக் கொண்டே ஒரு நாற்காலியில் அமர்ந்தார். மேஜர் ரகுநாத்தும் அமர்ந்ததும் குமரனும், அகிலாவும் அவர்களெதிரே உட்கார்ந்து கொண்டனர். தலைத் தொப்பியைக் கழற்றி மடித்து வைத்துக் கொண்டு பனிக்குவியலாக மின்னிய கேசத்தை ஒருமுறை தடவி விட்டவாறு குமரனைப் பார்த்த கமாண்டர், "என்ன காப்டன், இங்கே இருப்பது உங்களுக்குப் பிடிக்கவில்லையாமே?" என்று சிரித்துக்கொண்டே கேட்டார்.

"மன்னிக்க வேண்டும். பிடிக்கவில்லையென்று நான் சொன்னால் என்னைப்போல் நன்றி கெட்டவன் யாருமே இருக்க முடியாது. மேஜர் அவர்களும், அவருடைய குமாரியும் என்னிடம் காட்டும் அன்பும், பரிவும் சாமானியமானதா? நான் எவ்வளவு ஆரோக்கியத்துடன் இருக்கிறேன் என்று நீங்களே பார்க்கிறீர்களே! இவர்களுடைய இடைவிடாத கவனிப்பு இல்லாமல் இது சாத்தியமாக முடியுமா?" என்றான் குமரன் இதயம் நிறைந்த நன்றியுணர்வுடன்.

"உண்மைதான் டாக்டர். உங்களுக்கும் டாக்டர் அகிலாவுக்கும் நாங்கள் மிகவும் கடமைப்பட்டிருக்கிறோம்" என்றார் கமாண்டர் கன்னா.

மேஜர் ரகுநாத் சிரித்தார். "உபசார வார்த்தைகளுக்கு அவசியமே இல்லை. இங்கு வருபவர்கள் உல்லாசப் பொழுது போக்குக்கா வருகிறார்கள்? உயிரை ஒரு பொருட்டாக மதியாமல் போர்முனையில் படுகாயப்பட்டு நினைவிழந்த நிலையில் இங்கே வருகிறார்கள். அவர்களுக்கு எங்களாலான சேவையைச் செய்வதில் நாங்கள் எவ்வளவு பெருமையடைகிறோம் தெரியுமா? மற்றவர்களைக் கவனித்துக் கொள்வது போல்தான், காப்டன் குமரனையும் நாங்கள் கவனித்துக் கொண்டோம். இவருடைய கடமைத் துடிப்பு எப்படிப்பட்டதென்று எனக்குத் தெரியும். பழைய ஆரோக்கியம்

முழுவதும் திரும்புவதற்கு முன்பே அவர் அவசரப்பட்டு ஏதாவது செய்துவிடக் கூடாதே என்று தான் நான் இவருக்கு அதிக நம்பிக்கை கொடுக்காமல் காலம் கடத்தி வந்தேன்" என்றார்.

"இன்னும் கூட என் பழைய ஆரோக்கியம் திரும்பவில்லையென்று தான் சொல்கிறீர்களா, மேஜர் சார்..." என்று கேட்டான் குமரன் சற்றுப் பொறுமையிழந்து.

"அப்படியில்லை காப்டன். நீங்கள் நல்ல ஆரோக்கியத்தைத் திரும்பப் பெற்று விட்டீர்கள் என்று மேஜர் ஸாஹப் எனக்கு டெலிபோனில் அறிவித்த பிறகுதான் நான் புறப்பட்டு வந்திருக்கிறேன்" என்று கமாண்டர் கன்னா கூறியதும் குமரனுக்கு மகிழ்ச்சி மிகுதியில் என்ன செய்வதென்றே புரியவில்லை.

"மேஜர் ஸார், நீங்கள்... நீங்கள் என் தெய்வம்" என்று நெஞ்சு தழுதழுக்கக் கூறிக்கொண்டே மேஜர் ரகுநாத்தின் கைகளைப் பற்றிக் கண்களில் ஒற்றிக் கொண்டான்.

"காப்டன், ஒரு முக்கியமான பொறுப்பை ஏற்றுக் கொண்டு நீங்கள் இப்போதே இங்கிருந்து புறப்பட வேண்டியிருக்கிறது" என்றார் கமாண்டர் கன்னா.

"சொல்லுங்கள் சார்" என்றான் குமரன் ஆர்வத்துடன்.

"இப்போது போர் நடக்கும் பகுதி இங்கிருந்து நேர் மேற்கே இருபது மைல் தூரத்தில் இருக்கிறதென்று உங்களுக்குத் தெரியுமில்லையா? அங்கே எதிரிப்படை நம்மைவிட அதிகமான வசதியுள்ள இடத்தில் நிலை கொண்டிருக்கிறது. நமது படை எவ்வளவோ உறுதியுடன் போராடியும் எதிரியைப் பின்னுக்குத் தள்ள முடியவில்லை. இதன் மத்தியில் எந்த நிமிஷமும் எதிரியின் உதவிப் படை அங்கு வந்துவிடக் கூடும் என்று தெரிகிறது. அப்படி வந்துவிட்டால் பெருத்த சேதத்துடன் நம்முடைய படை பின்வாங்குவதைத் தவிர வேறு வழியில்லை.

"அந்த நிலைமையைத் தவிர்க்க நான் என்ன செய்ய வேண்டும், சொல்லுங்கள்."

"எதிரிக்குத் தெரியாமல் வேறு வழியே முன்னேறிச் சென்று எதிரியை வளைத்துக் கொள்வதற்காக நம்முடைய இன்னொரு படை புறப்பட்டிருக்கிறது. ஆனால் அந்த வழியில் முன்னேறத் தடையாயிருப்பது குறுகலான செங்குத்தான பள்ளத்தில் ஓடிக் கொண்டிருக்கும் ஒரு கட்டாறு. அதைக் கடப்பதற்கான பாலம்

முள்ளும் மலரும்

அமைத்தாலொழிய நமது படை முன்னேற முடியாது. அந்த வேலையைக் கவனிக்க ஒரு எஞ்சினியரிங் காப்டன் தேவை என்ற செய்தி, எனக்குச் சற்று முன்புதான் வந்தது. அதே சமயத்தில் உங்களைப் பற்றி மேஜர் ஸாஹிபிடமிருந்து போன் வரவே அந்தப் பாலம் அமைக்கும் பொறுப்பை உங்களிடமே விட்டுவிடத் தீர்மானித்துவிட்டேன்" என்றார் கமாண்டர்.

"நான் இப்போதே புறப்படத் தயார்" என்றான் குமரன் உற்சாகத்துடன்.

"காப்டன் குமரன் ராணுவத்தில் சேர்வதற்கு முன்னால் மின்சார எஞ்சினியராகத்தானே இருந்தார்?" என்று கேட்டார் மேஜர் ரகுநாத்.

"ராணுவ சேவையில் ஒவ்வொரு வேலைக்கும் தனித்தனியே எஞ்சினியர்கள் வைத்துக் கொள்ள முடியுமா என்ன? எல்லாருக்கும் எல்லாவிதமான வேலைகளிலும் பயிற்சி கொடுக்கிறோம். முக்கியமாக நமது காப்டன் பால அமைப்பில் விசேஷமான பயிற்சியடைந்திருக்கிறார்" என்று விவரித்தார் கமாண்டர்.

அடுத்த அரை மணி நேரத்திற்குள் குமரன் அங்கிருந்து புறப்பட்ட போது அகிலா, ஜீப் அருகில் வந்து நின்று அவனை வழியனுப்பி வைத்தாள்.

"உங்களுக்காக நான் எப்போதும் பிரார்த்தனை செய்து கொண்டிருப்பேன்" என்று நெஞ்சு தழுதழுக்க அவள் கூறியபோது அவளது கண்கள் கலங்கித் தோன்றின.

கமாண்டர் குறிப்பிட்ட இடம் ராணுவ ஆஸ்பத்திரியிலிருந்து வடமேற்கே இருபது மைல் தூரத்திற்குள் தான் இருந்தது. குமரன் அங்கு போய்ச் சேர்ந்த சமயம் அந்தப் படை வீரர்கள் தங்களுக்குத் தெரிந்த அளவுக்குப் பாலத்தை அமைக்கும் வேலையில் ஈடுபட்டிருந்தனர். அங்கங்கே சிறு சிறு திருத்தங்களை விளக்கிச் சொன்னதும் அந்த வேலை இன்னும் தீவிரமாகவும் சுறுசுறுப்பாகவும் நடக்க ஆரம்பித்தது.

புதர் மறைவிலிருந்து பங்கர் ஒன்றிலிருந்து வெளியே வந்த கம்பெனி காப்டன், குமரன் அருகே வந்து தன்னை அறிமுகம் செய்து கொண்டான்.

"உங்கள் கமாண்டரைப் போல் நானும் பஞ்சாப் மாகாணத்தைச் சேர்ந்தவன்தான். என் பெயர் கோஸ்லா" என்றான் அவன் ஆங்கிலத்தில்.

"என் பெயர் குமரன். உங்களைச் சந்தித்ததில் எனக்கு மிகுந்த சந்தோஷம்" என்று இந்தியில் கூறியவாறு குமரன் அவனது கையைப் பற்றிக் குலுக்கினான்.

அதன்பிறகு கோஸ்லா, பஞ்சாபிக் கொச்சை நிரம்பிய இந்தியிலேயே பேச ஆரம்பித்தான். நீங்கள் சரியான சமயத்துக்கு வந்திருக்கிறீர்கள். இன்று பொழுது சாய்வதற்குள் பாலத்தை பூர்த்தி செய்தால்தான் திட்டமிட்டபடி இரவோடிரவாக இங்கிருந்து முன்னேறிச் சென்று எதிரியை வளைத்துக் கொள்ள முடியும்" என்றான் அவன்.

படபடவென்று எங்கிருந்தோ யந்திரத் துப்பாக்கிச் சத்தம். "குப்புறப்படுத்துக் கொள்ளுங்கள்!" என்று கத்தினான் கோஸ்லா.

அந்த எச்சரிக்கைக்காக யாரும் காத்திருக்கவில்லை. யந்திரத் துப்பாக்கியின் சத்தம் கேட்டதுமே அவரவர் அந்தந்த இடத்தில் குப்புறப்படுத்துவிட்டனர். துப்பாக்கியின் சத்தம் நிற்கும் வரை யாரும் எழுந்திருக்கவில்லை. அதன் பிறகு அவரவர்கள் வேகமாக எழுந்து அவசர அவசரமாக வேலையைத் தொடர்ந்து கவனிக்க ஆரம்பித்தனர்.

"எதிர்க்கரையில் வசதியான ஒரு குன்றின் உச்சியிலிருந்து அந்த யந்திரத் துப்பாக்கி இயங்கிக் கொண்டிருக்கிறது. எதிரி ஆள் ஒருவன் தான் அங்கே இருக்க வேண்டுமென்று தோன்றுகிறது. ஐந்து நிமிஷத்துக்கு ஒரு தடவை இதே மாதிரி தொல்லை கொடுத்துக் கொண்டிருக்கிறான். இதுவரை நம் ஆட்கள் நாலைந்து பேர் பலியாகிவிட்டார்கள்" என்று விவரித்தான் கோஸ்லா.

"ஆனால் அடிக்கொருதரம் இந்தத் தொல்லை இருந்து கொண்டிருந்தால் பொழுது சாய்வதற்குள் இந்த வேலையை முடிக்க முடியாதே" என்றான் குமரன் கவலையுடன்.

"என் கமாண்டருக்கு போனில் இதைப் பற்றிச் சொல்லி யிருக்கிறேன். இதற்குள் ஏதாவது ஏற்பாடு செய்திருப்பாரென்றே நம்புகிறேன்" என்றான் கோஸ்லா.

பாலம் அமைக்கும் வேலை தொடர்ந்து நடந்து கொண்டிருந்தது. நடு நடுவே யந்திரத்துப்பாக்கியின் படபடவென்ற ஒலி, சிறிது நேரத்துக்கு வேலைக்குத் தடை போடும். ஓரிருவர் குண்டுபட்டு அந்தக் கிடுகிடு பாதாளத்தில் விழுவதும் நிகழும். ஒரு தடவை குமரனே ஒரு மயிரிழையில் தப்பினான்! அனல் பறக்கும் குண்டு

முள்ளும் மலரும்

அவன் காதருகே உராய்வது போல் சென்றதை அவனால் உணரக்கூட முடிந்தது. அவ்வளவு ஆபத்தான நிலையிலும் அவனும் கோஸ்லாவும் அந்த இடத்தைவிட்டு நகராமல் வீரர்களை ஊக்கப்படுத்திக் கொண்டிருந்தனர். வீரர்களும் உயிரைத் துரும்பாக மதித்துத் தங்கள் கடமையைச் செய்து கொண்டிருந்தனர்.

திடீரென்று யாரும் எதிர்பாராத அமைதி அங்கு நிலவியது போல் தோன்றியது. கொஞ்ச நேரமாக யந்திரத் துப்பாக்கியின் சத்தமே வரவில்லை என்பதை அப்போதுதான் எல்லோரும் உணர்ந்தனர்.

"துப்பாக்கியில் பழுது ஏதாவது ஏற்பட்டுவிட்டதோ என்னவோ?" என்றான் குமரன்.

"அல்லது துப்பாக்கி ரவுண்டுகள் தீர்ந்து போயிருக்கலாம். யார் கண்டது?" என்றான் கோஸ்லா..

"எப்படியோ நம்முடைய வேலை சுலபமாகிவிட்டது" என்று உற்சாகத்துடன் கூறிய குமரன், பால அமைப்பு வேலையில் ஈடுபட்டிருந்த வீரர்களை ஊக்கப்படுத்துவதில் முனைந்தான்.

அதன்பிறகு எந்தத் தடங்கலுமில்லாமல் வேலை வேகமாக நடக்க ஆரம்பித்தது. பொழுது சாய்வதற்கு முன்னமேயே பாலத்தின் கடைசிக் கட்டை பொருத்தப்பட்டுப் பாலம் பூர்த்தியான நிலையை எட்டிவிட்டது. வெற்றி ஆரவாரத்துடன் நாலைந்து வீரர்கள் பாலத்தைக் கடந்து அக்கரையில் போய் நின்றனர். குமரன், கோபால் இருவராலும் கூட அந்த மகிழ்ச்சியில் கலந்து கொள்ளாமலிருக்க முடியவில்லை. அவர்களும் பாலத்தின் மேல் நடந்து சென்று அக்கரையில் போய் நின்றனர்.

சட்டென்று கோஸ்லா கத்தினான். "காப்டன் குமரன், அதோ பாருங்கள்!"

அவன் காட்டிய திசையில் பார்வையைப் பதித்த குமரன் குன்றின் சரிவுப் பகுதியில் மெதுவாக வந்து கொண்டிருந்த நாலைந்து வீரர்களைக் கண்டதும் திகைத்து நின்றுவிட்டான்.

"யாரும் சுடாதீர்கள். அவர்கள் நம் வீரர்கள்?" என்று கத்தினான் கோஸ்லா.

அந்த வீரர்கள் காயமுற்ற வீரன் ஒருவனை ஸ்ட்ரெச்சரில் தூக்கி வருவது தெரிந்ததும் குமரன், "வாருங்கள், நாம் அவர்களுக்கு உதவி செய்யலாம்" என்று கூறிக்கொண்டே முன்னே ஓடினான். கோஸ்லாவும் மற்றவர்களும் அவனைத் தொடர்ந்து ஓடினர்.

உமாசந்திரன்

குன்றுச் சரிவிலிருந்து இறங்கி வந்த வீரர்களை நடுவழியில் சந்தித்து அவர்கள் கையிலிருந்த ஸ்ட்ரெக்சரைத் தங்கள் கையில் வாங்கிக் கொண்டதும் அந்த வீரர்களில் ஒருவன் கூறினான்.... "உங்களுக்குத் தொல்லை கொடுத்துக் கொண்டிருந்த எதிரி யந்திரத் துப்பாக்கியை வாயடைக்கச் செய்யவே கமாண்டர் எங்களை வேறு வழியாக அங்கே அனுப்பினார். எதிரி பாறைக்கு மத்தியில் வசதியான இடத்தில் உட்கார்ந்திருந்தான். அவன் கண்களுக்குத் தப்பி அவனைக் குறி வைப்பது சாத்தியமாயில்லை. மறைவில் பதுங்கியிருந்த எங்கள் காப்டன், திடீரென்று நேருக்கு நேரேயே அவன் மேல் பாய்ந்து அவனைச் சுட்டு வீழ்த்தினார். ஆனால் அதற்குள் எதிரியின் குண்டு அவர் மார்பில் பாய்ந்துவிட்டது."

"அடப்பாவமே... ஸ்ட்ரெச்சரில் இருப்பது உங்கள் காப்டனா?" என்று கேட்ட கோஸ்லா, அந்தச் சடலத்தை மூடியிருந்த துணியை விலக்கினான். மறுகணம் "காப்டன் வீரமணி!" என்று கத்திவிட்டான்.

திடுக்கிட்ட குமரன் "யார் வீரமணியா?" என்று கூவியவாறு ஸ்ட்ரெக்சரில் கிடத்தப்பட்டிருந்த வீரன் பக்கம் குனிந்தான்.

வீரமணிதான்! அவன் ஆவி பிரியும் நிலையில் இருந்தது. குமரனின் குரல் அவனுக்குப் புத்துயிரளித்தது போலும். மெதுவாகக் கண்களைத் திறந்துப் பார்த்தான்.

"குமரன்" என்று கூறுவது போல் அவனது இதழ்கள் அசைந்தன. அவனது துவண்ட கைகள் நண்பனை நெஞ்சாரத் தழுவத் துடித்தன போல் லேசாக உயர்ந்தன.

"வீரமணி..." என்று கதறியவாறு குமரன், அந்தக் கரங்களைப் பற்றி அவற்றில் முகத்தைப் புதைத்துக் கொண்டு கண்ணீர் பெருக்கினான்.

வீரமணியின் இதழ்களில் தெய்வீகமான புன்னகை அரும்பியது. அவன் கண்கள் தாமாகவே மூடின. அவன் கைகள் தொய்ந்து விழுந்தன. கடைசிக் கணத்தில் நண்பனைச் சந்திக்க முடிந்த நிம்மதியுடன் அவனது ஆவி உடலை விட்டுப் பிரிந்தது.

"வீரமணி, வீரமணி." என்று நெஞ்சுக் கிழிய அலறினான் குமரன்.

27

வானுயர்ந்த வெண்பனிச் சிகரங்களின் கம்பீரமான எழிலையே விழிகளால் பருகியவாறு ராணுவ ஆஸ்பத்திரியின் மாடிப் பால்கனியில் நின்று கொண்டிருந்தாள் அகிலா. அந்தச் சிகரங்களைப் பற்றிக் காப்டன் குமரன் கூறிய வார்த்தைகள் அப்போது அவள் நினைவில் சுழன்று கொண்டிருந்தன. லட்சியத் தனிமையின் பனிப் போர்வையுடன் அவை புனிதத்துவம் புரிவதற்கு வேண்டிய சூழ்நிலை மீண்டும் உருவாகிவிட்டது. அவற்றின் ஏகாந்தத்தைக் குலைக்கத் தோன்றிய போர் ஒரு வழியாக ஓய்ந்துவிட்டது. இப்போது நிலவும் அமைதி இப்படியே என்றும் நீடித்திருக்கும் என்று எதிர்பார்க்கலாமா?

அந்தப் பனிச் சிகரங்களுக்கு அப்பால் இன்னும் எதிரிகளின் நடமாட்டம் இருந்து கொண்டுதானிருந்தது. ஆனால் எவ்விதமான அமைதிக் குலைவும் ஏற்படவிடாமல் பாரத வீரர்கள் எப்போதும் விழிப்புடனிருந்தனர். அந்த வீரர்களின் பாதுகாப்பில் இனி நிம்மதியாயிருக்கலாம் என்ற உறுதியுடன் கம்பீரமாக நிமிர்ந்து நின்ற இமயச் சிகரங்களைக் கண்டு அகிலாவின் உள்ளம் பெருமையாகப் பூரித்தது.

உமாசந்திரன்

அந்த உன்னத இமயத்தைப் போலவே தன் இதயத்தில் இடம் பெற்றுவிட்ட குமரனை நினைத்து அவள் நெஞ்சம் நெகிழ்ந்தது. குமரன் அங்கே தங்கியிருந்ததெல்லாம் இரண்டே வாரங்கள்தான். அங்கே சிகிச்சைக்குக் கொண்டு வரப்பட்ட எத்தனையோ வீரர்களில் ஒருவனாகத்தான் அகிலா ஆரம்பத்தில் அவனைக் கருதினாள். மற்றெல்லோரிடமும் காட்டிய பரிவைத்தான் அவனிடமும் காட்டியதாக நினைத்தாள். அப்படியிருந்தும் அவளை அறியாமலே அவனிடம் பாசம் எப்படி உருவாயிற்று? அவன் அங்கிருந்து சென்று விடாமல் அங்கேயே, அவளுடைய கவனிப்பிலேயே, எப்போதும் இருந்துவிடக் கூடாதா என்ற அர்த்தமற்ற எண்ணம் ஏன் தோன்ற ஆரம்பித்தது? கடைசியில் அவன் கமாண்டருடைய கட்டளையை ஏற்று, அங்கிருந்து புறப்பட்டுச் சென்றபோது பொங்கியெழுந்த கண்ணீரை அவளால் அடக்கவே முடியவில்லை. அன்று முழுவதும், ஏன் அதைத் தொடர்ந்து பல நாட்கள், அந்தப் பிரிவை நினைத்து அவள் நெஞ்சம் அப்படி வேதனைப்படுவானேன்?

அதையெல்லாம் இப்போது நினைத்துப் பார்த்தபோது அகிலாவுக்குச் சிரிப்புக் கூட வந்தது. சாதாரணமாக அந்த மாதிரி நெகிழ்ச்சிகளுக்கெல்லாம் அகிலா என்றுமே தன் மனத்தில் இடம் கொடுத்தவளல்ல. மருத்துவக் கல்லூரியில் படித்து வந்த நாட்களில் மற்ற மாணவர்களுடன் அவள் எவ்வளவோ சகஜமாகப் பழகியிருக்கிறாள். விரும்பத்தக்க அம்சங்கள் யாரிடமாவது இருந்தால் மனம் விட்டுப் பாராட்டவும் அவள் தயங்கியதில்லை. ஆனால் இதுவரை யாரும் குமரனைப் போல் தீவிரமாக அவள் மனத்தில் இடம் பெற்றுவிடவில்லையே!

குமரன் அங்கிருந்து சென்று எவ்வளவு நாட்களாகிவிட்டன! ஆனால் ஒருநாள் கூட அகிலா, குமரனை நினைக்கத் தவறியதில்லை. அன்றாடக் கடமைகளில் அவள் கருத்தாயிருக்கும் நேரம் தவிர, மற்ற நேரங்களில் ஏதாவது சாக்கிட்டு குமரனின் நினைவு அவளுக்கு வந்துவிடும். அப்புறம் அன்று முழுவதும் அந்த நினைவிலிருந்து விடுபட முடியாமல் அவள் உள்ளம் அதைச் சுற்றியே வட்டமிட்டுக் கொண்டிருக்கும். அவ்வளவு தூரம் அவள் மனத்தை ஆக்கிரமித்துக் கொள்ளும்படியாகக் குமரனிடம் மட்டும் அப்படியென்ன விசேஷத்தன்மை இருந்தது என்று புத்திபூர்வமாக ஆராயத் தோன்றியது அகிலாவுக்கு.

குமரனின் ஸ்படிகம் போன்ற நேர்மை மட்டும்தான் அதற்குக் காரணமா? அதற்கு மேலும் ஏதோ ஒன்று இருப்பது போல்

தோன்றவில்லையா? தன் தனிமையுணர்ச்சியைப் பற்றி குமரன் கூறியதை அவள் எண்ணிப் பார்த்துக் கொண்டாள். ஆனால் அது வாழ்க்கைச் சூழ்நிலைகளால் ஏற்பட்ட தனிமையுணர்ச்சி மட்டுமல்ல, ஏதோ ஒரு சோக உணர்வும் அதில் கலந்திருந்ததால்தான் அதற்கு ஒரு தனிக் கவர்ச்சி ஏற்பட்டிருந்ததென்று இப்போது அவளால் புரிந்து கொள்ள முடிந்தது. அந்தச் சோகத்தை அவளால் மாற்ற முடிந்தால் எவ்வளவு நன்றாயிருக்கும்?

"அகிலா.. அகிலா.." என்று அழைத்துக் கொண்டே அங்கு வந்தார் மேஜர் ரகுநாத்.

"என்ன அப்பா?"

"இன்றைய தபாலில் ஒரு முக்கியமான கடிதம் வந்திருக்கிறது. காப்டன் குமரனிடமிருந்து" என்று தந்தை கூறியதும் அகிலாவின் உள்ளம் துள்ளியது.

"என்ன எழுதியிருக்கிறாரப்பா?" என்று கேட்டாள் ஆவலுடன்.

"நீயே படித்துப் பாரேன்" என்று கடிதத்தை அவளிடம் கொடுத்த ரகுநாத், அங்கிருந்த நாற்காலியொன்றில் உட்கார்ந்து கொண்டார். அகிலாவும் ஒரு நாற்காலியில் அமர்ந்து பரபரப்பு நிறைந்த உற்சாகத்துடன் கடிதத்தை அவசர அவசரமாகப் படித்தாள். அங்கிருந்து சென்ற பிறகு அத்தனை நாட்களில் தனக்கு ஏற்பட்ட அனுபவங்களைச் சுருக்கமாக விவரித்திருந்த குமரன், தன்னுடைய சகோதரனுக்கு ஒப்பான உயிர் நண்பனைப் பறிகொடுத்த துக்கத்தைப் பற்றி உள்ளமுருக எழுதியிருந்ததைப் படித்தபோது அகிலாவின் கண்கள் கலங்கின. அவை தெளிவு பெறும் வரை கண்களைக் கடிதத்திலிருந்து அகற்றிச் சில விநாடிகள் வெறுமை நோக்குடன் எதிரே பார்த்துக் கொண்டிருந்தாள். பின்பு, கடிதத்தில் பிற்பகுதி குமரனின் வருங்காலத் திட்டம் பற்றியதாயிருந்தது. குமரன் எழுதியிருந்தான்.

போர் நடவடிக்கைகள் இல்லாத நிலையில் எஞ்சினியர்களுக்கு ராணுவத்தில் அதிக வேலை இல்லை. எனவே என்ஜினியரிங் பகுதியில் நிரந்தரமாயிருப்பவர்களைத் தவிர என்னைப் போல் தற்காலிகமாகச் சேர்ந்தவர்களுக்கு ஓய்வு கொடுத்து அனுப்பத் தீர்மானித்து விட்டார்கள். அத்தகைய விடுதலை உத்தரவு எனக்கும் கிடைத்துவிட்டது. நான் சீக்கிரமே சென்னைக்குத் திரும்பி எங்கள் இலாகாவில் மீண்டும் நியமனம் பெற முயற்சி செய்தாக வேண்டும். புதிதாக நியமனம் பெறுவது கஷ்டமாயிராது என்றாலும் மனத்துக்குப் பிடித்த இடமாக அமைவதற்குத்தான் முயற்சி தேவை.

தங்கள் ஆஸ்பத்திரியில் தாங்களும் தங்கள் குமாரியும் என்னிடம் காட்டிய அன்பையும் பரிவையும் நான் என்றுமே மறக்க முடியாது. இதை நான் வெறும் உபசாரத்திற்காகச் சொல்லவில்லை. சொந்த பந்தங்கள் இல்லாத நான், மனப்பூர்வமான சொந்த உரிமையை உங்கள் ஆஸ்பத்திரியில் தங்கியிருந்த சில நாட்களிலேயே உணர முடிந்தது. அப்படிப்பட்ட ஒரு பாசத்தை என்னிடம் காட்டிய உங்களிருவரையும் ஒரு தரமாவது பார்க்காமல் சென்னைக்குத் திரும்பிவிட என் மனம் சம்மதிக்குமா? கூடிய சீக்கிரமே அங்கு வருவேன். எப்போது வருவேன் என்று நிச்சயமாகத் சொல்வதற்கில்லை. வாகன வசதி கிடைப்பதைப் பொறுத்திருக்கிறது. ஜீப்போ, லாரியோ எது கிடைத்தாலும் அதில் தொற்றிக் கொண்டு அங்கே வந்து சேர்ந்து விடுவேன்.

கடிதத்தின் கடைசி வாக்கியங்களை அகிலா படித்து முடிக்கக் கூட இல்லை. வாயிலில் ஜீப் வந்து நிற்கும் சத்தம் கேட்டதும் அவள் பரபரப்புடன் எட்டிப் பார்த்தாள். குமரன்தான் ஜீப்பிலிருந்து இறங்கிக் கொண்டிருந்தான்.

“அப்பா... அவர் வந்துவிட்டார்!’ என்று கூவினாள் அகிலா.

அடுத்த சில விநாடிகளுக்குள் வேகமாக மாடிப்படியேறி வந்த குமரன், அவ்விருவருக்கும் கரம் கூப்பியவாறு அவர்களருகே வந்தான். மேஜர் ரகுநாத் சட்டென்று எழுந்து, அவனை அன்புடன் அணைத்தபடியே நாற்காலியில் அமரச் செய்தார்.

“உங்கள் கடிதத்தை இப்போதுதான் படித்துக் கொண்டிருந்தேன். அதற்குள் நீங்களும் வந்துவிட்டீர்களே” என்றாள் அகிலா மகிழ்ச்சி ததும்பும் விழிகளுடன் அவனைப் பார்த்தவாறு.

“இவ்வளவு சீக்கிரத்தில் ஜீப் வசதி கிடைக்குமென்று நானும் எதிர்பார்க்கவில்லை” என்றான் குமரன்.

“ஏன் காப்டன், நீங்கள் எங்கள் விருந்தாளியாக நாலைந்து நாட்களாவது தங்கிவிட்டுப் போகலாமல்லவா? என்று கேட்டார் மேஜர்ரகுநாத்

‘‘சரிதான்... முழு ஆரோக்கியத்துடன் வந்திருப்பவனை ஆஸ்பத்திரியில் முடக்கிப் போடத் திட்டம் போட்டு விட்டீர்கள் போலிருக்கிறது” என்று சிரித்தான் குமரன்.

“எங்கள் வீட்டு விருந்தாளியாக இருக்கச் சொன்னேனே ஒழிய ஆஸ்பத்திரி விருந்தாளியாக இல்லையே” என்று தானும் சிரித்தவாறு கூறினார் மேஜர் ரகுநாத்.

முள்ளும் மலரும்

"எங்கள் சமையல்காரன் அப்படியெல்லாம் உங்கள் ஆரோக்கியத்தைக் கொடுத்து விடமாட்டான். நளபாகமாயிருக்கும் அவன் சமையல்" என்றாள் அகிலா.

"அப்படியானால் சரி. வீட்டுச் சாப்பாடு சாப்பிடுவதற்காக எத்தனை நாள் வேண்டுமானாலும் தங்க நான் தயார். ராணுவ முகாம்களில் கூட்டச் சாப்பாடு சாப்பிட்டுச் சாப்பிட்டுப் போதும் போதுமென்றாகிவிட்டது" என்றான் குமரன்.

ஆஸ்பத்திரி காம்பவுண்டிலேயே டாக்டருக்காகச் சிறிய வீடு கச்சிதமாய் அமைந்திருந்தது. அதன் மாடியறையில் குமரன் சௌகரியமாகத் தங்கியிருப்பதற்கான எல்லா வசதிகளும் இருந்தன. வெளியே வந்து உட்கார்ந்து காற்று வாங்குவதற்காக பால்கனி அமைப்புகளுக்கும் குறைவில்லை. இவ்வளவெல்லாம் இருந்தும், அந்த வீடு ஆஸ்பத்திரிக்குப் பின்புறம் அமைந்திருந்ததால் குமரன் மனம் அங்கே அதிகமாகப் பொருந்தவில்லை. மலைக் காட்சிகளைப் பார்க்க விடாமல் ஆஸ்பத்திரிக் கட்டிடம் முன்னே மறைத்தபோது பால்கனி அமைப்புக்கே அர்த்தமில்லையல்லவா? அதனால்தான் குமரன் ஓய்வாக உட்கார்ந்திருக்க நினைத்த போதெல்லாம் ஆஸ்பத்திரியில் தனக்குப் பழக்கமான பழைய பால்கனியையே நாடி வந்து கொண்டிருந்தான்.

அங்கு வந்த மூன்றாம் நாள் மாலை நேரத்தில் அந்த பால்கனியில் அமர்ந்து, இமயத்தின் வெள்ளிச் சிகரங்கள் தங்கமயமாக மாறிக் கொண்டிருந்த காட்சியில் குமரன் நெஞ்சைப் பறிகொடுத்திருந்த சமயம் அகிலா அங்கே வந்தாள்.

கலகலவென்று சிரித்துக்கொண்டே அவனெதிரே உட்கார்ந்த அவள், "ஏது காப்டன், எங்கள் வீட்டு விருந்தாளியாக இருப்பதை விட இந்த ஆஸ்பத்திரி விருந்தாளியாயிருப்பது தான் உங்களுக்கு அதிக விருப்பமாயிருக்கிறதா?" என்றாள்.

"மன்னிக்க வேண்டும் சிஸ்டர். நான் இந்த ஆஸ்பத்திரி விருந்தாளியாயிருந்த நாட்களின் இன்பமான நினைவுதானே மறுபடியும் என்னை இங்கே இழுத்து வந்திருக்கிறது! அந்த நினைவுக்கும் இந்த பால்கனிக்கும் நெருங்கிய தொடர்பு உண்டு இல்லையா?" என்று சிரித்தான் குமரன்.

"உண்மைதான். நீங்கள் இங்கிருந்து புறப்பட்டுச் சென்ற பிறகு கூட பல நாட்கள் வரை இந்தப் பால்கனிப் பக்கம் வரும்போதெல்லாம் நீங்கள் இங்கே உட்கார்ந்திருப்பது போன்ற பிரமைதான் எனக்குத் தோன்றும்" என்றாள் அகிலா.

உமாசந்திரன்

மாலைக் கதிரவன் இமயச் சிகரங்களில் தீட்டியிருந்த தங்க மெருகு மெள்ள மெள்ள மங்கிக் கொண்டிருந்தது. பாதரசத்தைப் பூசியது போன்ற சாம்பல் தோற்றம் அவற்றின் மீது படியத் தொடங்கியிருந்தது.

குமரன் பெருமூச்செறிந்தான். "இன்னும் கொஞ்ச நேரம் போனால் இந்தச் சிகரங்களெல்லாம் இருண்ட நிழல் சிகரங்களாக மாறிவிடும். நெஞ்சையள்ளிய கம்பீரமான அழகு நெஞ்சைப் பிழியும் சோகச் சித்திரமாக மாறிவிடும்" என்றான்.

"அதுவும் ஓர் அழகுதானே, சோகமும் சேரும்போது இவற்றின் தனிமையில் ஒரு தனிக்கவர்ச்சி ஏற்பட்டு விடுகிறதல்லவா?" என்றாள் அகிலா.

"உண்மைதான். அதனால்தான் எங்கும் இருள் சூழ்ந்த பிறகு கூட இங்கிருந்து எழுந்திருக்க எனக்கு மனம் வருவதில்லை" என்றான் குமரன்.

அந்தியின் சாம்பல் சாயை மறைந்து எங்கும் கருமை படரத் தொடங்கியிருந்தது. பலவிதமான பறவைகள் இரவுக்கான அடைக்கலத்தை நாடிக் கூட்டம் கூட்டமாகப் பறந்து சென்று கொண்டிருந்தன. எங்கிருந்தோ ஒற்றை நரியொன்று ஊளையிடத் தொடங்கியிருந்தது.

சட்டென்று அகிலா மௌனத்தைக் கலைத்தாள். "காப்டன், நான் ஒன்று சொல்வேன், தவறாயிருந்தால் மன்னித்துக் கொள்ளுங்கள். என்று ஆரம்பித்தாள்..

"என்ன சிஸ்டர்?"

"இந்த இமயச் சிகரங்களைப் பார்க்கும் போதெல்லாம் உங்கள் தனிமையுணர்ச்சியைப் பற்றி நீங்கள் கூறியதுதான் என் நினைவுக்கு வரும். ஆனால் இவற்றைப் போலவே உங்கள் தனிமையுணர்ச்சியிலும் இன்னதென்று சொல்ல முடியாத ஒரு சோகம் கலந்திருப்பதாக எனக்குத் தோன்றுகிறதே, ஏன்?"

"அதாவது என்னுடைய தனிமையுணர்ச்சியிலும் ஒரு தனிக் கவர்ச்சி இருக்கிறதென்று சொல்கிறீர்கள்?" என்று சிரித்தான் குமரன்.

"உங்கள் கேலிப் பேச்சும் சிரிப்பும் கூட அந்தச் சோகத்தை மூடி மறைக்கும் முகமூடியென்பதைத் தவிர வேறென்ன?"

முள்ளும் மலரும்

"உண்மைதான். மற்றவர் மனம் நோகாமல் இருப்பதற்காக மனிதன் எத்தனையோ முகமூடிகளைப் போட்டுக் கொள்ள வேண்டியிருக்கிறது. அவற்றில் இதுவும் ஒன்று என்று வைத்துக் கொள்ளுங்களேன்."

"தயவு செய்து அந்த முகமூடியைக் கொஞ்சம் கழட்டி வைத்து விட்டுக் கொஞ்ச நேரம் மனம் விட்டுப் பேசக் கூடாதா? நாளைக்கே இங்கிருந்து புறப்படப் போவதாகச் சொல்லிக் கொண்டிருக்கிறீர்கள். அதற்குள் உங்கள் மனத்தை வாட்டிக் கொண்டிருக்கும் சோகம் என்னவென்பதை அறியாவிட்டால்."

"அறியாவிட்டால்."

"எப்படிச் சொல்வது? நீங்கள் இங்கிருந்து சென்ற பிறகு என் மனம் மிகவும் வேதனைப்பட்டுக் கொண்டிருக்கும்."

"அறிந்து கொண்டால் மட்டும் வேதனைப்படாதா?"

"அறிந்து கொண்டால் அதற்குப் பரிகாரம் தேட முடியுமே."

"அது அவ்வளவு சுலபமில்லை, சிஸ்டர்" என்று சற்று வறண்ட சிரிப்புடன் கூறினான் குமரன்.

"தயவு செய்து என்னை சிஸ்டர் என்று அழைக்காதிருங்களேன்."

"ஏன்? எல்லோரும் அப்படித்தானே உங்களை அழைக்கிறார்கள்?"

"எல்லோரையும் போல் தானா நீங்களும். உங்கள் வாயிலிருந்து அந்த வார்த்தையைக் கேட்கும் போது எனக்கு எவ்வளவு கஷ்டமா யிருக்கிறது தெரியுமா?"

"வேறு எப்படி அழைப்பது?"

"ஏன், பெயரைச் சொல்லி அழைக்கக் கூடாதா?"

"உங்களைப் பெயரைச் சொல்லி அழைப்பதாவது? அவ்வளவு உரிமை நான் எடுத்துக் கொள்ளலாமா?"

"அதாவது, எங்களிடம் அவ்வளவு பேதம் பாராட்டிக் கொண்டிருக்கிறீர்கள்? அப்படித்தானே?"

"அப்படியில்லை, பேதம் பாராட்டுவதாயிருந்தால் இவ்வளவு நாட்கள் உரிமையுடன் உங்கள் விருந்தாளியாகத் தங்கியிருப்பேனா? உங்கள் குடும்பத்தில் ஒருவனாக நினைத்து என்னிடம் அன்பு செலுத்துகிறீர்கள் என்பதை நான் மனப்பூர்வமாக உணர்கிறேன்.

உமாசந்திரன்

ஆனால் அதற்காக மரியாதையை மீறிய உரிமையை நான் எப்படி எடுத்துக்கொள்ள முடியும்?"

"சரிதான்... மரியாதையின் எல்லையிலேயே நின்று கொண்டிருப்பதால்தான் மனம் விட்டுப் பேசவும் மறுக்கிறீர்களா?"

"நான் மனம்விட்டுப் பேசினால் உங்களுக்குத் துன்பத்தைத் தவிர வேறில்லை. மனத்துன்பத்தோடு மருகிக் கொண்டிருப்பவன் வேறு எப்படிப் பேச முடியும்?"

"மனத்தில் என்ன துன்பமிருந்தாலும் மற்றவர்களுடன் பகிர்ந்து கொண்டால் சற்றுக் குறையுமல்லவா?" என்றாள் அகிலா.

"அதை நான் மறுக்கவில்லை. அந்த அளவுக்கு உங்களுக்குத் துன்பம் கொடுப்பதாக முடியுமே என்றுதான் தயங்குகிறேன்" என்றான் குமரன்.

"அப்படியே வைத்துக் கொண்டாலும் உங்கள் மன நிம்மதிக்காக நான் சிறிது துன்பத்தை ஏற்றுக் கொள்ளக் கூடாதா?" என்று அகிலா சற்று வேதனையுடன் கேட்டதும் குமரனால் மறுத்துச் சொல்ல முடியவில்லை.

சரி, அதைச் சொல்வதால் ஏற்படும் துன்பத்தை விடச் சொல்லா மலிருந்தால் உங்களுக்கு அதிகத் துன்பம் ஏற்படும் போலிருக்கிறது" என்று ஆரம்பித்த அவன், வள்ளியைத் தன் வாழ்க்கைத் துணைவி யாக அடைய விரும்பியதையும், அந்த விருப்பம் நிறைவேறாமற்போன விதத்தையும் பற்றிச் சுருக்கமாகக் கூறினான்.

அவன் கூறியதைக் கேட்கக் கேட்க அகிலாவின் முகத்தில் ஒருவித வாட்டம் தோன்றியது. சிறிது வேதனையுடன் கேட்டாள், "அந்த ஏமாற்றத்தை மறைப்பதற்காகத்தான் ராணுவ சேவையில் சேர்ந்தீர்களா?"

"அதிலும் எனக்குத் தோல்விதான். மூன்று வருஷங்களாக எந்த மறதியைத் தேடியலைகிறேனோ அது என்னை நெருங்காமல் எட்டியே போய்க் கொண்டிருக்கிறது" என்று பெருமூச்செறிந்த குமரன் சட்டென்று மௌனமானான். அகிலாவும் ஒன்றும் பேசாமல் அவனது முகத்தையே பார்த்தவாறு உட்கார்ந்திருந்தாள்.

சட்டென்று குமரன் தனது எண்ணங்களின் போக்கில் கூறினான், "வள்ளியிடம் எனக்கு ஏற்பட்ட பாசம் சாதாரணப் பாசமல்ல, அதை உயிர்ப்பாசம் என்று சொன்னாலும் தவறில்லை. என் உயிர்த்

முள்ளும் மலரும்

துணையாகவே அவளுக்கு என் இதயத்தில் இடமளித்தேன். ஆனால் அந்த விஷயத்தில் எனக்கு ஏமாற்றம் ஏற்படும் என்று நான் சிறிதும் எதிர்பார்க்கவில்லை. அதனால்தானோ என்னவோ அந்த ஏமாற்றம் அழியாத் துயரமாக என் மனத்தில் பதிந்துவிட்டது."

"அவ்வளவு தூரம் உங்கள் மனத்தை ஆக்கிரமித்துக் கொண்டு விட்ட அந்தப் பெண்ணை நினைத்து எனக்குப் பொறாமையாகக் கூட இருக்கிறது" என்று அகிலா கூறியதும் குமரன் சிரித்துவிட்டான்.

"உங்களுக்கு என்ன பொறாமை?"

"அர்த்தமில்லாத பொறாமைதான், வேறென்ன?" என்று தானும் சிரித்து மழுப்பினாள் அகிலா.

"ஆனால் காப்டன், நீங்கள் இப்படியே இருப்பது கொஞ்சமும் சரியில்லை" என்றாள் சட்டென்று.

"என்ன செய்ய வேண்டும்?

"உங்கள் அந்தஸ்துக்குத் தகுந்த பெண்ணாகப் பார்த்து உங்கள் வாழ்க்கைத் துணைவியாக்கிக் கொண்டு நீங்கள் சந்தோஷமாயிருக்க வேண்டுமென்பதுதான் என் ஆசை" என்று அவள் கூறியபோது அவளையறியாமல் அவள் கண்களில் கண்ணீர் துளிர்த்து நின்றது.

குமரன் சிரித்துக் கொண்டே கூறினான், "உங்கள் ஆசை நிராசையாகத்தான் முடிய வேண்டியிருக்கும். வள்ளியின் இடத்தில் வேறெந்தப் பெண்ணையும் கற்பனை செய்து பார்க்கக் கூட என் மனம் ஒருபோதும் சம்மதிக்காதென்றுதான் எனக்குத் தோன்றுகிறது."

"சரியான மஜ்னு நீங்கள். உங்கள் லைலா ஒரே நாளில் உங்களைத் தூக்கியெறிந்து விடவில்லையா?"

"அவள் என்ன செய்வாள் பாவம். அண்ணனின் முரட்டுத்தனத்துக்கு அவள் பணிந்து போக வேண்டியிருந்தது. எனக்கு அப்படிப்பட்ட நிர்ப்பந்தம் எதுவும் இல்லையே" என்று சிரித்தான் குமரன்.

"விசித்திரமான மனிதர் நீங்கள்" என்று பெருமூச்செறிந்தாள் அகிலா.

"அகிலா.. அகிலா" என்று அழைத்துக் கொண்டே அங்கு வந்தார் மேஜர் ரகுநாத். அவர் கூடவே ராணுவ உடையிலிருந்த இன்னொரு மனிதரும் வருவதைக் கண்டதும் அகிலா, குமரன் இருவருமே எழுந்து நின்றனர்.

அந்த மூன்றாம் மனிதரை எங்கோ பார்த்திருக்கிறோம் என்று குமரன் யோசித்துக் கொண்டிருந்த அதேசமயம் அகிலா, "அடேடே, கேப்டன் அருளானந்தமா? எதிர்பார்க்கவே இல்லையே" என்று மகிழ்ச்சியுடன் கூறியவாறு அவருக்கு வணக்கம் தெரிவித்தாள்.

குமரன் சட்டென்று புரிந்து கொண்டான்.

"டாக்டர், என்னைப் தெரிகிறதா?" என்று அவன், அவர் கையைப் பிடித்துக் குலுக்குவதற்காக ஓரடி முன்னே சென்றதுமே, அவர், "யார்? எஞ்சினியர் குமரனல்லவா நீங்கள். இங்கே எப்படி வந்தீர்கள்?" என்றார் வியப்புடன்.

''சரிதான். அறிமுகமே தேவை இல்லை போலிருக்கிறது. முன்னமேயே பழக்கமானவர்தானா?" என்றார் மேஜர் ரகுநாத்.

"ஆமாம், மேஜர், நான் கீழூர் ஆஸ்பத்திரியில் டாக்டராக இருந்தபோது இவர் சுருளியாற்றுத் திட்டத்தில் எஞ்சினியராக இருந்தார். கிட்டத்தட்ட நாங்களிருவருமே ஒரே சமயத்தில் தான் ராணுவ சேவையில் சேர்ந்திருந்தோமென்று நினைக்கிறேன்" என்றார் அருளானந்தம்.

"நீங்கள் ராணுவத்தில் சேர்ந்திருக்கிறீர்கள் என்று எனக்குத் தெரியவே தெரியாதே" என்றான் குமரன்.

"நீங்கள் சேர்ந்திருக்கிறீர்கள் என்று எனக்குத் தெரியும். ஆனால் உங்களை இங்கே சந்திப்போமென்று நான் கனவிலும் நினைக்க வில்லை.

"நான் கனவிலும் நினைக்காத விஷயம் என்ன தெரியுமா? இந்த மாதிரி உங்களை ராணுவ உடையில் பார்ப்பதுதான். எத்தனையோ பெரிய ஆஸ்பத்திரிகளிலிருந்து உங்களுக்கு அழைப்பு வந்த போதும் கீழூர் ஆஸ்பத்திரியிலிருந்து அசைய மாட்டேன் என்று பிடிவாதமா யிருந்தீர்களே. நீங்களே எப்படித் துணிந்து ராணுவ சேவையில் சேர்ந்தீர்கள்?"

"ஆச்சரியமாகத்தான் தோன்றும். ஆனால் அதைவிட ஆச்சரியம் ஒன்று இருக்கிறது. கீழூரை விட்டு நான் எங்குமே போகக் கூடாதென்று என்னைக் கட்டுப்படுத்தி வைத்திருந்தவர் என் மனைவிதான் என்று உங்களுக்குத் தெரிந்திருக்குமே! ஆனால் அவரே, நான் ராணுவ சேவையில் சேரும்படி என்னைத் தூண்டி முகமலர்ச்சியுடன் என்னை அனுப்பி வைத்தார். 'உங்களுக்கு ஒரு ஆபத்தும் வராது. நீங்கள் எங்கிருந்தாலும் நான் உங்களுக்காக

முள்ளும் மலரும்

பிரார்த்தனை செய்துகொண்டே தைரியமாயிருப்பேன்' என்று அவர் அன்று சொன்ன வார்த்தைகள் இன்னும் என் செவிகளில் ஒலித்துக் கொண்டிருக்கின்றன. இவ்வளவு நாட்டுப்பற்றும் துணிச்சலும் அவரிடம் எங்கிருந்து வந்தது?"

"இதே கேள்வியைத்தான் இந்தப் பாரத சமுதாயத்தைப் பற்றி வெளிநாடுகளில் கேட்டுக் கொண்டிருக்கிறார்கள்?" என்று சிரித்தான் குமரன்.

"ஏன் காப்டன், இப்போது நீங்கள் விடுமுறையில் வந்திருக்கிறீர்களா?" என்று கேட்டார் அருளானந்தம்.

"விடுமுறையா? இனிமேல் விடுமுறை தேவையே இல்லையே. ராணுவ சேவையிலிருந்தே எனக்கு ஓய்வு கொடுத்து அனுப்பி யிருக்கிறார்கள்" என்றான் குமரன்.

"அப்படியா? டாக்டர்கள் விஷயத்தில் அவ்வளவு சீக்கிரமாக ஓய்வு கொடுத்து அனுப்ப மாட்டார்கள். ஆனால் உங்களுக்கென்ன? உங்கள் பழைய உத்தியோகம் எப்போதும் காத்திருக்குமில்லையா?"

"சரிதான். அந்த உத்தியோகத்துக்கு என்னை விட்டால் வேறு ஆளே கிடையாதா என்ன? சென்னைக்குப் போன பிறகுதான் புதிதாக வேலைக்கு முயற்சி செய்ய வேண்டுமென்றிருக்கிறேன்."

"புதிய வேலை கிடைக்கிறபடி கிடைக்கட்டும். ஆனால் எப்படியும் பழைய பாசத்துக்காகவாவது பழைய இடங்களுக்குப் போகாமலிருப்பீர்களா என்ன?"

"போவதாகத்தான் இருக்கிறேன்."

"அப்படிப் போகும் சமயத்தில் கீழூரில் எங்கள் வீட்டுக்குக் கட்டாயம் போக வேண்டும். நான் சௌக்கியமாயிருக்கிறேன் என்று உங்களிடமிருந்து நேரில் தெரிந்து கொண்டால், என் மனைவிக்கு ஆறுதலாயிருக்கும்" என்று அவனிடம் வேண்டிக் கொள்பவர் போல் அவன் கைகளைப் பற்றிக் கொண்டு கூறினார் அருளானந்தம்.

"உங்கள் விருப்பபடியே செய்கிறேன்" என்று உறுதி கூறினான் குமரன்.

28

"**யு**வர் அட்டென்ஷன் ப்ளீஸ்.. டெல்லியிலிருந்து வரும் காரவில் விமானம் இன்னும் சிறிது நேரத்தில் இங்கு வந்து சேரும் என்ற அறிவிப்பு ஒலிப்பெருக்கி மூலம் இருமுறை ஒலித்தது. காத்திருக்கும் பொழுதைப் போக்குவதற்காக ஓய்வு விடுதியில் உட்கார்ந்து குளிர்ந்த பானம் பருகிக் கொண்டிருந்த கனகாவும், சபேசனும் மிஞ்சியிருந்ததை ஒரு மூச்சில் குடித்துவிட்டுப் பரபரப்புடன் எழுந்தனர். ஸெர்வரிடம் பில்லைக் கேட்டு வாங்கிப் பணம் கொடுத்துவிட்டு இருவரும் வெளிவராந்தாவுக்கு வருவதற்கும், காரவில் விமானம் கம்பீரமாக இறங்கி வந்து தரையைத் தொடுவதற்கும் சரியாயிருந்தது.

அந்த விமானத்தில் வந்திறங்கப் போகும் தங்கள் தங்கள் உறவினரையோ, நண்பரையோ வரவேற்பதற்காக அங்கே தடுப்புக் கம்பிகளையடுத்து நிறைய பேர் குழுமி நின்றிருந்தனர். நெருக்கியடித்துக் கொண்டு முன்னே செல்ல விரும்பாமல் சபேசனும், கனகாவும் ஒரு பக்கமாக வராந்தா விளிம்பிலேயே நின்று கொண்டனர். இதற்குள் விமானம், ஓடு பாதையையே ஒரு சுற்றுச் சுற்றிக் கொண்டு அவர்களுக்கெதிரே சற்று தூரத்தில் நிலைக்கு வந்து

நின்றது. பிரயாணிகள் விமானத்திலிருந்து இறங்குவதற்கு வேண்டிய படியமைப்பை முன்னே தள்ளிக் கொண்டு சென்ற விமான நிலையச் சிப்பந்திகள், அதை விமானத்தின் திறந்த வாயிலுக்கு நேரே பொருத்தி வைத்தனர். படியமைப்பு வழியே பிரயாணிகள் ஒவ்வொருவராக இறங்கிவர ஆரம்பித்தவுடன் அங்கே கூடி யிருந்தோரின் பரபரப்பு அதிகமாயிற்று. உயர்த்திய கைகளையும், கைக் குட்டைகளையும் ஆட்டித் தத்தமக்கு உரியவருக்கு வரவேற்புத் தெரிவித்தவாறு முன்னே பாய்ந்தனர்.

“யார் யாரோ இறங்கி வந்து கொண்டிருக்கிறார்கள். இன்னும் குமரண்ணாவைக் காணோமே” என்றாள் கனகா பொறுமை யிழந்தாற் போல்.

“ஒவ்வொருவராகத்தானே இறங்க வேண்டும். அதற்குள் அவசரப் பட்டால் எப்படி?” என்றான் சபேசன்.

மறுகணம், “அதோ பாருங்கள்... குமரண்ணாவே தான்!” என்று குதூகலத்துடன் கூவினாள் கனகா. விமானத்தின் இறங்கு வாயிலுக்கு வந்து நின்றிருந்த குமரனும், அதேசமயம் அவ்விருவரையும் பார்த்து விட்டு முகமலர்ச்சியுடன் கையை உயர்த்தித் தனது மகிழ்ச்சியைத் தெரிவித்தவாறு படியமைப்பு வழியே இறங்க ஆரம்பித்தான்.

சபேசனும், கனகாவும் பிரயாணிகள் வெளியே வருவதற்குரிய வாயிலை நோக்கி விரைந்தனர். அதற்குள் தன் கையிலிருந்த பொட்டலத்தைப் பிரித்து, புத்தம் புது ரோஜா மாலையைத் தயாராக எடுத்து வைத்துக் கொண்ட சபேசன், குமரன் நேருக்கு நேர் வந்ததும் அவன் கழுத்தில் அணிவித்தான்.

“அடேடே... இதெல்லாம் என்ன?'' என்றான் குமரன் சங்கோசத்துடன்.

“புகழ்மாலைக்குத் தகுந்த பூமாலை” என்றாள் கனகா கைகளைத் தட்டியவாறு.

அவள் கூறியதை ஆமோதிப்பது போல் சபேசன் கரகோஷம் செய்தபோது, குமரனோடு கூடவே வந்து கொண்டிருந்த முகமறியாத பெண்ணொருத்தியும் கைதட்டியதைக் கண்டதும் கனகாவும், சபேசனும் வியப்புடன் அவளைப் பார்த்தனர்.

“மன்னிக்க வேண்டும். டாக்டர் அகிலாவைப் பற்றி எழுதியிருக் கிறேனல்லவா? கடைசி நிமிஷத்தில் அகிலாவும் என்னுடன் புறப்பட்டு வரும்படி ஆயிற்று” என்று விவரித்த குமரன் அகிலாவின்

பக்கம் திரும்பி, “சிஸ்டர், இவள்தான் என் அபிமானத் தங்கை கனகா. இவர் மிஸ்டர் சபேசன், என் தங்கை புருஷர்” என்று அறிமுகம் செய்து வைத்தான்.

அகிலா அவ்விருவருக்கும் கரம் கூப்பி வணக்கம் தெரிவித்தாள்.

“உங்களைப் பற்றி குமரண்ணா எல்லாம் விவரமாக எழுதியிருக் கிறார். இவ்வளவு சீக்கிரம் உங்களைச் சந்திக்கப் போகிறோமென்று நான் எதிர்பார்க்கவே இல்லை'' என்று கூறியவாறு கனகா, அகிலாவின் கரங்களை அன்புடன் பற்றிக் கொண்டாள்.

“என்னுடைய மாமா சென்னையில்தான் இருக்கிறார். அவருடைய பெண்ணுக்கு நாளைக்கு மாம்பலத்தில் கலியாணம். உங்கள் குமரண்ணா புறப்படுவதற்குக் கொஞ்ச நேரத்துக்கு முன்புதான் அழைப்புக் கடிதம் வந்தது. அப்பா அங்குள்ள பொறுப்புக்களை விட்டுவிட்டு எப்படிப் புறப்பட முடியும்? அதனால்தான் என்னை அனுப்பினார். காப்டனுடைய துணை கிடைத்தது எனக்குச் சௌகரியமாகப் போயிற்று” என்று விவரித்தாள் அகிலா

“கலியாணத்துக்கு நாளைக் காலையில் போய்க் கொள்ளலாம். மற்றபடி நீங்கள் சென்னையில் இருக்கும் வரை எங்களோடுதான் தங்கியிருக்க வேண்டும்” என்றாள் கனகா.

ராயபுரத்திலிருந்த அவர்களது வீட்டையடைந்து ஹாலுக்குள் அடியெடுத்து வைத்ததும், குமரன் அப்படியே உணர்ச்சி வசப்பட்டு நின்று விட்டான். ராணுவ உடையிலிருந்த வீரமணியின் பெரிய அளவு போட்டோ ஒன்று எதிர்ச்சுவரில் மாட்டப்பட்டிருந்தது. அன்று காலைதான் கனகா அதற்குச் சார்த்தியிருந்த மாலை இன்னும் அப்படியே புதுமணம் பரப்பிக் கொண்டிருந்தது.

கண்களில் துளிர்த்து நின்ற கண்ணீருடன் குமரன் அதனருகே சென்று சற்று நேரம் மௌனமாக நின்று கொண்டிருந்தான். பின்பு ஒரு பெருமூச்சுடன் மெதுவாக நடந்து வந்து ஹாலுக்கு நடுவே போட்டிருந்த சோபாவில் மற்றவர்களோடு உட்கார்ந்து கொண்டான்.

“வீரமணிக்கு வீரமரணம் கிடைத்துவிட்டது. நான் தான் வடுபடாமல் திரும்பி வந்திருக்கிறேன்” என்றான் விரக்தியுடன்.

“வடுபடாமலா? உங்கள் மார்பில் எவ்வளவு அபாயகரமான காயம்பட்டிருந்தது என்று எனக்கல்லவா தெரியும்? நீங்கள் தப்பிப் பிழைத்ததே தெய்வாதீனமாயிற்றே!” என்றாள் அகிலா.

“தெய்வத்திற்கு என் மேல் என்ன கோபமோ, தெரியவில்லையே?” என்றான் குமரன் ஒரு வறண்ட சிரிப்புடன்.

அன்று குமரன் உத்தியோக விஷயமாகவும், நட்பு முறையிலும் பழைய நண்பர்கள் பலரையும் சந்திக்க வேண்டியிருந்தது. சபேசனை உடனழைத்துக் கொண்டு நெடுநேரம் வரை வெளியிலேயே சுற்றிக் கொண்டிருந்தான். வீட்டில் தனித்து விடப்பட்ட கனகாவும், அகிலாவும் அவ்விருவரும் திரும்பி வரும்வரை திறந்த மேல்மாடியில் உட்கார்ந்து கடலைப் பார்த்தவாறு வெகுநேரம் மனம் விட்டுப் பேசிக் கொண்டிருந்தனர்.

மறுநாள் காலை குமரன், அகிலாவை கலியாண வீட்டில் கொண்டுவிட்டுவிட்டு மாம்பலத்திலிருந்து திரும்பி வந்தபோது சபேசன் காரியாலயத்திற்குப் புறப்பட்டுச் சென்றிருந்தான். வீட்டில் கனகா மட்டும் தனியே இருந்தாள்.

“நீங்கள் வந்தபிறகுதான் அவர் ஆபீசுக்குப் போக வேண்டு மென்றிருந்தார். அதற்குள் ஆபிசிலிருந்து டெலிபோன் வந்துவிட்டது. ஏதோ அவசர வேலையாம். எந்த அவசர வேலையானாலும் இவரைத்தான் தொந்தரவு செய்கிறார்கள். சொந்தமென்று சொல்லிக் கொள்ள இவருக்கென்று ஒரு நேரமும் கிடையாது போலிருக்கிறது” என்று அலுத்துக் கொண்டாள் கனகா.

“நல்லதுதானே கனகா? அப்படியெல்லாம் இருந்தால்தான் வேகமாக முன்னுக்கு வர முடியும்” என்றான் குமரன்.

“நீங்கள் வந்திருக்கும் சமயத்தில் உங்களுடன் கொஞ்ச நேரம் பேசக்கூட முடியாவிட்டால் என்ன இருக்கிறது?”

“பரவாயில்லை. நேற்று முழுவதும்தான் சபேசனை என்னுடன் இழுத்து கொண்டு ஊரெல்லாம் சுற்றியாயிற்றே” என்றான் குமரன்.

“ஆமாம், உங்களுடைய உத்தியோக விஷயமாக என்ன முடிவு செய்தீர்கள்? இவருடைய கம்பெனியே உங்களுக்கு ஒரு நல்ல உத்தி யோகம் தரத் தயாராயிருக்கிறதாமே?’

‘ “ஆமாம். நான் சரியென்று சொல்வதுதான் பாக்கி. அநேகமாக அதையேதான் ஏற்றுக் கொண்டு விடுவேன் என்று நினைக்கிறேன்.”

“அடிக்கடி நாடு முழுவதும் பல இடங்களுக்குப் பிரயாணம் செய்து கொண்டிருக்க வேண்டுமாமே! முக்கியமாக வடநாட்டில் அங்கங்கே நடக்கும் வேலைகளை மேற்பார்வையிடுதற்காக

உமாசந்திரன்

ஒவ்வொரு இடத்தில் இரண்டு மாதம், மூன்று மாதம் தங்கியிருக்கவும் வேண்டியிருக்குமாமே." என்றாள் கனகா.

"அதை நான் தொல்லையாக நினைக்கவில்லை. அதையே ஒரு கவர்ச்சியாகத்தானே கருதுகிறேன்."

"நிலையில்லாமல் சுற்றி கொண்டிருப்பதையா?"

"நிலையாக ஒரே இடத்தில் இருப்பதால் மட்டும் எனக்கு என்ன கவர்ச்சி இருக்கிறது?" என்று சிரித்தான் குமரன்.

கனகா சிரிக்கவில்லை. அவள் முகம் வாடிவிட்டது.

"நீங்கள் இப்படிப் பேசுவதைக் கேட்கும் போது எனக்கு எவ்வளவு வேதனையாயிருக்கிறது தெரியுமா? இவ்வளவு தூரம் உங்களுக்கு வாழ்வே வெறுத்துப் போகும்படியாக அப்படியென்ன நடந்து விட்டது?" என்றாள்.

"நீ நினைப்பது தவறு கனகா. நான் வாழ்வை வெறுப்பவனாயிருந்தால் உயிருக்குயிரான என் வீரமணியையே பறி கொடுத்த பிறகு நான் உயிரோடு திரும்பி வந்திருப்பேனா?" என்று குமரன் உணர்ச்சியுடன் கூறியதைக் கேட்டதும் கனகாவால் ஒரு பதிலும் சொல்ல முடியவில்லை. தமையனைப் பற்றிய துயர் நினைவில் கண்களில் நீர் ததும்பச் சற்று நேரம் மௌனமாக உட்கார்ந்திருந்தாள். பின்பு ஒரு பெரு மூச்சுடன் கூறினாள்.

"நீங்கள் வாழ்வை வெறுக்கமாட்டீர்கள் என்று எனக்குத் தெரியும். ஆனால் வெறுப்பில்லாமல் இருப்பதும், பற்று கொள்வதும் ஒன்றாகி விட முடியாதே."

"பற்று இல்லாமலா உத்தியோகத்தைத் தேடி அலைந்து கொண்டிருக்கிறேன்?"

"அது உழைப்பில் உள்ள பற்று. ஓய்ந்து உட்கார்ந்திருப்பதை நீங்கள் ஒரு நாளும் விரும்ப மாட்டீர்கள் என்பதுதான் அதற்குக் காரணம். அதற்கும் வாழ்வில் பற்று இருப்பதற்கும் வெகுதூரம்" என்றாள் கனகா.

"எனக்கு வாழ்வில் பற்றே கிடையாது என்று நீயாகவே முடிவு கட்டி விட்டாயா?" என்று சிரித்தான் குமரன்.

"நான் மட்டும் அப்படி நினைக்கவில்லை. நேற்று அகிலாவுடன் ரொம்ப நேரம் பேசிக் கொண்டிருந்தேனே. அவளும் உங்களுடைய இந்த விரக்தியைப் பற்றித்தான் கவலைப்பட்டுக் கொண்டிருக்கிறாள்.

முள்ளும் மலரும்

எப்படியாவது அதை மாற்ற வழிகிடையாதா என்றுதான் துடித்துக் கொண்டிருக்கிறாள்."

அகிலாவின் பேச்சு வந்ததும் குமரன் மௌனமாயிருந்தான். சட்டென்று கனகா கூறினாள். குமரண்ணா, உங்களுக்குத் தங்கையென்ற முறையில் ஒரு விஷயம் சொல்ல எனக்கு உரிமை உண்டென்று நினைக்கிறேன்?"

"சொல்லு கனகா?"

"அகிலா எனக்கு அண்ணியாய் வந்தால் எனக்கு எவ்வளவோ சந்தோஷமாயிருக்கும்."

அவளுடைய நேரடியான இந்தப் பேச்சு குமரனைத் திக்குமுக்காடச் செய்தது. என்ன பதில் சொல்வதென்று தெரியாமல் திகைத்தாற்போல் உட்கார்ந்திருந்தான்.

"ஏன் பதில் பேசமாட்டேன் என்கிறீர்கள் அண்ணா?"

"நடக்க முடியாத ஒரு விஷயத்தையும், உன் சந்தோஷத்தையும் சம்பந்தப்படுத்திப் பேசிவிட்டாயே. அப்புறம் எனக்குப் பேச வாய் ஏது?" என்றான் குமரன் சற்று வேதனையுடன்.

"நடக்க முடியாத விஷயம் என்று ஏன் சொல்கிறீர்கள்? அகிலாவின் மனத்தை நான் புரிந்து கொண்டு விட்டேன். நீங்கள் சரியென்று சொன்னால் இது கட்டாயம் நடந்துவிடும்."

"மன்னித்துக்கொள் கனகா. வீரமணியின் மறைவுக்குப் பிறகு ஒவ்வொரு விதத்திலும் உன்னுடைய சந்தோஷத்திற்காகப் பாடுபடக் கடமைப்பட்டவன் தான் நான். ஆனால் இந்த ஒரு விதத்தில் மட்டும் நீ விரும்பும் சந்தோஷத்தை உனக்குக் கொடுக்க முடியாத நிலையில் இருக்கிறேன்."

"வாழ்நாள் முழுவதும் உங்களுக்கு ஏற்பட்ட ஏமாற்றத்தையே நினைத்து ஏங்கிக் கொண்டிருக்கப் போகிறீர்களா?"

"என் முடிவுக்குக் காரணம் ஏக்கமில்லை கனகா. நேர்மையுணர்ச்சி. எனக்காக மட்டுமல்ல, அகிலாவுக்காகவும் தான். அகிலாவை நான் என் மனத்தில் எவ்வளவு பக்தியுடன் போற்றி வருகிறேனென்று உனக்குத் தெரிந்திருக்க முடியாது. வள்ளியைச் சந்திப்பதற்கு முன்னால் நான் அகிலாவைச் சந்தித்திருந்தால் ஒருவேளை என் மனம் வேறு விதத்தில் அவளை ஏற்றிருக்குமோ என்னவோ! ஆனால் இப்போது அகிலாவிடம் நான் கொண்டிருக்கும் பக்தி,

வாழ்க்கைப் பிணைப்பாகப் பரிணமித்தால் அந்த பக்தியையே குறைவு படுத்துவதாகிவிடும். என் பக்தியில் முதலிடம் பெற்றுவிட்ட அகிலா என் நினைவிலும் முதலிடம் பெற வேண்டாமா!"

"அதாவது ஆயுள் முழுவதும் அந்தக் காட்டுப் பெண்ணின் நினைவுக்குத்தான் முதலிடம் கொடுத்துப் போற்றிக் கொண்டிருக்கப் போகிறீர்களா?"

"வருங்காலத்தைப் பற்றி எனக்குத் தெரியாது. என்னுடைய இப்போதைய மனநிலையைக் கருதித்தான் நான் பேசுவதெல்லாம். வள்ளியைக் காட்டுப் பெண் என்று நீ பழித்தாலும், அவளுடைய நினைவு எனக்குப் புனிதமானதுதான். அந்த நினைவுக்கு துரோகம் செய்து நான் அகிலாவை ஏற்றுக் கொள்வது அகிலாவுக்கே செய்யும் துரோகம் என்றுதான் நான் நினைக்கிறேன்."

"அந்த வள்ளி உங்களுக்குச் செய்த துரோகத்தைப் பற்றிய சிந்தனையே உங்களுக்குக் கிடையாதா?"

"வள்ளி எனக்குத் துரோகம் செய்ததாக நான் என்றாவது நினைத்தால்தானே? அவள் நிலைமையை நான் பார்த்த அதே அனுதாபக் கண்களுடன் நீயும் பார்த்திருந்தால், அவளைப் பற்றி இவ்வளவு கடுமையான எண்ணத்துக்கு உன் மனத்தில் இடமே இருக்காது."

"நீங்கள் ஆயிரம் சமாதானம் சொன்னாலும் சரி. அந்தப் பெண்ணின் நினைவுக்காக உங்கள் வாழ்வையே பாழ்படுத்திக் கொள்வதை நினைத்தால் எனக்குக் கோபம்தான் வருகிறது." என்றாள் கனகா வெறுப்புடன்.

"என்னைச் சரியாகப் புரிந்து கொள்ளும் போது உன்னுடைய கோபம் மாறிவிடும் என்றே நம்புகிறேன்" என்று கூறி எழுந்தான் குமரன்.

சாப்பாட்டுக்குப் பிறகு வெளியே புறப்பட்டுச் சென்ற குமரன் மாலையில் சபேசனுடன் தான் திரும்பி வந்தான்.

"கனகா! சந்தோஷச் செய்தி!" என்று குதூகலத்துடன் கூறிக் கொண்டே உள்ளே வந்தான் சபேசன்.

"குமரன் எங்கள் கம்பெனி வேலையையே ஏற்றுக்கொண்டு விட்டார்."

முள்ளும் மலரும்

"இதைக் கேட்டு நான் ஆச்சரியப்படவில்லை, அண்ணா வேறு ஏதாவது நிலையான வேலையை ஒப்புக் கொண்டிருந்தால்தான் நான் ஆச்சரியப்பட்டிருப்பேன்" என்றாள் கனகா.

"இந்த வேலையை நான் ஒப்புக் கொள்வதைப் பற்றி கனகாவுக்கு இஷ்டமேயில்லை" என்று சிரித்தான் குமரன்.

'ஆமாம் என் இஷ்டத்தைக் கேட்டுக் கொண்டுதான் ஒவ்வொன்றும் செய்கிறீர்களா என்ன?" என்றாள் கனகா.

"உடனேயே வேலையில் சேர்ந்துவிடப் போவதில்லை கனகா. பத்து நாள் அவகாசம் கேட்டிருக்கிறேன்" என்றான் குமரன்.

"நல்லவேளை! வேலையில் சேர்ந்த பிறகுதான் அலைச்சல் இருக்கவே இருக்கிறது! பத்து நாள் அவகாசத்தையாவது அலைச்சல் இல்லாமல் எங்களுடன் கழிப்பீர்கள் அல்லவா?" என்றாள் கனகா.

"இல்லை கனகா. வேலையில் சேர்வதற்கு முன்னால் நான் மேற்கொள்ள வேண்டிய புனித யாத்திரை ஒன்று இருக்கிறது. சுருளியாற்றுத் திட்டத்தில் எனக்குப் பழக்கமாகிவிட்ட இடங்களை ஒரு தரம் பார்த்து வர வேண்டுமென்ற ஆவலை, என்னால் கட்டுப் படுத்த முடியவில்லை" என்றான் குமரன்.

"புனித யாத்திரையா இது?" என்று கேட்டாள் கனகா கிண்டலாக.

"ஆமாம் கனகா, என் நினைவில் ஒன்றிவிட்ட அந்த இடங்களுக்கு என் வரையில் ஒரு புனிதத்தன்மை இருக்கவே இருக்கிறது" என்றான் குமரன்.

29

நீலமலைக் காடுகளில் புது வசந்தம் பூத்துக் குலுங்கிக் கொண்டிருந்தது. காட்டு மலர்களின் கதம்ப மணமும் பச்சிலைகளின் பசிய வாடையும், பட்டையுரித்த மரங்களின் புதிய நெடியும் கலவைச் சுகந்தமாக கும்மென்று எங்கும் நிறைந்து கமழ்ந்து கொண்டிருந்தது. உணவைப் பற்றிய சிந்தனை யில்லாமல் பறவையினங்கள் பரவசமாய்ப பாடிக் கொண்டிருந்தன. சிலுசிலுவென்று ஓடிக் கொண்டிருந்த சிற்றோடைகள் அந்த ஏகாந்தச் சூழலில் இன்னிசை நிரப்பிக் கொண்டிருந்தன. ஆனால் வசந்தத்தின் அந்த வண்ண எழிலிலும் இனிய மணங்களின் அந்த இன்பக் கலவையிலும் பறவையினங்களின் பரவசக் குரல்களிலும், சிற்றோடைகளின் சிலுசிலுவென்ற சீதத்திலும், எங்கிருந்து இவ்வளவு வேதனை வந்து கலந்திருந்தது?

கீழுரிலிருந்து வேலன் கடவு வரை, பஸ்ஸில் வந்திருந்த குமரன் அங்கிருந்து நடக்க ஆரம்பித்திருந்தான். நான்கு வருடங்களுக்கு முன்னால் அந்த மலைப்பகுதிக்கு அவன் முதல் முதலில் வந்தபோதும் வேலன் கடவிலிருந்து தனது

பெட்டி படுக்கை முதலிய சாமான்களை ஜீப்பில் அனுப்பிவிட்டு உச்சிக்கடவு வரை நடந்தேதான் சென்றிருந்தான். ஆனால் அப்போது நடந்ததற்கும் இப்போது நடப்பதற்கும் எவ்வளவு வித்தியாசம்? மலைக்காட்சிகளைக் கண்டு பரவசமாகி உவகை பொங்கும் உள்ளத்துடன் உல்லாச நடைபோட்டிருந்தான் அன்று. இன்றோ நெஞ்சையழுத்தும் நீங்காத வேதனையைக் குறைத்துக் கொள்ள முடியாதா என்று தாபத்துடன் நடந்து கொண்டிருந்தான்.

அகிலாவை டெல்லிக்கு ரயிலேற்றி அனுப்பிவிட்டுத்தான் அவன் சென்னையிலிருந்து புறப்பட்டிருந்தான். மாம்பலத்தில் மாமா வீட்டுக் கல்யாணக் கோலாகலங்கள் முடிந்ததும் மேலும் இரண்டு நாட்கள் ராயபுரத்தில் தங்கியிருந்த பிறகுதான் டெல்லிக்குப் புறப்பட்டுச் சென்றாள் அகிலா. டெல்லியிலிருந்து பதான்கோட் வரை ரயிலில் சென்றுவிட்டால் அங்கிருந்து அவள் சேர வேண்டிய ராணுவ ஆஸ்பத்திரிக்கு அவளை அழைத்துச் செல்ல மேஜர் ரகுநாத் ஜீப் வசதிக்கு ஏற்பாடு செய்திருப்பார். இப்போது அவன் இந்த உச்சிக்கடவுச் சாலை வழியே நடந்து கொண்டிருக்கும் இதே நேரத்தில் அகிலா ஆஸ்பத்திரியை நோக்கி ஜீப்பில் சென்று கொண்டிருப்பாள் என்று நினைத்தபோது குமரனின் கண்களை ஏனோ கண்ணீர் மறைத்தது.

சென்னையிலிருந்து ரயில் வண்டி புறப்படுவதற்கு முன்னால் அகிலாவுடன் பேசிய அந்தக் கடைசிப் பேச்சு இன்னும் குமரனின் மனத்தில் பசுமையாயிருந்தது. கனகாவும் சபேசனும்கூட அகிலாவை வழியனுப்புவதற்காக வந்திருந்தனர்.

“அகிலா, நான்கு நாட்கள்தான் எங்களுடன் பழகியிருக்கிறார்கள். அதற்குள் எங்கள் குடும்பத்தில் ஒருவராகத்தான் உங்களை நினைக்கத் தோன்றுகிறது. இவ்வளவு சீக்கிரம் உங்களைப் பிரிய வேண்டியிருப்பதை நினைத்து எனக்கு எவ்வளவு கஷ்டமாயிருக்கிறது தெரியுமா?” என்றாள் கனகா.

“பழகிவிட்டுப் பிரியும்போது யாருக்குத்தான் கஷ்டமாயிருக்காது. பழகிய நினைவில்தான் பிரிவின் துன்பத்தைப் பொறுத்துக் கொள்ள வேண்டியிருக்கிறது” என்றாள் அகிலா. அப்போது அவள் கண்கள் இயல்பாகவே குமரன் பக்கம் திரும்பின.

“மறுபடியும் இந்தப் பக்கம் எப்போது வருவீர்கள், சிஸ்டர்?” என்று கேட்டான் குமரன்.

“வரவேண்டிய அவசியம் இருந்தால்தானே?”

"உங்கள் தகப்பனார் ஓய்வு பெறுவதற்கு இன்னும் இரண்டு வருஷங்கள்தானே பாக்கியிருக்கும். அதற்கப்புறம் நீங்கள் அவருடனேயே இந்தப் பக்கம் திரும்பி வந்து விடுவீர்களில்லையா?"

"ஏன்? தகப்பனார் ஓய்வு பெற்றால் நானும் ஓய்வு பெற வேண்டுமென்று அவசியமா? என்னுடைய சேவைக் காலம் முடிவதற்கு இன்னும் எத்தனையோ வருஷங்கள் பாக்கியிருக்கின்றனவே!" என்று சிரித்தாள் அகிலா.

"சேவைக்காலம் முடியும்வரை சேவை செய்து கொண்டிருக்கப் போகிறீர்களா?" என்று கேட்டான் குமரன்.

"சேவைக்காலம் முடியும்வரை என்ற கணக்கில்லையே? அதற்கு மேலும் செய்து கொண்டிருக்கலாமே! சேவைக்கு முடிவு ஏது?" என்றாள் அகிலா.

"அதுசரி அகிலா, அப்படியே எத்தனை நாளைக்கு இருக்க முடியும்? பெண்களுக்குக் குடும்ப வாழக்கைதானே முக்கியம்?" என்றாள் கனகா.

"நான் அப்படி நினைக்கவில்லை. என் வரையில் சேவைதான், முக்கியம்" என்றாள் அகிலா. அவள் அவ்வாறு கூறுவதற்கும், ரயில் கூவிக் கொண்டு புறப்படுவதற்கும் சரியாயிருந்தது. கடைசியில் ஒரு கணத்துக்கு அவளுடைய விழிகள் அவனுடைய விழிகளைச் சந்தித்தன. அவை பனித்திருந்ததை அந்த ஒரு கணத்தில் குமரனால் காண முடிந்தது.

எங்கோ கண்காணாத நெடுந்தொலைவில், எளிதில் எட்டிவிட முடியாத தனிமைச் சூழலில் அமைந்திருந்த அந்த ராணுவ ஆஸ்பத்திரியை நோக்கிச் சேவையொன்றே லட்சியமாகச் சென்று கொண்டிருந்த அகிலாவை நினைத்து குமரனின் நெஞ்சு தழுதழுத்தது.

வேலன்கடவு பஸ் நிலையத்தில் அவன் வந்து இறங்கியபோது காலை பத்து மணியிருக்கும். தற்காலிகத் தேவைகளுக்கான மாற்றுடைகளும் மற்றச் சாமான்களும் அடங்கிய பிரயாணப் பை ஒன்று மட்டும் அவன் கையிலிருந்தது. அதைத் தோளில் மாட்டிக் கொண்டுதான் நடக்க ஆரம்பித்திருந்தான்.

முந்திய தினம் மாலையிலேயே அவன் கீழூருக்குப் போய்ச் சேர்ந்திருந்தான். டாக்டர் அருளானந்தத்தின் வேண்டுகோளை அவன் மறக்கவில்லை. அதற்குள் அருளானந்தமும் குமரனைச் சந்தித்ததைப் பற்றித் தமது மனைவிக்கு எழுதியிருந்தார். ஆகவே

முள்ளும் மலரும்

குமரனின் வருகை மேரி அம்மாளுக்கு வியப்பளிக்கவில்லை. மாறாக, அவனை எதிர்பார்த்திருந்தவளைப் போல் அவனை வரவேற்று உபசரித்தாள். அவளுடைய வற்புறுத்தலைத் தட்ட முடியாமல் குமரன், இரவு அவர்கள் வீட்டிலேயே தங்கி ஓய்வெடுத்துக் கொண்டு காலையில்தான் புறப்பட்டிருந்தான்.

முன்பு ஓரிரு தடவைகள் அருளானந்தம், அவனைத் தம் வீட்டுக்கு அழைத்துச் சென்ற சமயங்களில் மேரியம்மாளைப் பற்றி குமரனின் மனத்தில் உருவாயிருந்த அபிப்பிராயமே வேறு. உயர்ந்த கொள்கைகளோ, மென்மையுணர்ச்சிகளோ, எதுவுமில்லாமல் செட்டும் கட்டுமாகக் காசு சேர்ப்பதொன்றையே லட்சியமாகக் கொண்டிருந்த சாதாரணப் பெண்மணி என்றுதான் அவளைப் பற்றி நினைக்கத் தோன்றியது அப்போது. ஆனால் இப்போதோ, திடீரென்று பொங்கிய நாட்டுப் பற்று அவளை எத்தகைய புதுமைப் பெண்ணாக உருமாற்றியிருந்தது என்ற அதிசயத்தை நேரில் பார்த்து குமரன் மலைத்துப் போய்விட்டான். கால் நூற்றாண்டுக்கும் மேலாகக் கணவரைப் பிரிந்தறியாத அந்தக் குடும்பத் தலைவி இப்போது நாட்டு நலனுக்காக அந்தப் பிரிவை எவ்வளவு முகமலர்ச்சியுடன் தாங்கிக் கொண்டிருக்கிறாள் என்று நினைத்தபோது பிறந்த மண்ணின் சக்தியை நினைத்து குமரனின் நெஞ்சம் பெருமையால் விம்மியது.

உச்சிக்கடவு சாலை வழியே அவன் நடந்து கொண்டிருந்தான். வெயிலே தெரியாத விதத்தில் சாலையின் இருபுறமும் மரங்களும் செடி கொடிகளும் செழித்து வளர்ந்திருந்தன. அந்த மரங்களினூடே புகுந்து வந்த தென்றல் இதமாக அவன் மேனியைத் தழுவிச் சென்று கொண்டிருந்தது. நடையைப் பற்றிய அலுப்பே இல்லாமல் தன்னந்தனியே அந்தச் சாலை வழியே நடந்து சென்று கொண்டிருந்தான் குமரன்.

அரைமணி நேரத்துக்கு மேலாக அவன் அந்தச் சாலை வழியே சென்று கொண்டிருந்தும், ஜீப்போ லாரியோ எதுவும் அவனைக் கடந்து செல்லவில்லை என்ற உண்மை அப்போதுதான் குமரனின் மனத்தில் உறைத்தது. வேலன்கடவு பஸ் நிலையத்தில் இறங்கியபோதே அங்கு வழக்கமான கலகலப்பு இல்லை என்பதையும் அங்கிருந்த கடைகள் பெரும்பாலும் மறைந்து விட்டிருந்ததையும் அவன் பார்க்காமலில்லை. ஆனால் அதைப்பற்றிச் சிந்திக்காமலே அங்கிருந்து நடக்க ஆரம்பித்திருந்தான். இப்போதுதான் அதன் முழு அர்த்தமும் சட்டென்று அவன் மனத்தில் வந்து மோதியது.

திட்ட வேலைகள் நடந்து கொண்டிருக்கும் வரையில் கலகலப்பே உருவாயிருந்த அந்தப் காட்டுப் பிரதேசம் இப்போது வேலைகள் பூர்த்தியான பிறகு வெறிச்சோடிப் போயிருந்ததில் என்ன ஆச்சரியம்? உச்சிக் கடவுக் காரியாலயத்திலும், பவர் ஹவுசிலும் குறைந்தபட்சம் எவ்வளவு பேர் தேவையோ அவ்வளவு பேர்தானே அங்கு நிலைத்திருக்க முடியும்?

உச்சிக்கடவு சாலையிலிருந்து சம்பா நீர்த் தேக்கத்துக்குப் பிரிந்து செல்லும் சாலையருகே வந்ததும், குமரன் மேலே அடியெடுத்து வைக்க முடியாமல் தயங்கி நின்றான். அவன் உள்ளம் கனத்தது. அவன் வரையில் அந்தச் சாலைப் பிரிவு எத்தனையெத்தனை இன்ப துன்பங்களின் சங்கமத்திற்குக் காரணமாயிருந்திருக்கிறது! அந்த நினைவுகளின் சுமையைக் குறைத்துக் கொள்ள அவனுக்குச் சிறிது நேரம் பிடித்தது. தளர்ந்த நடையுடன்தான் அங்கிருந்து நடக்க ஆரம்பித்தான்.

அவன் கால்கள் தாமாகவே அவனை அணைக்கரை வீட்டுப் பக்கம் இழுத்தன. இப்போது அங்கே குடியிருப்பவர் அவனுடைய வருகையை விரும்புவாரோ மாட்டாரோ என்ற தயக்கம் தோன்றினாலும், அவன் கால்கள் தமது நடையின் வேகத்தைக் குறைக்கவில்லை. தோட்டத்து கேட்டைத் திறந்து கொண்டு உள்ளே காலடி வைத்ததும் அவன் திகைத்து நின்றான். வீடு பூட்டியிருந்தது. யாரும் அங்கே குடியில்லையென்ற உண்மையை அப்போதுதான் அவன் உணர்ந்தான். அந்த வீட்டையும் அந்த ஏகாந்தமான சூழ்நிலையையும் அவன் ரசித்ததைப் போல் வேறு யார் ரசிக்கப் போகிறார்கள்!

அணைக்கட்டுப் பக்கம் திரும்பியதும், சுருளியாறு சாந்தமாக ஓடிக் கொண்டிருந்த காட்சி புலனாயிற்று. அதன் இருபுறமும் உயர்ந்து நின்ற மலைச்சுவர்கள் அவனை வரவேற்க எழுந்து நின்றவை போல் தோன்றின.

குமரனின் கண்கள் சுற்று முற்றும் போலாவைத் தேடின. தோட்டத்தில் எங்கும் அவனைக் காணாததும், அவனுடைய குடிசைக்குள் எட்டிப் பார்த்தான். போலா அங்கேயும் இல்லை. ஒரு வேளை அணைக்கட்டு மறைவிலேயே எங்கேயாவது உட்கார்ந்து ஹுக்கா குடித்துக் கொண்டிருக்கிறானோ என்னவோ? என்று எண்ணியவாறு அணைக்கட்டை நோக்கிச் சரிவில் இறங்கிச் சென்றான்.

அணைக்கட்டின் கதவுக்கான ராட்டின் யந்திரம் இப்போது அணைக்கட்டை அடுத்தாற்போல் கரையிலேயே அமைந்திருந்தது. குமரன் அங்கிருந்த போதே அதற்கான ஏற்பாடுகளைச் செய்து முடித்திருந்தான். சுருளியாற்றில் வெள்ளம் இல்லாததால் கதவு மூடியே இருந்தது. வீரன் வாய்க்காலில் தண்ணீர் எப்போதும் போல் நிரம்பி ஓடிக் கொண்டிருந்தது.

அணைக்கட்டில் ஏறிச் சென்ற குமரன், தடுப்புக் கம்பியில் சாய்ந்து வீரன் வாய்க்கால், அங்கிருந்து வளைந்து செல்லும் அழகைப் பார்த்தவாறு சற்று நேரம் நின்றிருந்தான். இதே இடத்தில் சுருளியாற்று வெள்ளத்திடையே நின்று உயிருக்காக மன்றாடியவாறு ராட்சதக் கிளையின் பிடியிலிருந்து தப்புவதற்காகப் போராடிய அந்த நாள் அவன் நினைவுக்கு வந்தது. உரிய சமயத்தில் வள்ளி அங்கு வந்து சேர்ந்திராவிட்டால் அவன் கதி என்ன ஆகியிருக்கும்? அவளுடைய சமயோசித புத்தியல்லவா அவனுடைய உயிரைக் காப்பாற்றியது. அதற்கு மேலும், ராட்டின் யந்திரத்துடன் அவன் மல்லுக்கு நின்ற சமயத்தில் சிறிதும் தயக்கமில்லாமல் எவ்வளவு தைரியமாக அவனுக்குக் கை கொடுத்து உதவினாள்! அன்று அவள் பேசிய வார்த்தைகளில் தான் எவ்வளவு கண்ணியம். எவ்வளவு கனிவு!

சட்டென்று தன் எண்ணங்களுக்கு அணைபோட்டான் குமரன். வள்ளி யாரோ, அவன் யாரோ என்ற நிலைதானே இப்போது? அந்தப் பழைய நினைவுகளை எண்ணிப் பார்க்கக் கூட அவனுக்கு உரிமை கிடையாது என்ற உணர்வு அவன் உள்ளத்தையே குற்றம் சாட்டுவது போலிருந்தது.

“சார்.. யாரு சார் நீங்கள் அங்கே என்ன செய்யறீங்க?” என்று அதட்டுவது போல் யாரோ பேசும் குரல் கேட்டதும் குமரன் திரும்பிப் பார்த்தான். அவனுக்குப் பழக்கமில்லாத புதிய ஆள் ஒருவன் நின்று கொண்டிருந்தான்.

“நீ யாரப்பா?” என்று கேட்டான் குமரன்.

“என்னை இங்கே காவலுக்குப் போட்டிருக்காங்க. நீங்க யாரைப் பார்க்க வந்தீங்க” என்று கேட்டான் அந்த ஆள்.

“முன்னால் இங்கே காவலுக்கு இருந்த போலாநாத் என்ற ஒரு வயதான ஆள் இப்போது இல்லையா?”

“ஓ.. அந்தக் கூர்க்காக் கிழவரைக் கேக்கறீங்களா? அந்த ஆள் காலமாகி ரெண்டு வருஷத்துக்கு மேலே ஆகுதே” என்று அந்த ஆள் கூறியதும் குமரன் திடுக்கிட்டான்.

"அடாடா... போலாவுக்கு என்ன செய்தது?"

"வேறெ என்ன செய்யணும்? ஹூக்கா குடிச்சுக் குடிச்சேதான் அந்த ஆளு உயிரை விட்டாரு. வெய்யில காஞ்சிக்கிட்டே ஹூக்கா பிடிச்சிக்கிட்டிருந்தாராம். அப்படியே பிராணன் போயிருச்சாம். பாத்தவங்களுக்கு அந்தச் சமாசாரம் தெரியலே. இன்னும் ஹூக்கா குடிச்சிட்டுத்தான் உக்காந்திருக்காருன்னு நெனைச்சாங்களாம்."

அந்தக் காட்சியைக் குமரனால் கற்பனை செய்ய முடிந்தது. தோட்டத்தின் புல்தரையில் கூனல் முதுகுடன் வெயிலில் காய்ந்தவாறு ஹுக்கா பிடித்துக் கொண்டிருக்கும் போலாவின் தோற்றம்! உட்கார்ந்திருந்த நிலையிலேயே பிராணன் பிரிந்து சென்ற பிறகும் கூட அந்த உடல் அப்படியேதான் இருந்திருக்கும். பாவம் போலா அத்தனை ஆண்டுகளாக அவன் அடையத் தவித்த மரணம் அவனுக்கு அனாயாசமாகக் கிடைத்து விட்டது.

ஒரு பெருமூச்சுடன் அங்கிருந்து புறப்பட்டான் குமரன். மீண்டும் உச்சிக்கடவுச் சாலை வழியே அவன் சிறிது தூரம் சென்றதும் இரட்டைக் கிளைப் பாக்கு மரத் திருப்பம் எதிர்ப்பட்டது. அந்த இடத்தில்தான் அவன் மங்காவிடம் அந்தக் கழுத்தாரத்தைக் கொடுத்து வள்ளிக்குத் திருமணப் பரிசாகக் கொடுக்கச் சொல்லி யிருந்தான். மங்கா கட்டாயம் அவளிடம் கொடுத்திருப்பாள். எப்போதாவது வள்ளி அதை எடுத்துப் பார்ப்பாளோ மாட்டாளோ!

மங்காவை இப்போது பார்த்தால் எவ்வளவு நன்றாயிருக்கும்! மூன்று வருஷங்களில் நடந்த சமாசாரங்களையெல்லாம் அவளாகவே சொல்லித் தீர்த்து விடுவாளே! ஆனால் அவர்களெல்லாம் இங்கேயே இருப்பார்களென்று என்ன நிச்சயம்? வேலை முடிந்ததும் மற்றவர்கள் எத்தனையோ பேர் அப்படியப்படியே சிதறி வெவ்வேறு இடங்களுக்குச் சென்றுவிட்டது போல் மங்காவும், அவள் தாயாரும் கூட வேறெங்காவது புறப்பட்டுப் போயிருக்கலாமே! உடும்புக் கொட்டகை வேலையில் காளியண்ணன் இன்னும் அப்படியே நிலைத்திருந்தாலும் இருக்கலாம். அல்லது ஒற்றைக் கை ஆளை வைத்துக் கொள்ள முடியாதென்று அவனுக்கும் சீட்டுக் கொடுத்து அனுப்பி விட்டார்களோ என்னவோ? அப்படியானால் வள்ளி. ஆனால் அவளுக்கென்று ஒரு குடும்பம் ஏற்பட்ட பிறகு காளியண்ணனின் வேலை நிலைத்திருந்தாலென்ன, இல்லாவிட்டாலென்ன? இரண்டும் ஒன்று தானே!

அருவிக்கரைக்குச் செல்லும் வழியிலிருந்து, சற்று விலகித்தான் காளியண்ணனின் வீட்டுக்குச் செல்லும் வழி இருந்தது. அந்த இடம்

வந்ததும் காளியண்ணனின் வீட்டுக்கே சென்று பார்த்தாலென்ன என்று ஒரு கணம் தயங்கினான் குமரன். ஆனால் அதற்குத் துணிவு வரவில்லை. அங்கே சென்று அவன் என்ன பார்க்க விரும்பினான்? என்ன தெரிந்து கொள்ள விரும்பினான்? அவ்வித ஆவலே தவறானதாக அவனுக்குத் தோன்றியது. பரபரப்புடன் நடையைத் துரிதப்படுத்தி அருவிக் கரையை நோக்கி நடக்க ஆரம்பித்தான்.

அருவிக்கரைக் குடிசை இன்னும் அப்படியேதான் இருந்தது. தூரத்திலிருந்து பார்க்கும் போது அதன் கோரைப் புல் கூரை சிறிது மட்கிப் போய் பல இடங்களில் பிய்ந்து போயிருந்தது போல் தோன்றினாலும், அம்மாதிரிக் குடிசையில் அடிக்கடி கூரையை மாற்றுவதற்கு யாருக்குக் கைவரும்? அதுவும் வெள்ளாத்தாவும், மங்காவும் அதைப் பற்றிக் கவலைப்படுவார்களா என்ன? அவர்கள் இன்னும் அங்கேதான் இருக்க வேண்டும் என்ற குதூகலத்துடன் குமரன் அந்தக் குடிசைக்குள் சென்றான்.

என்ன ஏமாற்றம்? குடிசை காலியாயிருந்தது. மூலைக்கொன்றாகக் கிடந்த கரியேரிய இரண்டு மூன்று சட்டி பானைகளைத் தவிர வேறெந்தப் பொருளும் அங்கே இல்லை. அடுப்பில் என்றோ பாதி எரிந்தும் எரியாமலும் கருகிப் போய்க் குமைத்திருந்த காட்டுச் சுள்ளிகள் செத்தைகளின் சாம்பல் இன்னும் அள்ளப்படாமல் அப்படியே கிடந்தது. பாவம் பவர் ஹவுஸ் பகுதியில் வேலையெல்லாம் முடிந்த பிறகு மங்காவுக்கும் அவள் தாயாருக்கும் அங்கே பிழைப்பு ஏது? இப்போது எங்கே எப்படி அவர்களுடைய வாழ்க்கைச் சக்கரம் ஓடிக் கொண்டிருக்கிறதோ?

மங்காவின் எளிமை நிறைந்த தன்னம்பிக்கையையும், எதற்கும் அஞ்சாத துடுக்குப் பேச்சையும் எண்ணிப் பார்த்தவாறு கனக்கும் நெஞ்சுடன் அந்தக் குடிசையை விட்டு வெளியே வந்த குமரன் அருவிக்கரைக்கு நடந்தான். மேம்பாறைக் கசத்திலிருந்து கண்ணாடியைக் காய்ச்சி ஊற்றினது போல் மெல்லிய பளிங்குப் படலமாக அலை அலையாய் விழுந்து கொண்டிருந்த அருவியின் அழகு அவனது நெஞ்சச் சுமையை சிறிது மறக்கடித்தது. அந்தக் காட்சியில் சொக்கிப் போய் சற்று நேரம் அங்கேயே நின்றான். பின்பு மேம்பாறைக் கசத்திற்குக் கொண்டு செல்லும் புதரடர்ந்த ஒற்றையடிப் பாதை வழியே மேலே சென்றான்.

மேம்பாறைக் கசத்தின் பளிங்கு நீரில் இருபதடி ஆழத்துக்கடியில் பரந்து கிடந்த வெள்ளைக் கூழாங்கற்கள் கையால் தொட்டுவிடக்

கூடும் என்று நினைக்கும் அளவுக்கு மேலே உயர்ந்து தோன்றின. அவற்றினிடையே துள்ளி விளையாடிக் கொண்டிருந்த வெள்ளி மீன்களுக்கு வெளி உலகத்தைப் பற்றிய சிந்தனை ஏது? யாருடைய வேதனையையோ, விருப்பு வெறுப்பையோ பற்றி அவைகளுக்கென்ன கவலை? துள்ளலும், துடிப்பும், பாய்ச்சலுமே உருவாக அவை வழக்கம் போல் விளையாடிக் கொண்டிருந்தன. இன்னும் எத்தனை ஆண்டுகள் கழித்து வந்து பார்த்தாலும் இந்தக் காட்சி இளமை மாறாமல் இப்படியேதான் இருக்கப் போகிறது என்று நினைத்தபோது குமரனுக்குப் பொறாமையாகக் கூட இருந்தது. ஆனால் மனிதனுடைய இளமை, இயற்கையின் இளமையுடன் என்றாவது போட்டி போட முடியுமா என்ன? அதை நினைத்து மனத்துக்குள் சிரித்தவாறே குமரன் பாறைகளில் தாவித் தாவி அருவியின் விளிம்பு வரை சென்று நின்று கொண்டான்.

அங்கிருந்து பார்த்தபோது சிறந்த சைத்ரிகன் தீட்டிய சித்திரம் போல் காட்சியளித்தது அருவிக்கரை. அருவி நீர் கீழே இருந்த சிறிய தடாகத்தில் நிரம்பி அதிலிருந்து சாதாரண ஓடையைப் போல் கூழாங்கற்களிடையே பாய்ந்தோடிக் கொண்டிருந்தது. அதே இடத்தில் அன்றொரு நாள் வள்ளி, குடத்தில் நீர் மொண்டு கொண்ட பிறகு அதை இடுப்பில் ஏந்தியவாறு குடிசையை நோக்கிச் சென்ற காட்சி இப்போது குமரனின் கண்ணெதிரே தோன்றுவது போலிருந்தது. வள்ளியின் மனம்தான் எவ்வளவு மென்மையானது. மங்காவின் தாயாருக்கு உடம்பு சரியில்லையென்று தெரிந்ததும், தானாகவே உதவிக்கு ஓடிவந்து விட்டாளே! அவளைக் காட்டுப் பெண் என்று கனகா பழித்தாள். ஆனால் அன்று வள்ளி காட்டிய நல்லுணர்ச்சி எத்தனை நாகரிகப் பெண்களின் மனத்தில் தோன்றிவிடும்?

திடீரென்று அந்த அமைதியான சூழ்நிலையில் ஒரு குழந்தையின் குரல், “அம்மா அத்தா... தண்ணி..” என்று ஏதேதோ மழலைச் சொற்களைத் தொடர்ந்து குழந்தையின் கலகலவென்று சிரிப்பு.

திடுக்கிட்டுத் திரும்பிப் பார்த்தான் குமரன். மேம்பாறைக் கசத்தின் அருகே இரண்டு இரண்டரை வயது மதிக்கத் தகுந்த பிள்ளைக் குழந்தையொன்று மலர்ச்சியே உருவாக மழலைச் சொற்களை உதிர்த்தவாறு தத்தித் தத்தி நடந்து கசத்தின் விளிம்பு வரை சென்று நிற்பதைக் கண்டதும் அவனுக்குப் பக்கென்றது.

“அடேடே. குழந்தை விழுந்திடப் போறே?” என்ற பதறியவாறு பாறைகளில் தாவியோடிச் சென்று அந்தக் குழந்தையை

வாரியெடுத்துக் கொண்டான். மொழு மொழுவென்று புஷ்டியா யிருந்த அந்தக் குழந்தை அவனுடைய கன்னத்தைத் தடவியவாறு அவனைப் பார்த்து மலர்ந்து சிரித்தது.

"யார் இப்படிக் குழந்தையைத் தனியே விட்டு விட்டார்கள்? குழந்தை கசத்தில் விழுந்திருந்தால் என்ன கதியாயிருக்கும்?" என்று தனக்குள் கூறிக்கொண்டே சுற்றுமுற்றும் பார்த்தான் குமரன்.

அதேசமயம் "கண்ணா, கண்ணா எங்கே போயிட்டே கண்ணா?" என்று திகிலுடன் கூவியழைக்கும் ஒரு பெண்ணின் குரல் அவன் காதில் விழுந்தது. அந்தத் திசையில் திரும்பிப் பார்த்தான். மறுகணம் அப்படியே ஸ்தம்பித்து நின்றுவிட்டான். "கண்ணா கண்ணா" என்று கதறியவாறு கசத்துக் கரையை நோக்கி ஓடி வந்து கொண்டிருந்த பெண் வேறு யாருமில்லை, வள்ளியேதான்!

யாரோ ஓர் ஆடவன் குழந்தையைக் கையில் தூக்கிக் கொண்டு நிற்பதைப் பார்த்ததும், வள்ளியும் சட்டென்று ஸ்தம்பித்து நின்றாள். அதே கணத்தில் அந்த ஆடவன் யாரென்று புரிந்து கொண்டதும், வியப்பு மிகுதியில் "நீங்களா..!" என்ற தன்னையறியாமலே கூவி விட்டாள்.

"குழந்தையை இப்படித்தான் தனியே விடுவார்களா? ஒரு கணம் தப்பியிருந்தால் கசத்திலேயே விழுந்திருக்குமே!" என்று கூறிய குமரன் மெதுவாக அவளை நோக்கி முன்னே சென்று குழந்தையை அவளருகே தரையில் விட்டான். குழந்தை அவனைப் பார்த்து கலகலவென்று சிரித்தது.

"கண்ணா ... என்ன துஷ்டத்தனம் உனக்கு. திரும்பிப் பாக்கறதுக்குள்ளே எங்கேயோ ஓடிப் போயிட்டியே... மொரடு... மொரடு..." என்று செல்லமாகக் கடிந்தவாறு குழந்தையை வாரியணைத்துக் கொண்டாள் வள்ளி.

"நல்ல சமயத்துக்கு தெய்வம் போல நீங்க வந்து காப்பாத்தினீங்க. கண்ணனுக்கு ஏதாச்சும் ஆயிருந்தா நானும் கசத்திலே விழுந்து உயிரை விட்டிருக்க வேண்டியதுதான்!" என்று தழுதழுப்புடன் கூறியவாறு குமரனுக்குக் கரம் கூப்பித் தன் நன்றியைத் தெரிவித்தாள் அவள். அதே சமயம் அவள் கண்களில் நீர் நிரம்பியது.

"எப்படியோ, ஐயா ஒரு கொறைவுமில்லாமே திரும்பி வந்திருக்கிங்களே, அதை நான் பார்க்க முடிஞ்சுதே. அதுக்காகவாவது இந்தக் கண்ணனைக் கொஞ்சனும் போலே இருக்கு" என்று கூறிக் கொண்டே கண்ணனுக்கு முத்தம் கொடுத்தாள்.

உமாசந்திரன்

பிரயாணப் பையில் பகலுணவுக்காக, மேரியம்மாள் கட்டிக் கொடுத்திருந்த பொருட்களோடு பிஸ்கட் பொட்டலம் ஒன்று இருந்தது. குமரன் அதை எடுத்துக் குழந்தையிடம் நீட்டியதும் குழந்தை தாவி அதை வாங்கிக் கொண்டது.

"பட்டாளத்திலே சேந்திட்டீங்கன்னு சொன்னாங்க. எங்கே இருந்தாலும் நீங்க நல்லாயிருக்கணும்னு நான் பிரார்த்தனை செய்யாத நாள் கிடையாது. கௌரியம்மன் என் பிரார்த்தனையைக் கேக்காம இல்லை" என்று பரபரப்புடன் கண்ணீரைத் துடைத்துவிட்டுக் கொண்டவாறே கூறினாள் வள்ளி.

"இன்னும் என்னைப் பற்றிய நினைவுக்கு உன் மனத்தில் இடம் கொடுக்கலாமா வள்ளி? நீ என்னை அடியோடு மறந்திருப்பாயென்று நினைத்தேனே!" என்றான் குமரன்.

வள்ளி திகைத்தாற் போல் அவனைப் பார்த்தாள். "ஆமாம் சார், நீங்க சொல்றதும் உண்மைதான், உங்களைப் பத்தி நினைக்கக் கூட எனக்கு என்ன உரிமை இருக்கு" என்றாள் தீனமாக.

குமரன் ஒரு பெருமூச்சுடன் மௌனமாயிருந்தான். சட்டென்று தலையைக் குனிந்து கொண்ட வள்ளி ஏதோ தனக்குத்தானே கூறிக் கொள்வது போல் கூறினாள். "ஆனா ஆனா... ஐயாவுக்காக என் கௌரித்தாயை வேண்டிக்கிடறதுக்கூடத் தப்பா? எந்த இடத்திலேயும் ஐயா நல்லா இருக்கணும்ங்கற கவலை எனக்கு இருக்கக் கூடாதா?"

குமரன் ஒன்றும் பேசவில்லை. அதற்கு மேலும் அங்கே நின்று வள்ளியைச் சங்கடத்திற்குள்ளாக்க அவன் விரும்பவில்லை.

"நான் வருகிறேன் வள்ளி. எப்போதும் நீ ஷேமமாக, சந்தோஷமாக இருக்க வேண்டுமென்பதுதான் என் பிரார்த்தனையும்" என்று கூறிவிட்டு அருவிக்கரைக்கு இறங்கிச் செல்லும் ஒற்றையடிப் பாதையை நோக்கி நடந்தான்.

அந்தப் பாதையில் இறங்குவதற்கு முன்னால் அவன் சற்று நின்று திரும்பிப் பார்த்தான்.

வேறு திசையில் குழந்தையும் கையுமாக வள்ளி, வேகமாக நடந்து சென்று கொண்டிருந்தாள்.

30

அருவிக்கரைச் சரிவுப் பாதை வழியே குமரன் பத்தடி கூடச் சென்றிருக்க மாட்டான். சட்டென்று எதிர்த் திசையிலிருந்து "வள்ளியக்கா! வள்ளியக்கா!" என்று அழைத்துக் கொண்டு வரும் குரல் கேட்டதும் அவன் திடுக்கிட்டு நின்றான். வள்ளியை அப்படி அழைப்பது மங்காவைத் தவிர வேறு யாராய் இருக்க முடியும்? மறுகணம் மங்காவே புதர்களை விலக்கிக் கொண்டு வெளிப்பட்டு அவனெதிரே வந்தாள். திடீரென்று குமரனை நேருக்கு நேர் கண்டதும் அவளுக்கும் ஒரே திகைப்பாய்ப் போயிற்று.

"சார், நீங்களா? எப்போ வந்தீங்க?" என்று கூவினாள் வியப்புடன்.

குமரன், மங்காவின் தோற்றத்திலிருந்த மாறுதலைத்தான் வியப்புடன் பார்த்தான். முன்பு காட்டு ரோஜாவாக இருந்த மங்கா இப்போது தோட்டத்து மல்லிகையாகக் காட்சியளித்தாள். மலைப் பகுதியில் பாறைகளிலும் மேடு பள்ளங்களிலும் கட்டுக்கடங்காமல் துள்ளியோடிக் கொண்டிருந்த காட்டாறு, சமவெளிப் பிரதேசத்துக்கு

வந்ததும் அடக்கமும் அமைதியும் நிறைந்து செல்லுமே, அதைப் போலவே மங்காவின் தோற்றத்திலும் இப்போது ஒருவித அடக்கமும் அமைதியும் வந்து கலந்திருப்பது போல் குமரனுக்குத் தோன்றியது.

"உங்களை இங்கே பார்க்கப் போறேன்னு நான் நெனைக்கவே இல்லை சார்" என்றாள் மங்கா.

"நீயும் உன் தாயாரும் சௌக்கியம்தானா மங்கா. நீங்கள் இரண்டு பேரும் இந்த இடத்தை விட்டே போய் விட்டீர்களோ என்று நினைத்தேன்" என்றான் குமரன்..

"சரிதான்... இங்கே இருந்த எத்தனையோ பேர் எங்கெங்கேயோ போயிட்ட மாதிரி நாங்களும் போயிருப்போம்னு நெனைச்சிட்டீங் களா?" என்று சிரித்தாள் மங்கா.

"ஆனால் கொஞ்ச நேரத்துக்கு முன்னால் உங்கள் வீட்டுக்குப் போய்ப் பார்த்தபோது வீடு காலியாயிருந்ததே. யாருமே அங்கே இல்லையே" என்றான் குமரன்.

"ஓ.. பழைய வீட்டிலே போய்ப் பார்த்தீங்களா. நாங்க இனிமே அங்கே எப்படி இருக்க முடியும் எனக்குக் கலியாணம் ஆயிடுச்சு. தெரியுமில்லே?"

"அப்படியா? தெரியாதே."

"உங்க உடும்புக் கொட்டகை ஆளு இருக்கே, வள்ளியண்ணன். அது எங்காத்தாகிட்டே மல்லுக்கு நின்னு என்னை கலியாணம் கட்டிக்கிடுச்சு. ஆத்தாவை நான் எப்படித் தனியே விட முடியும்? அதுவும் இப்ப எங்க கூடத்தான் இருக்கு" என்று விவரித்தாள் மங்கா.

"இதையெல்லாம் கேட்க எனக்கு எவ்வளவோ சந்தோஷமாயிருக் கிறது மங்கா" என்றான் குமரன்.

"என்ன சந்தோஷமோ போங்க சார்" என்று பெருமூச்செறிந்தாள் மங்கா.

"ஏன் மங்கா, காளியண்ணன் உன்னிடம் ஏதாவது."

"அதெல்லாம் ஒண்ணுமில்லே சார். அதோட முரட்டுத்தனம் என்கிட்டேயா செல்லுபடியாகும்? அது என்னை அடிச்சாலும், திட்டினாலும், அட்டகாசம் செய்தாலும் அதுக்கு எங்கிட்டே இருக்கிற ஆசைக்கு ஒரு நாளும் அழிவு கிடையாதுன்னு எனக்கு நல்லாத் தெரியும். உங்ககிட்டே சொல்றதுக்கு வெக்கமென்னாங்க? எனக்கும் அதும் மேலே கொள்ளை ஆசைதான். சோத்துக்குக் கவலை

முள்ளும் மலரும்

யில்லாமே என்னை எவ்வளவோ சந்தோஷமா வச்சிருக்கத்தான் அது பாடுபடுது."

"பின்னே என்ன மங்கா, நீ சந்தோஷமா இருக்க வேண்டியது தானே?" என்று கேட்டான் குமரன்.

"நியாயமான கேள்விதான். ஆனா எங்க வள்ளியக்காவுக்கு அது செய்த அக்கிரமத்தை நெனைச்சுக்கிட்டாத்தான் எனக்கு ஆங்காரம் பத்திக்கும். தங்கச்சிலை மாதிரி இப்படி ஒரு தங்கச்சி சாதாரணமாக கிடைச்சிடுமா? இந்த தங்கச்சியை இந்த கதிக்குக் கொண்டு வந்து வச்சிட்டாயே பாவி. அப்படின்னு ஆத்திரம் தாங்காமே படபடன்னு பேசிடுவேன். அந்தப் பேச்சை எடுத்தா அதுக்கும் பொறுக்காது. கோவத்திலே கண்மண் தெரியாமலே என்னைத் துரத்தித் துரத்தி அடிக்க வரும். ஆனா அதைப் பத்தி நான் பயப்படறதில்லே. மனசிலே தோணினதைப் பட்டுப்பட்டுன்னு பேசிடுவேன். எங்க வள்ளியக்கா முகத்திலே சிரிப்பைப் பார்த்து எத்தனை வருஷம் ஆயிடுச்சு தெரியுமா? அது சந்தோஷமாயிருந்தாத்தானே சார், நான் சந்தோஷமாயிருக்க முடியும்?"

"ஏன் மங்கா, வள்ளி சந்தோஷமாயில்லையா?"

"நீங்களே இப்படிக் கேட்டா எப்படி சார்? என்னிக்கு நீங்க இங்கேயிருந்து பட்டாளத்திலே சேரப் போனீங்களோ அன்னிக்கே எங்க வள்ளியக்கா முகத்திலேயிருந்த சிரிப்பும் மறைஞ்சு போச்சு. ஐயா நல்லா இருக்கணுமே, ஐயாவுக்கு ஒரு ஆபத்தும் இல்லாமே இருக்கணும்ங்கற கவலைதான் அதுக்கு எப்போதும். ஐயா நெனைப்பைத் தவிர வேறெந்த நெனைவும் அதும் மனசிலே எட்டிக் கூடப் பார்த்தது கிடையாது."

"நீ என்ன சொல்கிறாய் மங்கா.. கலியாணமான பிறகும் கூட வள்ளி."

மங்கா இடைமறித்தாள். "கலியாணமா? வள்ளியக்காவுக்குக் கலியாணம் ஆகவே இல்லை. அவங்கண்ணன் நிச்சயம் செஞ்ச அந்தக் குரங்கு மூஞ்சி மாப்பிள்ளை, எல்லாரையும் மோசம் செய்திட்டு மாயாண்டியண்ணன் வயித்தெரிச்சலையும் கொட்டிக்கிட்டு ஊரை விட்டே ஓடிப் போயிடுச்சே? ஆனா அந்தக் கதையெல்லாம் உங்களுக்கு எப்படித் தெரிஞ்சிருக்க முடியும்?"

"இன்னும் எனக்குப் புரியவில்லையே மங்கா. இப்போது தான் நீ வருவதற்குக் கொஞ்ச நேரத்துக்கு முன்னால் நான் வள்ளியை மேம்பாறை கசத்தினருகே சந்தித்தேன்."

"அப்படியா சார். வள்ளியக்கா ஒண்ணும் சொல்லலையா? ஆனா பாவம் உங்ககிட்டே பேசவே பயப்பட்டிருக்குமே அது.."

"ஆனால் மங்கா, வள்ளி ஒரு குழந்தையுடன் இருந்ததே அது."

"கண்ணனைக் கேக்கிறீங்களா. அது என் மகன் சார்" என்று மங்கா கூறியதும் குமரன் அதிர்ந்து போய் நின்றான்.

"அந்தப் புள்ளை அவங்கப்பாவைப் போலவேதான் சுத்த மொரடு. கட்டுக்கடங்காமே ஓடிப் போயிடும். சித்தே முன்னே கூட அப்படித்தான் ஓடிப் போயிடுச்சு. அதைத் தேடிக்கிட்டுத்தான் நான் ஒரு பக்கமும், வள்ளியக்கா ஒரு பக்கமும் சுத்தி அலைஞ்சுக்கிட்டிருந் தோம்" என்றாள் மங்கா.

"கொஞ்சம் தப்பியிருந்தால் குழந்தை கசத்திலே விழுந்திருக்கும். நல்ல சமயத்தில் வள்ளி வந்து குழந்தையை எடுத்துக் கொண்டாள்."

"அந்தப் புள்ளைக்கு என்கிட்டே லட்சியமே கிடையாது சார். எப்பப் பார்த்தாலும் வள்ளியக்காவையேதான் சுத்திக்கிட்டிருக்கும். "அம்மா அம்மான்னு கூப்பிட்டுக்கிட்டு அக்காகிட்டேயேதான் ஒட்டிக்கிட்டிருக்குமே தவிர என்னைத் திரும்பிக் கூட பாக்காது. அக்காவுக்கும் அந்தப் பிள்ளைகிட்டே ஒரே உசிரு."

"நான் எப்படித் தப்பாக நினைத்து விட்டேன்!" என்று தனக்குத் தானே கூறிக் கொண்டான் குமரன் தழுதழுப்புடன்.

"மெய்யாவே சொல்றேன். அந்தப் பிள்ளைக்காகத்தான் அக்கா உசிரையே வச்சுக்கிட்டிருக்கு. அதுமட்டுமில்லே சார், நீங்க குடுத்துட்டுப் போனீங்களே, அந்த மாலை...அதுதான் கொஞ் சத்துக்குக் கொஞ்சம் அக்கா மனசுக்குத் தெம்பா இருக்கு. ஐயாவை நெனைச்சு மனசு கஷ்டப்படும் போதெல்லாம் அந்த மாலையை எடுத்து பாத்துப் பாத்துக் கண்ணீர் வடிச்சுக்கிட்டிருக்கும்."

கேட்கக் கேட்க வள்ளியை நினைத்து குமரனின் நெஞ்சம் பொங்கியது.

"மங்கா, உன் புருஷனைப் பற்றிக் கேட்பதற்குத் தப்பாக நினைத்துக் கொள்ளாதே. காளியின் குணத்தில் இப்போது ஏதாவது மாறுதல் இருக்கிறதா?" என்று கேட்டான்.

"அதோட மொரட்டுப் பிடிவாதம் அதைவிட்டு எப்படிப் போகும் சார்? வள்ளியக்காவுக்கு வேறே எங்கேயாவது கலியாணம் கூட்டி வச்சிடணும்னு தலைகீழா நின்னு பாக்குது. ஆனா அக்கா

எதுக்கும் செவி சாய்க்கறதில்லே. ஒரு தரம் உன் வார்த்தைக்குக் கட்டுப்பட்டு நான் இந்த கதிக்கு வந்தது போதும். இனிமே என்னைப் பத்தி நீ கவலைப்பட வேண்டியதில்லை. ஆயுசு முழுவதும் கலியாணமில்லாமே கன்னியாகவே இருப்பேனே தவிர வேறெ யாரையும் திரும்பிக் கூடப் பாக்க மாட்டேன் அப்படின்னு கண்டிப்பாச் சொல்லிடுச்சு."

குமரன் விம்மும் நெஞ்சுடன் மௌனமாக இருந்தான். அந்த மூன்று வருஷ காலத்தில் வள்ளியின் மனம் எப்படியெல்லாம் ஏங்கித் தவித்திருக்கும் என்பதைப் புரிந்து கொண்ட அவன் உள்ளம் பாகாய் உருகியது.

மங்கா அவன் முகத்தையே இமைக்காமல் பார்த்துக் கொண்டு நின்றாள் சற்று நேரம். சட்டென்று அவள் கேட்டாள்.

"சார்.. ஒண்ணு கேப்பேன், கோவிச்சுக்க மாட்டீங்களே?"

"என்ன மங்கா?"

"நீங்க தனியாகத்தான் வந்திருக்கீங்களா சார்? கூட உங்க சம்சாரம்."

குமரன் பக்கென்று சிரித்துவிட்டான்.

"எனக்கு சம்சாரம் இன்னும் ஏற்படலே மங்கா. இனிமே தான் ஏற்படணும்" என்றான் சிரித்துக் கொண்டே.

"அப்படின்னா?" என்றாள் மங்கா வியப்புடன் விழிகளை உருட்டியவாறு.

"இங்கிருந்து போகும்போது எப்படி இருந்தேனோ அப்படியே தான் இன்னும் இருக்கிறேன்" என்றான் குமரன்.

"ஏன் சார் அப்படி?' என்று கேட்டாள் மங்கா, வெகுளித்தனமாக.

"வள்ளி எப்படி இருக்கிறாளோ அப்படித்தானே நானும் இருக்க முடியும்!" என்றான் குமரன் சிரித்தவாறு.

மங்கா அவனை பெருமைப் பூரிப்புடன் நோக்கினாள்.

"சார், எங்க வள்ளியக்காவோட கன்னி விரதத்தைப் பத்தி இத்தனை நாளும் பெருமைப்பட்டுக்கிட்டிருந்தேன். ஆனா நீங்க.. நீங்க... சார், மெய்யாவே சொல்றேன். உங்களை தெய்வத்துக்குச் சமமாத்தான் நெனைக்கத் தோணுது சார்!" என்றாள், என்றுமே உணர்ந்தறியாத தழுதழுப்புடன்.

“ஏன் மங்கா, காளியண்ணனுக்கு இன்று ட்யூட்டி இருக்கிறதா?” என்று கேட்டான் குமரன்.

“ஆமாம் சார், காலையிலேயே உடும்புக் கொட்டகைக்குப் புறப்பட்டுப் போயிடுச்சு” என்றாள் மங்கா.

“சரி, நான் காளியண்ணனிடம் பேச நினைப்பதை அங்கேயே போய்ப் பேசிக் கொள்கிறேன்” என்றான் குமரன்.

“அப்படியா சார்? வள்ளியக்காவுக்கு இது தெரிஞ்சா எவ்வளவு சந்தோஷப்படும்? இப்பவே வள்ளியக்காவுக்குச் சொல்லப் போறேன் சார். நான் வரேன் சார். நான் வரேன்” என்று அவனுக்கு வணக்கம் தெரிவித்தவாறு அங்கிருந்து ஓடினாள் மங்கா.

குமரன் உடும்புக் கொட்டகையை அடைந்தபோது காளியண்ணன் கொட்டகைக்குப் பின்னாலிருந்த தோட்டத்தில் நின்று ஒற்றைக் கையால் பாத்திகளைக் கொத்திக் கொடுத்துச் சரிப்படுத்திக் கொண்டிருந்தான்.

“காளி” என்ற அழைப்பைக் கேட்டதும் அவன் தலை நிமிர்ந்து பார்த்தான். எதிரே குமரன் நிற்பதைக் கண்டதும் அவன் முகத்தில் வியப்புக் குறி ஏதும் காட்டாமல் மண்வெட்டியைக் கீழே போட்டுவிட்டுச் சாவதானமாக அவனருகே வந்து நின்றான்.

“வணக்கம் சார், நீங்க வந்தாலும் வருவீங்கன்னு நெனைச்சேன். அப்படியே வந்திட்டீங்க” என்றான் உணர்ச்சியோ சந்தோஷமோ இல்லாத வறண்ட குரலில்.

“ஏன் காளி, நான் இங்கே திரும்பி வந்திருப்பதைப் பற்றி ஏற்கெனவே உனக்குத் தெரியுமா?”

அந்த அணைக்கரை வீட்டுக் காவக்கார ஆளு சித்தே முன்னே இங்கே வந்திருந்திச்சு. கூர்க்காக் கிழவனைப் பத்தி விசாரிச்சுக்கிட்டு யாரோ ஒரு ஐயா வந்தாருன்னு சொல்லிச்சு. அந்த ஆளு சொன்ன அடையாளத்திலிருந்து நான் புரிஞ்சுக்கிட்டேன். உங்களைத் தவிர வேறே யாருக்கு அந்தக் கூனல் தாத்தாவைப் பத்தி விசாரிக்கத் தோணும்?”

“பாவம் போலா” என்று பெருமூச்செறிந்தான் குமரன்.

“அதுசரி சார், நீங்க இங்கே எப்படி வந்தீங்க? பழைய வேலை யிலேயே மறுபடியும் சேர்ந்திட்டீங்களா?” என்று கேட்டான் காளி.

“வேலையில் சேர்ந்தால்தான் வரவேண்டுமா காளி? பழைய நினைவுகளுக்காகவும் வரலாமில்லையா?'' என்றான் குமரன் சிரித்துக் கொண்டே.

"பழைய நினைவுகளா? அந்தச் சிந்தனை இருந்தா நீங்க இந்தப் பக்கம் வந்தே இருக்கக் கூடாதே" என்றான் காளி சற்றுக் கடுமையான குரலில்.

அந்தக் கடுமையைக் கவனிக்காதவன் போல் குமரன் கூறினான். "நீ சொல்வது ஒரு விதத்தில் உண்மைதான் காளி. கசப்பான அனுபவங்களுடன் தான் மூன்று வருஷங்களுக்கு முன்னால் நான் இங்கிருந்து செல்ல வேண்டியிருந்தது. ஆனால் அனுபவங்கள் எவ்வளவு கசப்பாக இருந்தாலும் அவற்றைப் பற்றிய நினைவுகள் எனக்குக் கசப்பாயில்லை. அந்த நினைவுகளில் ஒரு வேதனை நிரம்பியிருந்தது உண்மைதான். ஆனால் அந்த வேதனையிலும் ஒரு இனிமை கலந்திருந்ததாகவே நான் உணர்ந்து வந்தேன். அந்த உணர்வு தான் என்னை மறுபடியும் இங்கே இழுத்து வந்தது."

"ஹம்" என்று இருமுவது போல் தொண்டையைக் கனைத்தான் காளியண்ணன். "இனிமையாம் இனிமை. பூப்போல் இருந்த என் தங்கச்சி மனசைக் கலைச்சி அவ வாழ்வையே வேதனை மயமாக்கிட்டுப் போயிட்டீங்களே. அதை நெனைச்சு நெனைச்சு ஆனந்தப்பட்டுக்கிட்டிருந்தீங்களா இத்தனை நாளும்?" என்று சீறினான்.

"இல்லை காளி, வள்ளியின் வாழ்வு வேதனைமயமாயிருக்கக் கூடாது, ஆனந்தமயமாயிருக்க வேண்டும் என்றுதான் இத்தனை நாளும் நான் பிரார்த்தித்துக் கொண்டிருந்தேன். அதற்கேற்றாற் போல் இங்கு வந்த பிறகு நல்ல செய்திகள் என் காதில் விழுந்திருக்கின்றன. வள்ளியைப் பற்றி நான் கண்டு வந்த கனவு சீக்கிரமே நிறைவேறிவிடும் என்ற நம்பிக்கை புதிதாக என் மனத்தில் தளிர் விட்டிருக்கிறது. நீ சம்மதம் தெரிவித்தால் நான் இங்கிருந்து திரும்பும்போது வள்ளியை என் வாழ்க்கைத் துணைவியாகவே அழைத்துக் கொண்டு திரும்ப முடியும்" என்றான் குமரன்.

"ஏது. ஏது வள்ளிக்கிட்டயே நேரிலே சம்மதம் கேட்டு வாங்கிட்டு வந்த மாதிரிப் பேசறீங்களே? வழியிலே அதையும் பார்த்துப் பேசிட்டுத் தான் இங்கே வந்தீங்களா?"

"வள்ளியை வழியில் சந்தித்தது உண்மைதான் காளி. ஆனால் இது விஷயமாக எதுவுமே அவளிடம் பேசவில்லை. அவளுக்கு இன்னும் கலியாணமாகவில்லையென்ற செய்தியே எனக்கு அப்புறம் மங்காவுடன் பேசிய பிறகுதான் தெரிய வந்தது."

'ஓகோ.. அவங்க ரெண்டு பேரையும் அடக்க ஆளில்லேன்னு நெனைச்சாங்களா? வீட்டில் தங்காமே காட்டிலே சுத்திக்கிட்டு

வழியிலே யார்கூடப் பேசலாம்னு அலைஞ்சிட்டா இருக்காங்க? இருக்கட்டும். சாயங்காலம் வீட்டுக்குப் போனதும் விசாரிக்கற விதமா விசாரிக்கறேன்."

"அவர்கள் மேல் தப்பு ஏதும் கிடையாது காளி. குழந்தையைத் தேடி வந்தவர்கள், எதிர்பாராத விதமாக என்னைப் பார்த்துப் பேசும்படி ஆயிற்று" என்று விவரித்தான் குமரன்.

"சரித்தான். அவங்களைப் பாத்துப் பேசி எல்லாம் முடிவு செய்திட்டுத்தானே வந்திருக்கீங்க. இனிமே என் சம்மதத்தைக் கேக்கறதுக்கு என்ன சார் இருக்கு? அவங்கவங்களுக்கு விதிச்ச விதிப் படியே நடக்கட்டும், எனக்கென்ன?"

"அப்படி விட்டாற்போல் பேசலாமா காளி? எது நடந்தாலும் அண்ணன் சம்மதத்துடன் நடப்பதைத்தானே வள்ளி விரும்புவாள்?"

"அண்ணன் சம்மதம் வேணும்னா, வள்ளியில்லே என்கிட்டே பேசணும். நீங்க எதுக்கு நடுவிலே?"

"என்ன காரணமோ, என்னை நீ இன்னும் தப்பாகவே நினைத்துக் கொண்டிருக்கிறாய்."

"உங்களைப் பத்தித் தப்பாகவோ, சரியாகவோ நெனைக்க நான் யாரு? ஆனா எனக்கும், என் தங்கச்சிக்கும், குறுக்கே நீங்க மறுபடியும் மறுபடியும் எதுக்கு வரணும்னுதான் கேக்கறேன்" என்றான் காளியண்ணன்.

"உன் தங்கையின் வாழ்வை வேதனை மயமாக்கிவிட்டேன் என்று சற்று முன்பு நீதானே குற்றம் சாட்டினாய். அதை மாற்றி வள்ளிக்கு நல்வாழ்வு அளிக்கும் பொறுப்பு என்னுடையதாகி விடவில்லையா?"

குமரனின் அந்தப் பேச்சையே விரும்பாதவன் போல் காளி சட்டென்று முகத்தைச் சுளித்தவாறு வேறு பக்கம் திருப்பிக் கொண்டு கூறினான். "சார், நீங்கல்லாம் பெரிய மனுசங்க, எங்களைப் போலே ஏழைகளுக்கு உங்களாலே வேதனை குடுக்கத்தான் முடியும். நல்வாழ்வு குடுக்க முடியாது."

காளியண்ணனுடைய இந்தப் பேச்சும் அவன் பேசிய தோரணையும் சட்டென்று குமரனுக்கு ஆத்திரமூட்டின.

"காளி, உன் தங்கையின் நல்வாழ்வைப் பற்றிப் பேசுவதற்கு உனக்கு என்ன உரிமை இருக்கிறது? இத்தனை நாளும் அவள் அனுபவித்த மனத்துன்பத்துக்கெல்லாம் நீதான் காரணம் என்பதை

முள்ளும் மலரும்

மறந்துவிட்டாயா? உன் பிடிவாதத்திற்காக வள்ளியை ஒரு பாழும் கிணற்றில் தள்ள நினைத்தாயே, உன் எண்ணம் நிறைவேறியிருந்தால் வள்ளியின் கதி என்ன ஆகியிருக்கும்? அதைக் கொஞ்சமாவது யோசித்துப் பார்த்திருந்தால் இப்போது இவ்வளவு அகந்தையுடன் பேசுவாயா?" என்று கத்தினான்.

""சார். அந்தப் பேச்செல்லாம் அனாவசியம். என் தங்கச்சியைப் பாழும் கிணத்திலே தள்ளினாலும் தள்ளுவேனே தவிர, உங்க கையிலே பிடிச்சுக் குடுப்பேன்னு நீங்க கனவிலேயும் நினைக்க வேண்டாம்" என்று காளியண்ணனும் பதிலுக்கு உக்கிரமாகக் கத்தினான்.

"சரி, இதுதான் உன் முடிவானால் அதற்கு மேல் உன்னிடம் பேச நான் விரும்பவில்லை" என்று கூறிவிட்டு குமரன் வேகமாக அங்கிருந்து சென்றுவிட்டான்.

அலட்சியமாக அவன் செல்லும் திசையில் சற்று நேரம் பார்த்துக் கொண்டிருந்த காளியண்ணன் ஒரு ஏளனச் சிரிப்புடன் மீண்டும் தோட்ட வேலையை கவனிக்க ஆரம்பித்தான்.

31

வேலன்கடவு பஸ் நிலையத்திலிருந்து கௌரியம்மன் கோயிலுக்குச் செல்லும் நிழலடர்ந்த பாதை வழியே உவகை துள்ளும் உள்ளத்துடன் சென்று கொண்டிருந்தாள் வள்ளி. அவளுடைய நடைக்கு ஈடு கொடுக்க முடியாமல் மூச்சு வாங்கியவாறு மங்கா அவளோடு வேகமாக நடந்து கொண்டிருந்தாள்.

உச்சிக்காவிலிருந்து வேலன்கடவு வழியே கீழூர் வரை செல்லும் புதிய பஸ் வசதி இப்போது சில மாதங்களாக ஏற்பட்டிருந்தது. அந்த பஸ்ஸில்தான் வள்ளியும் மங்காவும் சிறிது நேரத்துக்கு முன்பு வேலன் கடவு பஸ் நிலையத்தில் வந்து இறங்கி யிருந்தனர். அங்கிருந்து நடக்க ஆரம்பித்த நிமிடத் திலிருந்தே வள்ளியின் வேகம் கணத்துக்குக் கணம் அதிகரித்துக் கொண்டிருந்தது. உண்மையில் மங்காவுக்கு மூச்சுத் திணறிவிடும் போலாகிவிட்டது.

சட்டென்று அவள் வள்ளியின் கையைப் பிடித்து நிறுத்தினாள்.

“அக்கா, நீ இவ்வளவு வேகமாக நடந்தா என்னாலே உன்கூட நடக்க முடியாது. எங்கேயாச்சும் நான் உக்காந்திர வேண்டியதுதான்!” என்றாள்.

“கோவிக்காதே மங்கா, பூசாரி ஐயா கோயிலைப் பூட்டிட்டுக் கிளம்பறதுக்கு முன்னாலே, அங்கே போய்ச் சேர்ந்திடணுமேன்னு தான் நான் துடிக்கிறேன். நல்ல வேளை. சரியான சமயத்துக்கு பஸ் கிடைச்சுது. இல்லேன்னா நாம் எவ்வளவு திண்டாடிப் போயிருப் போம்!” என்றாள் வள்ளி.

“அப்படி ஒண்ணும் நேரமாகலியே? உச்சி வேளை வரைக்கும் பூசாரி அய்யா அங்கேயிருந்துதானே ஆகணும்” என்றாள் மங்கா.

“உண்மைதான். அது எனக்குத் தெரியவும் தெரியுது. ஆனா இந்த மனசைச் சொல்லு. மூணு வருஷமா இருட்டறையிலே அடைச்சுப் போட்ட மாதிரி இருந்த மனசுதானே! இப்போ என்னமோ திடீர்னு றெக்கை முளைச்சுப் பறக்க ஆரம்பிச்சுருக்கு.”

“உன் மனசு மாதிரி என் மனசுக்கு றெக்கை முளைக்கலியே” என்றுரைத்தாள் மங்கா.

“சரி மங்கா, உன் நடைக்குச் சரியாவே நானும் நடக்கிறேன்” என்று கூறி மங்காவின் தோளைப் பற்றி அணைத்தவாறு வள்ளி சற்று மெதுவாக நடந்து கொண்டே பேசினாள்.

“மனம் விட்டுச் சொல்கிறேன் மங்கா. கௌரியம்மன் இவ்வளவு பெரிய பாக்கியத்தை எனக்குக் குடுக்கப் போறான்னு நான் கனவிலேயும் எதிர்பார்க்கலே. அந்த ஐயா எங்கே இருந்தாலும் ஒரு குறையும் இல்லாமே ஷேமமாயிருக்கணும்னுதான் நான் கௌரியம்மனை வேண்டிக்கிட்டிருந்தேன். ஆனா அவங்க நல்லபடியாகத் திரும்பி வந்தது மட்டுமில்லே, என் மேலே கொஞ்சம் கூடக் கோவமில்லாமே, என்கிட்டே இருந்த அன்பு துளிக்கூட மாறாமே, என்னைத் தவிர வேறே யாருக்கும் மனசிலே இடம் குடுக்காம திரும்பி வந்திருக்காங்களே, அதை நெனைக்கும் போது இவ்வளவு பெரிய பாக்கியத்துக்கு தகுதி எனக்கு இருக்கான்னு என் மனசு ஒரேயடியா மலைக்குது. கௌரியம்மனோட அருள் இல்லாமே இவ்வளவு நடக்குமா?”

“உண்மைதான் அக்கா, முன்னாலே எல்லாம் கௌரியம்மனுக்கு எதிரே நின்னு நீ பிரார்த்தனை செய்யும் போது எனக்கு ஒண்ணுமே புரியாது. எங்கேயாவது பராக்குப் பார்த்துக்கிட்டு நின்னுக்கிட்டிருப் பேன். ஆனா நாளாவட்டத்திலே என் மனசும் அதிலே ஈடுபட ஆரம்பிச்சது. நானும் அம்மனைக் கும்பிட ஆரம்பிச்சேன். என் வள்ளியக்கா மனசு போலே எல்லாம் நடக்கணும்னுதான் எப்பவும் வேண்டிக்குவேன். ஆனா கௌரியம்மன் உன்னைக்

கைவிட்டுட்டான்னு நெனைச்ச போது எனக்கு எவ்வளவு கோவம் வந்தது தெரியுமா? கௌரியம்மன் சிலையையே ஒடைச்சுப் போட்டுடலாமான்னு ஆத்திரப்பட்டேன். ஆனா அதுக்கப்புறம் நீ உன் நம்பிக்கையைக் கைவிடாமே இருந்தியே, எப்படி அக்கா? இந்த மூணு வருஷமா உன் மனசிலே எப்ப அதைரியம் ஏற்பட்டாலும் கௌரியம்மன் கிட்டேதானே ஓடி வருவே. காப்பாத்து, காப்பாத்துன்னு நீ அந்தக் கல் சிலை எதிரே கதறும் போதெல்லாம் நான் கூட இருந்தவதானே! அந்தக் கல் தெய்வத்துக்கு மனசுகூடக் கல்லாத்தான் இருக்கணும்னுதான் நான் நெனைச்சுக்குவேன். உன் கதறலெல்லாம் அந்த அம்மன் காதிலே எங்கே ஏறப் போகுதுன்னுதான் கோவம் வரும் எனக்கு. ஆனா இப்பப் புரியுது அக்கா. இத்தனை வருஷமும் கௌரியம்மன் உன்னை எப்படிக் கட்டிக் காத்து வந்திருக்கான்னு இப்பத்தான் எனக்குப் புரியுது" என்றாள் மங்கா.

"இன்னிக்கு அந்த ஐயாவை நேருக்கு நேர் பார்த்தபோது என்ன பேசறதுன்னே புரியலே. அவங்க என்னைப் பத்தித் தவறா நெனைச்சுக்கிட்டுத் திரும்பிப் போயிருந்தா என் மனசு என்ன ஆகியிருக்கும்? மறுபடியும் கௌரியம்மனோட அருள்தான் முன்னே நின்னு காப்பாத்திச்சு. சரியான சமயத்திலே உன்னை அந்த ஐயா எதிரே அனுப்பிச்சு வச்சுது. அந்த அம்மனுக்கு இன்னிக்குப் படையல் படைச்சுக் கும்பிடலேன்னா இத்தனை நாளும் கும்பிட்டதுக்கு அர்த்தமே இல்லாம போயிடுமே. அதனாலேதான் நீ வந்து எல்லாம் விவரமாச் சொன்னதும் அத்தைகிட்டே சொல்லிட்டு உன்னையும் அழைச்சுக்கிட்டுக் கிளம்பிட்டேன்" என்றாள் வள்ளி.

இந்நேரம் அந்த ஐயா உங்கண்ணனைப் பார்த்துப் பேசியிருக்கும். உங்கண்ணன் இன்னமும் குரங்குப் பிடிவாதம் பிடிச்சுட்டிருக்கோ, கொம்பிலேருந்து எறங்கி வந்திருக்கோ தெரியலே."

"இனிமே யாரும் என் வாழ்விலே தலையிட முடியாது. கௌரியம்மன் தீர்ப்பு ஒண்ணுக்குத்தான் நான் தலை வணங்குவேனே தவிர வேறே யாரோட தீர்ப்போ தீர்மானமோ என்னை ஒண்ணும் செய்ய முடியாது" என்றாள் வள்ளி தீர்மானமாக.

"அக்கா!" என்று மகிழ்ச்சியுடன் அவளைக் கட்டிக் கொண்டாள் மங்கா. இப்பத்தான் அக்காவைப் புது உருவத்திலே பார்க்கறேன். இந்த மாதிரி ஆவேசத்தோட அவ பேசறதை இன்னிக்குத்தான் நான் கேக்கறேன்" என்றாள் பெருமையுடன்.

குளக்கரை மண்டபத்திலே வழக்கம் போல் தூணில் சாய்ந்தவாறு உட்கார்ந்து கிறங்கிக் கொண்டிருந்த வயோதிகப் பூசாரிக்கு அவர்களிருவரும் வருவதைப் பார்த்ததும் ஒரே வியப்பாய்ப் போயிற்று.

"அடடே, வெள்ளிக்கிழமை இல்லாத நாளிலே வந்திருக்கீங்களே ரெண்டு பேரும், என்ன விசேஷம்" என்று கண்ணைக் கசக்கியவாறு கேட்டுக்கொண்டே எழுந்தார்.

"இன்னிக்குத்தான் எல்லா நாளையும் விட விசேஷமான நாள், பூசாரி ஐயா! நீங்க உக்காருங்க, படையல் சோத்தைப் பொங்கிக் கிட்டே எல்லாம் விவரமாச் சொல்லறோம்" என்றாள் மங்கா.

படையல் பொங்குவதற்கான சாமான்கள் கொண்டு வந்த பையில் குமரன் கொடுத்த கழுத்தாரம் அடங்கிய நகைப் பெட்டியைக் கொண்டு வந்திருந்தாள் வள்ளி. முதலில் அதைத் திறந்து கழுத்தாரத்தை எடுத்து பூசாரியின் கையில் கொடுத்தாள்.

"இது என்ன?" என்றார் பூசாரி பிரமிப்புடன்.

"இத்தனை நாளும் என் உயிருக்குயிராயிருந்த பொக்கிஷம் இது. அம்மனோட அருளெல்லாம் இதிலே அடங்கியிருக்கு. பூஜை முடியற வரையிலே இது அம்மனோட பாதத்திலேயே இருக்கட்டும். தீபாராதனை ஆனதும் அம்மனோட பிரசாதமா இதை வாங்கிக்கறேன்" என்றாள் வள்ளி.

ஒன்றும் புரியாமல் அந்த விலையுயர்ந்த கழுத்தாரத்தை மலைப்புடன் கையில் ஏந்தியவாறு பூசாரி சந்நிதியை நோக்கிச் சென்றதும் இருவரும் படையலுக்கான ஆயத்தங்களைச் செய்வதில் முனைந்தனர்.

அதே சமயம் குமரன் உடும்புக் கொட்டகையிலிருந்து நேரே வள்ளியின் வீட்டுக்குத்தான் சென்றிருந்தான். வள்ளியை நேருக்கு நேர் சந்தித்து அவள் மனத்தை அறிந்து கொள்ளவே அவன் விரும்பினான். வள்ளி வீட்டில் இல்லையென்று அறிந்த போது அவனுக்குச் சிறிது ஏமாற்றமாகவே இருந்தது. கௌரியம்மனுக்கு நன்றிப் பிரார்த்தனை செலுத்திப் படையல் படைக்கும் உற்சாகத்துடன் வள்ளி மங்காவை அழைத்துக் கொண்டு கௌரியம்மன் கோயிலுக்குச் சென்றிருக்கும் விவரத்தை அஞ்சலையத்தை விளக்கியதும்தான் அவனுடைய மனத்தில் புதிய பூரிப்புத் தோன்றியது.

'ஐயா, வீட்டுக்குப் பெரிய மனுஷி. தாய்க்குத்தாயா இருந்து வள்ளியை வளர்த்தெடுத்து ஆளாக்கின என் பேச்சைக் கேளுங்க.

காளித் தம்பியோட முரட்டுப் பிடிவாதத்துக்கு வள்ளி இனிமேலும் பலியாகும்படி விட்டுடாதீங்க. அவளை சந்தோஷமா வாழ வைக்கறது உங்க பொறுப்பு ஐயா" என்று கண் கலங்கக் கூறினாள் அஞ்சலையத்தை. வெள்ளாத்தாளும் அதை ஆமோதித்துத் தலையாட்டினாள்.

ஏதாவது சாப்பிட்டுவிட்டுப் போக வேண்டுமென்று அவர்கள் வற்புறுத்தியதை நாசூக்காகத் தட்டிக் கழித்துவிட்டு குமரன் அங்கே வந்த அதே வேகத்துடன் கௌரியம்மன் கோயிலுக்குப் புறப்பட்டான்.

அவன் கௌரியம்மன் கோயிலையடைந்து சந்நிதியில் போய் நின்ற போது பூசாரி மணியடித்தவாறு தீபாராதனை காட்ட ஆரம்பித்திருந்தார். மங்காவும், வள்ளியும் ஒரு பக்கமாகக் கரம் கூப்பி நின்று கண்களில் நீர்மல்க, கௌரியம்மனின் அருள் வடிவத்தைத் தரிசித்துக் கொண்டிருந்தனர். கற்பூர ஆரத்தி அம்மனின் பாதத்தருகே சென்றபோது அந்த ஒளியில் பாதபீடத்தின் மேல் வைக்கப்பட்டிருந்த ஒரு பொருள் பளிச்சென்று மின்னியது. தான் வள்ளிக்குப் பரிசாக அளித்திருந்த கழுத்தாரம் தான் அது. என்று கண்டு கொண்ட குமரனின் நெஞ்சம் பொங்கி நின்றது.

தீபாராதனை முடிந்ததும் பூசாரி ஆரத்தித் தட்டையும் பிரசாதத்தையும் எடுத்துக்கொண்டு வள்ளி, மங்கா இருவரும் நின்றிருந்த பக்கமாகச் சென்று இருவருக்கும் பிரசாதம் வழங்கினார். அப்போது தான் மூன்றாவது ஆளும் அங்கே நிற்பது அவருக்குத் தெரிந்தது.

"யாரையா, நீங்களும் வந்து பிரசாதம் வாங்கிக்குங்க" என்று அவர் கூறியவுடன், குமரன் அவரருகே வந்து ஆரத்தியைக் கண்களில் ஒற்றிக் கொண்டு இரு கைகளாலும் பிரசாதத்தை வாங்கிக் கொண்டான். அதே சமயம் கற்பூரத்தின் ஒளியில் அவனை நேருக்கு நேர் பார்த்த வள்ளி, "நீங்களா?" என்று கூவிவிட்டாள்.

பூசாரியும் அப்போதுதான் அவனை அடையாளம் கண்டு கொண்டார். "அடேடே, நீங்களே வந்திட்டீகளாய்யா. வள்ளி இங்கே வரும்போதெல்லாம் உங்களுக்காகத்தான் பிரார்த்தனை செய்துகிட்டிருக்கும். பாவம், அது செய்த பிரார்த்தனை வீண் போகலே. நீங்க நல்லபடியாத் திரும்பி வந்திட்டீங்க" என்று பூசாரி வள்ளி பக்கம் திரும்பி, "இரு வள்ளி, அம்மன் பாதத்திலேருந்து மாலையைக் கொண்டுவந்து குடுத்திடறேன்" என்றவாறு அம்மனருகே சென்றார்.

"சார், இவங்கண்ணனைப் பாத்துப் பேசிட்டுத்தானே வந்தீங்க?" என்று கேட்டாள் மங்கா.

"பேசினேன் மங்கா. ஆனால் ஒரு பிரயோசனமும் இல்லை. காளியண்ணனுடைய மூர்க்கத்தனமான பிடிவாதம் இன்னும் அப்படியேதான் இருக்கிறது" என்றான் குமரன்.

பளிச்சென்று வள்ளி கூறினாள், "அண்ணனுடைய பிடிவாதத்துக்கு இனிமேலும் நான் பலியாக முடியாது. ஒரு தடவை உங்க மனசை முறிச்சு அனுப்பிவிட்டு நான் பட்ட மனத்துன்பம் இந்த ஜன்மத்துக்குப் போதும். ஆனா அன்னிக்கு என் மனசு இருந்த நிலைமையே வேறே. உலக அனுபவம் இல்லாத எனக்குத் திடீர்னு உங்க அன்பு கிடைச்சதும் அந்த சந்தோஷமே ஒரு பாரமா மாறிடுச்சு. வீண் பயங்களெல்லாம் என்னைக் கோழையாக்கிடுச்சு. என்னாலே உங்க வாழ்வு பாழாயிடக்கூடாதேன்னுதான் பயந்தேன். அண்ணன் அதட்டிச் சொன்னது நல்லதுக்குத்தான்னு நினைச்சேன். நீங்க சந்தோஷமாயிருக்கறதுக்கு அதுதான் சரியான வழின்னு எனக்குத் தோணிச்சு. அதனாலே என் நினைவையே உங்க மனசிலேருந்து ஒரேயடியா அழிச்சிட முடியும்னு தீர்மானிச்சிட்டேன்" பேசிவரும்போதே விம்மல் பொங்கி வள்ளியின் குரலை அடைத்தது.

"அழிக்க முடிஞ்சுதா வள்ளி?" என்று குமரன் புன்னகையுடன் கேட்டான்.

"இப்பத்தான் எனக்குப் புரியுது. அன்னிக்கு அண்ணன் நடத்தி வைக்க நினைச்ச கலியாணம் நடந்திருந்தா நான் உயிரையே விட்டிருப்பேன். அப்படி என் உயிர் போயிருந்தாலும் கூட நீங்க உங்க உறுதியிலேதான் நிலையா நின்னிருப்பீங்கன்னு இப்ப நான் உணர முடியுது. ஆனா இவ்வளவு பெரிய பாக்கியத்துக்கு நான் தகுந்தவதானா? அதை நினைக்கும் போது இன்னமும் எனக்கு மலைப்பாயிருக்கே!" என்றாள் வள்ளி.

பிரசாதத் தட்டுடன் அருகே வந்து நின்றிருந்த பூசாரி கூறினார். "கௌரியம்மனே உனக்கு இந்த பாக்கியத்தைக் குடுத்திருக்கும் போது நீ ஏன் மலைக்கணும் குழந்தே? எனக்கு என்னத் தோணுது தெரியுமா? இப்பவே இந்தச் சந்நிதியிலே உங்க திருமணம் நடந்தா இன்னும் விசேஷமாயிருக்கும்."

பூசாரியின் அந்த வாக்கு குமரனுக்குத் தெய்வ வாக்காகவே தோன்றியது. சட்டென்று பிரசாதத் தட்டிலிருந்த அந்தக் கழுத்தாரத்தைக் கையில் எடுத்துக் கொண்டான்.

“வள்ளி, உனக்குப் பரிசுப் பொருளாக இதை வாங்கியிருந்தேன். ஆனால் இப்போது நம்மைச் சேர்த்து வைக்கும் திருமண மாங்கலியமாகவே இது என் கண்களுக்குத் தோன்றுகிறது. இதை இந்தச் சந்நிதியிலேயே உன் கழுத்தில் போடுவதுதான் பொருத்த மாயிருக்கும்” என்று கூறியவாறு அவன் அதை வள்ளியின் கழுத்தில் அணிவித்தபோது, மங்காவுக்கு ஆனந்தம் தாங்கவில்லை.

“அக்கா, இப்பத்தான் என் மனசு குளுந்தது. அக்கா, நீ என்னிக்கும் நல்லாருக்கணும்” என்று அவளைக் கட்டிக்கொண்டு கூத்தாடினாள்.

வள்ளியின் உணர்ச்சி வெள்ளம், அவள் விழிகளில் நீராய்ப் பொங்கி நின்றது. தூங்கா விளக்கின் அமைதியான ஒளியில் தெய்வீக சோபையுடன் பிரகாசித்த அவளது முகத்தை விம்மிதத்துடன் பார்த்தவாறு நின்றிருந்தான் குமரன்.

உரிமையுடன் வள்ளியின் வலக்கரத்தைப் பற்றி குமரனின் வலக் கரத்தோடு சேர்த்து வைத்தார் பூசாரி ... “கௌரியம்மன் சாட்சியா நீங்க ரெண்டு பேரும் கணவன் மனைவி ஆயிட்டீங்க. இனிமே எந்தச் சக்தியும் உங்களைப் பிரிச்சு வைக்க முடியாது. வாழ்க்கை யிலே எல்லா நன்மைகளையும் அடைஞ்சு நீங்க ரெண்டு பேரும் தீர்க்காயுசா அமோகமா வாழணும்” என்று வாயார வாழ்த்தினார் அவர்.

கணகணவென்று மணி ஒலித்தது. கூடவே கடகடவென்ற சிரிப்பொலிவும் கலந்து ஒலித்தது. அனைவரும் திகைப்புடன் அந்தப் பக்கம் திரும்பினர். மணிக்கம்பத்தின் அருகே நின்றிருந்தான் காளியண்ணன்.

32

அத்திமர மேட்டில் தன்னந்தனியே உட்கார்ந்திருந்தான் மாயாண்டி. உடும்புக் கொட்டகையில் அமைதி நிலவியிருந்தது. வழக்கமான நாலைந்து ட்ரிப்களுக்குப் பிறகு ட்ராலி ஒரு மணி நேரமாக நிலையிலேதான் நின்று கொண்டிருந்தது.

இரண்டு நாட்களாக மாயாண்டிக்கு அங்கேதான் டூட்டி 'காளியண்ணன் லீவு எடுத்திருந்தான். லீவு எடுப்பதற்கு முன்னால் அவன் மாயாண்டி யிடம் சொன்னான்... "மாயாண்டி, இன்னும் ரெண்டு மூணு நாளைக்கு உடும்புக் கொட்டகை வேலையெல்லாம் நீதான் கவனிச்சுக்கிடணும். வள்ளிக்குட்டி ஒரேடியா என்னைப் பிரிஞ்சு போயிடப் போகுதே. என்னோட அருமைத் தங்கச்சிக்கு என்னோட கடமையெல்லாம் செய்ய வேண்டாமா? புருஷனோட அதை அனுப்பி வைக்கிற விதமா அனுப்பி வைக்க வேண்டாமா? இந்த அண்ணன் எப்படிப்பட்டவன்னு வள்ளிக்குட்டி தெரிஞ் சுக்கணும் பாரு."

காளியண்ணன் உண்மையிலேயே அன்பு மிஞ் சிப் போய்த்தான். அவ்விதம் கூறினானா? அல்லது

உமாசந்திரன்

ஆத்திரம் தாங்காமல் கூறினானா?" மாயாண்டிக்கு ஒன்றும் புரியவில்லை.

இன்னொரு விஷயமும் மாயாண்டிக்குப் புரியாத புதிராகத்தானிருந்தது. உண்மையில் வள்ளியின் செயலை அவ்வளவு சுலபமாக காளியண்ணன் மன்னித்துவிட்டு எப்போதும் போல் சந்தோஷமாயிருக்க ஆரம்பித்துவிட்டானே, எப்படி அன்று கௌரியம்மன் கோவிலுக்கு எவ்வளவு ஆவேசத்துடன் சென்றான் என்பதை மாயாண்டி நேரில் பார்த்தவன் தானே. என்னோட பேச்சை மீறி ஏதாவது நடந்திருந்தா ரெண்டு பேரையும் அந்த எடத்திலேயே சமாதி வச்சிடுவேன் என்று காளியண்ணன் கூறிச் சென்றபோது அவன் தோற்றம் எவ்வளவு பயங்கரமாயிருந்தது. ஆனால் அங்கிருந்து அவர்களுடன் அவ்வளவு குதூகலமாகத் திரும்பி வந்தானே, எப்படி? எல்லாம் அந்தக் குமரய்யாவின் நல்ல குணத்தைக் கண்டுதான் அவன் மனம் அப்படி ஒரேயடியாக மாறிப் போய்விட்டதா? வேறு என்ன காரணம் இருக்க முடியும்?

கௌரியம்மன் கோயிலில் நடந்தவற்றையெல்லாம் மாயாண்டி மங்காவிடம் கேட்டுத் தெரிந்து கொண்டிருந்தான். "மாயாண்டி யண்ணே, கௌரியம்மன் சாட்சியா புருசன் மனைவியாயிட்ட அவங்க ரெண்டு பேரையும் எந்தச் சக்தியாலேயும் பிரிச்சு வைக்க முடியாதுன்னு சொல்லிப் பூசாரி அய்யா ஆசீர்வாதம் செய்து வாய் மூடவே, மணிச் சத்தத்தோட கடகடன்னு சிரிப்புச் சத்தத்தையும் கேட்டு நாங்க திகைச்சுப் போய்த் திரும்பிப் பார்த்தோம். மணிக் கம்பத்துக்கிட்டே வள்ளியண்ணன் நின்னுக்கிட்டிருந்ததைப் பார்த்ததும் எனக்கு மூச்சே நின்னிடும் போலே ஆயிடுச்சு. வள்ளியக்காவையும் அந்த அய்யாவையும் அது என்ன செய்யப் போகுதோன்னு நடுங்கிக்கிட்டுத்தான் நின்னுக்கிட்டிருந்தேன்."

"அப்புறம் என்ன நடந்தது மங்கா?" என்ற ஆவலுடன் கேட்டான் மாயாண்டி.

"வள்ளியண்ணன் முகத்திலே சிரிப்பு மாறலே. என் பக்கம் அது திரும்பிக்கூடப் பார்க்கலே. சிரிச்சுக்கிட்டே அவங்க ரெண்டு பேர்கிட்டேயும் வந்து நின்னுச்சு. ஆனா வள்ளியக்கா பயப்படலே. அதும் முகத்திலே கொஞ்சம் கூடக் கலவரம் தோணல்லே, 'அண்ணா, நீயும் என்னை ஆசீர்வாதம் செய் அண்ணா' அப்படின்னு சொல்லிக் கிட்டே அண்ணன் கால்லே விழுந்து கும்பிட்டிச்சு."

"வள்ளியைப் பத்தி நெனைக்க நெனைக்க எனக்கு எவ்வளவு பெருமையாயிருக்குத் தெரியுமா?" என்றான் மாயாண்டி தழுதழுப்புடன்.

முள்ளும் மலரும்

மங்கா தொடர்ந்து கூறினாள்..

"வள்ளியண்ணன் வாயிலேருந்து கோவமா ஒரு வார்த்தை கூட வரல்லே. "எழுந்திரு வள்ளிக்குட்டி, பூசாரி அய்யா செய்த ஆசீர்வாதத்தை விடவா நான் செய்திடப் போறேன்? நீயே உன் தலைவிதியைத் தீர்மானிச்சுக்கிட்டே அதுக்குக் குறுக்கே நிக்க நான் யாரு?" அவ்வளவுதான் சொல்லிச்சு. அப்புறம் குமரய்யாவைப் பார்த்துச் சிரிச்சுது."

"சிரிச்சுதா? எதுக்கு?"

"இந்தக் கேள்வியைக் குமரய்யா கேட்டதுக்கு வள்ளியண்ணன் என்ன பதில் சொல்லிச்சு தெரியுமா? 'ஐயா, நீங்க படிச்சவங்க, பெரிய குடும்பத்தைச் சேர்ந்தவங்க. ஆனா இப்போ கௌரியம்மன் சாட்சியா எனக்கு மாப்பிள்ளையாயிட்டீங்க. ஆனா நான் சாதாரண ஆளு. ஒத்தக்கையை இழந்த முடம்! உங்களை நான் மாப்பிள்ளைன்னு மொறை வச்சுக் கூப்பிட்டா ஊர்லே இருக்கிறவங்க சிரிக்க மாட்டாங்களா? அதை நெனைச்சுத்தான் எனக்கு சிரிப்பே தாங்கலே அப்படின்னு சொன்னதும் குமரய்யாவும் சிரிச்சாங்க."

"பரவாயில்ல காளி, நீ என்னை எப்படிக் கூப்பிட்டாலும் எனக்குச் சம்மதம் அப்படின்னு அவங்க சொன்ன உடனே வள்ளியண்ணனுக்கு உச்சி குளுந்து போயிருக்கணும். ஆனா மேலுக்குச் சொல்லிச்சு. நீங்க அப்படிச் சொன்னாலும் என் மனசு கேக்க வேண்டாமா? இன்னமும் நீங்க எனக்கு "சார்"தான். அந்த மொறை வெச்சுத்தான் இனிமேலும் நான் உங்களைக் கூப்பிட முடியும். உடும்புக் கொட்டகையிலே உங்களை மொகத்திலே அடிச்சாப்பாலே பேசியனுப்பினேனே. எதுக்குத் தெரியுமா சார்? இந்த வள்ளிக்குட்டி உங்களையே நெனைச்சு மாஞ்சு போறாளே, உங்க ரெண்டு பேர் மனசிலேயும் எவ்வளவு தூரத்துக்கு உறுதி இருக்குன்னு பாக்கத்தான்! இவ்வளவு உறுதியாயிருக்கறவங்களைப் பிரிச்சு வைக்க நான் யாரு? கௌரியம்மன் ரொம்பவும் சக்தியுள்ள தெய்வம்னு சொல்லுவாங்க. எனக்கு அதிலே எல்லாம் அவ்வளவா நம்பிக்கை இல்லாமே இருந்திச்சு. ஆனா இப்ப புரிஞ்சுகிட்டேன். கௌரியம்மன் உண்மையிலேயே சக்தியுள்ள தெய்வம்தான். அந்த சக்திதான் நம்மை இப்படியெல்லாம் ஆட்டி வைக்குது. அதுக்குத் தலைவணங்கித்தானே தீரணும்!' மெய்யாவே சொல்லறேன் மாயாண்டியண்ணே, வள்ளியண்ணன் வெறைப்போ, மொறைப்போ இல்லாமே அவ்வளவு படிமானமா அடக்கமாப் பேசி நான் என்னிக்குமே கேட்டதில்லே!" என்றாள் மங்கா.

மாயாண்டி பெருமூச்செறிந்தான். "மங்கா, ஒவ்வொரு சமயம் அங்கி எனக்குச் செய்திட்டுப் போன துரோகத்தை நெனைச்சு எனக்கு ஆங்காரமும் அழுகையும் வரும். ஆனா இந்த ஒரு விஷயத்துக்காக அவளை தெய்வமாகக் கொண்டாடத் தோணுது. அவ அப்படி எனக்குத் துரோகம் செய்திட்டுப் போயிருக்கலேன்னா வள்ளிக்கு அவ மனசுப் போலே மாங்கல்யம் கிடைச்சிருக்குமா?" என்றான் தழுதழுப்புடன்.

"கௌரியம்மன் கோயில்லேருந்து அன்னிக்கு எல்லாருமா சேர்ந்து தான் திரும்பி வந்தோம். வழியெல்லாம் வள்ளியண்ணன் ஒரே உற்சாகமாகத்தான் பேசிக்கிட்டு வந்திச்சு. தன்னை மீறி வள்ளியக்கா இப்படிச் செய்திருச்சேங்கற கோவம் அதும் மனசிலே இருக்கிறதாவே தெரியலே" என்றாள் மங்கா.

"அன்னிக்கு ராத்திரி உங்க வீட்டு விருந்து சாப்பாட்டுக்கு நானும் வந்திருந்தேனே. தங்கச்சிக்காகப் பரிஞ்சு காளியண்ணன் ஒண்ணொண்ணும் செய்யறதைப் பாத்து நானே பிரமிச்சுப் போயிட்டேன். கூடப் பிறந்த பாசம் எங்கே போயிடும்? தான் ஆடாட்டாலும் தன் சதை ஆடும்னு சும்மாவா சொல்லியிருக்காங்க" என்றான் மாயாண்டி.

அன்று விருந்துச் சாப்பாடு முடிந்த பிறகு காளியண்ணன், தான் லீவு எடுத்திருக்கும் விஷயத்தைச் சொல்லி அந்த நாட்களில் உடும்புக் கொட்டகை வேலையைக் கவனிக்கும்படி மாயாண்டியைக் கேட்டுக் கொண்டான். ஆனால் ஏதோ ஓர் அர்த்தமில்லாத சந்தேகம் மாயாண்டியின் மனத்தில் மீண்டும் மீண்டும் தலைதூக்கி வேதனை செய்து கொண்டிருந்தது. காளியண்ணன் உண்மையிலேயே அவ்வளவு சாத்வீகமாக நடந்து கொண்டானா, அல்லது அவ்வளவும் தன்னுடைய பிரமைதானா? சட்டென்று தன்னைத்தானே மண்டையில் குட்டிக் கொண்டான் மாயாண்டி. "டேய் மாயாண்டி அசட்டு எண்ணம்டா இது. அங்கி உன்னை மோசம் செய்திட்டுப் போயிட்டான்னா, அதுக்காக எதிலேயும் நம்பிக்கை இல்லாமப் போயிடணுமா? உனக்கு வேண்டாததுக்கெல்லாம் இதென்னடா வீண் சந்தேகம்?"

இந்த இரண்டு நாட்களாக மாயாண்டி டூட்டி முடிந்ததும் வள்ளியின் வீட்டுக்குச் செல்லும் வழக்கத்தை மேற்கொண்டிருந்தான். தங்கையை ஒரேயடியாகப் பிரிந்துவிடப் போகிறோம் என்ற துன்பத்தை மறப்பதற்காக காளியண்ணன் எப்படியெல்லாம் வள்ளியைச் சந்தோஷப்படுத்தப் பாடுபட்டு வந்தான் என்பதை அஞ்சலையத்தை அவனுக்குக் கதை கதையாகக் கூறி வந்தாள்.

“காளித் தம்பி மொரடுன்னு பேரே தவிர அதும் மனசிலே வஞ்சனையே கிடையாது. நடந்ததென்னமோ நடந்து போச்சு. அதைப் பத்தி அதுக்குச் சம்மதம் இருக்கோ இல்லையோ, அதைத் தன்னாலே மாத்த முடியாதுங்கற வரைக்கும் காளித் தம்பிக்குப் புரிஞ்சு போச்சு. வள்ளி எப்போதும் நம்ம வீட்டிலேயே இருக்கணும்னா நடக்குமா? என்னிக்கு இருந்தாலும் புருஷனோட போய் வாழ வேண்டிய பொண்ணுதானே, அது செய்த பூஜைக்கும் பிரார்த்தனைகளுக்கும் தகுந்தபடி கௌரித்தாயார் கண் திறந்திட்டா. இனிமே இங்கே இருக்கிற ரெண்டு மூணு நாளைக்காவது தங்கச்சியைச் சிரிச்ச முகத்தோட பாக்கணும்னு அண்ணனுக்குத் தோணாம இருக்குமா? ஓடியாடி ஒண்ணுமாத்தி ஒண்ணு வள்ளிக்காகப் பரிஞ்சு செஞ் சிக்கிட்டிருக்கு.”

“ஆனால் இதெல்லாம் உண்மைதானா? அல்லது எரிமலையைப் பனி மூடியிருக்குமென்று சொல்வார்களே, அம்மாதிரியானதொரு பொய்த் தோற்றம்தானா?”

“பாத்தயா , பாத்தயா, டேய் மாயாண்டி, இந்தச் சந்தேகப் புழுவை உன் மனசிலேருந்து தோண்டியெடுத்து வெளியிலே வீசிறியெறிய மாட்டே நீ?” மாயாண்டி மறுபடியும் தன்னைத் தானே மண்டையில் குட்டிக் கொண்டான்.

இலாகா அதிகாரிகளின் அனுமதியுடன் அந்த இரண்டு நாட்களாக அணைக்கட்டு வீட்டில்தான் தங்கியிருந்தான் குமரன். மறுநாள் அவன் அங்கிருந்து வள்ளியையும் அழைத்துக் கொண்டு புறப்பட்டுப் போவதாக ஏற்பாடாகியிருந்தது. பவர் ஹவுசில் எஞ்சினியரராயிருந்தவர் குமரனுக்குப் பழக்கமானவர். குமரனுடைய கொள்கைகளில் அனுதாபம் உள்ளவர். குமரன், வள்ளியை வாழ்க்கைத் துணைவியாக அடைந்ததைப் பற்றி அவருக்கு ஒரே சந்தோஷம். அதைக் கொண்டாடுவதற்காக பவர் ஹவுஸ் பகுதியிலுள்ள தமது வீட்டில் இருவரையும் விருந்துக்கு அழைத்திருந்தார். இந்த சமாசாரத்தைக் காளியண்ணன்தான் மாயாண்டிக்குத் தெரிவித்திருந்தான்.

“பதினோரு மணிக்கு அவங்க ரெண்டு பேரும் பவர் ஹவுஸுக்கு இறங்கிப் போகணும். அவங்களை வழியனுப்பறதுக்கு நானும் வரப் போறேன். என் கையாலேதான் அவங்களை இறக்கியனுப்பப் போறேன்” என்று கூறியிருந்தான்.

மாயாண்டி சூரியனைப் பார்த்தான். மணி பதினொன்றரையை நெருங்கிக் கொண்டிருக்கும் போலிருந்தது. ஆயிற்று, இன்னும்

சற்று நேரத்தில் அவர்கள் வந்துவிடுவார்கள். அத்திமர மேட்டில் உட்கார்ந்திருப்பதைவிட உடும்புக் கொட்டகையிலேயே போய் உட்கார்ந்தாலென்ன?

உடும்புக் கொட்டகைக்குப் போவதற்காக மாயாண்டி திரும்பியபோது காளியண்ணன் மட்டும் தனியே வேகமாக வந்து கொண்டிருப்பது தெரிந்தது. மாயாண்டி திகைத்தான். ஏன் இவன் மட்டும் வருகிறான்? அவர்கள் வரப்போவதில்லையா?

"மாயாண்டி, உனக்கு ஒரு அவசர வேலை இருக்கு. நீ உடனே பவர்ஹவுஸுக்குப் போயாகணும்" என்று கூறிக் கொண்டே அருகில் வந்தான் காளியண்ணன்.

"பவர் ஹவுஸ்க்கா?"

"ஆமாம். அவங்க ரெண்டு பேரும் வர்றதுக்குக் கொஞ்சம் நேரமாகும்னு பவர் ஹவுஸ் எஞ்சினிரய்யாகிட்டே தகவல் சொல்லணும். முன்னே இங்கே சபேசய்யான்னு இருந்தாரில்லே, அவரும் அவர் சம்சாரமும் பட்டணத்திலேருந்து இன்னிக்கு வரப் போறதா தந்தி குடுத்திருக்காங்களாம். அவங்க வரும்போது யாரும் இல்லேன்னா நல்லாயிருக்காதே. அரை மணி நேரம் அவங்களுக்காகக் காத்திருந்திட்டு அப்புறம் வந்திடறதாக நம்ம மாப்பிள்ளை ஐயா சொல்லிச்சு" என்றான் காளியண்ணன்.

"இந்தத் தகவலை பவர்ஹவுஸ் எஞ்சினியரய்யாகிட்டே சொல்லணுமா?"

"ஆமாம் மாயாண்டி, நீ உடனே ட்ராலியிலே புறப்பட்டுப் போயிடு. நீ அங்கே போய்ச் சேர்ந்ததும் நான் ட்ராலியை மேலே திருப்பிக்கிறேன்" என்றான் காளியண்ணன். மாயாண்டி தாமதிக்காமல் விரைந்து சென்று ட்ராலியில் உட்கார்ந்து கொண்டான். காளியண்ணன் உடும்புக் கொட்டகைக்குள் சென்று விசையை அழுத்தியதும், ட்ராலி கீழ்நோக்கி மெதுவாக ஊர்ந்து செல்ல ஆரம்பித்தது.

காளியண்ணன் தனக்குள்ளேயே சிரித்துக் கொண்டான். போ மாயாண்டி, உன்னை அனுப்ப நல்ல சாக்கு அகப்பட்டது. இதுவும் நல்லதுக்குத்தான். நீ இங்கேயே இருந்தா என் வேலை எப்படி நடக்கும்? என்று தனக்குத்தானே பேசிக் கொண்டான்.

"ட்ராலியை ஏன் கீழே அனுப்பிச்சிட்டே வள்ளியண்ணே?" என்று கேட்டுக் கொண்டே அங்கு வந்தாள் மங்கா.

"நீ எதுக்கு இங்கே வந்தே புள்ளே?" என்றான் காளி சற்று

முள்ளும் மலரும்

எரிச்சலுடன். "வள்ளியண்ணே" என்று அவள், அவனை அழைக்கும் வழக்கத்தை இன்னும் மாற்றிக் கொள்ளாதிருந்ததற்கு மட்டுமல்ல, அந்நேரத்துக்கு அவள் திடுதிப்பென்று வந்து முளைத்ததையும் நினைத்துத்தான்.

"நான் வந்தது இருக்கட்டும். மாயாண்டி அண்ணனா ட்ராலியிலே பவர்ஹவுஸுக்குப் போகுது?" என்று கேட்டாள் மங்கா.

"ஆமாம். அந்த எஞ்சினியரய்யா எவ்வளவு நேரம் காத்திருப்பாரு பாவம். அவங்க ரெண்டு பேரும் கொஞ்சம் நேரம் பொறுத்துத்தான் வருவாங்கன்னு அவருக்குத் தெரிவிக்க வேண்டாமா? ஆமாம். நீ எங்கே வந்தே?"

"கொட்டகைத் தோட்டத்திலே தக்காளியெல்லாம் பழுத்து வீணாய்க்கிட்டிருக்கே, பறிச்சுக்கிட்டு வரச் சொல்லி அத்தை அனுப்பிச்சுது. அப்படியே அவங்க ரெண்டு பேரும் அங்கேருந்து பவர்ஹவுஸுக்குப் போறதையும் பாத்திட்டுப் போகலாமே."

"அதுவரைக்கும் நீ இங்கே காத்திருக்க வேண்டியதில்லே. தக்காளியைப் பறிச்சுக்கிட்டு வீட்டுக்குப் போயிடு.." காளியண்ணனின் குரலில் கடுமை தொனித்தது.

"அதுக்கு நீ ஏன் இப்படிச் சீறறே? எங்க வள்ளியக்காவுக்குக் கல்யாண ஊர்கோலம் எதுவும் நடத்திப் பாக்காட்டாலும் ட்ராலியிலே அவங்க ரெண்டு பேரும் ஒண்ணாப் போறதையாவது நான் பாக்க வேண்டாமா?" என்று கூறியவாறே தோட்டத்தை நோக்கி விரைந்தாள் மங்கா.

காளியண்ணன் தனக்குத்தானே சிரித்துக் கொண்டான். "ஆமாம், கலியாண ஊர்கோலம். கலியாண ஊர்கோலம்!" என்று சொல்லிப் பார்த்தவாறு மீண்டும் சிரித்துக் கொண்டான். ட்ராலி, பவர்ஹவுஸ் நிலையை எட்டி விட்டதைக் குறிக்கும், மணி ஒலித்தது. ட்ராலி மேலே வருவதற்கான விசையை அழுத்தி விட்டுக் காளியண்ணன் ஒரு பக்கமாக உட்கார்ந்தான். உருக்குக் கயிறு ஒரே சீராக உருளையில் வந்து சுற்றிக் கொண்டிருந்தது. அதற்கு ஆதாரமாக ஒன்றையொன்று கவ்விக் கடித்துக்கொண்டு சுழன்று கொண்டிருந்த பல் சக்கரங்களையே கண்ணிமைக்காமல் பார்த்தவாறு உட்கார்ந்திருந்தான் காளி. உடும்புச் சக்கரங்கள் என்று அவற்றுக்குப் பெயர் வைத்தது எவ்வளவு பொருத்தம் அவற்றின் உடும்புப் பிடி சற்றுத் தளர்ந்தால் என்ன ஆகும் என்று வள்ளிக்கு ஒரு தடவை விளக்கியது காளியண்ணனின் நினைவுத் தளத்தில் ஒலித்தது.

"என்ன ஆகுமா? உருளையிலே சுத்தியிருக்கிற உருக்குக்கயிறு பொல பொலன்னு அவுத்துக்கும். சரிவுத் தண்டவாளத்திலே ஓடிக்கிட்டிருக்கற ட்ராலி வண்டி தறிகெட்டு ஓடி அதலபாதாளத்துப் பாறையிலே மோதித் தூள் தூளாயிடும்!"

காளியண்ணன் சிரித்துக் கொண்டான். "கலியாண ஊர்கோலம், கலியாண ஊர்கோலம்" என்று அவன் வாய் முணுமுணுத்தது.

ட்ராலி நிலைக்கு வந்து நின்றது. விசையை நிறுத்திய காளியண்ணன் எழுந்து சென்று ட்ராலிக்குத் தடுப்பாக இரண்டு கட்டைகளைத் தண்டவாளத்தில் வைத்துவிட்டுத் திரும்பி வந்தான். சட்டென்று அவனது ஒற்றைக் கை வேகமாக இயங்கத் துவங்கியது. உருளைத் தண்டைப் பல் சக்கரங்களின் அச்சுடன் பிணைத்திருந்த காப்பு வளையத்தின் மரைகளை அவன் அதற்குரிய கருவியால் வேகமாகத் தளர்த்தி அகற்றினான். காப்பு வளையம் மட்டும்தான் இப்போது இரண்டு அச்சுக்களையும் பொருத்தி வைக்கும் பிணைப்பாக மிஞ்சி நின்றது. குரூரமாக அதைப் பார்த்துச் சிரித்துக் கொண்ட காளி, கழற்றிய மறைகளை ஒரு பக்கமாக ஒதுக்கித் தள்ளினான். பின்பு சாவதானமாக ஒரு பீடியைப் பற்ற வைத்துக் கொண்டு வெளியே சென்று அத்திமர மேட்டின் மீது உட்கார்ந்து கொண்டான்.

33

கொட்டகைத் தோட்டத்திலிருந்து கூடை நிறையத் தக்காளிப் பழங்களைப் பறித்து நிரப்பி ஒரு பக்கமாக வைத்துவிட்டுக் காளியண்ணனின் அருகே வந்து நின்றாள் மங்கா.

எங்கேயோ பார்த்தவாறு காளியண்ணன் கேட்டான்... "கலியாண ஊர்கோலத்தைப் பாக்கத்தான் காத்திருக்கேல்லே?"

"பார்க்கக் குடுத்து வைக்கணுமே! எங்க வள்ளியக்கா மனசு போலே அவளுக்கு மாங்கலியம் கிடைச்சும் கலியாண ஊர்கோலம் நடத்திப் பாக்கலையேங்கற கொறை எனக்கு இருக்காதா?"

"அந்தக் கொறையை இப்பத் தீத்துக்கப் போறே அப்படித்தானே? நல்லாத் தீத்துக்க, நல்லாத் தீத்துக்க."

மங்கா கலகலவென்று சிரித்தாள்.

"புதுமாதிரியான ஊர்கோலமாத்தான் இருக்கும் இது."

"ஆமாம். கலியாணமே புது மாதிரியாத்தானே நடந்திச்சு. ஊர்கோலமும் புதுமாதிரியாத்தானே இருக்கணும்!" என்றான் காளி.

"நான் ஒண்ணு செய்யட்டுமா?"

"என்ன செய்யப்போறே?"

"அந்த ஊர்கோல ட்ராலிக்குப் பூமாலைத் தோரணம் கட்டணும்னு தோணுது."

"கட்டேன்."

சரசரவென்று மங்கா அங்கங்கே மரம் செடிகளில் பூத்திருந்த மலர்களையும் இலைகளையும் பறித்துச் சில நிமிஷங்களுக்குள்ளேயே ஒரு பூமாலைத் தோரணத்தைக் கட்டியெடுத்து வந்துவிட்டாள். சரிவில் இறங்கிச் சென்று ட்ராலி முகப்பில் எடுப்பாக அதைக் கட்டிவிட்டு வந்ததும் அவள் மகிழ்ச்சியுடன் அதன் அழகைப் பார்த்துக் கைகொட்டினாள்.

"எப்படி இருக்கு இப்போ ?"

"கண்கொள்ளாக் காட்சியாயிருக்கு."

"ட்ராலிக்கே ஒரு கலியாணக் களை வந்திடலே?"

"பொருத்தமான களை."

சட்டென்று மங்கா, காளியண்ணன் பக்கம் திரும்பினாள். காளியண்ணன் வேறெங்கோ சூனியத்தைப் பார்த்துக் கொண்டு உட்கார்ந்திருந்தான்.

"அட, ஏன் எங்கேயோ பார்த்துக்கிட்டிருக்கே? ட்ராலிக்கு நான் செய்திருக்கற அலங்காரத்தைத்தான் பாரேன்?"

"இப்ப என்ன நமக்கா கலியாண ஊர்கோலம்!" என்றான் காளி வறண்ட சிரிப்புடன்.

"மூஞ்சியைப் பாரு" என்ற முகத்தைத் தோளில் இடித்துக் கொண்டாள் மங்கா. பின்பு ஒரு பெருமூச்சுடன் கேட்டாள்... "ஏய்யா, வள்ளியக்கா நம்மையெல்லாம் விட்டுப் போயிடப் போகுதேன்னு நெனைச்சா இப்படிப் பித்துப் பிடிச்சாப்பாலே உக்காந்திருக்கே?"

காளியண்ணன் ஒரு பதிலேதும் சொல்லவில்லை.

"அந்த வருத்தம் எனக்கு மட்டும் இல்லையாய்யா? ஆனா, அதைப் பாராட்டிக்கிட்டிருக்க இதுவா நேரம்? நாம சந்தோசமா அவங்களை வழியனுப்பினாத்தானே வள்ளியக்கா சந்தோசமாயிருக்கும்!"

"சந்தோஷமாத்தான் வழியனுப்பப் போறேன்."

"அதைக் கொஞ்சம் சிரிச்ச மொகத்தோட தான் சொல்லேன்."

"சிரிக்கற நேரம் இன்னும் வரலியே."

"என்னய்யா நீ? புதிர் போடறாப்பலே பேசினா எனக்குப் புடிக்காது தெரியுமில்லே?"

"அவங்களை வழியனுப்பும்போதுதானே சிரிக்கணும். இப்போ சிரிச்சிட்டா அப்போ பாக்கி இருக்காதே."

மங்கா அவனைக் கனிவுடன் பார்த்தாள்.

"விசித்திரமான ஆளய்யா நீ. உன்னை மொரடு மொரடுன்னு எல்லாரும் சொல்றாங்களே, உனக்கு எவ்வளவு எளகின மனசு இருக்குன்னு தெரிஞ்சா அப்படிச் சொல்லுவாங்களா? உன் பேச்சை மதிக்காமே தங்கச்சி நடந்துக்கிட்டதைப் பத்தி நீ கொஞ்சம் கூடக் கோவப்படலே. அது உன்னைப் பிரிஞ்சு போயிடப் போகுதுன்னு தவியாய்த் தவிக்கப் போறே."

"என் தவிப்புக்கெல்லாம் சீக்கிரமே முடிவு வரத்தான் போகுது" என்றான் காளி வெறித்த நோக்குடன் சூனியத்தைப் பார்த்தவாறு.

"போய்யா, உன் வருத்தமும் நீயும். எதுக்கய்யா வருத்தப்படணும்? உன் தங்கச்சி எங்கேயாவது காட்டுக்கா போயிடப் போகுது? தெய்வம் மாதிரி ஒரு புருசனோடு சீரும் சிறப்புமா வாழப் போகுது. அதை நெனைச்சு சந்தோஷப்படறதுக்கில்லாமே, வேண்டாததை யெல்லாம் நெனைச்சு ஏன்ய்யா மனசைக் கெடுத்துக்கிடணும்? எனக்கு இப்படியெல்லாம் வருத்தப்படத் தெரியாதய்யா! வள்ளியக்காவைப் பிரியும்போது என் கண்ணிலே சொட்டுக் கண்ணீர்கூட வராது. சிரிப்பைத் தவிர வேறெதையும் வள்ளி அக்கா என் மொகத்திலே பாக்க முடியாது." இவ்வாறு குதூகலமாகக் கூறிக் கொண்டே மங்கா மீண்டும் மாலைத் தோரணங்களால் அலங்கரிக்கப்பட்டிருந்த ட்ராலியைப் பார்த்தாள்.

"அந்த ட்ராலியைப் பாத்தாலே ஆனந்தமாயிருக்கு! அவங்க ரெண்டு பேரும் அதிலே உக்காந்து போறதைப் பாத்தா இன்னும் எவ்வளவு ஆனந்தமாயிருக்கும்!" என்றாள் மகிழ்ச்சிப் பெருக்கில் பூரிப்புடன் சிரித்தவாறு.

"ஆமாம். கலியாண ஊர்கோலம், கலியாண ஊர்கோலம்" என்று சிரித்தான் காளியண்ணன்.

"ஆ... இப்பத்தான்ய்யா நல்லாயிருக்கு. நல்லா மனம் விட்டுச் சிரிய்யா" என்றாள் மங்கா.

ஜீப் வரும் சத்தம் கேட்டது. குமரனே ஜீப்பை ஓட்டிக்கொண்டு வந்து அத்திமர மேட்டருகே நிறுத்தினான். பூரிப்பே உருவாக வள்ளி மட்டும் அவனருகே உட்கார்ந்திருந்தாள்.

"அவர்கள் இன்னும் வரவில்லை. சீக்கிரமே வந்துவிட்டால் அவர்களை பவர் ஹவுஸ்க்கே வரச் சொல்லும்படி காவல்கார ஆளிடம் சொல்லிவிட்டு வந்துவிட்டோம்" என்று கூறிக்கொண்டே ஜீப்பிலிருந்து இறங்கிய குமரன், வள்ளி இறங்குவதற்கு உதவி செய்தான். புதுப் பட்டாடை உடுத்தி இன்ப வடிவமாகக் காட்சியளித்தாள் வள்ளி. அவளது வாழ்வின் பொக்கிஷமான கழுத்தாரம் அவளது கழுத்தில் துலங்கிக் கொண்டிருந்தது.

"அக்கா, உனக்கு ஆரத்தியெடுத்து திருஷ்டி சுத்திக் கொட்டணும் போலே இருக்கு" என்று குதூகலத்துடன் கூறிக்கொண்டே அவளைக் கட்டி முத்தமிட்டாள் மங்கா.

வள்ளி, காளியண்ணனைப் பரிவுடன் பார்த்தாள். "ஏண்ணா, உனக்குத்தான் டூட்டி இல்லையே, எங்களை வழியனுப்பறதுக்காக நீ வரணுமா?" என்றாள்.

"இதை விட சந்தோஷமான வேலை எனக்கு வேறென்ன இருக்க முடியும் வள்ளிக்குட்டி?" என்றான் காளியண்ணன்.

"அந்த சந்தோஷத்தை மொகத்திலேயும் தான் கொஞ்சம் காட்டேன்!" என்றாள் மங்கா.

"பாவம், என்னைப் பிரியணுமேன்னு நெனைச்சு அண்ணன் ஒரேயடியா மாஞ்சு போகுது. வள்ளிக்குட்டின்னா உசிராச்சே அதுக்கு. நான் எல்லாவிதத்திலேயும் அதிர்ஷ்டசாலி" என்று தழுதழுப்புடன் கூறிய வள்ளி கண்களைத் துடைத்துக் கொண்டாள்.

"காளி, நேரமாகிவிட்டது. கீழே அவர்கள் காத்திருப்பார்கள். நாங்கள் சீக்கிரம் இங்கிருந்து புறப்படுகிறோம்" என்று கூறியவாறு ட்ராலிப் பக்கம் திரும்பிய குமரன், "அடடே ட்ராலிக்கு இந்த அலங்காரமெல்லாம் யாரு செய்தாங்க" என்றான் வியப்புடன்.

"அதெல்லாம் நான் தான் கட்டினேன் வள்ளியக்கா. உனக்குப் பூன்னா ரொம்பப் புடிக்குமே!" என்று சிரித்தாள் மங்கா.

முள்ளும் மலரும்

"மங்கா, மங்கா! உனக்குத்தான் என் மேலே எவ்வளவு ஆசை!" என்று அவளைக் கட்டிக் கொண்டாள் வள்ளி.

"கலியாண ஊர்கோலம் கலியாண ஊர்கோலம்!" என்று தனக்குத் தானே கூறிக்கொண்டு சிரித்தவாறு ட்ராலியின் தடுப்புக் கட்டைகளை அகற்றிவிட்டு உடும்புக் கொட்டகையை நோக்கி விரைந்தான் காளியண்ணன்.

வள்ளியும், குமரனும் ட்ராலியில் அமர்ந்ததும் உடும்புக் கொட்டகையில் மணி ஒலித்தது. காளியண்ணன் விசையை அழுத்தியதும் ட்ராலி மெதுவாக நகர ஆரம்பித்தது. உவகை பொங்கும் நெஞ்சுடன் அந்தக் காட்சியைப் பார்த்தவாறு நின்றிருந்தாள் மங்கா. ஒரு வளைவில் திரும்பி ட்ராலி கண்ணுக்கு மறையும் வரை அந்த இடத்தை விட்டு அவள் அசையவில்லை.

திடீரென்று உடும்புக் கொட்டகையிலிருந்து அதென்ன சத்தம்? 'மடேர், மடேர்' என்று சம்மட்டியால் எதையோ அடிக்கும் சத்தம் திடுக்கிட்டாள் மங்கா. "வள்ளியண்ணே! வள்ளியண்ணே" என்று கத்திக் கொண்டே உடும்புக் கொட்டகையை நோக்கி ஓடினாள். அங்கே அவள் கண்ட காட்சி அவளைத் திகைத்து நிற்கச் செய்தது.

காளியண்ணன் ஒற்றைக்கையில் பிடித்த சம்மட்டியால் ஓங்கி ஓங்கிக் காப்பு வளையத்தைத் தாக்கிக் கொண்டிருந்தான்.

"வள்ளியண்ணே ... இதென்ன ... இதென்ன" என்று கத்தினாள் மங்கா.

"சிரிக்கிற நேரம் வந்திடுச்சு மங்கா, சிரிக்கற நேரம் வந்திடுச்சு" என்ற அட்டகாசமாகச் சிரித்துக் கொண்டே சம்மட்டியால் ஓங்கி ஓங்கி அடித்தான் காளியண்ணன்.

காப்பு வளையம் சட்டென்று கழன்று ஒதுங்கியது. பிடிப்பு நீங்கிய உருளை வேகமாகச் சுழன்றது. பொலபொலவென்று கட்டவிழ்ந்த உருக்குக் கயிறு கனவேகமாக கீழ் நோக்கிப் பாய ஆரம்பித்தது. எக்காளமிட்டுச் சிரித்த காளியண்ணன் சம்மட்டியை ஒரு பக்கமாக வீசியெறிந்தான்.

விசையருகே சிவப்பு விளக்கு எரிந்ததை மங்கா திகைப்புடன் பார்த்தாள். உருளையின் சுழற்சியைப் பார்த்தாள். உருக்குக் கயிற்றின் அசுர வேகத்தைப் பார்த்தாள். எல்லாவற்றுக்கும் மேல் காளியண்ணனின் அந்தக் கோரச் சிரிப்பு!

"வள்ளியண்ணே.... என்ன செய்திட்டே! ஒரேயடியா அவங்களை வழியனுப்பத்தான் திட்டம் போட்டிருக்கியா?" என்று கூச்சலிட்டாள்.

"கலியாண ஊர்கோலம். அருமைத் தங்கச்சிக்கு அழகான ஊர்கோலம்!" என்று வெறிச் சிரிப்புச் சிரித்தான் காளியண்ணன்.

"ஐயோ, அதை நிறுத்திடு, நிறுத்திடு!" என்று திகிலுடன் கூவியவாறு வேகமாக வழிந்து செல்லும் உருக்குக் கயிற்றைக் காட்டினாள் மங்கா.

"அதை நிறுத்த முடியாது மங்கா! யாராலேயும் நிறுத்த முடியாது. அவங்க தலைவிதியை இனிமே யாராலேயும் தடுக்க முடியாது!" என்று கத்தினான் காளி.

"இல்லை, இல்லை. அதற்கு ஒருநாளும் விட மாட்டேன். ஒரு நாளும் விடமாட்டேன்" என்று பதறிய மங்கா முன்னே பாய்ந்து உருக்குக் கயிற்றை இருகைகளாலும் பிடித்து இழுக்க முயன்றாள்.

யமபாசம் போல் உருக்குக் கயிறு அவள் கைகளை அறுத்துக் கொண்டு பாய்ந்தது. கைகளிலிருந்து உதிரம் பீறிட்டது.

"மங்கா, விட்டுடு. உன்னாலே முடியாது. அது உன்னையே இழுத்திடும்."

"பாவி, என் உயிரே போனாலும் சரி. இதை நிறுத்தாம விடமாட்டேன!" என்று கத்திய மங்கா உருக்குக் கயிற்றுக்கும் உருளைக்கும் குறுக்கே பாய்ந்தாள். உருக்குக் கயிற்றின் வேகம் அவளையும் சேர்த்து இழுத்து உருளையோடு மோதியது. "வள்ளியக்கா, வள்ளியக்கா" என்ற ஓலம் மங்காவின் நெஞ்சிலிருந்து எழுந்தது.

"ஐயோ மங்கா, என்ன காரியம் செய்திட்டே!" என்று அலறிய காளி தானும் அவளை விடுவிப்பதற்காகப் பாய்ந்தான். உருக்குக் கயிறு அவனையும் சேர்த்து இழுத்து உருளையில் மோதியது.

"மங்கா. மங்கா" என்று கதறியவாறு அவள் உடலைத் தழுவினான் காளி.

கட்டவிழ்ந்த உருளை, அந்த இரு உடல்களில் தடைப்பட்டு மேலே சுழல முடியாமல் தட்டென்று நின்றது. அதேசமயம். இங்கு ஓடி வந்தனர் சபேசனும், கனகாவும்.

முள்ளும் மலரும்

"ஐயோ இதென்ன!" என்று கத்தினாள் கனகா.

சபேசன் திகைப்புடன் சுற்றும்முற்றும் பார்த்தான். விசையருகே சிவப்பு விளக்கு எரிந்து கொண்டிருந்தது. நொடிப் பொழுதில் நிலைமையைப் புரிந்து கொண்ட சபேசன், சுழன்று ஒதுங்கியிருந்த காப்பு வளையத்தைத் சம்மட்டியால் அடித்து உருளையுடன் பொருத்தினான். மறைகளைத் தேடியெடுத்துக் காப்பு வளையத்தில் வைத்து முடுக்கிச் சரி செய்தான்.

உருக்குக் கயிற்றைப் பின்னுக்கு இழுக்கும் விசையை அழுத்தியதும் உருக்குக் கயிறு மெதுவாய்ச் செல்ல அதன் அசுர அணைப்பில் சிக்கிய இருவரது உடல்களும் மெதுவாக விடுபட்டன. சபேசனும், கனகாவும் அந்த உடல்களைத் தாங்கிச் சென்று ஒரு பக்கமாகத் தரையில் கிடத்தினர்.

"எப்படி இந்த விபத்து நேர்ந்ததென்று தெரியவில்லையே" என்று பதறினாள் கனகா.

"விபத்து இல்லை கனகா, காளியண்ணனின் பழிவாங்கும் திட்டம் தான் இந்த விபத்தில் வந்து முடிந்திருக்கிறது" என்றான் சபேசன்.

"இருவருக்கும் இன்னும் மூச்சு வந்து கொண்டிருக்கிறது" என்றாள் கனகா.

ஒரு மூலையிலிருந்து வாளித் தண்ணீரையெடுத்து இருவர் முகத்திலும் தெளித்தான் சபேசன்.

அதேசமயம், "என்ன நடந்தது?" என்ற கூச்சலுடன் பரபரப்பும் திகிலுமே உருவாகக் குமரனும், வள்ளியும் உள்ளே ஓடிவந்தனர்,

கீழே கிடத்தப்பட்டிருந்து இருவரது உடல்களையும் பார்த்ததும் வள்ளி, "ஐயோ அண்ணா, மங்கா, ஏன் இப்படி?" என்று கூறிக்கொண்டே அவர்களருகே குனிந்தாள்.

குமரன் திகைப்புடன் கூறினான்:

"ஒன்றுமே புரியவில்லை! முதலில் சில நிமிஷங்களுக்கு ட்ராலி சாதாரண வேகத்துடன்தான் போய்க்கொண்டிருந்தது. திடீரென்று கட்டவிழ்த்துக் கொண்டதுபோல் கீழ் நோக்கிப் பாய ஆரம்பித்தது. எங்கள் முடிவு காலம் வந்துவிட்டதென்றே நினைத்துக் கொண்டோம். ஏதாவது பாறையில் மோதிச் சிதறிப் போக வேண்டியதுதான் என்ற திகிலுடன் ஒருவரையொருவர்

கட்டிப் பிடித்துக் கொண்டோம். ட்ராலி அச்சுப் போட்டாற்போல் நின்று விட்டதும்தான் எங்களுக்கு உயிர் வந்தது. கீழே குதிக்க வசதியில்லாமல் உயிரைக் கையில் பிடித்துக்கொண்டு ட்ராலி யிலேயே உட்கார்ந்திருந்தோம். பின்புதான் ட்ராலி மெதுவாக மேல் நோக்கி நகர ஆரம்பித்தது. திடீரென்று கோளாறு எதையோ காளியண்ணன் சாமர்த்தியமாகச் சமாளித்து எங்களைக் காப்பாற்றி விட்டான் என்ற மகிழ்ச்சியுடன் மேலே வந்து சேர்ந்தோம். ஆனால் இங்கே வந்து பார்த்தால்..."

"அண்ணா. மங்கா கண்ணைத் திறந்து என்னைப் பார்க்க மாட்டீங்களா?" என்று கண்ணீர் பெருக்கிக் கதறிக் கொண்டிருந்தாள் வள்ளி.

அவளுடைய கதறல் காளியண்ணனின் செவிகளில் தாக்கியது போலும் மெதுவாக அவன் கண்களைத் திறந்து சுற்றும் முற்றும் பார்த்தான். அவன் உதடுகள் அசைந்தன.

"வள்ளிக்குட்டி உனக்கு நான் பெரிய துரோகம் நெனைச்சிட்டேன். நீ என்னை மதிக்கலேங்கற கோவத்திலே உங்க ரெண்டு பேரையுமே ஒரேயடியா தீத்துக் கட்டறதுக்குத் திட்டம் போட்டேன். மங்காதான் உயிரைக் கொடுத்து உங்களைக் காப்பாத்திச்சு." அவன் வாயிலிருந்து வந்த வார்த்தைகளைக் கண்களில் நீர் ஆறாய்ப் பெருகக் கேட்டுக் கொண்டிருந்தாள் வள்ளி. மங்காவின் பக்கம் பாய்ந்து அவள் உடலைத் தழுவிக்கொண்டு, "ஐயோ, மங்கா என் மேலே உயிரையே வச்சிருந்தயே நானே உன் உயிருக்கு யமனாயிட்டேனே!" என்று கதறியவாறு அவள் தலையைத் தன் மடியில் எடுத்து வைத்துக் கொண்டாள்.

மங்காவின் கண்கள் லேசாகத் திறந்தன. தெய்வீகமான புன்னகை அவள் இதழ்களில் மலர்ந்தது. வள்ளியை ஆவி சேர அணைத்துக் கொள்ள அவள் தன் கைகளை உயர்த்தினாள். அதே கணத்தில் அவளது ஆவி பிரிந்தது.

இதயமே வெடித்து விடுவது போல் விம்மியவாறு, "மங்கா! மங்கா!" என்று அலறினாள் வள்ளி.

காளியண்ணனின் ஆவியும் இப்போது பிரியும் தறுவாயில் இருந்தது. "வள்ளிக்குட்டி, அளவுக்கு மீறி உன்கிட்டே பாசம் வச்சிருந்தேன். அதனாலேதான் நீ என்னை மதிக்கலேங்கற ஆத்திரம் அளவுக்கு மீறிப் போயிட்டுது. நான் மிருகமாயிட்டேன். மங்காவோட

உயிர்த் தியாகம் என்னை மறுபடியும் மனுஷனாக்கிடுச்சு. நான் இப்ப மனுஷனாகவே மங்காவைத் தொடர்ந்து போறேன். கௌரியம்மன் சக்தியுள்ள தெய்வம்தான். அந்த தெய்வம்தான் மங்காவா வந்து உங்களைக் காப்பாத்திச்சு. நீங்க ரெண்டு பேரும் எங்களுக்காக வருத்தப்படாதீங்க! சந்தோஷமாயிருங்க. சந்தோஷமாயிருங்க" அவன் குரல் மெதுவாகத் தேய்ந்தது. கண்கள் தாமாகவே மூடிக் கொண்டன.

"அண்ணா ! மங்கா!" என்று முகத்தை இரு கைகளாலும் மூடிக் கொண்டு விம்மி விம்மி அழுதாள் வள்ளி.

மற்ற மூவரும் கண்கலங்கி நின்றிருந்தனர். வெளியே அத்தி மரக்கிளையில் உட்கார்ந்திருந்த அக்காக் குருவியொன்று "அக்கா, அக்கா" என்று எழுப்பிய குரல் தெய்வமாகி விட்ட மங்காவின் ஆசிபோல் காற்றில் மிதந்து வந்து வள்ளியின் காதில் ஒலித்தது.

●●●